MW01113302

CN

NHỮNG LỜI BÌNH VỀ CUỐN SÁCH

Bản văn rất phong phú này mang lại nhiều điều để suy nghĩ về hành trình của một trong những nhà tư tưởng lớn của Việt Nam trong thế kỷ hai mươi. Đối với những nhà Việt Nam học, cuốn sách giúp ta thấy nhiều khía cạnh chưa từng biết hay ít biết về cuộc đời đầy phiền toái của nhà tư tưởng này, một nhà tư tưởng mà oái oăm, mỉa mai thay, đã bị «lãng quên» ở Việt Nam trong nhiều thập niên, mà rồi trở nên danh tiếng trong giới trí thức Việt Nam, sau khi chết.

Giáo sư Shawn McHale
George Washington University

Tri Vũ Phan Ngọc Khuê đã viết ra được phần chính của cuốn sách mà Trần Đức Thảo muốn viết trước khi chết.

Nhà báo Dzương Ngọc Hoán
Cựu phóng viên Đài Tiếng Nói Hoa Kỳ

Không ngờ một cuốn sách khô khan mà lại có sức lôi cuốn người đọc, bắt người đọc phải suy nghĩ đến thế!

Nguyễn Bình Minh, München

Tác giả đã dẫn người đọc đi theo Trần Đức Thảo truy lùng thủ phạm giết người hàng loạt. Đây là một truyện trinh thám triết học ly kì, vì hung thủ ẩn núp trong đầu con người!

Trần Văn Hùng

Tôi đã đọc cuốn sách này một mạch trong 2 ngày. Rồi đọc lại 1 lần nữa, để rồi suốt một tuần lễ ngẫm nghĩ về nội dung của nó. *Trần Đức Thảo - Những Lời Trăng Trối* - là cuốn sách quí, rất nên tìm đọc…

Nhà báo Bùi Tín
Nguyên Phó Tổng biên tập báo *Nhân Dân*

Đây là một cuốn sách trong đó mỗi chữ, mỗi câu chất chứa đầy ưu tư, miêu tả rõ nhiều bộ mặt vẫn lởn vởn quanh ta và trong ta, mà ta chẳng nhìn thấy.

Hoa Đỗ Quyên

Ông đã vài lần gặp ông Hồ, thấy chủ tịch tỏ thái độ xa cách. Dù nhiệt thành yêu nước, nhưng vì ông chủ trương một cuộc cách mạng đi đến dân chủ và trọng đạo lý, giải phóng con người, nên bị liệt vào thành phần «có vấn đề». Do đó, ông không được giao nhiệm vụ gì cả, có lúc đi dạy học, một thời được giao việc chăn bò ở Ba Vì, rồi lâm cảnh khó khăn do thất nghiệp, vợ ly dị đi lấy chồng khác (bác sĩ Nguyễn khắc Viện)... Đấy là một con người tàn tạ trong gian nan, hối hận. Đấy là một cuộc đời bi thảm, mang đầy thương tích thối tha của hận thù và bạo lực. Nhưng bộ óc ấy vẫn trong sáng, không oán thù ai, mà chỉ hối hận về sai lầm, về sự im lặng của chính mình, mang tội đồng lõa với sai lầm trong một thời gian quá dài.

Một còm-giả vô danh

Nhà triết học họ Trần trước khi mất đã khẳng định, Marx đã gây ra mọi sai lầm và tội ác. Ông còn nói, chính "cuồng vọng lãnh tụ" đã khiến "ông cụ" là một con người "cực kỳ vị kỷ, bất chấp những chuẩn mực của lương tri, của đạo lý." Theo ông, đây là "một Tào Tháo muôn mặt của muôn đời" và "là một con khủng long ba đầu, chín đuôi." Lời trối trăng của nhà triết học Trần Đức Thảo cho biết, "nếu không dám khui ra những sai trái lịch sử của "ông cụ," không dám đưa ra ánh sáng tội lỗi của Marx thì không bao giờ thoát ra được tình trạng bế tắc chính trị độc hại như hiện nay ở nước ta.

Nhà báo Phan Thanh Tâm
Minnesota

[Việt Nam] duy nhất có một mình ông Trần Đức Thảo (1917-1993) ... là người được gọi là triết gia – mà lại gây được sự chú ý và nể trọng trong giới học thuật riêng tại nước Pháp. Năm 1991, vào tuổi 74 ông Thảo mới lại có dịp trở lại Paris và suốt trong 6 tháng cuối đời, ông mới kịp thổ lộ tâm sự thầm kín với vài người vốn có lòng quý trọng đối với triết gia. Và nhà báo Tri Vũ ở bên Pháp đã rất công phu nghe lại các cuốn băng ghi âm về các cuộc nói chuyện đó - để viết thành cuốn sách.

Luật sư Đoàn Thanh Liêm
San Clemente, California

Dưới chế độ CS, trí thức chỉ là những "chậu kiểng" để trước phủ chủ tịch, để làm đẹp mỗi khi có quan khách! Thực chất của CS là "dao búa," chứ có cần gì trí thức. Trần đức Thảo cùng chỉ là Nạn nhân.

Nguyễn Hà

Một quyển sách nói về những lời thú nhận cay đắng trước khi "về cõi" của một trí thức, một "triết gia" có tiếng như Trần Đức Thảo, nó cũng chính là một cảnh báo cho những người mang danh trí thức nhưng vẫn đang còn bị mê hoặc – bởi một tên điểm quốc tế như Hồ Chí Minh. Chỉ cần hiểu lời "trăng trối" (hay trăn trối) của Trần Đức Thảo chính là lời tự thú trước khi thở hơi cuối cùng của kẻ lầm đường lạc lối. Và là lời nói thật lòng, vì ngạn ngữ đã có câu:

"Con chim trước khi chết vẫn muốn cất lên tiếng hót (dù) bi ai, Con người trước khi chết cũng muốn nói lời tâm huyết cuối cùng cho người còn sống."

Trúc Bạch

Đọc lại "Những lời trăng trối" của ông, người ta lại càng bật ngửa, càng uổng tiếc một người VN từng có được tư duy, hiểu biết triết học tương đối khá sâu xa [như] ông. Nên nói cho cùng ông Thảo chỉ là nạn nhân của chính ông, ông bị kiểu gậy ông đập lưng ông nếu nói không ngoa là như thế...

Nhưng thôi, trước khi ông mất còn để lại tấm băng thu lời trối trăng của ông để lại hậu thế như thế là quý lắm rồi. Ít ra ông cũng bạch hóa được một số điều của bản thân ông và của [một] số người khác. Nhưng tất cả cũng đều là chuyện đã rồi. Khi đọc tập sách của Tri vũ – Phan Ngọc Khuê người ta chỉ thấy ngậm ngùi, thương tiếc cho Trần Đức Thảo.

Thương Ngàn

Chủ nghĩa Cộng Sản là một chủ nghĩa "LỪA DỐI," cách lừa lọc thật tinh vi, chúng lừa thật tài tình, người tài giỏi như triết gia Trần Đức Thảo cũng bị chúng lừa, kiến thức sâu rộng và đạo đức như học giả Nguyễn Hiến Lê cũng bị chúng lừa, cả cái gọi là Mặt Trận Giải Phóng Miền Nam như luật sư Nguyễn Hữu Thọ, kiến trúc sư Huỳnh Tấn Phát, Lê Văn Thà, bác sĩ Dương Quỳnh Hoa, giáo sư Lê Văn Thiêm... bị chúng lừa vô trong bưng, hoặc về nước nhưng vào tròng rồi mới biết!!! Vậy mà bây giờ ở hải ngoại vẫn còn nhiều kẻ thích bị lừa!!!!

TTT

Đề nghị post băng ghi âm những lời của triết gia Trần Đức Thảo lên mạng để rộng đường dư luận.

Huỳnh

Cuốn sách này "quý" vì nó làm nổi bật cái chính sách tàn bạo đối với trí thức, thường bị gọi là trí thức tư sản, của tất cả các lãnh tụ cộng sản độc tài, của tất cả các đảng cộng sản toàn trị. Bắt đầu từ ông Lenin mà ĐCS Liên Xô tung hô là "vị lãnh tụ vĩ đại của giai cấp vô sản toàn thế giới", chính là một cảnh báo cho những người mang danh trí thức nhưng vẫn đang còn bị mê hoặc – bởi một tên điểm quốc tế như Hồ Chí Minh. Chỉ cần hiểu lời "trăng trối" (hay trăn trối) của Trần Đức Thảo chính là lời tự thú trước khi thở hơi cuối cùng của kẻ lầm đường lạc lối. Và là lời nói thật lòng, vì ngạn ngữ đã có câu:

"Con chim trước khi chết vẫn muốn cất lên tiếng hót (dù) bi ai, Con người trước khi chết cũng muốn nói lời tâm huyết cuối cùng cho người còn sống."

Trúc Bạch

Đọc lại "Những lời trăng trối" của ông, người ta lại càng bật ngửa, càng uổng tiếc một người VN từng có được tư duy, hiểu biết triết học tương đối khá sâu xa [như] ông. Nên nói cho cùng ông Thảo chỉ là nạn nhân của chính ông, ông bị kiểu gậy ông đập lưng ông nếu nói không ngoa là như thế...

Nhưng thôi, trước khi ông mất còn để lại tấm băng thu lời trối trăng của ông để lại hậu thế như thế là quý lắm rồi. Ít ra ông cũng bạch hóa được một số điều của bản thân ông và của [một] số người khác. Nhưng tất cả cũng đều là chuyện đã rồi. Khi đọc tập sách của Tri vũ – Phan Ngọc Khuê người ta chỉ thấy ngậm ngùi, thương tiếc cho Trần Đức Thảo.

Thương Ngàn

Chủ nghĩa Cộng Sản là một chủ nghĩa "LỪA DỐI," cách lừa lọc thật tinh vi, chúng lừa thật tài tình, người tài giỏi như triết gia Trần Đức Thảo cũng bị chúng lừa, kiến thức sâu rộng và đạo đức như học giả Nguyễn Hiến Lê cũng bị chúng lừa, cả cái gọi là Mặt Trận Giải Phóng Miền Nam như luật sư Nguyễn Hữu Thọ, kiến trúc sư Huỳnh Tấn Phát, Lê Văn Thà, bác sĩ Dương Quỳnh Hoa, giáo sư Lê Văn Thiêm... bị chúng lừa vô trong bưng, hoặc về nước nhưng vào tròng rồi mới biết!!! Vậy mà bây giờ ở hải ngoại vẫn còn nhiều kẻ thích bị lừa!!!!

TTT

Đề nghị post băng ghi âm những lời của triết gia Trần Đức Thảo lên mạng để rộng đường dư luận.

Huỳnh

Cuốn sách này "quý" vì nó làm nổi bật cái chính sách tàn bạo đối với trí thức, thường bị gọi là trí thức tư sản, của tất cả các lãnh tụ cộng sản độc tài, của tất cả các đảng cộng sản toàn trị. Bắt đầu từ ông Lenin mà ĐCS Liên Xô tung hô là "vị lãnh tụ vĩ đại của giai cấp vô sản toàn thế giới", người đã thốt câu "trí thức không bằng cục cứt" (xin lỗi các bạn, tôi không thể dùng từ thanh lịch hơn để dịch chữ "gavno" một từ tục tịu trong tiếng Nga mà ông Lenin đã dùng), đến ông Mao Trạch Đông, "vị lãnh tụ vĩ đại" của ĐCS Trung Quốc, đã lặp lại gần nguyên si câu đó của Lenin, cho đến các ông Stalin, Hồ Chí Minh, Kim Nhật Thành, Pol Pot... tuy không nói ra lời thô tục, nhưng họ đều triệt để thực hành cái chính sách độc ác đó. Vì thế, ở nước ta có hai nhà trí thức nổi bật nhất là Luật sư Nguyễn Mạnh Tường và Triết gia Trần Đức Thảo đều có một số phận hẩm hiu, bi đát, thảm khốc như nhau dưới chế độ độc tài toàn trị của ĐCS: họ bị nghi ngờ, bị khinh bạc, bị đàn áp, bị giam hãm trong cuộc sống đói nghèo đến tận cuối đời, riêng Giáo sư Trần Đức Thảo thì kết thúc cuộc đời trong một cái chết với nhiều nghi vấn!

Bình luận gia Nguyễn Minh Cần

Trong hơn bốn trăm trang sách *Những Lời Trăng Trối* của Trần Đức Thảo, từ "trải nghiệm" được nhắc đi nhắc lại (dễ) đến trăm lần. Ông đã tình nguyện bỏ quãng đời còn lại vào một cuộc "trải nghiệm" đớn đau, nhục nhã và vô cùng bi đát.

Điều bi đát nhất, có lẽ, là Trần Đức Thảo đã bị giết chết trước khi có thể hoàn tất tác phẩm tâm huyết cuối đời – như những vị trí thức phản tỉnh cùng thời: Hoàng Văn Chí, Milovan Djilas, Arthur Koestler , Nguyễn Mạnh Tường...

Dù không được đọc nhưng chúng ta vẫn may mắn được "nghe" những lời giăng giối (thống thiết) của Trần Đức Thảo nhờ vào sự ghi nhận của Tri Vũ – Phan Ngọc Khuê.

Bình luận gia Tưởng Năng Tiến

"Cuốn sách này là món nợ tôi phải trả cho triết học, cho dân tộc. Tôi phải gấp rút hoàn thành cuốn sách này. Có lẽ đây là cơ hội duy nhất và cuối cùng để tôi chuộc tội trước mắt mọi người. Không làm được việc này thì chết cũng không thể yên nghỉ." Đó là lời ông tuyên bố về tham vọng cuối đời của ông.

Ấy vậy mà "cuốn sách [ông] ấp ủ suốt cả một đời người sẽ không bao giờ được xuất bản. Triết gia Trần Đức Thảo phải ôm xuống tuyền đài một mối hận không bao giờ tiêu tan được."

Cựu Thẩm-phán Nguyễn Cao Quyền, trong bài
"Trần Đức Thảo và cuốn sách mang xuống tuyền đài chưa in"

Tri Vũ-Phan Ngọc Khuê

TRẦN ĐỨC THẢO

Những Lời Trăng Trối

TỔ HỢP
XUẤT BẢN MIỀN ĐÔNG HOA KỲ
2014

Tựa đề cũ:
NỖI HỐI HẬN
LÚC HOÀNG HÔN
(Tái bản lần thứ nhất, in kỳ 2, thêm hai tiểu mục
và có sự thoả thuận của nhà xuất bản Hoa Rác)

. Second printing of second edition published in the U.S.
2013 by East Coast U.S.A. Vietnamese Publishers Consortium

An imprint of Canh Nam Publishers, Inc.
2607 Military Road, Arlington, VA 22207, U.S.A.
and
VICANA
Vietnamese Cultural Association in North America
6433 Northanna Drive, Springfield, VA 22150-1335, U.S.A

ISBN No. 978-1500972424

Designed by NNB
Desktop publishing by Hoa Rac and VICANA

Library Cataloging in Publication Data:

Tri Vũ-Phan Ngọc Khuê
  TRẦN ĐỨC THẢO Những Lời Trăng Trối (Tran
  Duc Thao's Last Words)
  445 pp   13.5 cm x 20.5 cm

  1. Vietnam--Philosophy--Tran Duc Thao (1917-
1993). 2. Vietnam--Philosophy--Marxism.
  I. Title. II. Author. III. Foreword, Preface, and
Photos of Tran Duc Thao. IV. Bibliography.

LỜI
NHÀ
XUẤT BẢN

Trong những huyền-thoại về người Việt đi học ở Pháp thì hai câu chuyện nổi tiếng nhất có thể nói là hai trường-hợp Nguyễn Mạnh Tường và Trần Đức Thảo. Một người thì lấy hai bằng tiến-sĩ (văn-chương và luật-học) ở tuổi 23, còn người kia thì nổi tiếng là học giỏi, giỏi về một ngành ít ai ở Việt-nam theo học, triết-học phương Tây mà lại còn là triết-học của Đức (Hegel, Marx, Husserl...); giỏi tới mức có lúc tranh cãi với Jean-Paul Sartre ở Pháp trên tạp-chí *Les Temps Modernes* mà còn được xem là thắng thế.

Thế rồi hai cuộc sống lại là hai thảm-kịch thuộc vào hàng lớn nhất của người trí-thức Việt-nam trong thời cận-hiện-đại. Đi theo kháng-chiến (chống Pháp), cả hai đã được mời làm giáo-sư đại-học, thậm chí cả khoa-trưởng Luật trong trường-hợp ông Tường, nhưng chẳng bao lâu, sự độc-lập tư-tưởng của họ đã đưa họ đến chỗ đối đầu với chế-độ toàn-trị đang phủ trùm xuống miền Bắc. Trần Đức Thảo tham-gia vào phong trào đòi dân-chủ, tự do cho các văn-nghệ-sĩ và trí-thức bằng một bài viết trên tờ *Giai Phẩm mùa Đông* (Tập 1 năm 1956) chỉ-trích các "bệnh nặng nề: quan-liêu, mệnh-lệnh, giáo-điều, bè-phái, sùng-bái cá-nhân" và một trên báo *Nhân Văn* số 3 (ra ngày 15-10-1956) khẳng-định: "Người trí-thức hoạt-động văn-hóa cần tự do như khí trời để thở."

Còn Nguyễn Mạnh Tường làm lịch-sử bằng một bài phát biểu nảy lửa trước Mặt trận Tổ Quốc vào ngày 30-10-1956 mang tên "Qua những sai lầm trong Cải-cách ruộng đất, xây dựng quan-điểm lãnh đạo." Với bài này dám đòi "xây dựng" cả lãnh-đạo nên bị coi là phạm thượng, ông đã bị sa-thải khỏi đại-học và thấy mất hết các chức tước, địa-vị để cuối đời phải than trong sách *Un Excommunié* ("Kẻ bị khai trừ") do nhà sách Quê Mẹ in ra ở Pháp năm 1992 là ông và gia-đình ông đói triền miên mấy chục năm trời cho đến gần ngày chết.

Trong những lựa chọn của người miền Bắc suốt thời-gian đất nước bị phân chia (1954-1975), một trong những điều bi đát nhất là do chính-sách bít bùng thông tin của chế-độ người dân, và đặc-biệt các trí-thức và văn-nghệ-sĩ, đã như bị thuốc nên tin tưởng mù quáng vào chế-độ, để đến khi vỡ mộng, nhìn ra sự thật thì đã hàng triệu người ngã xuống.

Người nhìn ra được cái dối trá của chế-độ không nhiều. Hay có nhìn ra thì cũng không có cách vùng vẫy ra khỏi sự kiềm tỏa của nó. Liều mạng bơi qua sông Bến-hải như Vũ Anh Khanh thì bị bắn chết, may mắn lắm thì mới tìm được đường băng rừng đi qua Lào như cựu-Dân-biểu Nguyễn Văn Kim, nhà văn Song Nhị hay cựu-nữ-sinh-viên Hà-nội Tô Bạch Tuyết... Chỗ còn lại chỉ biết cắn răng mà chịu đựng! Chọn ở lại như nhà thơ Quang Dũng cũng không yên, cũng chết đói.

Hiếm có là người nhìn ra được miền Nam như một lối thoát. Nguyễn Hữu Đang, sau vụ Nhân Văn - Giai Phẩm, có tính đi vào Nam nhưng bất thành. Nguyễn Chí Thiện giữ được sự cân bằng trong tư tưởng vì còn giữ được niềm tin vào miền Nam ("Miền Nam ơi, từ buổi tiêu tan / Ta sống trọn vạn ngàn cơn thác loạn"). Đâu phải vì miền Nam là một thiên-đường mà chỉ vì miền Nam là một "alternative," một hướng có thể nhìn tới khi mọi hướng khác đều bít lối. Đó chính là nỗi đau của cả một nửa dân-tộc trong một thời-gian dài...

4

Trường-hợp Trần Đức Thảo khác hẳn những trường-hợp nêu trên. Nếu Nguyễn Mạnh Tường đã về nước được cả 20 năm trước khi Việt Minh lên cầm quyền thì Trần Đức Thảo lại từ Pháp xin về để phục vụ "cách mạng" (1951). Ông về trong tin tưởng là cách mạng (CS) Việt-nam có thể khác được các cách mạng Cộng-sản đàn anh của nó. Ông về với lòng tin trong sáng là Marx đúng, chỉ những người đem chủ-thuyết của Marx ra thực-hiện là đã sai: những bi-kịch của cách mạng Nga, cách mạng Tàu bị xem là những sai lầm khủng khiếp của Staline, Mao... Ông về với ảo-tưởng là ông có thể đem những hiểu biết "đúng" của ông về chủ-thuyết Marx góp ý cho lãnh-đạo Việt-nam tránh được những sai lầm tai hoạ kia.

Nhưng ngay từ đầu ông đã bị gạt sang bên lề. "Ông Cụ" không cần đến những đóng góp của ông, "Ông Cụ" chỉ dùng ông như một thứ trang-trí cho chế-độ, cùng lắm là một thứ bẫy để thu phục những trí-thức khác ở nước ngoài về.

Nhưng rồi ông vẫn bám lấy ảo-ảnh là sự hiện-diện của ông không phải là thừa. Nếu người ta không để cho ông đóng góp thì sự thật từ miệng ông ra vẫn không phải là vô ích. Và sự có mặt của ông ở Việt-nam, ở trong kháng-chiến, theo ông tự nhủ, là để trải nghiệm sự thực về đất nước. Chữ "trải nghiệm" được nhắc đi nhắc lại nhiều lần trong những phát biểu của ông, thậm chí thành lý-do biện-hộ cho tất cả những nhục nhằn, đau khổ, không trừ cái đói khát mà ông đã phải hứng chịu để mài dũa sự hiểu biết của ông về Marx và chủ-thuyết Marx.

Cũng như Marx nhấn mạnh vào Praxis, "sự cần thiết phê-bình xã-hội không khoan-nhượng," và cũng như trường-phái Praxis của những năm 1960 ở Nam-tư kêu gọi "trở về Marx đích-thực chống lại cái Marx bị xuyên-tạc như nhau bởi bọn xã-hội dân-chủ ở bên hữu và bọn

Stalinít ở bên tả" (Tựa Erich Fromm viết cho cuốn *Từ dự dật đến Praxis* của Mihailo Marković), Trần Đức Thảo tin rằng: cái Marx như ông hiểu, cộng với trải nghiệm của cách mạng VN (học chính từ những đau thương ghê gớm của đất nước), sẽ giúp cho ta tìm ra một xã-hội lý-tưởng, hài-hoà và hoà-bình, làm mẫu mực được cho thế-giới.

Quyển sách mà độc-giả cầm trong tay là những ghi chép trung thực của tác-giả Tri Vũ-Phan Ngọc Khuê từ những trao đổi gần như hàng tuần mà ông và một vài người bạn của ông đã có với triết-gia Trần Đức Thảo trong sáu tháng cuối đời của ông. Trong giai-đoạn này, Trần Đức Thảo như chạy đua với thời-gian để mong hoàn-tất một cuốn "summum opus," một cuốn sách để đời chắt lọc hết những suy nghiệm một đời của ông. Nhưng Trời đã không cho ông cái duyên may đó. Bởi vậy mà cuốn sách này phải thay chỗ cho những lời trối trăng của một triết-gia hàng đầu của Việt-nam trong thế-kỷ 20.

Ông phải? Ông trái? Điều đó không quan-trọng bằng những suy tư thật sâu sắc của một bộ óc triết-gia được huấn luyện chính-quy về một đất nước lắm khổ đau là Việt-nam của tất cả chúng ta.

GHI NHẬN

Trong quá-trình sửa soạn để tái-bản cuốn sách này mà tên gốc là *Nỗi hối hận lúc hoàng hôn,* chúng tôi ở nhà xuất bản đã nhận được khá nhiều sự trợ giúp:

- Của chính tác-giả Tri Vũ-Phan Ngọc Khuê đã cho phép chúng tôi đổi tên sách thành *TRẦN ĐỨC THẢO: Những lời trăng trối* để có lẽ dễ nhận ra hơn đối với những ai quan-tâm đến triết-gia và đề-tài. Ngoài ra, ông còn cung-cấp cho Tổ Hợp một băng ghi âm mấy cuộc trao đổi với Trần Đức Thảo để làm bằng chứng-thực đó chính là những suy nghĩ cuối đời của triết-gia.

- Của nhà văn Vũ Thư Hiên ở Pháp đã sốt sắng và mau mắn tìm cho chúng tôi một số hình và ảnh về Giáo-sư Trần Đức Thảo. Theo ông, khi lời kêu gọi của Tổ Hợp đưa ra thì không ít bạn đã đáp ứng và nhờ nhà văn chuyển cho chúng tôi.

- Của họa-sĩ Vũ Tuân, tác-giả của một bức họa xuất sắc mà chúng tôi có in lại nơi trang 9.

- Của Luật-sư Dương Hà đã chuyển cho chúng tôi thủ-bút bài thơ "Nhà triết học" của Huy Cận.

- Của cả một số tác-giả vô danh (chỉ vô danh đối với chúng tôi ở Tổ Hợp vì không được biết rõ) mà chúng tôi xin mạn phép dùng hình vẽ hay hình chụp nơi trang bìa và trang 8.

- Của Giáo-sư Shawn McHale thuộc Đại-học George Washington ở DC, một trong những người đầu tiên nhìn ra tầm quan-trọng của cuốn sách.

- Của nhà báo Nguyễn Minh Cần ở Mạc-tư-khoa là người khuyến khích và cổ võ cho việc chúng tôi tái-bản cuốn sách để phục-hồi danh-dự cho một nhà tư tưởng lớn của Việt-nam, bị dập vùi chỉ vì đã khẳng khái lên tiếng trong mấy bài đòi tự do tư tưởng trên Nhân Văn-Giai Phẩm cách đây gần 60 năm--tóm lại để trả lại sự thật cho lịch-sử.

- Của TS Phạm Trọng Luật, người đã công-phu gom góp Thư-mục khá đầy đủ về những sáng-tác của triết-gia Trần Đức Thảo và những bài, sách người ngoại-quốc đã viết về ông. Đây là phần mới mẻ nhất trong cuốn sách tái-bản kỳ này. Nhân đây xin đặc-biệt cám ơn Tiến-sĩ.

TRẦN ĐỨC THẢO
(1917-1993)

Trần Đức Thảo
Qua nét vẽ của Vũ Tuân

Tiếng thở như lời than
bao đêm thao thức thật thà
tìm tòi chân lý, té ra tầm ruồng!

Bùi Giáng

Đặc biệt cảm ơn gs Bùi Doãn Khanh
đã sắp đặt những buổi mạn đàm tâm sự của
gs Trần Đức Thảo,
đã chịu khó đọc lại bản thảo của tập sách này.

Mục lục

Vài lời cho kỳ tái bản thứ ba...

Lịch sử đương đại của nước ta tràn đầy những sai lầm, gian dối, lừa đảo, phản bội và tội ác. Với cái nhìn của trí tuệ và lương tri, đó thật là một đống rác thối tha vĩ đại.

Tuy nhiên trong đống rác ấy, cũng ẩn chứa một vài điều quí hiếm tốt lành có thể coi là những báu vật mà những trải nghiệm lịch sử đau thương để lại cho hậu thế.

Bởi vậy, lật lại những trang sử cận đại, ta phải tỉnh táo để có một cái nhìn khác với những gì đã bị bộ máy tuyên truyền quỉ quyệt bày vẽ ra. Bởi cái thời đã và đang qua đã bị gán cho cái tên tồi tệ là thời «hai đ.», tức là thời «đồ đểu»...

Trần Đức Thảo lúc cuối đời, đã bộc lộ một tâm thức sám hối và giác ngộ. Ông muốn lý giải thời đó để tìm lối thoát ra khỏi thảm kịch của thân phận nhược tiểu, để có thể mở ra con đường chân thật tử tế dẫn tới một tương lai tươi sáng.

Tái diễn những trải nghiệm gian nan của nhân vật, cuốn sách phơi bày ra một số sự kiện xấu, toàn là rác rưởi của một thời thảm khốc và đau buồn, đồng thời cũng nêu ra những suy tư cố vượt thoát khỏi đống rác vĩ đại ấy, để có thể đi tới một kết luận «có hậu».

Quí vị khi đọc cuốn sách này, nếu bỏ công suy nghĩ tìm tòi, chú ý tới những tư tưởng tích cực chỉ đường dẫn lối của triết gia, chứ không để bị chết ngộp bởi đống giác thối tha ấy, thì tức là quí vị cũng tham dự vào phần sáng tạo cuốn sách, để nó đáp ứng nhu cầu giải quyết những vấn đề do những sự kiện xấu xa, thối tha ấy nêu ra.

13

Người kể chuyện mong chờ sự đóng góp của độc giả và những nhà phê bình, điểm sách, để cuốn sách hoàn thành được vai trò văn dĩ tải đạo của nó.

Như vậy là giúp cho Trần Đức Thảo được an tâm, an nghỉ nơi cõi vĩnh hằng...

Tác giả

1
Định kiến với thứ triết học
sách vở...

Hồi ấy ở Hà Nội, ông tham Tiến được thiên hạ chú ý cả nể là vì ông là công chức sở bưu điện, mà dân quen gọi là «nhà giây thép». Đấy là một công sở chuyên môn, do giám đốc tây điều khiển. Mặc dù chỉ là một thư ký, nhưng được dân gọi là "quan tham sở giây thép"! Vì ông tham được hưởng quy chế, ngạch trật, lương bổng của công chức tây. Thời ấy ở Hà Nội, trong giới công chức, có sự phân biệt khinh nể giữa hai chế độ lương bổng, một của "Nam triều," một là ngạch "công chức Tây."

Lúc đó, cậu Phương, em ruột mẹ tôi, cùng với cậu Thảo, con ông bà tham biện Trần Đức Tiến, cả hai đều học trường trung học tây Albert Sarraut ở Hà Nội, một trường nổi tiếng, rất khó xin vào học. Cuối bậc trung học, cả hai đều học chung lớp triết. Cậu Thảo nhờ giỏi môn triết, mà sau được học bổng đi Pháp tiếp tục học đại học. Còn cậu Phương tôi, vì trượt tú tài triết, nên phải «đúp» lại (lưu ban) lớp ấy, nhưng rồi chỉ học thêm đến nửa năm, thì mắc bệnh tâm thần: tính tình thay đổi, ban ngày cũng thắp nến ngồi học, vì sợ ánh sáng mặt trời! Dù đã được chính *đốc-tờ* Tây chữa trị, nhưng không khỏi, nên chết yểu. Vì thế cả họ bên ngoại tôi đều dị ứng với triết học. Con cháu, trong đó có tôi, được khuyên can rằng lớn lên không nên học triết. Vì môn triết khó lắm, học nó rất dễ bị điên cái đầu, không điên thì cũng khùng, không gàn dở thì cũng thành lẩm cẩm! Định kiến «học triết dễ điên, dễ khùng» ấy sau này cứ ám ảnh tôi.

Rồi lịch sử xoay vần, quân Nhật kéo vào Hà Nội đánh tan quân Pháp, chiếm toàn bộ Đông Dương. Rồi chiến tranh thế giới chấm dứt, quân Nhật đầu hàng. Việt Minh nổi dậy cướp chính quyền. Quân Tàu sang giải giới quân Nhật. Nhưng sau thì cụ Hồ ký hiệp ước để quân Pháp được phép trở lại... rồi chúng gây căng thẳng. Chiến tranh ló dạng. Rồi từ đó gia đình tôi, cùng với cả dân tộc, đã sống trôi nổi triền miên trong chiến tranh và hòa bình, với hai chế độ cách mạng và quốc gia... Đại khái lịch sử, đối với tôi, đã diễn ra như thế.

Tôi nhớ rất rõ trường hợp tôi tiếp cận lần đầu tiên với chiến tranh. Bởi gia đình tôi lúc đó đang sống trong một căn nhà lớn có một tầng gác mà bên dưới là cửa hàng bán thực phẩm cao cấp còn mang tên Pháp là Mazoyer, vì là vừa mua lại của ông Mazoyer, tọa lạc ngay giữa phố Tràng Tiền (tên cũ là Paul Bert), số nhà 52. Đàng sau nhà là đối diện công sở bộ giáo dục, tức ngay cạnh phía sau Bắc Bộ Phủ, tức là nơi ở và làm việc lúc đầu của «cụ Hồ» và chính quyền "Việt Minh"... Và hôm ấy, đúng ra là tối ấy, khoảng gần tám giờ, cả nhà vừa ăn cơm xong thì bỗng nghe nổ cái đùng, ù tai, nhức óc! Nhà cửa rung chuyển. Chai lọ trên kệ nhảy tung lên, rơi xuống đất, vỡ loảng xoảng. Sau tiếng nổ long trời ấy, các thứ súng lớn nhỏ liên tiếp đua nhau... nổ ran như trời rung, đất chuyển, không ngưng lại được nữa.

Lúc ấy tôi mới mươi tuổi, còn đang hãnh diện mặc bộ quần áo mới màu kaki vàng, trông cứ như tự vệ của khu phố Lò Đúc. Nhưng tối ấy, toàn thân tôi đã run lên, hàm răng đánh lập cập vì hoảng sợ. Bởi đấy là lần đầu tiên bị sống trong muôn vàn tiếng súng chát tai, nhức óc. Tôi trách bố mẹ tôi đã mang tôi về lại Hà Nội sau nhiều đợt tản cư.

16

Bởi trước đó, mỗi khi có tin đồn chắc nịch "Đêm nay sẽ nổ súng!" thì cả gia đình tôi lại tản cư, tạm lánh về quê bà trẻ, em bà ngoại tôi, ở làng Xâm Dương, huyện Thanh Trì, phủ Thường Tín, bên bờ sông Hồng... Nhưng rồi sau vài ngày nghe ngóng, thấy yên, lại kéo nhau trở về lại phố Tràng Tiền, sẵn tiện nghi, thoải mái hơn vì "có điện, có nước máy."

Cứ lo chạy như thế vài lần, hễ thấy yên thì lại trở về nhà. Chính cái đêm tưởng yên ấy, bỗng súng đã nổ thật. Vậy là chiến tranh đã chính thức bắt đầu vào cái đêm cuối năm 1946 ấy, sau này được gọi một cách kiêu hãnh là đêm "Hà Nội ròn rã nổ súng đánh Pháp."

Trận đánh ác liệt diễn ra với những tiếng nổ rền trời suốt đêm. Đến sáng thì ngớt hẳn tiếng súng nhỏ, chỉ còn tiếng nổ lớn vọng lại từ xa. Lén ra phía kho hàng ở trên gác, sau nhà, nhìn hé qua khe cửa sổ, tôi thấy nhiều xác lính Pháp còn nằm sát cạnh hàng rào sau Bắc Bộ Phủ. Đến trưa thì rõ ràng là quân Pháp đã làm chủ khu phố tây. Bắc Bộ Phủ im tiếng súng. Như vậy là sau chỉ một đêm giao tranh dữ dội, hình như quân trong đó đã rút sang phía các phố cổ, giữa lòng Hà Nội, để rồi đã cùng các lực lượng tự vệ cố thủ trong gần hai tháng, trong một khu trung tâm từ phố Cầu Gỗ, phía bắc bên kia hồ Hoàn Kiếm, lên cho tới khu phố Hàng Đậu, sát cầu Long Biên...

Quân Pháp, ngày hôm sau, ầm ầm gõ cửa nhà tôi, ra lệnh phải mở cửa bán hàng như bình thường. Nhưng ngày hôm ấy, ai mà dám ra đường, nên cửa hàng mở mà không bán được gì. Đến ba hôm sau nữa, những gia đình bị kẹt lại chung quanh phố Tràng Tiền, thấy bên ngoài đã im hẳn tiếng súng, nên kéo nhau đi mua tất cả những thực phẩm gì có thể mua được để dự trữ. Cửa hàng của gia đình tôi chỉ trong vòng hai ngày là bán hết sạch hàng, nhưng vẫn phải mở cửa để cho thấy trong cửa hàng

17

không còn gì để bán. Tôi còn nhớ rõ một chi tiết «tức cười» là trong hai tháng bị quân Pháp lặng lẽ bao vây (nhưng không tấn công), thì thỉnh thoảng sáng ra lại thấy trên đỉnh tháp rùa, một lá cờ đỏ do quân cố thủ đã lén bơi ra để cắm lên trong đêm... Cuộc bao vây kết thúc sau hai tháng, với việc điều đình qua trung gian của «Tòa Lãnh Sự Trung Hoa Quốc Gia», để quân Pháp mở vòng vây cho các gia đình người Hoa di tản ra khỏi khu phố Hàng Buồm... Và ban đêm hôm ấy lực lượng cố thủ đã rút đi êm thấm qua ngả bên dưới gầm cầu Long Biên, lúc đó mùa nước sông Hồng đang ở mức thấp nhất...

Như vậy là gia đình tôi đã bị kẹt lại lâu dài "trong thành" để chứng kiến "trận đánh Hà Nội," từ đầu đến cuối, ở vị trí ngay sát cạnh Bắc Bộ Phủ!

Từ sau cái đêm nổ súng bất ngờ ấy, cho tới cả chục năm sau, cả gia đình tôi cứ vất vả liên tiếp chạy xuôi, lội ngược trong cái vòng luẩn quẩn giữa vùng chiến tranh và vùng hòa bình.

Rồi với thời gian, tới phiên tôi lớn lên, bị "động viên," phải ra cầm súng để tham dự chiến tranh. May mà tôi chưa bắn được tên quân thù nào, và cũng may là chưa bị quân thù nào bắn trúng. Tuy có phen cũng đi phục kích, rồi cũng từng bị lọt ổ phục kính. Nhưng may mắn nhất cho cả địch lẫn tôi, vì có lẽ chúng tôi đều là những tay súng dở ẹc. Nhờ vậy mà tôi sống sót sau chiến tranh, sau cách mạng, mà không mang mặc cảm tay đã nhúng vào máu của đồng bào tôi.

Kể sơ sơ như vậy để giải thích thái độ thờ ơ đến vô cảm, đến dị ứng (vì mặc cảm thua thiệt?) với mấy cái công trình nghiên cứu triết học cao siêu, thuần sách vở đã được công bố trên mấy tạp chí Pháp của "cậu Thảo." Tôi nghĩ đấy là thứ triết học của những kẻ nhàn cư, may mắn được du học nước ngoài, được sống yên ổn để được bằng cấp cao, làm được những nghiên cứu này nọ, nhưng

18

thường toàn là những đề tài vớ vẩn, linh tinh… Vì mấy cái công trình triết học ấy hoàn toàn phi thực tế, phi thời sự, chẳng mang dấu vết gì của biết bao thống khổ mà dân tộc đã hằng ngày phải gánh chịu, mà chính tôi vẫn thường thấy trước mắt quanh tôi, trong hơn ba mươi năm… Đúng vậy, phải là thứ người điên khùng, gàn bướng mới có thể an tâm ngồi giữa giông tố của xã hội, trong địa ngục của chiến tranh và cách mạng, để viết ra những thứ nghiên cứu trời ơi, đất hỡi ấy. Có điên mới có thể, sống giữa những biến động đổi đời ấy, mà cứ thản nhiên suy tư, thai nghén ra mấy cái biên khảo triết học (cao siêu?), về cái thời con người lông lỗ đang biến hóa, đang phát sinh ra dấu hiệu của ý thức, từ chỉ trỏ tới lời nói của thời kỳ biến hóa nguyên thủy như thế.

Trong thực tại cuộc sống tha hương, ngay tại Paris này, tôi đã bao phen phải chứng kiến những kích động tuyên truyền thù hận, phô trương vinh quang của bạo lực chiến tranh, của cách mạng. Nhớ lại có lúc tưởng đã phải mất xác trong trận phục kích này, hoặc bỏ mạng trong cuộc đấu tố kia. Nỗi đau ấy khó tỏ với những người ngoài cuộc. Vì là cả "ta" lẫn "thù," nay vẫn đang phải sống chung hòa bình với nhau tại Paris, quên hẳn rằng "ta" và "thù" đều cùng chung một tổ tiên, một tiếng nói, một truyền thống văn minh, văn hóa!

Thực ra, đối với tôi, chung cuộc, thứ chiến tranh ấy, chỉ là do anh em một nhà bắn giết nhau! Bởi lúc đầu tôi thấy là đã có tuyên bố độc lập ở Huế, nhưng rồi sau lại thấy toàn dân một lòng hào hứng dưới ngọn cờ của "Việt Minh," cùng nhau vùng dậy cướp chính quyền và rồi cũng tuyên bố độc lập với lá cờ đỏ sao vàng ở Hà Nội. Nhưng rồi quân Tàu tràn sang, nói là để tước vũ khí quân Nhật đã đầu hàng… Rồi tiếp theo là cũng chính "Việt Minh" ấy đã ký kết "hiệp định sơ bộ" để quân Pháp được quyền từ trong nam kéo ra bắc, thay thế quân Tàu… Bi kịch bắt đầu khi lá cờ đỏ sao vàng rút toàn lực lượng ra bưng, để trường kỳ kháng chiến chống Pháp... Rồi ở "trong thành" xuất hiện một chính quyền với lá cờ vàng ba sọc đỏ, để chống lại "cộng sản Việt Minh"... rồi tới lúc có ký kết hiệp định hòa bình ở Genève, thì đất nước đã, dù là tạm thời, nhưng là đã chính thức bị chia cắt ra thành hai miền, hai chế độ với hai lá cờ. Cờ đỏ sao vàng ở miền bắc, còn lá cờ vàng ba sọc là ở miền nam. Người dân thì phân biệt bên này với bên kia là "vùng quốc gia," là "vùng cộng sản." Sự phân chia lãnh thổ này, cho đến nay vẫn là một cuộc cãi vã đổ lỗi, qui trách nhiệm, chưa kết thúc, về tội chia rẽ dân tộc. Nhưng trong thực tế thì rõ ràng là đã có chia cắt, chia cách, trên văn bản, và chia rẽ trong lòng mỗi người, ở mỗi vùng, mỗi miền!

Những thực tế nhức nhối ấy đã làm cho tôi không ưa những nghiên cứu "vô tư," thuần sách vở, do Trần Đức Thảo công bố ở Pháp... Từ đó tôi có một định kiến đối với những kẻ có may mắn du học ngoại quốc, không bị nếm trải thực tại phũ phàng của thời cuộc, nên không hiểu được nỗi đau của những người trong cuộc. Du học ở Pháp, họ chịu ảnh hưởng của "trí thức cánh tả" mà chính dân Pháp cũng mỉa mai gọi họ là "cánh tả *caviar"(cánh tả nhà giàu?)*. Họ nói năng, lý luận cứ như những ông thánh ngồi ở trên trời... Bởi họ không có cơ hội gặm khoai sùng, nhai bắp già, không biết thế nào là cảnh "mặt xanh, nanh vàng" vì cả tháng trời ăn độn rau lang, không từng liều mạng chạy giặc đến tán gia, bại sản... nên không thể hiểu nổi hoàn cảnh của nhiều người, như của chính bố mẻ đẻ ra họ, anh em ruột của họ, đã phải bỏ nhà bỏ cửa chạy tháo thân ra nước ngoài xin tỵ nạn chính trị! Họ không hiểu nổi tại sao "nước nhà đã thống nhất rồi, độc lập rồi," mà vẫn hàng vạn, hàng triệu người liều mạng bỏ nước ra đi, mà kể cả họ nữa cũng không chịu về để xây dựng chế độ! Giữa kẻ bỏ xứ với kẻ không dám về

20

xây dựng đất nước xã hội chủ nghĩa, đã không thể có sự thông cảm. Tệ hơn nữa là đã có thái độ khinh miệt, thù oán nhau. Đấy là điều không xứng với danh xưng trí thức. Bởi là thiếu hiểu biết, vì không nhận ra mình cũng chỉ là thứ nạn nhân của sự chia cắt lãnh thổ, chia rẽ dân tộc… Tất cả chỉ là thảm cảnh của đám nạn nhân thời cuộc nhưng không thấy mình là nạn nhân, thường là do thái độ của những người có cái nhìn thiển cận, đứng ngoài thực tại, thiếu trải nghiệm, nên thiếu dữ kiện để suy nghĩ cho tận tường, để có thể hiểu nhau, thông cảm nhau, kính trọng nhau. Tình trạng này sẽ còn kéo dài. Vì đấy là sự bế tắc. Bế tắc cho tới khi chế độ không còn coi những người bất đồng chính kiến là kẻ thù. Nghĩa là cho tới khi có tinh thần dân chủ trong chế độ và trong lòng mọi người. Vì thế mà phải tiếp tục tranh đấu cho tự do dân chủ…

Những trí thức "yêu nước từ xa" ấy, cứ vô tư ca ngợi vinh quang, cứ khơi khơi rao giảng "hận thù nên khép lại. Cái gì của quá khứ thì trả lại cho quá khứ," để cùng nhau xây dựng tương lai… với tinh thần "hòa giải, hòa hợp dân tộc"… Họ mỉa mai, chê bai: "chẳng lẽ cứ chống cộng đến chiều?" Những lời lẽ hô hào lãng mạn đẹp đẽ và vô tư ấy đã được phát ngôn quá dễ dàng, chỉ vì người nói câu ấy đã không thấy, không hiểu thấu được những cái, tuy thuộc về quá khứ, nhưng nó vẫn còn đang tác yêu tác quái trong hiện tại. Làm sao có thể hòa giải, hòa hợp giữa bầy cừu với bầy sói? Giữa kẻ bị trị với kẻ thống trị? Giữa những kẻ vẫn gờm nhau, rình nhau như kẻ thù? Do đó, công cuộc tranh đấu tìm đòi tự do dân chủ cho quê hương không thể ngưng lại, dù là đã "đến chiều," mà là phải tiếp tục tới hơi thở cuối cùng! Bởi công cuộc tranh đấu chống lại bạo luật của rừng rú không phải là nghĩa vụ của riêng quá khứ. Tóm lại là không "được" trải nghiệm tới từng hơi thở, từng thớ thịt của thân xác, những nỗi đau đớn của dân tộc, thì khó mà thấy, mà hiểu đủ mỗi hoàn cảnh con người đau khổ! Dĩ nhiên, cái nhìn hạn hẹp bằng lý trí, chỉ thấy những nỗi đau qua khái niệm, nên dễ bắt buộc con người phải chấp nhận để đi tới chiến thắng... Người đã sống nỗi đau, nỗi nhục bằng tất cả thân xác và tinh thần mình thì cảm xúc cũng sâu hơn, khác hẳn với lối lý luận về nỗi đau nỗi nhục bằng lý trí. Do đó cách tranh đấu của Mahatma Gandhi và cách tranh đấu của Chủ tịch Hồ Chí Minh thì dĩ nhiên là khác nhau, rất khác nhau... Khác nhau ở cách cảm thấu nỗi đau hay cách suy tư về nỗi đau, mà khác cả về hệ quả tổn ít hay nhiều xương máu, về mức độ tha hóa, băng hoại lương tri con người qua những cách tranh đấu ấy. Do sự khác nhau này mà đã không tạo ra được sự thông cảm. Vì vậy mà rất khó có thể hiểu nhau, nói chi tới hòa giải! Hòa hợp thì lại càng xa vời! Cho tới nay, vì chưa thống nhất được lòng người, nên nhiều vấn đề cốt lõi cần bàn bạc, tranh luận cho xuyên suốt thấu đáo, nhưng hễ đụng tới là y như đổ thêm dầu vào lửa! Do vậy sự tái xuất hiện của một Trần Đức Thảo ở Paris lúc này là rất khó gặp thông cảm, vì không ai chờ đợi, vì không hoặc chưa phải lúc mà thời gian đã gạn lọc được hết đam mê, ngu tín, cuồng tín... Có người cay đắng nói: với trình độ dân trí của ta cứ như thế này, thì phải chờ vài trăm năm nữa!

Thế rồi một hôm, Canh, bạn tôi, một giáo sư dạy toán ở đại học, gọi điện thoại rủ:

- Chiều nay có rảnh đi nghe ông Thảo nói chuyện ở đại học Paris VII không?

- Thảo nào nhỉ?

- Trần Đức Thảo, giáo sư triết học ấy mà...

Bỗng cái tên Thảo quen thuộc từ gốc gác xa xưa ấy làm tôi nhớ lại đôi lần đã cùng anh em bình bàn, trách móc, mỉa mai về mấy bài khảo cứu cứ như đang sống ở trên mây, đã được phổ biến hạn hẹp trong mấy tạp chí chuyên về triết học xuất bản ở Paris.

Từng nghe kể hồi đó, ông ta đã trở về xứ tham gia kháng chiến và làm cách mạng. Nhưng rồi lại được biết là ông ấy đã không được trọng dụng, mà còn bị trù dập, đầy ải, đến nỗi bị cô lập, phải sống thiếu thốn, khốn khổ, lúc đói, lúc no, ốm đau không thuốc men... Cứ tưởng ông ta đã chết từ lâu rồi. Nay có tin ông triết gia ấy vẫn còn sống, và vừa trở lại Paris với tình trạng tâm thần bất an, sợ sệt, khiến nhiều người thắc mắc: ở tuổi gần đất xa trời, không lo chuẩn bị trở về với cát bụi, mà còn mang thân già và tâm thần bệnh hoạn như vậy qua Paris này để tính làm trò gì nữa đây?

Thế nên nghe bình bàn từ những "nghiên cứu" cao siêu, tới những hô hào "hòa giải, hòa hợp"... như thế, chẳng khác nào, người ta đã vô tình kể chuyện "giây thừng trong gia đình đã có người bị treo cổ."

Vào một buổi chiều khá đẹp trời và mát mẻ, chúng tôi tới trường đại học Paris 7, nằm cạnh trạm tàu điện ngầm Jussieu ở quận 5, vì đã có thông báo về một buổi nói chuyện của Trần Đức Thảo, do ban Việt học của đại học Paris 7 tổ chức.

Lúc Canh lái xe đưa tôi đến trước trạm métro ấy, thì thấy lác đác vài Việt kiều, trẻ có, già có, đang hỏi đường đến chỗ của ban Việt học.

Khu đại học khá lớn, cạnh bờ sông Seine này, có nét kiến trúc thuộc loại phản mỹ thuật bậc nhất Paris, có thể là nhất cả thế giới. Là giáo sư khoa học ở đó, Canh đã thành thạo đường đi, nước bước, nên đã tận tình đưa dẫn bà con đi loanh quanh, hết hành lang này, tới thang máy nọ, rồi leo lên cái tầng thứ mấy của một tòa nhà cao vọt như ngôi tháp ngay giữa khu đại học ấy... Khi rời thang máy bước ra là thấy ngay cửa vào phòng lớp của ban Việt học. Những người vừa tới như chúng tôi, đều phải đứng ngoài hành lang, bởi trong lớp đã hết chỗ. Hóa ra cũng có nhiều người hiếu kỳ chứ không phải chỉ có chúng tôi. Vì đã hẹn nhau sau khi «nghe diễn thuyết», sẽ cùng nhau đi ăn phở, nên tôi kiên nhẫn đứng ngoài ngóng vào, cho nó thoáng, vì đã quá quá đông. Là người của trường, nên chỉ có Canh được mời vào bên trong phòng lớp.

Buổi nói chuyện bắt đầu: có tiếng nói lớn ở trong lớp, như đang giới thiệu, nhưng chỗ tôi đứng, chỉ nghe vọng ra mấy lần nêu tên «Trần Đức Thảo», sau là những tiếng vỗ tay có vẻ nồng nhiệt.

Chừng hơn tiếng đồng hồ sau, lại vang lên một loạt vỗ tay lẹt đẹt, tôi mừng thầm vì biết buổi nói chuyện đã chấm dứt. Mọi người xô nhau ra về y như cảnh học trò tan học. Đám người cuối cùng rời lớp là ba người cùng dạy học với Canh, bao quanh một người gầy gò, tầm vóc nhỏ thó, mặt như sạm nắng, mặc một áo vét cũ kỹ, quá dài và quá rộng. Nhân vật nhỏ thó được hộ tống như vậy, khiến tôi đoán đấy là Trần Đức Thảo mà đây là lần đầu tiên tôi gặp lại tận mặt. Tôi tránh qua một bên để mấy giáo sư đại học này đi qua. Canh vẫy tôi đi theo. Ra tới bậc thềm sân sau trường đại học, Canh xã giao:

- Nếu bác Thảo chưa có hẹn với ai thì xin mời bác và các bạn, ta cùng nhau đi ăn phở ở quận 13, cũng gần đây thôi. Vì tôi có rủ anh bạn đây (tay chỉ về phía tôi đang bước theo phía sau) là sau khi nghe bác nói chuyện xong, sẽ đi ăn phở.

Ngoảnh lại, thấy tôi là người lạ mặt đứng phía sau, bác Thảo nhìn tôi thật kỹ, rồi ngần ngừ tiến lại đưa tay ra bắt tay tôi với vẻ vồn vã nhưng không tự nhiên, miệng nói:

- Chào đồng chí!

Cả mấy bạn của Canh đều ngạc nhiên nhìn tôi, tôi vội đáp một cách trịnh trọng:

- Kính chào bác, chắc bác nhầm tôi với ai rồi, chứ tôi không phải là một đồng chí đâu ạ! Tôi chỉ là một thường dân thôi.

Canh phá lên cười:

- Anh bạn tôi đây không phải là một đồng chí. Mà quanh bác đây, cũng chẳng có ai là đồng chí cả! Vì ở cái đất Paris này, chúng tôi quen gọi, một cách tự nhiên, mấy người của «đảng» là các «đồng chí».

Bác Thảo nhìn tôi, mỉm cười bẽn lẽn, và giải thích:

- Từ nãy, tôi cứ tưởng anh là người của sứ quán. Vì sứ quán đã dặn tôi sau buổi nói chuyện thì phải chờ, để sẽ có người của sứ quán đưa tôi về.

Mấy anh bạn cũng cười và tiếp tục nêu thêm nhiều câu hỏi bên lề cuộc nói chuyện hồi nãy. Nhưng những câu đáp đều ấp úng, mơ hồ:

- Những điều các anh hỏi thì chưa thể nói hết, nói rõ ngay lúc này được… Cũng phải có thời gian thì mới có thể trình bày vào chi tiết các vấn đề… Về thời sự ở trong nước thì ở đây cũng khó nói rõ cho sáng tỏ được… Tôi tới đây, tính là để nói về một đề tài lịch sử mang tính triết học, mà toàn bị hỏi về các vấn đề có tính thời sự chính trị nhạy cảm ở trong nước…!

Tôi nhận thấy nhà triết học già này đã không mấy chú ý nghe các câu hỏi, mà chỉ lần lượt chăm chú quan sát thật kỹ từng người đặt câu hỏi. Rồi lại lấm lét quay ra nhìn tôi. Bỗng khi nhận ra ở phía xa, người mà bác đang chờ đợi, nên vội vã nói:

- À mà thôi, đã có đồng chí Hào đến kia rồi, xin lỗi, thôi tôi phải về. Cảm ơn các bạn. Và xin hẹn gặp lại vào dịp khác nhé!

Rồi bác Thảo (tôi bắt đầu quen lối gọi "bác" theo cách gọi của Canh, bạn tôi) rảo bước về phía «đồng chí» Hào, đang chạy tới. Và cả hai cùng quay nhanh ra đi về phía khác, như muốn tránh cái đám người đã nêu quá nhiều thắc mắc là chúng tôi. Nhìn bác Thảo bị dẫn đi, Canh lắc đầu hỏi mọi người:

- Các bạn nghe nhà triết học của chúng ta nói chuyện như vậy, thì có cảm tưởng thế nào?

- Ông ta đã có cái vẻ lẩm cẩm của tuổi già rồi!

- Ông ta nói để mà nói, cứ lặp đi, lặp lại về một đề tài đã cũ rích về nội dung. Bởi cái chủ nghĩa xít-ta-lin-nít ấy thì chính ông ta cũng đã viết ra thành sách cả chục năm nay rồi. Bây giờ lại mang ra nhai lại, nên nó nhàm chán. Còn trong phần trao đổi, ông nói loanh quanh rằng ông sang đây là để vận động quốc tế ủng hộ Việt Nam. Nhưng rồi ông không chịu trả lời rõ là vận động những ai, vận động về những vấn đề gì, vận động như thế nào…! Ông bảo chừng nào xong nhiệm vụ thì sẽ về. Biết thế nào là xong nhiệm vụ? Thời gian thi hành cái nhiệm vụ ấy là trong bao lâu? Một tuần? Một tháng? Một năm? Hay vài năm như một nhiệm kỳ của nhân viên ngoại giao? Thật là mơ hồ, quẩn quanh.

- Mà khi nói, mắt ông cứ lấm lét nhìn mấy người của sứ quán như có vẻ vị nể, ngại ngùng lắm. Vì vậy mấy tay trong nhóm khoa học nhân văn chê bai ông. Họ bảo ông ta thật sự đã bước vào tình trạng lẩm cẩm vì bệnh tật tâm thần và tuổi già. Cái thời nổi tiếng sắc sảo tranh luận với Sartre xưa kia không còn nữa. Thật là đáng tiếc! Đi nghe ông nói chuyện mà thấy phí mất cả buổi chiều.

Sau khi chia tay mấy người bạn, Canh kéo tôi đi và nói:

- Họ cũng sẵn xe vì có chỗ đậu dành riêng cho người dạy ở trong trường. Tôi tính mời ông ấy lên xe đi ăn để có dịp nói chuyện riêng cho vui, nhưng người của sứ quán kèm ông ta sát quá.

Ra quán phở, tôi hỏi Canh:

26

- Tôi không ở bên trong để nghe, nên không dám bình bàn, chê bai như mấy ông bạn kia. Bộ bác ấy đã lẩm cẩm thật rồi à?

Canh lắc đầu giải thích:

- Đấy là mấy tay chuyên dạy về khoa học nhân văn, người dạy sử, kẻ dạy văn chương... Mấy bố ấy lúc nào cũng gồng mình lên ra vẻ trí thức hơn mọi người! Các ông khoa bảng ấy mắc cái bệnh *cocorico* của con gà trống *gô-loa* rất nặng. Ông nào cũng cho tiếng gáy của mình là nhất. Ít khi thấy họ khen nhau. Chưa gặp Trần Đức Thảo lần nào mà đã dám dè bỉu: hết chê triết của ông ấy cũ rích, rồi lại tố mấy cái bài đăng trong các tờ báo chuyên về triết ấy thì có ai đọc đâu, chỉ mấy tay dạy triết đọc, rồi ngồi bình bàn với nhau thôi! Các ông ấy bảo, ở bên này, đầy tài liệu, đầy ban nghiên cứu chuyên ngành, đầy giáo sư chuyên môn để tham khảo, đầy phương tiện thử nghiệm, mà còn chưa ai dám mổ xẻ những vấn đề cơ bản của triết học và nhân chủng học như thế. Vậy mà ở Hà Nội, thân cô, thế cô, không tài liệu, không có ban nghiên cứu chuyên ngành để tham khảo, mà ông ta dám viết khơi khơi theo trí nhớ mấy bài nghiên cứu, toàn là dựa theo những gì đã đọc ở Paris mười mấy năm về trước! Thật là chủ quan khinh thường thiên hạ quá!

Canh nhấn mạnh tiếp:

- Tôi biết, mấy tay trí thức này ít phục ai. Vì thế nên tôi không chú ý tới những lời chê bai của họ. Sự thật là tôi thấy bác Thảo trở lại Paris lần này với nhiều uẩn khúc rất khó hiểu. Lúc vắng người, tôi đã mời bác bữa nào rảnh rỗi đi ăn cơm để nói chuyện nhiều. Bác đã vui vẻ nhận lời ngay. Nhưng khi tôi nhắc lại lời mời ấy trước mặt tay Hào ban nãy, thì bác ấy tỏ ra sợ hãi, vội vã làm ra vẻ dứt khoát từ chối, bảo rằng «không được đâu! Vì lúc này chưa rảnh rỗi, vì còn nhiều chuyện đang phải làm gấp chưa xong!» Thế có khó hiểu không?

27

- Nhưng nghe bác Thảo nói chuyện hồi nãy thì sao? Có còn minh mẫn không?

- Thật ra thì bác ấy nói năng rất khôn ngoan, thận trọng. Bác rỉ tai cho tôi biết là buổi nói chuyện vừa rồi chỉ là cái cớ để bác tìm gặp lại mọi người. Các câu chất vấn gay go về tình hình chính trị "mở cửa" ở bên nhà đã được bác trả lời nhanh, gọn, nhưng không xác định một điều gì. Toàn là những dự đoán, dự tính, những chuẩn bị phải cần thời gian để khai triển. Khi trả lời bằng tiếng Pháp thì rất tế nhị, hóm hỉnh. Tất cả chứng tỏ bác vẫn có một tâm trí thông minh, một thái độ dè dặt, một ngôn từ kín đáo, không để lộ ra một sơ hở nào để có thể bị hiểu lầm. Nghĩa là bác ấy còn tinh anh lắm, chứ không lẩm cẩm đâu. Như khi nhìn anh ban nãy, bác làm bộ bắt tay anh như đã quen thân, và cố ý chào anh là «đồng chí», chính là để thử xem anh có phải là người của sứ quán cử ra để theo dõi hay không! Khôn thế đấy! Khi thấy "đồng chí" Hào chạy tới, bác đã vội vã rời xa tụi mình, để không ai kịp nói câu gì, sợ tay Hào nghe thấy. Rồi hấp tấp đi ngay, chứng tỏ là bác biết mình bị kiểm soát chặt chẽ chứ không được buông lỏng. Ta phải tìm cách mời riêng nhân vật này này đi ăn với nhau vài bữa, để tìm hiểu sự thật!

- Chừng nào có cơ hội gặp lại bác ấy thì nhớ tới tôi nhé.

Thế rồi cả nhiều tháng sau, khi tôi đã quên hẳn câu chuyện Trần Đức Thảo trở lại Paris, thì Canh điện thoại:

- Đến thứ bảy tới, tôi đã mời được Trần Đức Thảo đi ăn trưa riêng đấy, anh có rảnh không?

- Thật là một cơ hội hiếm có, bận mấy thì tôi cũng dẹp hết để mà đi chứ. Nhưng chỉ sợ có thêm tôi, thì bác ấy sẽ ngại ngùng khi nói chuyện…

- Không sao đâu, tôi đã nói trước với bác Thảo là sẽ có cả anh nữa. Tôi trấn an bác, bằng cách giới thiệu anh là một người ngưỡng mộ bác, nên bác vui vẻ nhận lời chứ không do dự, e ngại như hồi mới qua. Bác ấy lúc này đã tỏ ra mạnh dạn như dân Paris rồi, dám một mình tự do đi ra ngoài, dám tiếp xúc riêng rồi. Vấn đề là ta nên bàn nhau sẽ đề cập tới những đề tài gì khi gặp bác ấy.

- Theo tôi thì trong những lần gặp đầu, ta chỉ nên hỏi về những vụ việc dễ trả lời thôi. Chừng nào đủ tin nhau thì mới hỏi về các vấn đề chính trị nhạy cảm.

- Cái đó thì dĩ nhiên rồi. Nhưng ta cũng nên chuẩn bị trước những câu hỏi để tùy cơ ứng biến, kẻo uổng phí mất cơ hội. Tôi đã chuẩn bị ghi sẵn một số câu hỏi để thử nghiệm đương sự, để phanh phui những bí mật mà trước đây bác đã thoái thác không chịu nói rõ...

Đến ngày hẹn, Canh lái xe chở tôi tới ngã tư của hai phố Rennes và Le Verrier, quận năm, lúc gần trưa. Xe tới nơi đã thấy bác Thảo đứng chờ ngay ở đầu phố.

Tôi vội mở cửa xe, bác leo lên rất nhanh gọn, rồi nói:

- Tôi biết chỗ này đông xe, không ngừng lâu được nên phải ra đứng chờ trước kẻo làm khổ các anh phải lái xe chạy loanh quanh kiếm chỗ đậu.

- Vậy là bác vẫn là dân Paris chính hiệu, bác chưa quên đời sống vội vã, tấp nập ở đây.

- Thì tôi biết, Paris nay có khác gì xưa đâu. Mà có lẽ cả trăm năm sau nó sẽ vẫn là vậy. Vì cái thủ đô này đã có nét kiến trúc cổ kính và ngăn nắp, đẹp đẽ, hoàn chỉnh quá nên sẽ khó mà thay đổi, mở mang thêm để bớt cảnh chen lấn...!

Canh đề nghị:

- Bây giờ để bác Thảo chọn, nếu bác thích đi ăn phở thì có quán phở Sài Gòn ở quận 13, rất được bà con ta ở đây ưa chuộng...

- Ta gặp nhau cốt là để nói chuyện tâm tình cho đỡ buồn. Tới chỗ đông kiều bào ta thì không tiện, tôi đề nghị đi ăn ở chỗ nào kín đáo, ít người tọc mạch, thì mới dễ nói chuyện thoải mái hơn, thuận lợi hơn...

- Thế thì ta đi ăn cơm tàu, ở nhà hàng «Chez Tang» mới mở, đầu bếp mới từ Hồng Kông qua, sạch sẽ và nhiều món mới lạ, ăn được lắm. Tôi thích nhất là những món cháo ở đấy, cứ y như là ở một tiệm chuyên bán cháo ở Chợ Cũ của Sài Gòn thủa trước...

- Tôi cũng thích ăn cháo, món đó dễ tiêu.

- Vậy thì chúng ta tới tiệm «Chez Tang».

Đậu xe ở một con đường xa phía sau, rồi đi bộ tới tiệm ăn. Canh bắt đầu mào chuyện và cũng là để thử tìm hiểu:

- Bác đi thế này có bị «ai» để ý không?

- Tôi dậy từ sáng sớm, uống café xong là ngồi viết, tay Hào là nhà trưởng có ghé hỏi hôm nay tôi có muốn đi đâu thì hắn đưa đi. Tôi nói chẳng muốn đi đâu cả, đến trưa thì có lẽ chỉ ra phố mua khúc bánh mì *jambon* là đủ. Thế là hắn dông luôn. Vì hôm nay là thứ bảy, ai cũng nghỉ để sống với gia đình chứ. Nếu ngày thường thì hắn cũng dòm ngó ra cái điều chăm chỉ làm nhiệm vụ ấy mà. Nhưng mà bây giờ thì tôi cũng chẳng cần giữ ý như lúc trước nữa. Tôi cũng có tự do của tôi chứ!

Thấy bác Thảo tỏ vẻ cởi mở như vậy, tôi bắt đầu tạo thân mật:

- Bộ sống ở giữa Paris mà bác cũng còn ngại cảnh bị theo dõi canh chừng sao?

- Cũng vẫn có chứ! Nhưng tế nhị, kín đáo hơn một chút thôi, không tàn nhẫn trắng trợn như ở nhà. Cái bà giúp việc quét dọn trong căn nhà khách đó đã ngầm báo cho tôi biết: tay nhà trưởng Hào này là tai mắt của sứ quán. Hắn cũng tò mò lắm. Lúc tôi đi ra phố là hắn lẻn vào phòng tôi để đọc những gì tôi đang viết...

- Sao bác biết?

- Mỗi lần phải vắng mặt là tôi có làm dấu, nên về là tôi biết ngay đã có người lục vào các tư liệu, bài vở đang viết của tôi!

- Như vậy làm sao bác giấu được những bài vở riêng tư của bác?

- Những gì tôi đang viết là sẽ được công bố nay mai... nên chẳng có điều gì phải giấu cả. Mà những gì tôi đang viết, nó có đọc cũng chẳng hiểu được gì. Đến thủ trưởng của nó đọc chưa chắc đã hiểu.

- Bác viết để vận động dư luận ở bên này phải không?

- Không! Tôi đang soạn một số luận chứng nhằm giới thiệu nội dung một cuốn sách mà tôi đang gấp rút biên soạn để được xuất bản nay mai...

- Thế bác không lo làm công tác vận động sự ủng hộ cho chính sách của «đảng» và nhà nước à?

- Lúc mới qua thì buộc lòng phải nói thế thôi! Chứ có vận động khỉ gì đâu. Hôm ấy cứ bị chất vấn: vận động cái gì, vận động như thế nào, vận động những ai... làm tôi bối rối. Mấy chục năm bị hạn chế tiếp xúc, giao thiệp với bên ngoài, bây giờ qua đây, bao nhiêu quan hệ xưa cũ chẳng còn mấy ai. Phần thì những bạn bè có uy tín trong xã hội mà tôi quen biết, nể phục nhau, thì đều đã qua đời, có còn chỗ nào thân thiết có thể nhờ cậy nữa đâu để mà vận động. Trong buổi tiếp xúc đầu tiên của tôi với trí thức Paris, tôi đã thất vọng vì chẳng thấy còn một khuôn mặt nào quen có uy thế để có thể làm chỗ dựa cho tôi. Nói là mang sứ mạng đi vận động, thật ra đấy chỉ là cái cớ của chuyến đi mà thôi. Chẳng lẽ lại nói tôi trở qua Paris là không có mục đích gì sao? Hoặc nói là qua đây để ngồi viết sách, để người ta cười cho à?

- Bác viết thứ sách gì mà không thể viết được ở quê nhà? Mà sách ấy viết cho ai đọc? Tôi hỏi vậy, vì những bài báo, những cuốn sách bác đã viết và xuất bản ở Pháp này thì tôi thấy nó quá xa vời thứ quần chúng vất vả như tôi…

- Không! Không! Lần này thì khác. Lần này là tôi viết cho mọi người. Sách này là một công trình phân tích, để những nút thắt, những trói buộc con người trong lịch sử đương đại, trong xã hội ta hiện nay, nghĩa là từ lúc nó được hình thành tới lúc nó phải chịu thảm họa của những diễn biến của cách mạng, sẽ được tháo gỡ ra cho bằng hết. Lịch sử của xã hội ấy phát xuất từ cả một chuỗi biến hóa sinh thái, từ con người thượng cổ tới con người hiện đại, từ con người nguyên thủy man rợ tới con người có ý thức làm cách mạng, tới con người mất hết tự do khi rơi vào tình trạng ngu tín, sùng bái... Bởi có những thứ sùng bái tai hại khiến con người mất tinh thần tự chủ, mất hết sáng kiến. Sùng bái tới mức tự nô lệ hóa mình về mặt tư tưởng. Tôi viết để chỉ ra cái hại vô cùng đó… Ai cũng cần đọc sách này để thấy, để hiểu thảm họa đã đến với mỗi con người chúng ta như thế nào. Sách như thế thì làm sao có thể viết được ở quê nhà. Chúng nó thì đánh cho vỡ đầu ấy chứ! Ha! Ha! Ha!…

Sự cởi mở vui vẻ và thẳng thắn ấy thật là táo bạo, thật là bất ngờ. Khủng khiếp nhất là cụm từ «chúng nó»! Canh và tôi nhìn nhau kinh ngạc. Tôi vội hỏi:

- Thế thì chuyến đi này của bác là đầy bí ẩn đấy. Và không rõ cuốn sách của bác sẽ làm sao giải tỏa hết những điều khó hiểu đây?

- Đúng là có nhiều điều khó hiểu. Nhưng rồi tới hồi kết cuộc thì rồi mọi người sẽ hiểu. Lúc ấy tất cả khúc mắc, các nút thắt gây thắc mắc sẽ được tháo gỡ tung ra… để tất cả sự thật được phơi bày ra ánh sáng.

- Chừng nào thì sẽ tới hồi kết cuộc ấy?

- Chừng nào cuốn sách của tôi được in ra thì tất cả những thắc mắc mà các bạn ở Paris này nêu ra từ trước tới nay sẽ được giải đáp cho bằng hết. Và tôi đang gấp rút biên soạn nó...

- Vậy là bác qua Paris lần này là để ngồi viết sách thật sao? Cuốn sách này sẽ là kết luận của các bài vở mà bác đã cho đăng lai rai trên mấy tạp chí triết học ở Paris này trong mấy năm qua phải không?

- Ấy không phải vậy đâu! Mấy cái bài báo, mấy cái biên khảo ấy chỉ là thứ sinh hoạt nghiên cứu bên lề, chúng chỉ đáp ứng nhu cầu thị hiếu ở bên này thôi. Chứ ở bên nhà, trong cuộc sống sôi động từng ngày, đầy đau khổ, đầy máu và nước mắt, thì chẳng có ai mà chú ý tới những đề tài như vậy đâu. Trải qua hai cuộc chiến tranh, sống sót sau mấy đợt đấu tố trong cải cách ruộng đất, trong mấy đợt chỉnh huấn, chỉnh phong, chống xét lại, rồi tiếp theo là những đợt cải tạo xã hội để bước vào chế độ xã hội chủ nghĩa... Biết bao bão tố như thế, mà chỉ ngồi viết được mấy cái nghiên cứu đó để đăng báo ở bên này thì thật là điên khùng. Chẳng qua phải viết như thế ở bên nhà là để chứng tỏ cho lãnh đạo và cho thế giới bên ngoài thấy là Trần Đức Thảo vẫn còn đó, cái đầu của nó vẫn còn hoạt động. Mà viết thế cũng là để kiếm sống... Vì các bài viết ấy được trả nhuận bút cao. Vả lại cũng chính những tiếng vang của các biên khảo ấy, nó đã bảo vệ tôi khi phe cánh cuồng tín, giáo điều của cách mạng đã manh tâm tiêu diệt tôi. Sự thật là tôi về nước đâu có phải là để viết ra mấy cái thứ nghiên cứu thuần sách vở như thế. Các anh tưởng tôi về tham gia kháng chiến, tham gia cách mạng là để ngồi viết mấy cái nghiên cứu «chỉ chỏ» ấy à? Các anh nghĩ sự nghiệp của Trần Đức Thảo là chỉ có mấy cái biên soạn vớ vẩn ấy thôi sao? Bao nhiêu trải nghiệm đau đớn, gian khổ cùng dân tộc trong chiến tranh, trong cách mạng thì tôi đã vứt chúng vào đâu?

2
Tiếp cận thực tại đau đớn...

Bác Thảo ngưng kể, bùi ngùi im lặng hồi lâu. Chúng tôi thì vô cùng xúc động và ngạc nhiên. Mấy câu hỏi ấy đã kéo chúng tôi ra khỏi cõi mơ hồ, như đã đánh thức chúng tôi dậy sau cơn u mê dài. Rồi bác lại tiếp:

- Những trải nghiệm đau đớn của thực tại cách mạng đầy máu và nước mắt, diễn ra hằng ngày trước mắt, đã thường xuyên chất vấn tôi... Chẳng lẽ chúng không để lại dấu vết gì trong đầu óc tôi sao? Nếu chỉ viết mấy cái bài nghiên cứu có tính nhân chủng học như vậy, thì chẳng thà hồi đó tôi cứ ngồi lại Paris này để đẻ ra những thứ ấy thì dễ dàng và thuận lợi hơn!

- Vậy những bài vở và công trình biên khảo mà bác đã cho xuất bản ở ngoài này không phải là những công trình chính mà bác đã dày công nghiên cứu ở trong nước sao? Ở trong nước, bác chỉ được dạy học trong một thời gian rất ngắn, khoảng gần hai niên học thôi. Vì bác đã bị đình chỉ công tác sau hai bài báo đụng tối vấn đề dân chủ... Vậy suốt trong mấy chục năm còn lại, tức là từ năm 1956 cho tới nay, thì bác đã dùng thời gian dài ấy để làm gì?

- Anh thắc mắc như vậy là rất đúng. Tôi chỉ được dạy học trong một thời gian rất ngắn. Sau đó là bị sống quản chế với những canh chừng, rình rập gắt gao. Muốn công khai nói năng, viết gì thì cứ việc... nhưng quyền lực cấm tôi tuyệt đối không được đụng tới chính trị, không được đụng tới cách mạng! Thế nên tôi đã phải câm nín về chính trị, về cách mạng dòng dã trong hơn ba chục năm.

Trong thời gian sống như bị lưu đày, bị ức chế câm nín ấy, cái đầu của tôi vẫn như một động cơ quay với tốc độ cao. Nó vẫn cứ nghiên cứu, cứ trải nghiệm... để nghiền ngẫm, để phác thảo ra một công trình có thể cô đọng trong một cuốn sách. Có thể nói là tôi sẵn sàng vứt bỏ hết những gì đã viết từ trước tới nay, để chỉ lưu giữ lại một cuốn sách này... Vì cái phần nghiên cứu, lý giải trong câm nín, trong im lặng này mới thật là một công trình súc tích, có trọng lượng, thật là dày công sức của trái tim và khối óc! Bởi những cái đó đã dằn vặt, nghiền nát tôi hằng ngày. Giờ đây thì nó đang bùng nổ, đang được trải ra qua từng trang giấy...

- Bác đã nhấn mạnh công việc quan trọng của bác không phải là nghiên cứu những cái đã được công bố ở nước ngoài, vậy thì cụ thể là bác đã bỏ công nghiên cứu cái gì?

- Là nghiên cứu những cái của thực tại thô bạo, thực tại đau đớn, thực tại khổ cực của dân chúng, nó đã diễn ra trong quá trình cách mạng xã hội chủ nghĩa, qua hai cuộc chiến tranh, qua công cuộc đổi mới đang diễn biến, quay cuồng cho tới nay... Thực tại đó nay vẫn rất tàn nhẫn. Cái nghiên cứu đó mới thật là quan trọng...

- Cụ thể những thực tại quan trọng đó là gì? Bác có thể nói thẳng ra vài thí dụ được không? Chúng tôi vì quí bác, thương bác mà thắc mắc như vậy. Bởi ai ở đây cũng đã nghe đồn đại về những nỗi khổ tâm, khổ trí của bác ở quê nhà, nên cứ nghĩ là sự chọn lựa trở về của bác hồi ấy là một sai lầm, thật sự là một thất bại. Vì nó đã phá tan sự nghiệp triết học lừng lẫy đã có của bác. Vậy xin thành thật hỏi bác, bác đã về để phải sống như thế để làm gì? Sao lúc đó bác không tìm đường bỏ đi, trốn đi?

- Thật sự là lúc này rất khó giải thích một cách ngắn gọn cho hai anh hiểu. Tôi đã về nước với mộng ước được tham gia cách mạng, để trải nghiệm tại hiện trường về

35

những gì mà tôi đã đặt thành mục tiêu, thành nhiệm vụ nghiên cứu, ngay từ trước khi quyết định trở về tham gia kháng chiến và cách mạng. Trở về là để có dịp sống trong cách mạng, để so sánh với những gì đã xảy ra trong cuộc cách mạng tháng mười ở Nga. Với những hiểu biết phê phán đã có về cuộc cách mạng ấy, tôi tâm nguyện về quê hương để nghiên cứu thực tại, với hoài bão đóng góp xây dựng ở nước ta một mô hình cách mạng trong sáng, mà chẳng những dân ta mà là cả nhân loại mong đợi. Trong thực tế, sách vở có thể mang lại tiếng tăm. Điều này không quan trọng. Điều quan trọng là sự trở về xứ sở đã giúp tôi trải nghiệm một thực tại tàn nhẫn khi chứng kiến sự đau khổ của con người bị kìm kẹp bởi ý thức hệ. Nhất là ngay khi đặt chân trở lại trên mảnh đất quê hương ở ATK (an toàn khu), thì người ta đã tìm đủ cách để cấm cản tôi làm công việc trải nghiệm quan trọng đó...

- Công việc trải nghiệm quan trọng đó là gì?

- Cái đó chưa thể nói rõ, nói hết ra vào lúc này, vì chưa phải lúc. Hai anh nên kiên nhẫn chờ cuốn sách mà tôi đang biên soạn. Tôi cam kết với hai anh là việc hoàn thành cuốn sách này sẽ là một sự kiện quan trọng. Vì nó đáp ứng khát vọng lớn nhất của đời tôi. Vì lần này là tôi muốn nói lên hết những vấn đề then chốt của cuộc cách mạng do lý thuyết và lý luận Mác-Lê chỉ đường. Nay vì chưa hoàn tất, chưa xuất bản được cuốn sách, nên tôi rất bồn chồn, lo lắng, nóng lòng. Thôi ta thay đổi đề tài nói chuyện đi kẻo nó dẫn tới những điều chưa thể nói vào lúc này. Các anh nên nhớ là tôi về nước là để tham gia cách mạng chứ không hề có ý làm việc gì khác. Và cho tới nay, tôi vẫn chưa được nói và viết gì về công tác chính yếu này... trừ hai bài báo và một tập biên khảo nhỏ đã được xuất bản ở trong nước... Những cái đó cũng đã làm cho tôi khó sống...

- Vâng xin đồng ý đổi qua vấn đề khác. Nay điều mà anh em ở đây muốn biết là sức khỏe của bác bây giờ ra sao?

- Như mọi người đều biết, ở ngoài bưng, tôi bị bệnh đau gan mãn tính. Ở nhà một số anh em bác sĩ, vì thương tôi, nên vẫn theo dõi chăm sóc tôi miễn phí. Sang đây thì tôi không có bảo hiểm y tế như người dân ở đây. May mà có hai bác sĩ Việt kiều khám bệnh không lấy thù lao mà lại còn cho thuốc tôi uống. Nhưng việc chăm sóc, theo dõi là phải thường xuyên làm thử nghiệm, như làm *échographie* (soi âm) lá gan, và thử máu theo từng định kỳ, làm những cái đó ở đây rất tốn, mà tôi ra đi thì chỉ mang theo một ít tiền, nay thì chỉ dành để lo cho việc ăn uống thôi.

- Thế sứ quán không lo cho bác sao?

- Sứ quán đã miễn cưỡng cho tôi ở nhờ trong nhà khách số 2 Le Verrier ấy là quá tốt rồi, chứ tôi có qui chế cán bộ hoặc có ở trong biên chế ngoại giao như họ đâu mà họ lo chu cấp cho tôi. Vả lại khi tôi qua đây thì họ rất dè dặt, cứ tưởng rằng sau khoảng vài tuần hay vài tháng thôi, rồi tôi sẽ trở về hoặc sẽ dọn đi chỗ khác.

- Như vậy thì tương lai của bác...

- Về tương lai của tôi thì thật sự là lúc này đang đầy khó khăn mà tôi chưa có cách giải quyết! Đây đang là một cuộc khủng hoảng lớn của đời tôi! Nếu ở nhà, nhất là ở Sài Gòn, thì dễ giải quyết. Ở đây thân cô, thế cô, áp lực tứ bề, nên cuộc khủng hoảng này là một bế tắc vô cùng nan giải...

-Như vậy thì việc cần phải làm lúc này là tìm phương cách giải quyết việc ăn và ở, để bác còn an tâm mà viết sách chứ?

- Chính thế!

- Thành thật xin lỗi bác, hỏi câu này hơi thiếu tế nhị, liệu bác còn đủ lực tài chánh... tới bao lâu nữa?

- Tôi cũng thú thật với hai anh là hiện tôi đang lâm vào cảnh sống nay lo mai. Mấy tờ báo và nhà xuất bản Pháp đã hiểu rõ hoàn cảnh của tôi nên họ đã ứng trước như tiền đặt bài, mà tôi cũng chưa viết gì cho họ cả. Chỉ mới cho họ phỏng vấn mấy buổi thôi. Nhờ đó mà tôi chịu đựng được tới hôm nay. Bây giờ thì các món tiền ứng trước ấy cũng đã cạn kiệt. Vì vậy mà tôi phải cấp tốc soạn ra một số bài làm đề tài thuyết trình, tôi hi vọng sẽ bán vé tượng trưng cho các buổi diễn thuyết ấy, để tôi sống qua ngày. Tôi đã xin sứ quán cho mượn nơi để tổ chức nói chuyện, tức là để trình bày về nội dung cuốn sách của tôi… Và từ tuần tới, mỗi chiều thứ ba hoặc thứ năm, thì tôi sẽ bắt đầu các buổi thuyết trình tại "Nhà Việt Nam" ở đường Cardinal Lemoine, quận 5, Paris. Và trước mỗi buổi nói chuyện thì tôi tính sẽ bán những tập tóm lược về đề tài nói chuyện ấy. Hi vọng là các anh em sẽ ủng hộ tôi trong lúc chờ một số bạn bè Pháp tìm cách giúp đỡ tôi đều đặn và lâu dài hơn... như họ đã hứa.

Bữa ăn trưa hôm ấy, tưởng là sẽ vui vẻ, nào ngờ sự cởi mở tâm tư u buồn về tình trạng vật chất của bác Thảo đã làm cho buổi gặp gỡ kết thúc một cách buồn thảm. Canh và tôi đều rất xúc động khi phải chứng kiến cảnh một vị giáo sư từng một thời vang danh ở Paris, mà nay phải hạ mình bàn cách bán tiếng nói, bán chữ để kiếm sống qua ngày.

Trước khi chia tay, tôi làm vẻ tự nhiên và nói vài câu để bác Thảo lên tinh thần:

- Bác đừng lo, tôi tin là thể nào anh em ở đây cũng dư sức lo cho bác, riêng hôm nay thì xin có chút quà nhỏ này gửi biếu bác như là lòng thành. Thật không thể ngờ hậu vận của bác lại vất vả thế. Nhưng có như vậy, thì khi vượt qua được khó khăn, mới là vinh quang, phải không bác?

Canh cũng bỏ vào túi áo nhà triết học một chút tiền. Chúng tôi rất ngạc nhiên và cũng rất ái ngại khi nhìn thái độ ngượng ngùng của bác Thảo khi tiếp nhận sự trợ giúp ấy. Phải cố cầm nước mắt, để gượng cười với nhau. Những tâm sự u buồn ấy đã làm chúng tôi im lặng khá lâu khi cùng nhau đi ra xe. Lúc ngồi trên xe đưa bác Thảo về tới nơi tạm trú, Canh hỏi:

- Bây giờ muốn hỏi bác tại sao bác quyết định trở về quê hương hơn bốn chục năm về trước, và cả sự chọn lựa trở lại Paris lần này. Bác có thấy ân hận gì không? Phải chi hồi ấy bác cứ ở lại Paris, thì bây giờ bác đã có một địa vị lớn trên diễn đàn triết học thế giới rồi.

-Hồi ấy, tôi đã trở về xứ sở với một đầu óc hăng hái, đầy lạc quan tin tưởng của tuổi trẻ. Cứ nghĩ thế nào cụ Hồ cũng phải ngạc nhiên về những hiểu biết của tôi. Bởi tôi đã có những nghiên cứu sâu rộng về cuộc cách mạng tháng mười ở Nga, mặt khác, tôi đã có một vốn hiểu biết vững chắc về tư tưởng của Karl Marx. Với lòng hiếu thắng bồng bột, ngông cuồng đến mức cuồng tín, tôi tin rằng với những nghiên cứu và kiến thức mà tôi đã đạt được, tôi tự thấy mình như là hiện thân của ý thức hệ mác-xít, để có thể trở về làm nhiệm vụ như một trong những lý thuyết gia bên cạnh ông cụ. Để tôi góp sức xây dựng ở quê hương một mô hình cách mạng mà loài người mong đợi! Nhưng khốn khổ cho tôi là khi về tới quê hương, thì tôi đã va chạm vào một thực tại hoàn toàn đóng kín, nó đã làm tôi bị vỡ mặt và vỡ mộng. Thời gian ấy, tôi đã phải trải qua những giờ phút chao đảo lập trường. Đấy là giai đoạt tuyệt vọng nhất của đời tôi. Nhưng rồi tôi bình tĩnh phân tích hoàn cảnh và những nhược điểm của mình, dần dần nhận biết sự thật, để đặt ra những câu hỏi sát thực tế... Rồi từ chỗ tuyệt vọng đó, tôi đã lấy lại được thăng bằng, khi ghi nhận rằng nếu không trở về thì làm sao biết là mình đã có những cái nhìn thiển cận, đã sai lầm một cách đần độn, cuồng tín đến như thế. Rồi sau thì tôi phải nhìn nhận rằng sự trở về ấy là cần thiết, là một chọn lựa đúng. Không sống trong tội ác bế tắc của cách mạng, thì làm sao biết là đã có sai lầm. Bởi những gì đọc trong sách vở, những gì nghe truyền đạt qua guồng máy tuyên truyền, thì tất cả những điều ấy đều không phải là trăm phần trăm sự thật. Cả việc bị đẩy trở lại Paris lần này cũng vậy. Đó là những bước đường trải nghiệm, tuy thật là gian nan, nhưng đã giúp tôi thức tỉnh để rồi nhận thức được những sai lầm cơ bản của cách mạng và của chính tôi. Và từ đó, tôi đã đạt tới một số kết luận có tính triết học cao và vững bền. Thật sự là cho tới nay, tôi không hề hối hận gì về việc hồi đó đã bỏ Paris để về quê hương, và cả bây giờ lại phải trở qua Paris. Tuy có lúc, ở Hà Nội, tôi đã sống những ngày tháng tuyệt vọng, mất phương hướng, như đang phiêu lưu, lạc lõng trong tình trạng rối loạn tâm lý, bế tắc trong tư tưởng. Nhưng rồi thực tại tàn nhẫn và những giao động mất lý tưởng của những người quanh tôi, tất cả đã hằng ngày như chất vấn tôi, khiến tôi phải từng bước đặt lại vấn đề, hằng ngày tìm cách giải đáp cho những chất vấn ấy. Những cái đó đã làm cho đầu óc dần dần sáng hơn, dần dần chuyển biến, dần dần thức tỉnh… Trạng thái đó đã giúp tôi đứng dậy được. Bởi trong thời gian chao đảo, khủng hoảng ấy, trong đầu tôi luôn luôn có một cuộc tranh cãi bùng lên dữ dội. Một cuộc tranh cãi giữa cái tôi triết học, cái tôi mác-xít, cái tôi cách mạng, về thực tại phũ phàng trước mắt. Trước những sự kiện, những hậu quả đen tối, những lý luận ngụy biện, những hành động dối trá, độc ác không thể chấp nhận ấy, thì tôi cứ tự chất vấn tôi:

- Triết học là như vậy sao? Chủ nghĩa Mác là như vậy sao? Mục đích của cách mạng là như vậy sao? Rồi chính tôi đã tự trả lời:

- Không! Triết học không phải là như vậy. Nhưng có thể chủ nghĩa Mác khi triển khai như thế thì cách mạng phải là như vậy. Nghĩ như thế, xét cho cùng, tức là tôi đã bắt đầu có thái độ nghi ngờ mang tính khoa học... Nhưng tôi vẫn chưa lý giải được rành mạch là tại sao. Những thắc mắc tích tụ ngày càng nhiều thì chúng càng như tăng sức thúc đẩy tôi phải cố tìm hiểu tại sao. Khi chưa có lời giải đáp thì tôi lại tự hỏi: Phải chăng là vì ta chưa biết đặt đúng vấn đề?

Bước đầu thức tỉnh như thế, đã làm tôi không còn thấy là mình bị lạc lõng nữa. Vì khi đã biết là chưa đặt đúng vấn đề, tức là chưa nhận ra hướng để tìm kiếm. Từ đó tôi biết mình sẽ phải dồn tâm trí để làm gì. Tuy công việc suy tư ấy không dễ dàng vì hàng rào canh chừng rất gắt ở chung quanh, nhưng tôi vững tin chắc chắn có ngày sự suy nghĩ tìm tòi của tôi sẽ ra hoa, sẽ kết quả...

- Thế thì từ khi trở về nước tới nay, bác đã biên soạn được gì cụ thể gọi là đáng kể chưa?

- Thành thật mà nói thì ở trong nước, tôi chưa viết ra được gì là đáng kể cả. Bởi như các anh đã biết, tôi đã bị gạt ra bên lề sinh hoạt chính trị ngay từ đầu. Chỉ mới viết hai bài báo đề cập khái quát tới dân chủ thôi, mà đã bị chúng nó xúm vào đấu tố tưởng đã mất mạng. Thế nên mọi suy tư, trải nghiệm là phải giấu kỹ trong đầu. Mà những gì tôi làm trong đầu, đều toàn là những nghiên cứu dựa trên thực tại thật là sống động, thật là độc lập về mặt triết học thực nghiệm, để hướng về tương lai. Đấy là một công trình nghiên cứu rất cơ bản, rất thực tế. Nếu nói về ảnh hưởng thì có lẽ tôi cũng đã đóng góp được phần nào khi gián tiếp chỉ ra cho chung quanh thấy một số sai trái rất nghiêm trọng, cho họ hiểu là nếu không chịu thay đổi hẳn tư duy, thay đổi toàn diện chính sách thì cả nước sẽ không thoát ra được tình trạng bế tắc tư tưởng, hỗn loạn xã hội, phải sống túng thiếu, đói khổ triền miên. Nhất là

41

từ sau ngày 30 tháng tư 1975. Cái mốc thời gian ấy đã đánh dấu lúc toàn khối xã hội chủ nghĩa, vốn đã rệu rã, đã khánh kiệt, nay đang bắt đầu bước dần tới nguy cơ tan rã.

Bởi sau cái ngày 30 tháng tư, 1975 đó, Liên Xô và cả khối Đông Âu xã hội chủ nghĩa không còn cái chiêu bài chính đáng để bắt dân chúng phải tiếp tục hi sinh, thắt lưng buộc bụng nhằm chi viện cho các công cuộc cách mạng đánh đổ đế quốc Mỹ nữa. Dân chúng bắt đầu bạo dạn và cương quyết xuống đường đòi tự do và bánh mì! Tình trạng khủng hoảng tư tưởng trầm trọng này bắt đầu đưa tới hỗn loạn ở Đông Âu, Hồng quân đã phải trực tiếp nhảy vào can thiệp bằng vũ lực, dẫn tới lúc bức tường Bá Linh sụp đổ, đưa tới kết thúc của các cuộc cách mạng theo tư tưởng Mác-Lê... Chính những sự hỗn loạn ấy đã làm cho khối Liên Xô suy sụp ngay từ bên trong. Không phải ngẫu nhiên mà Đặng Tiểu Bình đã dứt khoát ngả sang phía tư bản. Ngay cả ở nước ta, nếu không sớm cố vận động, cố chấp nhận mọi điều kiện điều đình, để Mỹ nó bỏ cấm vận, thì ta cũng sẽ rơi vào hỗn loạn và cùng lắm thì cũng sẽ vẫn cố định trong tình trạng trì trệ, đói khổ, bế tắc xã hội như ở bắc Triều Tiên hay Cuba thôi. Tóm lại là nếu hồi đó tôi không tự ý về quê hương để hiểu rõ thực tại, không được nhìn thẳng vào sự thật, không sống trong sự thật của cuộc cách mạng đầy mâu thuẫn, đầy sai lầm ấy, thì làm sao nhận hiểu ra những sai lầm cơ bản của chính tôi. Và cả khi phải ra đi như lần này. Nếu không chấp nhận ra đi, thì tôi không thể đạt tới trình độ tư duy để đạt tới thành quả về mặt triết học như hiện nay. Những trải nghiệm xuyên qua kinh nghiệm phát triển cách mạng xã hội chủ nghĩa trong thời kỳ kháng chiến và xây dựng cách mạng ở quê nhà đã tạo cơ hội cho tôi dần dần thấy rõ sai trái bắt đầu từ học thuyết, từ ý thức. Sự bế tắc của cách mạng và của chính tôi là do ý thức giải phóng con người bằng đấu tranh giai cấp để xóa bỏ giai cấp. Đấy là một mô hình cách mạng không tưởng, không nền tảng duy vật sử quan!... Không tưởng vì cả tin vào sự đam mê cuồng tín, cả tin vào khả năng giải phóng bằng bạo lực của hận thù. Cho tới khi bị coi như là một kẻ phản động, bị nghi là "kẻ do địch cài vào hàng ngũ cách mạng" thì từ đó tôi mới nhận ra sự bế tắc ấy là do ý thức, do thái độ cảnh giác, do chính sách thù hận mù quáng của quyền lực chuyên chính. Sự chuyên chính ấy đã đóng kín mọi chân trời, đã không ngừng đẩy những con người chân thật, không chấp nhận dối trá, sang phía thù địch. Và từ đó tôi nhận ra đấy là những sai lầm tai hại, bế tắc của chính tôi. Nhờ được chứng kiến, được sống sát cánh với những con người đau khổ không có ai, không có gì bảo vệ, như đã thấy trong cuồng phong cải cách ruộng đất... Từ đó, tôi bắt đầu nhận thức rằng giá trị một ý thức hệ không thể so sánh với mạng sống của con người, nhất là đối với con người bị oan ức, con người bị trù dập, bị bóc lột, hoàn toàn bất lực, vô phương tự vệ. Một ý thức hệ, dù thế nào thì nó chỉ có giá trị của một dụng cụ. Một dụng cụ làm sao nó có thể so sánh với giá trị của một mạng sống? Nhất là một mạng sống trong oan ức, đau khổ? Vì vậy mà tôi thấy là không thể hi sinh con người cho bất cứ một thứ ý thức hệ nào. Trước nỗi đau của con người tuyệt vọng vì ý thức hệ, thì chính cái ý thức hệ ấy cũng cần phải được rà xét lại, để cải đổi hoặc để đào thải. Nhờ sự tỉnh thức như vậy, mà bây giờ tôi đã tìm thấy được con đường đưa tới gần chân lý. Chính những sai lầm cơ bản về tư duy đã đưa tới những hành động gây đau khổ cho con người, đã dẫn tới sự sụp đổ của ý thức hệ, rồi là của khối xã hội chủ nghĩa ở Đông Âu... Nói rõ ra thì dài dòng lắm! Cảm ơn hai anh đã lo lắng cho hoàn cảnh của tôi. Tôi luôn luôn thấy mình, trong mọi cơn gian nan, hiểm nguy, thì đều đã gặp những người tốt. Tôi đã tìm ra chân lý, tôi đã và đang vượt qua mọi thử thách, nhờ có tình bạn. Vì vậy tôi luôn luôn có tâm thức lạc quan tin tưởng trước những gian nan mà tôi đã và đang gặp. Thôi chúng ta hẹn nhau sẽ gặp lại.

Nghe nhà triết học phân tích những sai lầm, như một lời thú tội, chúng tôi hết sức kinh ngạc. Bởi khi nhà triết học bị coi là già nua, lẩm cẩm này phải nói ra điều đó thì nó chứng tỏ đấy là một tâm trí còn rất minh mẫn, và nó đang cố trỗi dậy, vì nó đã hiểu thấu sự bi thảm của quê hương và của chính mình. Đấy là một chuyển biến trầm trọng. Trong những lần tâm sự như thế, bác Thảo thường nhắc tới cuốn sách mà bác «đang biên soạn» như một ám ảnh thường xuyên. Chỉ tiếc rằng rồi sau cuốn sách đó đã không may mắn được xuất hiện dưới ánh sáng mặt trời!

Nhìn bác Thảo chậm chạp, lom khom cúi đầu bước vào tòa nhà cổ kính ở số 2, đường Le Verrier, chúng tôi nhận ra đây là một con người dày dạn kinh nhiệm cách mạng, nên cảm thấy thật là thương bác vô hạn. Chính sự chân thành và can đảm của những lời tâm sự ấy đã cuốn hút chúng tôi.

Lúc đó Canh nói nhỏ với tôi:

- Tại sao bác Thảo lại nói rằng "buộc phải ra đi"? Việc bác trở lại Paris trong lúc chẳng có ai chờ đợi này là một sự ép buộc của quyền lực hay sao? Mà theo như những gì bác vừa nói, thì bác đang ở trong giai đoạn đau đớn trong nội tâm, khó khăn trong đời sống vật chất. Có lẽ vì vậy mà hôm nay bác đã tỏ ra hết sức cởi mở, để chúng ta hiểu rõ những nỗi đau lòng ấy mà tìm cách giúp đỡ bác. Chẳng lẽ cả một cộng đồng Việt kiều ở đây thản nhiên đứng nhìn bác bị đói khổ như vậy sao?

- Tôi có cảm tưởng là bác Thảo đang cố nán lại Paris để mưu làm một việc rất quan trọng, có thể việc ấy là chính cuốn sách mà bác đang hoàn thành, để mang ra ánh sáng những gì không thể công bố ở trong nước, chứ viết sách như bình thường thì ở đâu mà chẳng làm được, ở đâu mà chẳng in ra được. Cần gì phải vất vả qua đây.

Mấy ngày sau, tôi điện thoại cho mấy người bạn nổi tiếng hay hoạt động xã hội, thường sẵn sàng giúp đỡ đồng hương. Lúc đó tôi mới khám phá ra là chuyện Trần Đức Thảo đang gặp khó khăn và căng thẳng với sứ quán, thì nhiều người ở vùng Paris đã biết từ lâu rồi. Họ còn kể rõ rằng phía sứ quán đang muốn rũ trách nhiệm khi thấy bác Thảo đã cạn tiền. Sứ quán đang thu xếp để ép buộc bác phải trở về xứ, trong khi chính bác tiết lộ là chính quyền ở nhà đã muốn tống đuổi bác đi! Nhưng bác cho sứ quán biết là chưa về được vì chưa hoàn thành được mục tiêu là xuất bản một cuốn sách quan trọng khả dĩ giải mã cuộc cách mạng. Vì thế mà đang có căng thẳng giữa sứ quán và bác. Và viên bí thư sứ quán tên là Hào, người quản lý nhà khách ấy đã nhiều lần to tiếng, gây gổ, muốn đuổi bác ra khỏi nhà.

Trong một quán café tĩnh lặng, ấm cúng, bác Thảo đã miệt mài kể lể, như có cơ hội được cởi mở tấm lòng, để xả ra những gì đang đè nặng trong đầu. Bác nói mà mắt cứ chằm chằm nhìn chúng tôi, như muốn phân trần, muốn tìm một sự thông cảm, muốn chia sẻ với chúng tôi nỗi niềm tâm tư, hoàn cảnh buồn thảm của mình!

Nhìn nhà trí thức già nua, với nét mặt u buồn, trong thân phận khiêm tốn, đã làm chúng tôi vô cùng xúc động. Bác Thảo lúc ấy nổi bật như một biểu tượng, một hiện thân bi thảm của một đất nước, một dân tộc bất hạnh. Làm sao có thể làm ngơ trước những điều đau lòng đang được trải ra một cách tủi nhục như vậy. Một nhà tư tưởng, một thời danh tiếng, mà nay phải ngửa tay cầu cứu tới những kẻ bình dân như chúng tôi để mưu sinh!

Trước thảm cảnh đó, mấy anh em chúng tôi đã không do dự mà quyết định kêu gọi âm thầm thành lập một tổ chức nhỏ, trong vòng thân mật, để cùng nhau giúp bác về vật chất và phương tiện để hoàn thành cuốn sách ấy. Anh em gọi tổ chức đó là "Nhóm thân hữu Trần Đức Thảo" (Amicale Trần Đức Thảo). Tất cả bạn bè khi hay biết câu chuyện đều hăng hái đi hô hào đóng góp cho sự trợ giúp này. Chính nhờ sự xuất hiện của tổ chức ấy mà phía sứ quán bớt sách nhiễu, bớt gây gỗ, chèn ép bác. Và tôi cũng được biết lúc đó anh Lê Tiến là một trong những Việt kiều tận tụy đứng ra trực tiếp lo cho bác Thảo.

Tôi đã vận động khá dễ dàng được vài người tham gia đóng góp. Mấy bạn tôi khi nghe tôi nói về hoàn cảnh khó khăn của nhà triết học, thì chẳng những họ không do dự mà còn vui vẻ mở ví (bóp) ra ngay. Tôi đã trao cho anh Tiến khoản đóng góp thu được rất mau lẹ ấy. Nhưng đấy là lần trao tiền đầu tiên và cũng là lần cuối cùng. Vì sau đó thì vấn đề trợ giúp không còn cần đặt ra nữa!

Anh Tiến, một khuôn mặt quen biết của giới Việt kiều, rất ưu ái bác Thảo, nên đã tạo điều kiện để lui tới dễ dàng nơi nhà khách số 2 Le Verrier. Tại đây anh đã nhờ được một bà giúp việc có trách nhiệm quét dọn trong căn nhà ấy để ngầm chăm sóc bác Thảo. Tôi cũng đã có dịp gặp gỡ bà này vài lần. Đấy là bà Bích Hồng, một thiếu phụ từng có một dĩ vãng vất vả của một «con hát» thời xa xưa.

Bà Bích Hồng hồi trẻ là một ca nương, có lẽ cũng có nhan sắc. Bà biết kéo nhị và biết hát các thứ ca dân gian của miền bắc, như quan họ, chầu văn, hát chèo, hát xẩm… Có dịp họp văn nghệ thân mật ở Paris, bà Bích Hồng cũng thích trưng diện bộ áo diêm dúa, ngoạn mục đầy màu sắc của một ca nữ trên sân khấu, để kéo nhị tự đệm cho mình hát. Bà có tính tình vui vẻ, hay giúp đỡ mọi người, rất tốt bụng. Có lúc bà tâm sự: vì lấy chồng rồi theo chồng về Pháp. Nhưng ít lâu sau, thì ông chồng qua đời. May là bà được một người giới thiệu, nên bà tìm được việc làm quét dọn ở đây, để sống cho qua ngày.

Công việc ấy bà làm để đổi lấy miếng cơm và chỗ ở cho yên thân thôi, chứ không có lương.

Từ khi tới ở trong nhà khách ấy, bác Thảo đã tìm thấy nơi bà Bích Hồng một nguồn tin tức về sinh hoạt và tính tình từng người đang sống tại đây. Đó là một mảng xã hội Việt Nam đương đại, đã được tách ra với nguyên vẹn các sắc thái phức tạp, để mang sang đặt vào trong căn nhà này. Vì ở đấy có đủ các thói xấu hạch sách, "cửa quyền" của cách mạng. Kẻ hơi có hơi hướng quyền hành, thì ỷ mình là «người của sứ quán», kẻ thì quen thói chui luồn qua qui định, luật lệ, kẻ thì ganh ghét nhau, tố cáo nhau và ưa bàn, ưa nghe chuyện miệng tiếng thị phi. Ngoài mặt thì ai cũng nặng tình nghĩa đồng bào cùng máu mủ đang sống nơi quê người, nhưng hành xử thì tàn nhẫn, kình chống nhau như kẻ chợ với người dưng. Bà Bích Hồng khuyên bác Thảo: «Sống ở đây là bác phải cảnh giác: cái gì cũng có thể bị báo cáo lên sứ quán!» Khi nghe thấy lời khuyên ấy, bác đã phải buột miệng than: «Ở đây mà cũng có vấn đề sợ bị báo cáo sao?»

Chính bà Bích Hồng này, trong nhiều trường hợp khẩn cấp, đã trở thành người lén ra ngoài gọi điện thoại báo cho chúng tôi biết, khi bác Thảo bị đau ốm, cần sự giúp đỡ cấp bách của chúng tôi.

Cho tới khi bị sứ quán gây áp lực tới mức không còn lối nào thoát, thì ngoài mặt bác Thảo đành tỏ vẻ chấp nhận bỏ dở dự tính công bố cuốn sách ở Paris, để được tạm yên... Đồng thời bác gấp rút đi tìm sự trợ giúp ở bên ngoài, nơi những bạn bè mới quen biết qua mấy buổi diễn thuyết tại Nhà Việt Nam, cố tìm ra một lối thoát. Do vậy mà bác đã có thái độ thành thật cởi mở với chúng tôi. Bác gây ngạc nhiên khi tiết lộ rằng vụ Nhân Văn Giai Phẩm là do chính "lãnh đạo tối cao" đã ra lệnh phải nhắm mũi dùi vào bác mà «đánh». Bởi đối tượng phải triệt hạ chính là Trần Đức Thảo! Từ đó trở về sau, cuộc đời Trần Đức

47

Thảo đã trở thành sự đối đầu âm thầm, bất đắc dĩ, vô cùng phức tạp với "lãnh tụ," với "đảng." Phức tạp vì thường xuyên phải sống như đi dây giữa hai thế lực: phe này muốn dứt khoát loại bỏ bác, phe kia là những tay ít cuồng tín, họ e ngại làm như thế thì sẽ có phản ứng ồn ào, gây tai tiếng trong dư luận quốc tế, chi bằng cứ ngầm quản thúc bác ở gần trung ương, cứ giam lỏng bác ở Hà Nội, nhưng sẽ không để cho có một hoạt động nào có ảnh hưởng về mặt chính trị. Vì vậy mà đã có nhiều lần, bác Thảo được mời tham dự những buổi tiếp tân có khách nước ngoài, được tham gia phái đoàn đi tham quan Trung Quốc, Liên Xô, Cộng Hòa Dân Chủ Đức… Trong những chuyến đi này, người ta đã tạo cơ hội để bỏ bác ở lại, sau khi phái đoàn về nước. Nhưng bác đã nhất định không chịu ở lại nước ngoài. Do vậy, bác Thảo trở thành một đối tượng bị chính quyền vừa canh chừng, vừa muốn đuổi đi, vừa bị sử dụng như một món đồ trang trí cho cách mạng và chế độ. Nhưng trong thực tế thì bác Thảo vẫn không ngưng tìm cơ hội để nêu lên nhưng suy nghĩ của mình trước các hành động quá trớn của "đảng," tức là của lãnh đạo.

Và bác nhấn mạnh:

- Thật sự là luôn luôn có mâu thuẫn, có xung đột ngầm, đôi lúc cũng khá gay go, giữa "lãnh đạo," tức là giữa "ông cụ" và tôi. Chỉ vài cán bộ cấp cao đặc trách công tác quản lý tôi là biết rõ có tình trạng đối đầu này. Họ cai quản tôi với hai mục tiêu do "bên trên" đề ra: phải canh chừng không cho tôi gây ảnh hưởng với những người chung quanh, đồng thời thường xuyên tìm hiểu, theo dõi chặt chẽ những chuyển biến trong đầu óc tôi về mọi vấn đề. Bởi tôi chăm chỉ dùng thời giờ để quan sát, suy nghĩ và ghi chép những trải nghiệm của tôi. Tuy nhiên tôi không dám đưa ra công khai tất cả việc tôi làm. Thực tế là lãnh đạo, tuy đứng xa, tuy là gián tiếp, nhưng vẫn luôn luôn chú ý tới từng bước chuyển biến tư tưởng của tôi. Có lúc tính mạng tôi bị đe dọa nặng nề do sự bướng bỉnh của tôi, nhưng lãnh đạo đã kịp thời phái cán bộ cấp trung ương tới cứu tôi. Thủng thẳng tôi sẽ kể cho các anh nghe những va chạm của tôi với chính sách, với các hành động của cách mạng. Thực ra chỉ là với lãnh đạo. Mà các anh cũng nên biết rằng trong vấn đề đối xử với tôi, chính «ông cụ» cũng luôn luôn chịu sức ép của một thế lực lớn lao, nên «ông cụ» cũng rất e ngại tay chân tai mắt của thế lực ấy. Đấy là cả một guồng máy thống trị của ý thức hệ mà trọng tâm của nó nằm ở Bắc Kinh hay ở Mátxcơva!

Những lời lẽ chân thành, giảng giải li kỳ như thế đã làm cho sự hiếu kỳ của chúng tôi lại càng tăng. Sau này thì tôi hiểu rằng bác Thảo rất cao tay về mặt tâm lý: bác đã biết cách gây ảnh hưởng nơi chúng tôi. Bác cố ý, nhưng cứ úp mở, để chúng tôi hiểu rằng đối thủ tư tưởng của bác trong bao nhiêu năm sống như bị quản thúc tại gia ở quê nhà, chẳng phải ai xa lạ mà chính là «ông cụ»! Mà ông cụ thì cũng chẳng tự do sung sướng gì, vì trên đầu «ông cụ» cũng luôn luôn có một bóng ma quái ác nó đè lên thân phận ông cụ!

Rồi bác Thảo nói dằn từng tiếng để lưu ý chúng tôi:

- Chính vì vậy mà cái mạng Trần Đức Thảo này lúc nào cũng sống như vừa có một thiên thần hộ mạng, vừa có một thanh kiếm độc ác treo lơ lửng ở trên đầu!

Rồi bác Thảo lại giải thích tiếp:

- Tôi biết chỉ cần một sơ hở nhỏ, hé lộ ra một tư tưởng bị đánh giá là "phản động," là sẽ mất mạng như chơi. Bởi chung quanh tôi toàn là những kẻ cuồng tín, sẵn sàng ra tay khi có lệnh của một thế lực nào đó ở "bên trên." Một góp ý xây dựng của tôi rất dễ bị xuyên tạc để bị hiểu khác đi như một lời công kích. Chỉ vì chính "ông cụ" đã đánh giá tôi một cách tiêu cực, và đã lưu ý các thuộc cấp, rằng tôi là một "kẻ có vấn đề"! Cách đánh giá mơ hồ mà độc địa ấy trong thực tế là một bản án vô phương kháng cáo. Tôi luôn luôn tự nhủ: phải cố làm sao cho những kẻ cuồng tín này hiểu ra được những hành động sai trái, ác độc, tai hại của họ đối với tôi. Vì chẳng những tai hại cho tôi, mà còn là tai hại cho "đảng," tai hại cho cả tương lai của dân tộc. Vấn đề trước mắt là phải phân tích, phải chứng minh sao cho sáng tỏ sự thật rằng "một hành động, một chính sách, một phương pháp độc ác như thế không thể nào sinh ra được kết quả tốt." Muốn vậy thì phải xây dựng cho bằng được một lý luận có căn bản triết học thật trong sáng, thật vững về mặt tư duy, khả dĩ hóa giải được sự cuồng tín. Một hoài bão như thế đã tạo cho tôi một niềm tin. Niềm tin ấy trao cho tôi một nhiệm vụ. Phải nêu ra một lý luận có giá trị tư tưởng vững chắc; để sớm muộn gì cũng sẽ đạt tới mục đích là chỉ ra những sai lầm… Tôi tin rằng nếu không đạt được mục tiêu ấy lúc còn sống, thì rồi cũng sẽ đạt được sau khi chết. Bởi sức mạnh của sự thật không bao giờ suy giảm, càng bị che giấu thì nó càng chỗi dậy. Nghĩ như vậy, tin như vậy, nên tôi đã giữ được tinh thần chịu đựng mọi gian nan, khổ ải. Tôi vững tin sẽ có ngày tôi đi tới đích. Ít ra thì tư duy của tôi cũng sẽ dẫn đường cho người sau tôi đi tới đích, tới chân lý. Các anh cũng nên tin như vậy đi, tôi không lừa dối các anh đâu. Bởi lẽ sống của Trần Đức Thảo này không phải là để lường gạt một ai, mà chỉ là để tìm cho ra con đường đưa mọi người tới chân lý, để cùng nhau hiểu rõ mọi vấn đề, để cùng nhau thấy rõ thảm kịch của dân tộc ta, mà cũng là cả của nhân loại.

Quả thật là chúng tôi đã bị cuốn hút bởi những lời tâm sự chân thật, đầy tự tin như thế. Nó đã gây chấn động mạnh nơi chúng tôi. Bởi đấy là những phân tích đã hướng dẫn, đã soi sáng chúng tôi, đã tạo ra khát vọng tìm hiểu nguồn gốc của mọi vấn đề. Thế nên, càng nghe bác kể, đầu óc càng như được đánh thức dậy, càng học hỏi thêm được nhiều điều. Trước đó, qua mấy buổi diễn thuyết, chúng tôi thấy bác Thảo có cái vẻ một giáo sư triết học đã già nua hơi lẩm cẩm, đã lỗi thời. Hơn nữa, từ cái "lý thuyết của hiện tại sống động" do bác truyền đạt, tới cái "lô gích hình thức và biện chứng," nghe vậy thì biết vậy, nhưng vẫn thấy nó quá trừu tượng, quá triết học, quá sách vở, nghĩa là khá xa với cuộc sống vất vả của chúng tôi ở Paris, nơi mà "các vấn đề của tư tưởng," đối với kẻ phàm phu, ngoại đạo như chúng tôi, chỉ là những món ăn khó tiêu ít ai ưa chuộng, ít ai muốn tìm hiểu: "tìm hiểu làm gì cho nó mệt óc vô ích"!

Có lúc tôi không dấu thái độ hoài nghi của tôi với vấn đề triết học của bác nên tôi hỏi:

- Bác có thể vắn tắt giải thích cho chúng tôi hiểu tại sao lại phải cần tới phương pháp tư duy theo quy luật "phủ định của phủ định" như vậy không?

Bác Thảo trầm ngâm im lặng một lúc rồi đáp:

- Các anh không cần thấm nhuần các quy luật tư duy triết học ấy, nhưng ít ra thì các anh cũng nên hiểu rằng quy luật tư duy ấy là phương pháp gạn lọc những kinh nghiệm, những hành động trong sự vận động của cách mạng trong thời gian. Việc vừa làm xong, vừa thực hiện được thì không nên coi nó như đã vĩnh viễn hoàn hảo. Phải coi việc đó, cách làm đó là còn có thể cải thiện, bằng cách chỉ giữ lại những gì là tốt, và loại bỏ ngay những gì bị coi là xấu. Nhờ sự cải thiện thường xuyên ấy, tức là từng bước phủ định phần xấu mà ta vừa làm, để ta có một cái gì mới tốt hơn cái đã đạt được. Như vậy là ta luôn luôn phải phủ định một phần những gì đã làm để đạt tới những cái mới ngày càng tốt hơn, ngày càng sáng sủa, ít xấu hơn. Quy luật phủ định của phủ định đòi hỏi sự vận hành cách mạng không được ngưng lại ở một chính sách, hoặc ở một tổ chức, một cơ chế vĩnh viễn nào cả. Không có cái gì cứ đứng yên một chỗ, bất biến, cố định, là vĩnh viễn đúng, vĩnh viễn tốt. Tất cả phải diễn biến theo quy luật phủ định của phủ định trong thời gian. Điều này thật là quan trọng đối với từng cá nhân, nhưng nó càng quan trọng đối với một chính sách của «đảng», của nhà nước… Tôi nói khái quát như vậy, không biết các anh có chấp nhận được không?

Những mẩu chuyện tâm tình cứ xen kẽ với những suy tư, lý giải như thế, đã dần dần tác động vào đầu óc lười suy nghĩ của chúng tôi. Vì nó gợi ý, nó gây cảm xúc, vì cái sức truyền đạt ưu tư rất mãnh liệt của một khối não đang trong thể sôi sục đến độ sắp nổ tung ra, làm cho người nghe phải từ bỏ thái độ vô cảm, thờ ơ, xa lạ, dửng dưng, để cảm nhận một sự thật nhức nhối, vừa khai sáng, vừa thúc dục, làm nảy sinh một ý chí liên đới với thời cuộc, thời sự… gây thành một ý thức trách nhiệm cao đòi hỏi phải có phản ứng trước thời cuộc, phải hành động… Những gian truân đã nếm trải của bác Thảo như thế đã khuấy động tâm tư của những kẻ chán nản thời cuộc, đã muốn bỏ cuộc để mưu tìm cuộc sống tha hương yên ổn như chúng tôi.

Những nhận định thời cuộc, những tâm sự luôn luôn căng thẳng như thế, đã làm cho mối liên hệ giữa bác Thảo với chúng tôi trở thành gắn bó hơn, như những đứa con trong một gia đình đang hết sức lo âu trước một nguy cơ đang tới, vì mái nhà sắp sập đổ. Từ đó, chúng tôi thấy như có bổn phận phải chăm sóc con người trí thức giầu từng trải, đang trong cơn bão lốc suy tư này… Bởi bác Thảo đang tỏ ra là một tâm trí rất ân hận, u uất về cái dĩ vãng câm nín của mình. Bởi tuổi tác đã cao, thân xác tiều tụy, hoàn cảnh bế tắc, túng quẫn, nên nay như vội vã, hấp tấp muốn xả ra tất cả những gì đã nung nấu, tích lũy trong cái thời câm nín ấy. Những lần gặp gỡ để tâm sự dần dần tăng, mức độ căng thẳng của câu chuyện cũng tăng: mới đầu mươi ngày một lần, sau thành hai lần một tuần. Bởi càng gặp bác càng muốn nghe tiếp những những trải nghiệm nghiệt ngã của bác. Gặp bác Thảo là bị bác dẫn đi lùi vào dĩ vãng phức tạp, li kỳ khó hiểu, qua những con đường chằng chịt của suy tư triết học. Sa vào những ưu tư ấy y như bị cuốn hút vào một phim trinh thám, mà nhân vật chính đang mắc kẹt trong một tình thế nguy hiểm, đang cố tìm lối vượt thoát... mà khán giả hồi hộp thấy rõ nguy nan, không chắc gì sẽ tìm được lối ra.

Chúng tôi thấy bác Thảo lúc ấy rất thảm thương, đang trong tình cảnh một cái xác tả tơi của một con tàu đã bị bầm dập bởi bao giông bão, nay bị sóng gió thời gian đánh trôi giạt vào đất liền và đang bị mắc cạn tại cái đất... Paris này, mà thuyền trưởng đang như bất lực không còn có thể lái đưa con tàu trở ra khơi! Không còn dấu vết gì của cái thời đã từng tranh luận tay ngang với Jean Paul Sartre!

Sau bốn chục năm vắng mặt ở Paris, nay bác Thảo trở lại đây như một cái bóng mờ của một nhà triết học. Bởi khi gặp chúng tôi lần đầu, bác tỏ ra dè dặt, nghi ngại, nói năng ý tứ, khá lúng túng, cứ như muốn giấu giếm mình, chứ không thảnh thơi, thoải mái, tự nhiên như mọi người. Nhất là việc bác đã nóng nảy gây căng thẳng bất ngờ qua mấy lần gặp gỡ đầu tiên với một số bạn bè cũ, và với một tờ tập san chuyên về triết học, chuyên luận bàn về các vấn đề cách mạng... Đến nỗi dư luận đã có nhận xét rằng bác đang mang nặng một tâm thần hoảng loạn của kẻ đang bị ám ảnh bởi một nguy cơ đe dọa tính mạng, đang bị truy lùng bởi một thế lực hung bạo...

Nhưng rồi qua những buổi tâm sự, bác dần dần bộc lộ cả một ý chí muốn vùng dậy để hành động, với một ký ức trải nghiệm với những lý luận, lý giải tới tận cùng của suy tư, nó tích tụ từ một thời câm nín kéo dài suốt mấy chục năm, sống như bị lưu đày ở chính quê hương mình.

Toàn là những sự thật sôi động được khui ra, càng lúc càng kinh khủng! Chúng tôi không thể không chú ý tới những gì thuộc về cuộc đời và sự nghiệp của cụ già đau khổ này, nhất là vào lúc người hiệp sĩ đang trong tư thế vươn vai đứng dậy để quyết đánh một trận cuối cùng ở… trước mắt chúng tôi…

Ngay từ lúc đó, chúng tôi bị cuốn hút vào giòng thời sự, vào những sôi động của chế độ chính trị, của cung cách cai quản xã hội ở quê hương. Chúng tôi chú ý nhiều hơn tới thời sự, tới những tương quan chính trị thế giới với vận mệnh của những dân tộc nhược tiểu, rồi là vào cả những vấn đề của triết học và… con người! Rồi những điều đó bắt buộc chúng tôi phải suy nghĩ nhiều hơn về thân phận của của chính chúng tôi.

Trước những tiết lộ cay đắng của bác Thảo, tôi đã hỏi thẳng:

- Bị ngược đãi như thế thì bác có oán thù họ không?

Bác phản ứng rất mạnh, trợn mắt, lắc tay lia lịa:

- Ấy chết! Đừng bao giờ nghĩ rằng tôi sang đây là để tìm cách trả oán, trả thù, hoặc để reo rắc thêm chia rẽ. Xưa kia thì quả thật có lúc tôi đã mù quáng, vì bị hận thù chi phối, có lúc đã viết, đã dùng ngôn từ của thù hận, để xỉ vả kẻ này, đả kích bọn kia. Lúc ấy tôi chỉ là một người cộng sản có đầu óc đấu tranh cuồng nhiệt đến mức cuồng tín, do hận thù chủ động. Nhưng bây giờ khác rồi, già rồi, đã có kinh nghiệm trong thực tại cách mạng, nên đã thức tỉnh. Tôi giờ đây là một người vừa bừng tỉnh sau cơn ác mộng dài trong xã hội chủ nghĩa, nghĩa là tôi đã giác ngộ. Bởi sau khi đã sống chìm đắm trong hận thù, thì rồi tôi mới nhận ra thù hận không phải là một thái độ tỉnh táo để tìm hiểu, để giải quyết vấn đề. Thù hận chỉ làm cho tình hình thêm phức tạp, làm cho chính mình lâm vào bế tắc. Vì hận thù không thể giải quyết bất cứ vấn đề gì. Nó đã chẳng giải phóng được ai. Nó chỉ gây đau khổ cho mọi người và chính mình.

- Tại sao bác không như những người cộng sản vẫn tin tưởng thù hận là động cơ cực mạnh để đưa hành động cách mạng tới thành công?

- Tôi đã nghiệm ra rằng cuối cùng những hành động do thù hận không thể nào đưa tới thành công. Tại vì hận thù là tố chất tâm lý bệnh hoạn rất truyền nhiễm, rất độc hại. Nó đưa tới tình trạng mù quáng trong nhận định, nó dẹp bỏ lương tri, nó mở đường hành động cho mọi thủ đoạn gian xảo và tội ác, nó tạo ra nguyên tắc «cứu cánh biện minh cho phương tiện»... Nguồn gốc của thù hận trong xã hội ta ngày nay là do tình trạng đất nước ta đã một thời bị chìm đắm trong bầu không khí cuồng tín, vì lãnh thổ đã bị chia cắt thành hai chế độ với hai lá cờ, với lời thề quyết tiêu diệt nhau để thống nhất lại lãnh thổ...

Sự chia cắt tàn nhẫn này là một thứ tập tục áp đặt có tính quốc tế, đã có từ lâu trong lịch sử. Chỉ tính từ sau đệ nhị thế chiến, thì đã có sự chia cắt vô cùng tàn nhẫn các vùng lãnh thổ, như ở Cận Đông, nó đã gây ra thảm họa Israel-Palestine, như ở vùng Balkan, ở các vùng biên giới giữa Balan và Đức, giữa Balan và Nga, rồi là sự phân chia lãnh thổ của Đông và Tây Đức, sự phân chia đã cấu tạo rất gượng ép các phần lãnh thổ của nước Nam Tư, rồi sự cắt lãnh thổ thành hai ở Triều Tiên, rồi tới quyết định chia cắt lãnh thổ nước ta cũng vậy... Tất cả những chia cắt trắng trợn ấy, đều có hậu quả lâu dài, cả trăm năm sau nó vẫn còn tác hại, dù nói chỉ là tạm thời! Đấy là những giàn xếp tàn nhẫn, do chủ mưu, mặc cả, chia chác quyền lợi, ảnh hưởng giữa các nước lớn với nhau, để áp đặt, bất chấp nguyện vọng của các dân tộc trong các vùng, tại các nước bị chia cắt. Các nước lớn đã chơi trò dựng lên những ý thức, những lý tưởng, những tâm lý phân biệt ý thức hệ chính trị, phân biệt biên giới địa lý, để duy trì sự chia rẽ trong đầu thằng dân nhược tiểu một cách lâu dài, để phe này kiên trì cầm súng bắn giết phe kia, để nuôi dưỡng chiến tranh cục bộ. Bức tường tâm lý có ảnh hưởng sâu rộng và mạnh mẽ nhất chính là bức tường ý thức hệ. Bức tường này đã chia hai thế giới: một bên là ý thức hệ xã hội chủ nghĩa, lấy nguyên tắc mác-xít đấu tranh giai cấp làm động lực, bên kia là ý thức tư sản, tư bản, lấy lý tưởng tự do dân chủ làm động lực. Tất cả các lãnh thổ bị chia cắt, các dân tộc bị chia rẽ đều do các nước lớn võ trang, bằng cả tinh thần lẫn vật chất, để trở thành những ngòi nổ của các cuộc chiến tranh cục bộ, thường là rất đẫm máu. Thế mà lãnh đạo mỗi phe, của mỗi phần lãnh thổ bị chia cắt ấy, cứ khoe tài, khoe trí, cam kết sẽ «đưa dân tộc, đất nước tới chiến thắng!» Đau đớn và mỉa mai nhất là trong lúc các nước nhỏ diễn trò anh em bắn giết nhau, thì lãnh đạo các nước lớn vui vẻ thăm viếng nhau, mở yến tiệc khoản đãi nhau, để tìm cách thông cảm nhau, tránh trực tiếp đụng độ nhau! Đồng thời họ tiếp tục tuôn vũ khí vào các nước nhỏ để nuôi chiến tranh. Là một nhà triết học như tôi, thì phải tìm hiểu để biết nhìn sâu và xa hơn qua những cuộc chiến tranh cục bộ, huynh đệ như thế. Vì sau khi đã chiến thắng, thì còn lại biết bao đau thương mà người dân, ở cả hai bên chiến tuyến phải gánh chịu. Do đó tôi phải bỏ công nghiên cứu, phân tích... để giải mã những độc hại của chính sách chia cắt, chia rẽ mà người ta đã chụp lên đầu dân tộc. Tôi muốn phổ biến sự hiểu thấu những độc hại vô cùng của thứ chiến tranh cục bộ. Tôi muốn chỉ ra tính nghiêm trọng của những quyết định đã đưa tới chiến tranh, hoặc là đã mở lại chiến tranh. Những quyết định ấy đã tạo ra hoàn cảnh bắt người dân phải trở thành những nạn nhân của chia cắt, chia rẽ, phải cầm súng bắn giết nhau... Chúng ta phải thương cảm những người đã phải cầm súng, ở cả hai phía, vì họ chỉ là những kẻ thừa hành.

Phải vì tinh thần dân tộc mà kính trọng họ, hiểu họ, dù ở bên này hay bên kia chiến tuyến, tất cả họ đều đã cầm súng chiến đấu với một lý tưởng, với một chính nghĩa ở trong đầu, để hăng hái xung phong «giết thù» mà kẻ thù ấy chính là anh em một nhà!

- Chính vì trong thực tế đất nước bị chia cắt lãnh thổ, dù chỉ là tạm thời, nhưng nó đã tạo thành hai chính quyền, hai chủ quyền, hai lý tưởng, hai lá cờ...! Để rồi chúng ta hăng say cầm súng giết nhau như giết «kẻ thù»! Chúng ta đã làm điều phi lý ấy với lời «thề phanh thây, uống máu quân thù»! Bên này kết tội bên kia là tay sai của đế quốc! Chúng ta đã quên hẳn yếu tố tự nhiên của lịch sử là cùng một gốc tổ tiên, dân tộc, cùng một tiếng nói, cùng một truyền thống văn hóa... Trong khi trước mắt ta, là những kẻ khác ngôn ngữ, khác lãnh thổ, khác quyền lợi dân tộc đối với ta, thì họ đã tạo ra sự chia cắt lãnh thổ ta, chia rẽ dân tộc ta, lợi dụng cơ hội để can thiệp vào nội bộ chủ quyền ta, có khi là để gậm nhấm lãnh thổ của ta mà ta không nhận ra đấy mới thật là kẻ... thù!

Bác Thảo lắc đầu nhấn mạnh, như cố phân trần:

- Nay chúng ta phải sáng suốt mà phân tích, mà suy nghĩ về hoàn cảnh và các yếu tố chia cắt, chia rẽ này, để thấy rõ chúng ta chỉ là những nạn nhân đau đớn của những kẻ có trách nhiệm làm lịch sử. Có thể nói họ đã làm hỏng lịch sử. Họ đây chính là lãnh đạo. Xét riêng về cái ý thức hệ xã hội chủ nghĩa, do Lénine tùy tiện khai triển tư tưởng Marx, chẳng qua đó cũng chỉ là phương cách để duy trì, để tham lam nắm lại toàn bộ di sản đế quốc do thời Sa hoàng để lại, để lại giam hãm các dân tộc chư hầu của thời Sa hoàng vào trong một gông cùm kiểu mới, với cái tên đẹp hơn: "khối các nước xã hội chủ nghĩa anh em." Bây giờ thì mọi người đều thấy cái khối Liên Xô ấy, thực chất là một đế quốc đỏ, nó kìm kẹp các dân tộc nhược tiểu quanh nó. Chính Liên Xô cũng đã từng đụng độ với một đế quốc đỏ khác là Trung Quốc, chỉ vì quyền lợi quốc gia hẹp hòi, để bành trướng đế quốc! Và Bắc Kinh cũng đối xử với Tây Tạng, với Triều Tiên, với cả ta, theo tâm thức bành trướng đế quốc như thế, cũng dưới chiêu bài «khối các nước xã hội chủ nghĩa anh em», giữa hai «láng giềng hữu hảo, môi hở răng lạnh»! Thực tế là đã hơn một lần, Liên Xô và Trung Quốc đụng độ nhau bằng quân sự ở các vùng biên giới của họ. Gần đây thôi, Trung quốc cũng đã từng nhiều đợt đánh chiếm, gậm nhấm lãnh thổ Việt Nam ta. Cái đó nó chứng minh "khối các nước xã hội chủ nghĩa anh em" chỉ là thứ liên minh ma quái, quỉ quyệt, giả dối, một thứ bình phong che giấu rất vụng về những tham vọng bành trướng của đế quốc đỏ. Tôi còn nhớ rõ hồi đầu thập niên 60, nhân dịp được tham gia phái đoàn sang thăm viếng Bắc Kinh, nên đã được nghe Mao chủ tịch cam kết «năm trăm triệu dân Hoa Nam sẽ là hậu phương lớn để giúp các đồng chí tới khi chiến thắng». Mọi người mừng rỡ vỗ tay! Riêng tôi khi nghe lời cam kết ấy mà cảm thấy rợn tóc gáy! Bởi tôi không bao giờ quên chỉ vài tháng sau khi chiếm được quyền hành ở Bắc Kinh, Mao đã vội vã xua quân qua chiếm Tây Tạng! Chọn Mao làm đồng chí, làm đồng minh thì tôi lo lắm. Không biết rồi sau này, đồng chí, đồng minh này sẽ đưa nước ta đi về đâu… Mao đã thúc ta phải căm thù bọn đế quốc tư bản Âu-Mỹ, và giúp đỡ rộng rãi vũ khí để ta «đuổi Pháp, đánh Mỹ ra khỏi lục địa châu Á» để tiến tới mục tiêu của khối xã hội chủ nghĩa là phải đánh gục khối tư bản theo đúng chiến lược lấy nước nghèo bao vây nước tư bản, lấy nông thôn bao vây thành thị…

- Chưa thấy ai nghĩ tới vấn đề nguy hiểm này. Tại sao họ phung phí vũ khí, công sức như thế mà không lo tới việc nâng dậy đời sống đói khổ của nhân dân ở trong nước họ, hoặc ở các nước nghèo? Họ nói cung cấp vũ khí như thế là làm nghĩa vụ quốc tế đối với các nước nghèo anh em. Thực chất đấy chỉ là sự tranh giành, mở rộng ảnh hưởng và quyền lợi của những đế quốc. Chẳng làm gì có tình, có nghĩa «anh em», giữa nước lớn với nước nhỏ. Ta phải nhớ như vậy để suy nghĩ kỹ về thân phận nhược tiểu của dân tộc ta và đất nước ta, để tìm cách giải quyết sự thù hận giữa anh em chúng ta do mấy nước lớn tạo ra. Lãnh đạo thì muốn chăn dắt nhân dân như một đàn cừu để đi tới chiến thắng. Đế quốc nói coi ta là một «đồng minh», nhưng thực chất là muốn biến ta thành một chư hầu ngoan ngoãn. Có bao giờ một đàn cừu, một chư hầu mà được nể trọng và thương mến đâu. Không bao giờ! Chẳng nên cả tin vào những điều không hề có. Chỉ có những những tay chính trị ngây thơ mới tin vào những điều không hề có ấy...

Câu nói ấy thật là bất ngờ. Vì lúc mới gặp, chúng tôi chỉ quen nghe bác ca ngợi tình đồng chí của khối xã hội chủ nghĩa anh em, ca ngợi chủ nghĩa mác-xít của giai cấp vô sản, ca ngợi nghĩa vụ giải phóng các dân tộc của hai anh cả đỏ Liên Xô và Trung Quốc!

Từ lúc này, trước mặt chúng tôi, nổi bật một Trần Đức Thảo với những luận chứng vững chắc, soi sáng, với ngôn từ sáng sủa, mới mẻ. Mà đấy lại là những tiết lộ thẳng thắn, động trời, không còn úp mở, khác hẳn với những thái độ lo sợ của một Trần Đức Thảo rụt rè khiêm tốn, nói năng mệt mỏi... mà chúng tôi đã thấy mấy lúc gặp mặt lần đầu, lúc bác vừa mới trở lại Paris. Do vậy mà chúng tôi rất hiếu kỳ muốn biết rồi bác Thảo sẽ nói thêm những gì trong các buổi thuyết trình sau đó. Khi bác nói để chuẩn bị giới thiệu nội dung của một cuốn sách rất đặc biệt, thì chúng tôi lại càng nóng lòng chờ đợi sự ra mắt của cuốn sách ấy. Vì tác giả của nó đang chứng tỏ một tâm trạng phẫn nộ, vùng dậy, y như người đang bồn chồn mưu đồ một điều gì không phải là bình thường, như đang chuẩn bị cho một biến động lớn… Và lúc ấy, bác Thảo bỗng mất hẳn cái vẻ tầm thường, cái nếp thụ động của những "trí thức chỉ biết có «bác và đảng», lúc nào cũng tụng câu kinh «nhớ ơn bác và đảng», y như mấy cán bộ đảng viên «giáo điều», được cử đi ra hải ngoại để đề cao chiến thắng, để tuyên truyền vận động dư luận bên ngoài ủng hộ «đảng» và chế độ!

Nhưng nay thì con người ấy đang phải đi tìm chỗ nương thân, đang thành thật giãi bày tâm tình để cuốn hút người nghe, để gợi lòng thương cảm!

Theo như tự sự thì lúc còn rất trẻ, bác rất tự tin vì đã có chút danh vọng trên diễn đàn triết học ở Paris. Và không ngờ rằng, vì cái trình độ tri thức xuất sắc đã lãnh hội ở Pháp, vì cái tính tình ngay thẳng bộc trực của mình, mà ngay sau khi về nước, bác đã mặc nhiên bị lãnh đạo coi như là một đối thủ tiềm năng nguy hiểm. Và hai con người đó đã coi nhau là kẻ có đầu óc xuất chúng, cùng mang nặng một tham vọng đam mê thực hiện lý tưởng cách mạng của mình, nhưng là theo hai phương cách khác nhau.

Nghe kể tới đó, tôi gặng hỏi:

- Trước khi về nước, bác có dự tính việc làm gì cụ thể cho quê hương không?

Bác đáp ngay:

- Là một nhà triết học, khi quyết định về nước, tôi mang tham vọng ngông cuồng là được tận dụng trí tuệ của mình, để tranh thủ được tin dùng như là một trong những lý thuyết gia của cách mạng, để hoàn thành sứ mệnh cao cả của cách mạng, là giải phóng con người. Vì tôi nghĩ «ông cụ» thì cũng là một nhà lãnh đạo chính trị, nhưng có cao vọng tận dụng quyền lực tột đỉnh, bằng mọi phương tiện, bằng mọi giá, để thực hiện cho bằng được giấc mơ đánh đuổi đế quốc ra khỏi quê hương, để đánh

60

gục tư bản chủ nghĩa, để cuối cùng là giải phóng người, nhất là giải phóng nhân dân lao động để cho họ được ưu tiên hưởng ấm no, tự do, hạnh phúc. Nhưng không ngờ, với thời gian, tôi dần dần nhận ra là lãnh đạo và mình, cả hai đều lao mình vào cùng một cuộc cách mạng, nhưng với hai quan niệm khác nhau, với hai tâm thức khác nhau, đến độ đối nghịch nhau, xung đột nhau... Vì cái nhìn của lãnh đạo chính trị đã ngưng lại, đã cố định trong giai đoạn cầm quyền. Còn cách nhìn của tôi là đi phải xa hơn, linh động hơn, nghĩa là phải từng bước bước tiến tới giai đoạn tối hậu của cách mạng là giải phóng con người.

- Nhưng cho tới nay, với chính sách đổi mới và mở cửa của "đảng," thì bác nghĩ sao về sự đóng góp của bác và của lãnh đạo?

- Thẳng thắn mà xét trong thực tế trước mắt, thì nhà tư tưởng là tôi đã chẳng đóng góp được gì mấy cho cách mạng. Còn lãnh đạo thì đã để lại một sự nghiệp bế tắc như dở dang... Cuối cùng chỉ còn lại hư danh những chiến thắng phù phiếm, mà thực tế là một sự khánh kiệt và suy thoái về mọi mặt. Đến nỗi nay để cứu «đảng», cứu nước, đành phải mở rộng cửa rước đế quốc tư bản trở lại, để mời vốn tư bản tràn vào. Và thực sự là đất nước đang bị biến thành một thuộc địa kiểu mới của khối tư bản! Nghĩ mà đau, đã tốn biết bao nhiêu máu xương để dành độc lập, bảo vệ chủ quyền, mà nay lại đi tới chỗ phải để cho tư bản nước ngoài tràn vào làm mưa, làm gió, để cho nó tự do tung hoành phát triển theo xu hướng bất chấp mọi hài hòa, bất chấp trật tự kỷ cương, bất chấp di sản văn hóa do tổ tiên để lại, để những bước quá trớn của nó phá tan môi trường sinh thái, biến đất nước thành một xã hội thịnh vượng giả tạo, một thiên nhiên què quặt, mất hẳn nền tảng hài hòa sinh thái. Càng phát triển theo cuồng vọng hiện đại giả tạo như thế này, thì sẽ càng ngày càng lún sâu vào bất công xã hội, vào tham nhũng thối nát, càng hủy hoại môi trường. Vì lối phát triển này là chỉ chạy theo đồng đô-la Mỹ, không có luật pháp nghiêm minh, không còn một tinh thần đạo đức gì nữa. Càng nghĩ cành buồn! Đất nước ta đang bị cuốn vào cơn lốc phát triển điên cuồng, khập khiễng không gì cản lại được nữa. Cứ như con người đã lún sâu vào con đường nghiện ngập ma túy, thứ ma túy của mãnh lực đồng đô-la, mỗi lúc, mỗi tác hại trầm trọng hơn! Các anh tin tôi đi, mươi, mười lăm thế hệ nữa, chưa chắc đã xóa được cái nếp sống gian xảo, sống dối trá, sống cuồng, sống vội này. Bởi nó đã tự diễn biến thành một hình thức văn minh văn hóa mang nhãn hiệu «hiện đại» mất rồi. Khổ thế!

Bác Thảo lấy tay áo chậm nước mắt, khiến chúng tôi cũng xúc động, nghẹn ngào, vì tin đấy là những lời tâm sự thành thật, đầy tâm huyết.

Riêng về buổi diễn thuyết đầu tiên của bác Thảo, sau khi trở lại Paris được hơn một năm, thì đã diễn ra khá đông vui tại Nhà Việt Nam, ở đường Cardinal Lemoine, quận 5 Paris. Đây là trung tâm văn hóa của Liên Hiệp Việt Kiều (Sau được gọi là Hội Người Việt Nam tại Pháp) do một nhóm trí thức trung thành với chế độ điều hành, nhưng do sứ quán tài trợ. Vì kinh phí thuê căn nhà ấy khá cao. Cơ sở sinh hoạt văn hóa này gồm một văn phòng ở bên ngoài, bên trong là một phòng kính lớn được trang trí như phòng hội, có thể chứa khoảng gần trăm chỗ ngồi. Nơi đó cũng có thể dùng làm phòng triển lãm hoặc trình diễn văn nghệ. Trên gác là một cửa hàng sách báo tiếng Việt xuất bản ở trong nước. Trên lý thuyết thì cơ sở văn hóa này do một giám đốc, là người của nhóm trí thức "Việt Kiều Yêu Nước" được sứ quán chọn để trông nom. Trong thực tế thì sứ quán, kẻ chi tiền thuê nhà, nên trực tiếp nắm quyền quản lý. Nhưng vì tình trạng lúc ấy, viên giám đốc lại là người chủ biên tờ Đoàn Kết, vừa mới sa vào tình trạng bất đắc dĩ, phải ly khai với sứ quán từ khi nảy sinh mâu thuẫn về lập trường biên tập tờ báo của hội. Từ 1986, sau đại hội VI của đảng cộng sản cầm quyền ở Việt Nam, Hà Nội, theo chân Trung Quốc, đã bắt đầu dọ dẫm chuyển mình sang chính sách "đổi mới" có vẻ cởi mở. Ở Paris, nhóm trí thức làm tờ Đoàn Kết cũng đã thức thời theo đuổi một chủ trương biên tập mới, có tinh thần tranh đấu cho sự cởi mở tự do dân chủ ở trong nước, với thỏa hiệp bất thành văn là vẫn ủng hộ một "chế độ dân chủ độc đảng." Họ muốn biến tờ báo thành một thứ diễn đàn đối lập dân chủ hợp pháp. Lập tức cảm tình và uy tín của tờ Đoàn Kết tăng lên. Trước đó thì số độc giả của tờ báo rất là lèo tèo, nay nó tăng vọt lên và tạo thành một luồng gió dân chủ trong dư luận của hội Việt kiều. Nó cùng với hai tờ báo tương tự của các nhóm Việt kiều tiến bộ khác, một ở Bỉ, một ở Canada, cũng đang nổi danh vì lập trường tranh đấu kêu gọi mở rộng dân chủ. Đó là thời mà bộ trưởng ngoại giao ở Hà Nội, là ông Nguyễn Cơ Thạch. Lúc đó có dư luận rằng ông Thạch hứa sẽ đề bạt để cho ông giám đốc tờ Đoàn Kết ấy về giữ một giữ chức vụ quan trọng trong bộ ngoại giao. Nhưng rồi cái mùa xuân nở rộ ở Bắc Kinh ấy bỗng bị kết thúc đẫm máu, thật bi thảm ngay sau đó. Cuộc đàn áp ở Bắc Kinh đã khiến Hà Nội cũng lập tức có bước ngoặt "xiết lại." Hậu quả là sứ quán ta ở Paris cũng phải trở mặt theo làn gió bắc thổi vào Hà Nội, không chấp nhận bất cứ đường lối "tranh đấu đòi dân chủ" nào, dù là "dân chủ độc đảng." Vì vậy nhóm trí thức Việt Kiều làm tờ Đoàn Kết, bị ép buộc phải trả lại cái tên báo (manchette) Đoàn Kết cho Liên Hiệp Việt kiều, do sứ quán chỉ đạo, để li khai ra thành lập một tập san mới lấy tên là Diễn Đàn. Toàn bộ danh sách độc giả của tờ Đoàn Kết "bộ mới" ấy do ban biên tập nắm giữ, nay được chuyển qua cho tờ Diễn Đàn. Và từ đó ảnh hưởng tờ Diễn Đàn vươn lên tới đỉnh cao nhất của nó (cho tới tình trạng co cụm hiện nay chỉ còn là "tờ báo tài tử trên mạng," vì tinh thần tranh đấu nay cũng phai nhạt dần!). Lúc đó tờ báo càng thêm nổi tiếng khi ban biên tập công bố chủ trương dân chủ tiến bộ hợp thời đại, với phong trào vận động sưu tầm chữ ký vào một "bức tâm thư" kêu gọi mở rộng dân chủ thật sự ở Việt Nam, với hi vọng một mùa xuân dân chủ sẽ nở rộ tại Hà Nội.

Hậu quả không gây ngạc nhiên là vì cả nhóm trí thức của tờ Diễn Đàn lúc ấy đã bị thất sủng, bị cấm về Việt Nam! Và rồi tờ Diễn Đàn còn bị đưa ra trưng bày trong nhà bảo tàng "tội ác Mỹ-Ngụy" ở trong nước. Phải hiểu rõ tình hình lủng củng, cay đắng trong nội bộ của "Nhà Việt Nam" lúc này là như vậy, để thấy khó khăn và bế tắc mà bác Thảo đã gặp khi dùng nơi ấy làm diễn đàn cho các buổi diễn thuyết... để giới thiệu "một cuốn sách quan trọng" đang được biên soạn.

Buổi diễn thuyết đầu tiên đã thu hút khoảng gần một trăm khán thính giả, mà đề tài là "La Logique du Présent Vivant." Tiếp theo sau là mấy buổi truyết trình về các đề tài: «Pour une Logique Formelle et Dialectique»; «La Dialectique Logique comme Dynamique Générale de la Temporisation»; «La Théorie du Présent Vivant comme la Théorie de l'Individualité»... (Tôi không dịch mấy đề tài này ra tiếng Việt, vì ngại bị mắc kẹt với thứ ngôn từ triết học còn rất lỏng lẻo của tôi! Đây là để lưu ý quí độc giả thông triết học).

Những buổi diễn thuyết nối tiếp nhau này, thường cách quãng vào những chiều thứ ba hoặc thứ năm. Nhưng số thính giả cứ giảm dần đi vì có lẽ đề tài quá khô khan, nặng tính triết học thuần túy.

Đặc biệt là ở buổi thuyết trình áp chót, số khán thính giả chỉ còn trên hai chục người. Hình như ai cũng băn khoăn với những đề tài có vẻ quá lý thuyết như vậy thì nội dung và mục tiêu của cuốn sách sắp hoàn thành e sẽ xa vời thực tại như những gì bác Thảo đã công bố trên diễn đàn triết học ở Paris những năm trước đây. Khán thính giả trung thành tỏ ra nóng ruột. Họ bắt đầu nêu thắc mắc về giá trị thực tiễn của mấy buổi thuyết trình, và cả của cuốn sách. Cái lý thuyết «hiện tại sống động» được mang ra phân tách tỉ mỉ như thế để làm gì? Thấy rõ đám khán thính giả trung thành ấy bắt đầu mệt mỏi, bởi họ chờ đợi một cái gì cụ thể, mới mẻ hợp với bầu không khí bắt đầu «đổi mới» đang sôi sục lên ở trong nước, vì thế, nay những thính giả tỏ ra đã mất dần kiên nhẫn...

Để giữ người nghe cho các buổi thuyết trình kế tiếp, trong những phút giải lao, diễn giả đã khéo léo tâm sự, để hé lộ điều mà mọi người chờ đợi, rằng mục tiêu của các buổi diễn thuyết này là sẽ đi tới «việc đánh giá lại một cách cơ bản triết học» hệ thống tư tưởng của vị tổ sư cách mạng là «ông Marx»! «Vì cho tới nay ở Việt Nam, chưa có ai dám đụng tới ông Marx, bởi họ không dám, hoặc không có trình độ để phê phán phương pháp phát triển cách mạng xã hội chủ nghĩa như tôi đã từng trải nghiệm ở Việt Nam!»

Tiết lộ này đã được khán thính giả vỗ tay vui mừng. Ai cũng hài lòng, y như vừa được chích cho một mũi thuốc bổ, chặn đứng căn bệnh mỏi mệt vì đã bị nghe hơi nhiều diễn giải chung quanh cái «lý thuyết hiện tại sống động"!

Nhưng sự hé lộ sớm mục tiêu của các buổi diễn thuyết và nhất là của nội dung cuốn sách đang được gấp rút soạn thảo ấy đã làm cho vài thính giả bị bất ngờ đến kinh ngạc. Đó là mấy tai mắt «của sứ quán» và của đảng cộng sản Pháp.

Liền sau đó bác Thảo đã tâm sự với chúng tôi và cho biết bác đã «được» đại sứ Trịnh Ngọc Thái mời đến một cách khẩn cấp. Phía đảng cộng sản Pháp cũng có phản ứng tức thì: tổng bí thư Georges Marchais, tuy đang bệnh nặng, cũng ra lệnh lập một tiểu ban điều tra và cho mời Trần Đức Thảo tới… để chất vấn!

3
Cảnh giác với «Hiện tại sống động»!

Mấy hôm sau, bác Thảo gặp lại chúng tôi, và bực bội tiết lộ rằng hai cuộc gặp gỡ này đã diễn ra rất căng thẳng. Đấy là hai cuộc tranh luận đã đưa tới một sự đổ vỡ sinh tử, một quyết định thảm khốc bất ngờ... đối với bác Thảo. Thế nên về sau, có thắc mắc là phải chăng sự tiết lộ quá sớm ấy, đã đưa nhà triết học tới chỗ... «lâm nguy tới tính mạng»?

Mọi sự đáng lẽ sẽ diễn ra xuôi xẻ tới lúc chót. Nhưng do bác Thảo tiết lộ sớm rằng phần kế tiếp sẽ đi tới sự đánh giá lại «biện chứng duy vật sử quan» của Marx, nhất là khi Marx đề ra những phương pháp xây dựng xã hội mới, con người mới... rồi thì sẽ là phần kết luận để giới thiệu một phương pháp tư duy mới do diễn giả đề xuất...

Nghe phong phanh về tiết lộ ấy, sứ quán tỏ ra rất cảnh giác và mời Thảo tới để thảo luận. Sau khi nghe trình bầy cặn kẽ, đại sứ Trịnh Ngọc Thái nói một cách quyết liệt:

- Tôi không đồng ý với mục tiêu nghiên cứu và kết luận trái với đường lối của «đảng» như thế! Đồng chí tính sao thì tính.

Thảo cố thuyết phục:

- Xin cứ để tôi công bố lý thuyết ấy ra. Chắc chắn giới triết học, đặc biệt là phái mác-xít ở Paris này, sẽ xúm nhau vào phê phán nó. Lúc đó mới có thể thấy phần giá trị của nó là như thế nào. Dù sao thì đây cũng chỉ là một lý thuyết của tôi, nghĩa là nó chưa có một uy tín, uy lực nào cả. Hơn nữa nó không tính phá hoại hệ tư tưởng mác-xít. Vì kết luận của tôi sẽ là một sự tăng cường cho phép biện chứng, chứ không bác bỏ hay xóa bỏ hẳn nó. Công trình nghiên cứu của tôi hoàn toàn có tính xây dựng cho một quan niệm cách mạng mới, chứ không phải chỉ là đả kích hay phá hoại.

Cuối cùng, đại sứ Trịnh Ngọc Thái đứng dậy, bước ra khỏi văn phòng rồi nói vọng lại:

- Thôi! Việc đó là tùy ở đồng chí. Tôi không cấm cản đồng chí, nhưng tôi dứt khoát không đồng ý với việc đồng chí đang làm. Tôi không thể nhất trí với lập trường đi ngược lại với tư duy chính thống của đảng ta như vậy. Đồng chí tính sao thì tính.

Khi rời sứ quán, Thảo vô cùng bối rối và than rằng: «Ngay tại Paris này, tự do tư tưởng cũng khó thế sao?»

Về vụ tranh luận thứ nhì thì đã diễn ra giữa mấy tay lý luận của đảng cộng sản Pháp và Thảo. Theo như chính bác Thảo kể lại một cách đầy do dự, vì bác không muốn nêu đích danh những người có mặt trong cuộc chất vấn ấy. Theo bác Thảo thì đấy là một cuộc tranh luận quyết liệt, mang dáng dấp đe dọa, thanh trừng, đã làm bác buồn bực, thất vọng đến sợ hãi.

Tôi cố hỏi:

- Ai đã tranh luận quyết liệt với bác? Có phải là tổng bí thư Georges Marchais của đảng cộng sản Pháp không?

- Không phải, vì tổng bí thư Marchais lúc đó đang đau ốm nên không dự. Trong buổi tranh luận với mấy người hôm ấy, có một tay đã tranh cãi rất gay go. Y lớn tiếng, tỏ ra rất quá khích. Y đã viện dẫn một lời phê bình đả kích mạnh mẽ lý luận của tôi, rồi y đã buông lời dọa nạt tới tính mạng tôi.

- Hắn là ai?

- Hắn không có uy tín gì trong đảng cộng sản Pháp, nhưng lời phê bình mà y nêu ra là của Balibar!
- Balibar là ai, làm chức vụ gì mà ghê gớm thế?
- Balibar là một giáo sư triết học cánh tả, còn tương đối trẻ, cũng nổi tiếng chuyên về tư tưởng Marx, y có lập trường mác-xít cực đoan còn hơn cả Marx nữa. Vì thế mà y đã bị trục xuất ra khỏi đảng. Nhưng ảnh hưởng của y trong đảng vẫn còn mạnh. Khi nghe phong phanh tin tôi muốn phê phán, đánh giá lại tư tường Marx, thì Balibar cho rằng tôi «có ý phản bội cách mạng khi nêu ra sai lầm cơ bản của Marx»!
- Trong tranh luận mà họ nói như vậy thì đâu có gì làm bác buồn bực đến thất vọng?
- Cuối cùng buổi chất vấn, có một tên lớn tiếng kết tội tôi là kẻ phản bội cách mạng, rồi y chỉ vào mặt tôi mà dọa nạt bằng câu: «Mày muốn làm thằng phản bội thì mày hãy coi chừng cái mạng mày đấy!»
- Mà tại sao bây giờ bác thấy cần phải làm cái công việc đánh giá lại tư tưởng của Marx? Marx đã mất hết ảnh hưởng trên thế giới từ lâu rồi mà…!
- Nhưng ở nước ta thì nó vẫn còn mạnh. Ta đã trồng cây tư tưởng của Marx, và cho tới nay thì cây đó vẫn cho toàn quả đắng. Phải tìm cho ra những tố chất nhân-quả của vị đắng ấy chứ. Tại sao lại cam chịu ăn quả đắng ấy mãi sao?
Rồi bác Thảo thú nhận là lời dọa nạt ấy đã làm cho mình mất tinh thần! Vì cách thanh trừng những kẻ phản bội trong các đảng cộng sản luôn luôn là rất tàn nhẫn. Nghe tới đó, tôi hỏi bác:
- Như vậy thì ở Paris này, không có một người bạn Pháp nào bênh vực bác, ủng hộ việc bác muốn đánh giá lại tư tưởng Marx sao?
- Có chứ! Có nhiều chứ! Nhưng họ không phải là những nhân vật có vai vế trong đảng cộng sản hoặc trong

giới triết học. Chính mấy người bạn Pháp, khi hiểu hoàn cảnh và ý hướng của tôi, đã hứa sẽ tìm cách giúp tôi phương tiện để hoàn thành cho bằng được cuốn sách này. Nhưng về mặt tinh thần và triết học thì chỉ có một người là đã tỏ ra rất nồng nhiệt, rất ủng hộ và động viên tinh thần tôi, đã thôi thúc và khuyến khích tôi. Ông ta bảo:

- Anh phải làm cho xong cuốn sách. Vì đó là một nhiệm vụ lớn cuối cùng của anh. Anh mà nản chí bỏ cuộc là anh có tội với triết học, với cách mạng, với cả quê hương và dân tộc anh.

- Ông bạn đó là ai?

- Đó là một người Pháp từng hết lòng ủng hộ cách mạng Việt Nam. Ông ta đã từng bỏ dạy học ở Saigon ra bưng sống và làm việc nhiều năm trong hàng ngũ cách mạng ta, rồi ra tới chiến khu ở miền bắc. Ông là nhân chứng đã đưa ra ánh sáng dư luận Pháp vụ Nhân Văn Giai Phẩm qua mấy cuốn sách rất được chú ý. Từ đó ông ta bị chính quyền cộng sản Việt Nam tẩy chay không cho về thăm lại Việt Nam. Tên ông ta là Boudarel. Ông ta cũng từng có hoàn cảnh như tôi. Vì ông ta đã từng bị dư luận Pháp coi là kẻ phản quốc, vì tội đã đi theo ủng hộ Việt Minh...

Sau đó, bác còn cho biết là cũng đã tìm gặp một vai vế trong giới triết học tiến bộ cánh tả, là ông Paul Ricoeur, giáo sư triết ở đại học, để than thở và phân trần với tất cả sự thất vọng và nỗi lo sợ của mình, và cũng là để cầu cứu...

Sau này, giáo sư Paul Ricoeur đã thuật lại cho nhiều người biết về tình trạng vô cùng hoảng loạn tâm thần của Thảo lúc gặp ông. Ông mô tả: «Thảo lúc ấy là kẻ đang bị ám ảnh bởi sự đe dọa tới tính mạng»! Nhưng chẳng ai coi sự than thở ấy là một điều cầu cứu cấp bách. Mấy người «bạn» Pháp ấy chỉ coi đó là tình trạng tiếp nối tự nhiên của một kẻ đã bị guồng máy cai trị độc đoán nghiền nát tư tưởng trong mấy chục năm bị kìm kẹp, bị đầy ải thân xác ở trong nước. Họ cho rằng giờ đây dù đã ra được nước ngoài rồi, nhưng Thảo vẫn sống trong sự sợ hãi. Đó chỉ là dấu hiệu căn bệnh tâm thần đã tới thời kỳ quá nặng, thần kinh bị suy yếu trầm trọng đến mức tâm thần hoảng loạn... với ý nghĩ có kẻ đang rình giết mình!

Nhờ sự chăm sóc ân cần và thái độ chân thành của chúng tôi, nên ngoài những buổi thuyết trình về những đề tài thuần túy triết học, bác Thảo như tìm lại được niềm vui khi gặp riêng chúng tôi, để giãi bầy tâm sự thường hơn. Và bác cũng đã hiểu rằng chúng tôi không mấy quan tâm tới những đề tài nặng tính triết học. Bởi chúng tôi chỉ hỏi bác về những gì đã xảy ra cho bác, suốt mấy chục năm về sống ở quê nhà. Tại sao trong thời gian dài dặc kháng chiến và triển khai cách mạng như thế, mà bác chỉ viết được một số bài chẳng liên quan gì tới kháng chiến và cách mạng? Những lời giải thích đã làm chúng tôi thích thú. Bởi đấy là những tiết lộ độc đáo, những chuyện bên lề chính trị chưa thấy ai nêu ra. Thế nên sau mỗi buổi diễn thuyết, bác thường dành cho chúng tôi những giây phút cởi mở tâm sự đầy những tiết lộ li kỳ, liên quan tới những thực tại bác đã trải qua từ khi trở về quê hương.

Càng nghe kể, sự hiếu kỳ của chúng tôi càng tăng. Vì đấy là lúc đầu óc, trí nhớ của bác chứng tỏ một trí tuệ trong sáng, tế nhị, rất linh động đang phải đối phó với thực tại tàn nhẫn. Những lời kể bộc trực ấy đã xóa hết những định kiến đã có do cái bề ngoài khiêm tốn của một nhà triết học già nua, có vẻ đã lẩm cẩm.

Cứ như vậy, vào các ngày nghỉ cuối tuần, chúng tôi đều tìm cách mời bác Thảo đi ăn cơm trưa, hoặc ăn tối ở đâu đó, xong kéo nhau ra một quán café để ngồi nghe kể chuyện cho tới khuya.

Thoạt đầu chúng tôi tính hỏi thật khéo léo, tế nhị để bác Thảo chịu nói cho rõ điều mà bác vẫn muốn tránh né, tức là về những nội dung chính của cuốn sách sắp hoàn thành. Nhưng nhà triết học của chúng tôi tinh ranh hơn chúng tôi, nên đã đánh hơi ngay thấy hậu ý của chúng tôi, ông buồn rầu nói:

- Tôi biết các anh cũng như nhiều người bồn chồn muốn đốt giai đoạn để được biết ngay cái kết luận của cuốn sách. Nhưng xin đừng nóng vội. Tiết lộ sớm nội dung vắn tắt là một điều khó vì phải giải thích cặn kẽ mới có thể hiểu. Vả lại đấy là một điều cực kỳ nguy hiểm cho tôi. Các anh có biết là tính mạng tôi đang bị đe dọa không? Các anh có thể nào ngờ rằng tôi đang sống trong căng thẳng nội tâm vì nguy cơ có thể sẽ bị cưỡng bách áp tải trở về nước hay không? Mà các anh có biết việc tôi trở lại nước Pháp kỳ này là vì người ta muốn vĩnh viễn tống đuổi tôi ra khỏi quê hương hay không?

- Sao lại có chuyện lạ đời như vậy? Tôi cứ tưởng chuyến đi này của bác là chuyến đi vinh quang, vui vẻ vì là đi làm công tác ngoại giao, đi để vận động dư luận quốc tế ủng hộ chế độ cơ mà?

- Vui vẻ, vinh quang cái gì! Tôi đã bị tống đi biệt xứ, với cái vé một lượt, chứ không phải vé khứ hồi! Có dịp tôi sẽ kể rõ cho các anh thấy tại sao tôi đã bị đuổi khỏi Sài Gòn, buộc phải đi Pháp mà không phải là để trở về Hà Nội! Thành ra bây giờ ta mới có cơ hội gặp nhau ở đây. Thủng thẳng tôi sẽ kể rõ mọi chuyện ít ai biết, chứ các anh đừng quá chú ý tới cuốn sách. Tôi muốn kể để xả bớt ra những ức chế đang sôi sục trong tôi, những ấm ức đã tích lũy quá nhiều trong đầu... Đấy là những những kinh nghiệm sống động để có thể hiểu rõ nguồn gốc của thảm kịch vẫn đang bao phủ lên thân phận dân tộc, lên đất nước ta. Nó đã đưa tới tình trạng suy đồi đạo lý trong xã hội ta ngày nay. Một xã hội đang bị ung thối bởi căn bệnh trầm kha bất trị, căn bệnh xảo trá, căn bệnh thủ đoạn của «đảng»! Rồi đây các anh sẽ khám phá ra những bất hạnh của dân tộc và quê hương chúng ta. Các anh cứ để tôi được tự do kể, nhớ tới đâu, kể tới đó được không?

- Dĩ nhiên là chúng tôi hoàn toàn đồng ý với bác.

- Vậy thì ta nên bắt đầu bằng điều gì bây giờ?

Để đánh tan cảm tưởng bị chúng tôi bị gò ép, tôi nêu ra với bác Thảo một câu hỏi thật là xa lãnh vực chính trị:

- Tôi thắc mắc là tại sao hồi ấy bác đã chọn môn triết? Sau này có lúc nào bác hối hận vì đã chọn con đường triết học nó đưa cuộc đời bác không tới biết bao nhiêu là gian nan, vất vả không?

- Anh hỏi câu ấy thật là hay. Vì ở trong nước nhiều anh em thân thiết, và cả những kẻ ganh ghét tôi, kình chống tôi, họ đã hơn một lần mỉa mai, chửi rủa tôi rằng với cái tính lẩm cẩm gàn bướng của tôi mà lại đèo thêm môn triết học nữa, nên đời tôi đã khổ mà còn gây khổ cho cả người chung quanh. Thật vậy, chỉ vì tại tôi mà không ít người đã bị vạ lây. Nhưng xin trở lại với thắc mắc của anh...

Bác Thảo ôn lại thời niên thiếu, rồi phân tích cho thấy mọi sự đã như được cấy vào trong tiềm thức từ lúc còn non trẻ. Lúc ấy, sau khi đã đậu tú tài phần một, học sinh phải chọn một trong ba ban để chuẩn bị thi tú tài phần hai tức là chọn một trong ba lớp học cuối của bậc trung học: hoặc ban toán, hoặc ban khoa học tự nhiên, hoặc ban triết. Thảo đã chọn lớp triết, tức là dự tính sau này sẽ theo học ban văn chương ở bậc đại học. Bởi đã có chút thành tích về luận văn, Thảo có dự tính sau này sẽ học chuyên về những khoa nhân văn mà mình ưa thích.

Nhớ lại lúc thi môn triết của tam cá nguyệt cuối niên học, giáo sư Ner, trả lại bài luận triết vừa chấm. Bài của Thảo đứng đầu như thường lệ, nhưng với điểm cao không ngờ: 16 trên 20! Thông thường Thảo chỉ đứng đầu với điểm 13 hay 14 điểm là cùng. Lần ấy, Thảo còn nhớ rõ, đề thi là bình giải một câu của Léon Bourgeois: "Danh dự cũng có thể là một nền tảng của đạo đức."

Cả lớp, trừ Thảo, đều dài dòng tìm cách minh chứng câu đó với những bằng chứng, điển tích, nêu ra các hành động mưu tìm danh vọng qua các công trình vĩ đại, các chiến thắng vinh quang của những vĩ nhân thường thấy trong lịch sử thế giới. Tất cả như đã hành động vì danh dự để mang lại vinh quang cho xứ sở. Riêng chỉ có Thảo là đã bình bàn theo hướng khác hẳn.

Thảo chuẩn bị vào đề bằng cách định nghĩa, phân tích kỹ khái niệm danh dự về mặt tâm lý và xã hội để chỉ ra rằng danh dự là một thuộc tính được ban tặng cho con người, từ bên ngoài, nghĩa là một giá trị do người đời khen tặng, chứ bản thân không thể trực tiếp đi tìm... mà lấy được. Danh dự chỉ đến với những con người sống đức hạnh, có lương tri, biết hoàn thành trọn vẹn công việc của mình, dù đấy là một công việc khiêm tốn. Như thế thì mọi người đều có thể có danh dự, chứ danh dự không phải là riêng của những kẻ có chức, có quyền trong xã hội. Nhưng do ngộ nhận mà danh dự đã bị coi là một khả năng kích thích con người có hành động đẹp đẽ, vĩ đại, theo xu hướng khoa trương, phù phiếm bề ngoài, để tạo ra «danh dự», hay vinh dự cho chính mình. Bởi khi đó danh dự đã bị đồng hóa với danh vọng, vinh dự mà người Pháp gọi là «*les honneurs*». Thông thường, danh vọng có khả năng kích thích tâm lý, có thể làm cho con người u mê đến mức sa đọa, y như là một thứ thuốc phiện! Người ta đam mê chạy theo danh vọng, tìm vinh dự, rồi tự biến mình thành kẻ khoe khoang, kiêu ngạo, hoang tưởng chạy theo những trò trang trí phù phiếm, hào nhoáng bề ngoài. Tranh đua nhau trên con đường danh vọng thường làm cho mình thành ích kỷ, thấp hèn: muốn dìm mọi người chung quanh xuống, để đề cao mình lên. Danh vọng đã đẻ ra một cấp trên kiêu ngạo, một cấp dưới nịnh nọt… Tệ nạn nịnh nọt cấp trên thường là phải bóp méo, xuyên tạc sự thật. Nó có thể cải trang một người bình thường thành kẻ kiêu căng tự đắc, một nhà chính trị thành một lãnh tụ độc tài, đam mê quyền lực, điên cuồng khao khát danh vọng, quan liêu cửa quyền đến mức hành động, nói năng như cha mẹ của dân, rồi muốn được tôn vinh làm cha dân tộc!

Về mặt tâm lý và xã hội, danh dự phải được hiểu một cách hết sức sáng suốt, hết sức thận trọng để tránh xa những mục tiêu của danh vọng. Danh dự cũng như hạnh phúc, không thể tìm kiếm, không thể mua chuộc nó một cách trực tiếp, bằng quyền lực hay tiền bạc, như người ta vẫn đi tìm kiếm danh vọng. Danh dự chỉ tới, một cách gián tiếp từ bên ngoài, với những ai không chủ tâm tìm kiếm nó, nhưng biết sống một cách xứng đáng, có lương tri, sống tử tế với mọi người, sống ngay thẳng, trong sạch ở mọi hoàn cảnh, biết làm tròn nhiệm vụ của mình, dù đó là của một công việc khiêm tốn nhất… Sống như thế là sống thật sự có ích cho mọi người, là làm đẹp cho xã hội. Danh dự do đó quả thật là một nền tảng của đạo đức. Nhưng khốn nỗi, người đời vẫn thường nhầm lẫn danh dự với danh vọng. Do vậy nên danh dự, khi bị hiểu lầm, thì nó là cái bả khiến con người chạy theo nó, tìm kiếm nó, mua bán nó… để rồi nó biến xã hội thành một môi trường giả dối, háo danh, phù du, ưa phô trương cái mẽ bề ngoài, che giấu cái trống rỗng, kém cỏi, xấu xa bên trong… Không thiếu gì xã hội, trong đó con người ngông cuồng khao khát danh vọng, một xã hội chỉ trọng vọng bề ngoài, chỉ trưng khoe thành tích giả tạo một cách bệnh hoạn. Một thí dụ điển hình về mặt tiêu cực của danh vọng là thói háo danh với bằng cấp. Bằng cấp chỉ là một hình thức chứng thực khả năng. Nhưng nay bằng cấp đã bị coi như là thứ áo mão gấm hoa, lòe loẹt màu sắc, để phô trương. Nó đã tạo ra cái thói trưng diện bằng cấp trước cái tên của mình. Tự xưng mình là tiến sĩ này, thạc sĩ nọ, thủ trưởng cơ quan này, giám đốc công sở kia...! Danh dự của một người có học, có tri thức là biết sống không ồn ào, không khoa trương, biết chứng tỏ trình độ bằng kết quả của việc làm, khác hẳn với kẻ đã tự đồng hóa mình với danh dự bằng những hành động khoa trương chức tước, bằng cấp! Từ sự hiểu sai ý nghĩa của bằng cấp mà nó đã bêu xấu con người, làm hỏng nền giáo dục. Tình trạng đó có thể phá hoại xã hội. Khi danh dự bị nhầm lẫn với danh vọng, thì nó đã đưa tới sự gian lận trong thi cử, mua bán bằng cấp, chạy chọt chức tước cứ y như mua bán áo mão màu sắc lòe loẹt hào nhoáng để trưng diện.

Bởi khi danh dự bị đồng hóa với danh vọng, thì nó là một cái bả tâm lý, làm hoen ố nhân phẩm, làm mất tự trọng, mất tỉnh táo nên không phân biệt được đâu là giá trị nội tại bền vững đích thực của luân thường đạo lý, đâu là hư danh xấu xa phù phiếm, dối trá khoe khoang bề ngoài... Danh dự khi bị nhầm lẫn với danh vọng thì có thể đưa con người và xã hội đi rất xa về phía tiêu cực.

Sau khi nêu nhiều bằng chứng về thành tích được coi là danh dự của những người có cuộc sống khiêm tốn và đã bị đời coi thường, bỏ quên... Thảo nhắc lại rằng vì những thành tích vinh quang, đầy danh vọng của những kẻ có quyền lực, mà có người đã được hậu thế ca ngợi, có khi còn được tôn thờ như thánh nhân. Rồi Thảo đưa ra phản đề khá mạnh mẽ: những thành tích mưu cầu vinh quang danh vọng một cách đam mê, cố mưu tìm chiến thắng kiểu Pyrrhus, cố tạo ra những công trình vĩ đại như Kim Tự Tháp, như Vạn Lý Trường Thành... Và nhầm lẫn đấy là những thành tích của danh dự. Thực ra là những công trình vĩ đại ấy không thể là biểu tượng cho danh dự và đạo đức, đạo lý! Vì chiến thắng như thế là phung phí xương máu quân lính, vĩ đại như thế phung phí mồ hôi, nước mắt của dân chúng. Chúng không mang tính đạo đức và nhân bản. Vì vậy mà nhiều nhà lãnh đạo quyền lực lớn trong lịch sử chẳng thể trở thành một nhà đạo đức, càng không thể là thánh nhân! Thảo nêu ra những trường hợp đời thường, trong đó không hiếm những lãnh tụ chỉ vì cao ngạo, khát khao được trọng vọng... như những Tần Thủy Hoàng, Napoléon... là những kẻ đã sẵn sàng phung phí máu xương quân lính, coi rẻ tính mạng, công sức lao động của nhân dân. Những nhà lãnh đạo ấy đã kích thích, thúc ép dân phải trở thành anh hùng, phải trở thành vĩ đại để tạo ra những thành tích vẻ vang, phi thường... cho họ. Vì thế mà hành động mưu tìm danh vọng thường là phản công lý, phản đạo lý. Rồi Thảo kết luận: người ta ưa ca ngợi, một cách nhầm lẫn, những thành tích vinh quang, vĩ đại... mà bỏ qua, hoặc bỏ quên khía cạnh vô nhân đạo, bất công của những hành động đã ép buộc nhân dân, thấp cổ bé miệng phải gánh chịu biết bao hi sinh gian khổ để dựng lên những thành tích ấy. Vì đấy, dù thế nào, thì cũng chỉ là những hành động tàn bạo, háo danh, thiếu công lý, thiếu đạo lý. Những thành tích vĩ đại ấy, những kỳ công vinh quang ấy, vì không công lý, không nhân đạo nên nó không thể là trở thành mẫu mực cho đạo đức! Một danh nhân, một ông vua, trong lịch sử, do những thành tích chính trị hay quân sự phi thường, thường được đám nịnh thần tâng bốc, ca ngợi đến mức sùng bái như một vĩ nhân, một thánh nhân, nhưng thật sự đấy chỉ là một lãnh chúa đầy tham vọng, đầy mưu trí nham hiểm, tàn nhẫn, độc ác! Người ta yêu thích danh vọng, tưởng như đó là danh dự. Sự đam mê danh vọng và quyền lực như thế là thiêu hủy tính nhân bản trong những con người muốn có sự nghiệp vĩ đại. Con người bình thường, không chỉ sống vì danh vọng! Trong thực tế, thời có nhiều thành tích, công trình vĩ đại thường là những giai đoạn bi thảm đen tối, đẫm máu trong lịch sử nhân loại! Vì một lẽ giản dị là nó thiếu tính nhân bản, thiếu tính đạo lý. Nhân loại bình thường không sống để đi tìm danh dự trong danh vọng. Nhân loại bình thường không phải toàn là thánh nhân và anh hùng! Bởi con đường của những thánh nhân, của những anh hùng, với ý nghĩa cao cả của nó, là con đường tuẫn đạo, là con đường hi sinh có ý thức vì nghĩa vụ đối với con người. Khác với con đường của những kẻ u mê, cuồng tín lao mình vào những hành động đầy máu và nước mắt, dù cho đấy là con đường tạo ra vinh quang, vĩ đại, nhưng đấy không phải là con đường của đạo đức! Trong lịch sử, cái thời đầy vinh quang, đầy anh hùng của một dân tộc, thường là cái thời đau đớn đầy hi sinh, gian khổ, đầy máu và nước mắt, đầy hận thù và tội ác... rất phản đạo đức, phản con người... vì thời ấy bắt đám cùng dân đã phải trả giá bằng mồ hôi, nước mắt, bằng xương máu và tính mạng! Danh dự và đạo đức thực ra là những giá trị cộng sinh tự nhiên, chúng không phải là những thuộc tính chỉ dành cho những vĩ nhân. Trong thực tế, danh dự là một giá trị kín đáo của con người nói chung, trong những hoàn cảnh sống bình thường, khiêm tốn trong xã hội, nên người ta không thấy, vì ít được ai để ý tới. Xưa nay, người đời chỉ nói tới, chỉ đề cao danh dự của những ông lớn có đầy danh vọng. Do vậy mà chúng ta dễ ngộ nhận, khi đọc tiểu sử của những vĩ nhân, mà không thấy được những tấm gương sáng về mặt đạo đức trong đám người thấp cổ, bé miệng trong xã hội. Chính ở nơi những mẫu người khiêm tốn ấy, ta mới thấy rõ được rằng danh dự quả thật là nền tảng của đạo đức. Trong giá trị danh dự âm thầm, khiêm tốn đó, mới thấy người đời sống như thế đích thực là có đạo đức!

Khi chấm bài, bên lề phần kết luận, giáo sư Ner đã phê: "Có nhiều ý triết lý!" Bài của Thảo được đọc cho cả lớp nghe. Sự khen ngợi đó đã vĩnh viễn in sâu vào trí óc non nớt của Thảo. Người thày dạy triết còn nhấn mạnh thêm: ai cũng có thể cố học để trở thành kỹ sư, bác sĩ... Nhưng không phải ai cũng có thể học để trở thành một triết nhân. Đạt đỉnh cao trong triết học đòi hỏi phải có bộ óc minh triết, mẫn tuệ hơn người. Trong nhân loại, suốt trong chiều dài lịch sử, triết nhân chỉ đếm được trên đầu ngón tay. Ở Pháp kẻ theo học ban triết ở đại học đều được nể trọng, vì được coi là có bộ óc minh triết hơn người. Thảo nghe vậy khoái lắm, nhớ mãi.

Kể tới đó, Thảo thú nhận một cách khiêm tốn:

- Chính ông Ner, thày dạy triết của tôi đã can thiệp xin học bổng cho tôi sang Pháp học. Trước khi đi, ba tôi dặn: sang đó phải cố học. Và việc đầu tiên phải tránh là không được lấy vợ đầm, vì má không nói được tiếng Pháp, nên không ưa có con dâu đầm. Việc thứ nhì là lúc trở về ít ra cũng phải có cái bằng bác sĩ hay kỹ sư... Nhưng khi sang tới Paris, tôi nhất định chọn học triết, mà phải là ban triết của trường Cao Đẳng Sư Phạm ở phố Ulm, là ngôi trường danh tiếng bậc nhất của nước Pháp. Tôi đã phải theo học hai lớp dự bị rất vất vả mới thi được vào trường ấy. Sự chọn lựa học triết lúc đó chỉ là do tính kiêu ngạo, bồng bột của tuổi trẻ, muốn được mọi người nể phục, muốn chứng tỏ mình là người có đủ sức mạnh trí óc để học triết. Sự thật giản dị và tầm thường của tính kiêu ngạo là đáng ghét như vậy. Nhưng rồi càng đi sâu vào môn triết, càng thấy giá trị của nó, thì tôi càng muốn mình trở thành một người biết đi tìm chân lý trong cuộc đời đầy những sai trái và tội ác này.

- Thực ra thì ngay từ nhỏ, tôi đã có thói quen ưa suy nghĩ qua nhiều khía cạnh khác nhau, để từ đó tìm hiểu và đánh giá mọi sự. Đến khi gia nhập môn triết học thì cái thói quen đó lại được mài sắc, được bồi dưỡng phương pháp, với óc hoài nghi mang tính khoa học, nên nó đã phát triển như một năng khiếu tự nhiên... Cái gì tôi đã thâu thập hoặc đã viết ra, khi đọc lại, thì tôi cố sửa lại với xu hướng đánh giá lại xem lúc đó mình nghĩ như vậy, viết như vậy đã thật sự là chín chắn, là đầy đủ hay chưa. Cho tới nay, tuy đã già rồi mà khi đọc lại những gì đã viết, những gì đã in ra thành sách, thì tôi vẫn thấy cần phải sửa lại, cần phải bổ sung cho rõ hơn, cho lý luận tương đối vững hơn. Đối với tôi không một điều gì do con người truyền đạt hoặc diễn đạt ở một thời điểm nào đó, mà nó có thể là cố định, là vĩnh viễn đúng, duy nhất đúng, bất chấp thời gian và thời đại.

4
Đãi ngộ hay bạc đãi…?

Vì hoàn cảnh con người, vì xã hội loài người luôn luôn chuyển biến, luôn luôn đi tới, nên lý luận cũng phải luôn luôn diễn biến, luôn luôn phải đổi mới không ngừng. Sống trong sự vận động của thời gian, con người và sự nghiệp của nó, phải luôn luôn cần được đánh giá lại, với cách nhìn khách quan hơn, với cách đặt lại vấn đề sát thực tế hơn, để cho nó luôn luôn sống động tích cực trong hiện tại… Sống và tư duy như thế là biết trải nghiệm… Trải nghiệm là biết quan sát cái đang biến hóa, cái đang trở thành cái đã cũ, xuất phát từ những di sản mang tính cổ hủ của dĩ vãng… Vì trong thực tế, vũ trụ, xã hội và con người là những thực thể luôn luôn chuyển biến. Cách mạng cũng vậy, nó không thể ngưng lại ở một trạng thái cố định, ở một thời điểm cố định, mà phải là một thực thể diễn tiến, chuyển biến thường xuyên, không ngừng cách tân sao cho phù hợp với những khát vọng không ngừng đổi mới của con người.

Nghe giảng giải triết lý như vậy, Canh lại hỏi để thay đổi đề tài:

- Cho đến bây giờ, như tôi được biết, từ khi về nước, bác chỉ dậy học trong một thời gian rất ngắn, sau đó, tức là sau 1956, cho tới nay bác đã chính thức được giữ những chức vụ gì? Bác đã được đãi ngộ như thế nào?

- Thật sự ra thì không thể nói tới đãi ngộ. Bởi chỉ toàn là bạc đãi. Bởi tôi chưa từng được bổ nhiệm vào một chức vụ nào thực sự có trách nhiệm, chưa từng được giữ

81

một chức vụ có thực quyền để trí óc có thể tích cực tham gia vào một trách nhiệm chính trị nào cả! Nói rằng tôi đã được đãi ngộ hay đã có một địa vị gì thì đấy là cả một sự ngộ nhận mỉa mai đầy cay đắng đối với tôi. Sự «đãi ngộ» hay những chức vị mà người ta nêu ra, chỉ là một sự huyền hoặc, để che giấu sự thật, che giấu một đối xử nghiệt ngã và tồi tệ. Tôi mong sau này trong các bạn, sẽ có người trở lại những nơi tôi đã sống, để thăm hỏi, điều tra qua những nhân chứng trực tiếp, để thấy rõ ở những nơi ấy, tôi đã sống và làm việc gì, như thế nào, để thấy đó toàn là những cách "để cho sống" vất vưởng, không phải là một sự đãi ngộ với một người có tri thức như tôi. Toàn là gắn cho những danh xưng hão. Toàn là thứ kìm kẹp trá hình, toàn là cấm cản không cho tôi đụng tới chính trị, tới cách mạng, là những mục tiêu mà tôi đã chọn lựa khi quyết định trở về quê hương. Ngay cả khi người ta bảo tôi lãnh trách nhiệm phó giám đốc trường Đại Học Văn Khoa Sư Phạm, sau khi kháng chiến về tiếp thu Hà Nội, thì tôi cũng chưa hề được tham dự bàn bạc gì vào công việc tổ chức hay điều khiển bất cứ một công tác gì của trường ấy, ngay cả đến thảm khảo ý kiến giảng dạy cũng chưa hề có. Sự có mặt của tôi trong một số sinh hoạt của chế độ cũng chỉ là thứ «bù nhìn đứng giữa ruộng dưa», cũng y như sự có mặt của mấy cựu quan lại hay của hai đảng Dân Chủ và Xã Hội do cụ Hồ bầy đặt ra cho lấy có, để bên ngoài nhìn vào, tưởng là chế độ có nền tảng đoàn kết quốc gia và dân chủ rộng rãi! Cụ Hồ là một tay chính trị nhiều thủ đoạn lắm chứ không phải là một tay hiền từ đâu! Ngay đến cụ Huỳnh Thúc Kháng, tiếng là bộ trưởng bộ nội vụ trong một thời gian dài, nhưng cụ ấy có quyền hành gì đâu. Vì thế mà cụ Huỳnh đã phải ở ẩn khuất tại miền Trung, rất xa trung ương ở ATK! Cụ Hồ còn nêu gương sống thanh đạm, bắt làm nhà gỗ để cụ ở, nhưng chung quanh và những người thừa kế cụ, có ai theo gương sống thanh đạm như thế đâu. Bởi chung quanh đều biết tấm gương ấy chỉ là thứ đạo đức hình thức, bề ngoài, nhưng trong thực tế thì lại khác, "ông cụ" vẫn sống rất là đầy đủ về mọi mặt, kể cả về vấn đề sinh lý. Những ảnh hưởng của tấm gương ấy biểu lộ một chính sách nặng tính bí hiểm, ẩn mặt trong hoạt động, chỉ đậm nét khoa trương bề ngoài. Đạo đức chỉ có ở trong lời nói, ở bề ngoài như thế thì nó không thực sự có ảnh hưởng tới đời sống con người trong xã hội. Vì toàn là che giấu, dối trá. Cũng vì những hình thức "đãi ngộ" với tôi như thế, nên vài người hiểu rõ là tôi bị trù dập, bị đày ải, nên họ thấy cuộc sống của tôi thật là khốn khổ. Vì thế mà đã có vài anh em thấy hoàn cảnh tôi như vậy, nên đã giúp tôi bằng cách chia việc làm của họ cho tôi làm như phiên dịch, kể cả khi đưa tôi vào làm cán bộ cho nhà xuất bản Sự Thật, tất cả chỉ là để tránh cho tôi khỏi chết đói thôi, chứ không có một chút gì gọi là đãi ngộ. Làm sao chứng minh những công việc vẩn vơ ấy, những đồng lương chết đói ấy là một sự đãi ngộ?

- Thật là vô lý quá! Tại sao lại lạ thế?

- Tại vì ngay từ đầu, **chúng nó** đã không tin tôi! Những sự bổ nhiệm vớ vẩn ấy chỉ là việc làm bất đắc dĩ, để tô điểm cho cái đại học nhân dân, bằng những bằng cấp của tôi, chứ không phải bằng tài năng trí tuệ của tôi... Thật sự là từ khi trở về nước, chúng nó đã không tin và không dùng tới tri thức của tôi... chúng lo sợ đầu óc tôi có dịp bung ra phê phán cách mạng của... chúng! Chúng đã từng o ép tôi, bắt phải đi cải tạo tư tưởng ở nông trường, bắt sống theo lời dạy «phải gắng mà học tập nhân dân», nghĩa là phải tập cúi đầu tuyệt đối vâng, nghe lời "đảng"!

Tâm sự đầy tính nhẫn nhục ấy đã làm hai chúng tôi quá đỗi kinh ngạc, và nhìn nhau! Vì đây là lần đầu tiên chúng tôi thấy bộc lộ sự phẫn nộ của bác Thảo, kẻ cho tới nay luôn luôn tỏ vẻ sợ sệt, kính nể mỗi khi nhắc tới «cách mạng», tới «đảng»! Vậy mà nay bác lại dám hạ một câu thật là bất ngờ khi gọi cả chế độ bằng một cụm từ mang ý nghĩa xa cách, vừa ghét, vừa khinh: là **«chúng nó»**!

- Tại sao bác biết là họ không tin bác? Mà lại là không tin ngay từ đầu?

- Mới về tới chiến khu Việt bắc thì tôi đã cảm thấy mình bị cách ly bởi một vòng vây kín đáo. Sau tôi mới biết rõ là sự nghi kỵ đến bệnh hoạn ấy là có thực.

- Làm sao bác biết chắc chắn là sự nghi kỵ ấy là có thực?

- Thì chính người của «đảng», đã cho tôi biết như vậy.

Chuyện đó là như thế này: một cán bộ đang làm việc thông ngôn cho ban cố vấn ở Nam Ninh, vì nói giỏi cả tiếng Quảng Đông và Quan thoại nên đã được cử đi đón tôi khi tôi mới đặt chân lên đất Trung Quốc. Bởi tôi trở về bằng đường xe lửa xuyên Á của Liên Xô. Rồi chuyển qua một tuyến xe lửa khác tới ga An Huy ở Mãn Châu của Trung Quốc. Anh này tên là Trần Lâm. Trong thời gian đi đường từ ga An Huy ở bắc Mãn Châu về tới Nam Ninh, lúc thì đi xe ô tô chở khách, lúc thì dùng xe lửa. Dọc đường, chúng tôi đã nói chuyện rất nhiều với nhau, nên đã coi nhau thân thiết như anh em. Cuối cùng Trần Lâm ngây thơ hỏi tôi:

- Mộng ước của anh về nước là để làm gì?

Tôi thành thực đáp:

- Ước mong của tôi là có dịp mang hết tâm trí và khả năng trí tuệ và sự hiểu biết ý thức hệ của tôi ra làm việc, để góp ý, góp sức tim óc với «đảng», nhằm xây dựng ở nước ta một mô hình cách mạng hoàn chỉnh, trong sáng và nhân đạo mà cả loài người chờ đợi. Nhưng tôi cũng đã thận trọng nhấn mạnh rằng đấy chỉ là ước mơ thôi, còn trong thực tế thì tôi sẵn sàng phục vụ theo sự sắp xếp của cách mạng. Tôi không ngờ lời tâm sự đó đã hại tôi. Và hại cho cả Trần Lâm.

- Tại sao một mơ ước như thế mà lại là có hại?

- Khoảng mấy tuần sau khi tôi đã về tới chiến khu, mà ở đấy gọi tắt là ATK, tức là An Toàn Khu, ở đâu đó trong vùng núi rừng giữa Tuyên Quang và Phú Thọ, thì bỗng Trần Lâm xuất hiện, mặt mày mệt mỏi, rồi kể lể…

Lúc đó Trần Lâm ngồi xuống sát cạnh tôi, rồi thận trọng, sợ sệt nói nhỏ gần tai cho vừa đủ nghe:

- Sau khi anh được đưa tới khu quân sự ở gần Nam Ninh làm thủ tục để chờ đi nhờ xe quân sự về nước, thì em phải ngồi viết báo cáo về chuyến công tác đi đón anh. Thủ trưởng của em đọc báo cáo ấy, rồi yêu cầu em phải nêu ra thật chính xác những gì anh và em đã trao đổi với nhau lúc đi đường. Để không thiếu một chi tiết nào, em phải kể rõ từng giờ, từng ngày, kể từ khi đón anh tại ga An Huy ở Mãn Châu. Viết đi viết lại mấy ngày mới xong. Vì thủ trưởng bắt em phải đánh giá anh. Em thành thật nhận xét rằng anh là người có học thức, có trình độ suy nghĩ cao, rất có tinh thần yêu nước, có lý tưởng trong sáng, rất mong được phục vụ cách mạng. Những mẩu chuyện trao đổi dầy kinh nhiệm nghiên cứu về lịch sử các cuộc cách mạng của anh đều rất là có ích cho em. Cuối cùng em kết luận rằng anh là người có thành tâm và có khả năng, muốn về phục vụ cách mạng và tổ quốc. Anh ao ước được góp tim, óc để xây dựng một cuộc cách mạng huy hoàng ở quê hương, để có thể làm một mẫu mực cho các nước đang tranh đấu giành độc lập, cho tổ quốc và dân tộc của các nước bị trị… Em nghĩ bản báo cáo đó có thể làm cho cách mạng chú ý tới tài năng để trọng dụng anh. Thủ trưởng em cho biết là đã mang bản báo cáo ấy đọc cho cả đồng chí cố vấn Trung Quốc nghe. Và cán bộ cố vấn có ghi vào đó cảm nghĩ của đồng chí ấy. Nào ngờ tai họa từ đó mà ra! Và cả mấy tháng sau em mới hiểu ra hết nguyên do những vụ việc đã xảy ra cho anh và cho em! Chỉ vì em đã ca ngợi anh!

- Tại sao lại ghê gớm đến như vậy? Khi đi đường chúng ta chỉ nói chuyện vãn cho vui thôi, có dính gì tới chính trị gì đâu!

- Vậy mà tất cả đã bị qui vào điều mà bên trên gọi là «ý đồ chính trị độc hại!»

- Sao kỳ lạ quá vậy?

- Bản báo cáo ấy đã được gửi hỏa tốc về trung ương. Nghe nói chính lãnh đạo đã đổi ý, thay vì điều anh về trường Đại Học Nhân Dân, ở khu tư, như dự tính lúc đầu, khi trường đại học ấy mới được chính thức thành lập... Sau thì đổi ra lệnh đưa anh về ATK, để ở gần trung ương... để trung ương kiềm chế anh. Vì thế mà đã có lệnh khẩn vào phút chót phải hoãn ngày về của anh lại tới mấy tuần lễ... Còn em thì được gọi về đây để báo cáo trực tiếp với lãnh đạo về những gì em đã đánh giá anh. Rồi em bị kiểm điểm về tội «mất cảnh giác cách mạng, để bị «địch» đầu độc bằng những tư tưởng phản cách mạng mà không biết». Em bị khiển trách và lên án rất kịch liệt là ngu dốt, là cả tin vào một kẻ không phải là người của cách mạng, mà là do thực dân đào tạo, một kẻ chưa hề sống với cách mạng một ngày mà dám mưu tính về dạy người của cách mạng làm cách mạng! Rồi lại còn nêu nghi vấn là có thể anh là người do thực dân gián tiếp đưa về, là một thứ siêu gián điệp trí thức mà thực dân mưu toan cài vào hàng ngũ cách mạng... mà vì em thiếu cảnh giác nên đã cả tin anh, nên bị đầu độc tư tưởng.

- Ai đã buộc tội em? Ai đã nêu ra nghi vấn anh là gián điệp?

- Chính lãnh đạo đã vạch tội em rằng «chỉ mới được tự do đi ra ngoài vài ngày mà đã sa vào bẫy địch, để bị địch đầu độc tư tưởng»! Chính lãnh đạo nói với em rằng rất có thể anh là một thứ siêu gián điệp do thực dân cài vào hàng ngũ cách mạng mà chính bản thân anh cũng không biết.

- Lãnh đạo ấy là ai? Có phải là Hồ chủ tịch không?

- Không phải là Hồ chủ tịch, mà là đồng chí Tổng Bí Thư Trường Chinh! Nhưng chính đồng chí tổng bí thư nói với em là «Bác Hồ» đã ra lệnh cho đồng chí tổng bí thư thân chinh điều tra vụ này!

Bác Thảo kể tới đó thì lắc đầu, thở dài, rồi tâm sự:

- Tiết lộ của Trần Lâm đã làm tôi như bị chết đứng. Vì như vậy là mộng ước của tôi đã hoàn toàn tan vỡ ngay từ đầu khi chưa đặt chân trở lại mảnh đất quê hương. Như vậy là sự nghi ngờ của lãnh đạo, khi đi xuống tới cấp thừa hành, thì nó đã trở thành một xác định.

Thời gian sống ở ATK, tôi bị sai khiến làm mấy việc vơ vẩn như ngồi dịch những tài liệu cũ kỹ, mà rồi sau chẳng dùng được vào việc gì! Hoặc là theo chân mấy phái đoàn trung ương đi thanh tra này nọ với vai trò của một cây cảnh: đi tới đâu cũng được giới thiệu là trí thức ở bên Tây mới về tham gia cách mạng! Rồi được vỗ tay, hoan hô. Chứ chẳng làm được một việc gì hữu ích cả!

- Sống như thế thì tẻ nhạt quá, làm sao bác chịu nổi?

- Ấy trong quãng thời gian sống ở bên lề chính trị như thế không hẳn là tẻ nhạt đâu. Thỉnh thoảng cũng có những giây phút rất thú vị, rất vui. Bởi sống ở hậu phương thời kháng chiến, luôn luôn được chứng kiến những ngang trái xảy ra thật là bất ngờ, làm bật cười, cười đến chảy nước mắt. Trong cách mạng mà cũng có lúc ăn chơi lén lút, đáng ghi nhớ về cái «thời bao cấp» ấy. Những thú vui chui lén như vậy cũng làm cho mình phải suy nghĩ, tìm hiểu hiện tượng cách mạng và những khát vọng của con người...

- Thú vui lén lút đáng nhớ ấy là gì?

Bác Thảo kể có một lần, «không thể nào quên được». Đó là lần được nhà văn Nguyễn Tuân mời đi ăn một bữa cơm Tây, tại một xóm dân Hà Nội tản cư về sống gần ATK. Khi vào tới xóm ấy, là phải chui qua mấy hàng giây thép, trên phơi đầy quần áo màu mè sặc sỡ khác hẳn với quần áo nâu sồng của nông thôn, được giặt để cất đi, ở sân sâu bên trong một căn nhà cổ, để tới cái quán ăn chui lậu hiếm hoi ở hậu phương. Chủ nhân tự khoe mình từng là đầu bếp của cựu thống sứ Bắc kỳ Graffeuil! Bữa ăn hôm ấy có cả món thịt bò Chateaubriand, có cả rượu vang Bordeaux. Thịt tươi là do cánh công an vừa săn được một con nai! Còn rượu cũng là do cánh công an mang từ Hà Nội ra! Ăn xong, Tuân chửi vui: "Sư bố chúng nó! Tàn dư phong kiến, thực dân mà sướng thế đấy!" Thảo ngơ ngác không biết Tuân chửi ai? Ăn uống ngon lành thế sao lại chửi?

Sau bữa ăn, Tuân còn cao hứng dẫn Thảo đi hát «cô đầu»! Dĩ nhiên cũng là hát chui, hát lậu. Địa điểm là một căn nhà chòi có cót che kín mít, dùng để chứa nông cụ thúng, mẹt, cày bừa... ở ngay giữa một cánh đồng lớn mới gặt xong. Thảo được đưa tới chờ ở đó, nên rất lấy làm lạ. Ngồi một mình ngắm trăng mười sáu sáng ngời, chung quang là một cánh ruộng bàng bạc màu vàng khô khốc của những gốc rạ mới gặt xong, xa xa là những lũy tre xanh vi vu gió thổi. Cảnh thật đẹp và buồn.

Mãi sau, Tuân trở lại lố nhố với năm, sáu người lạ mặt, trong đó có một phụ nữ khoảng ngoài ba mươi tuổi, mỗi người ôm một cái túi khá lớn. Họ vào trong căn chòi rồi lại cài mấy tấm cót cho kín đáo. Một ngọn đèn dầu hỏa được thắp lên cho vừa đủ sáng để thấy tỏ mặt nhau. Họ mở túi lấy ra, người thì một cái trống cơm nhỏ, người thì một cây đàn đáy. Chị phụ nữ cũng lấy ra hai que gỗ và một cái phách. Tuân nói thật trịnh trọng:

- Hôm nay tôi lên tổ chức chầu hát này là để đãi ông bạn trí thức ở tận bên tây mới về. Yêu cầu em Đức hát cho thật đạt chỉ tiêu đấy nhé!

Cô ca nương nhìn Thảo rồi đáp:

- Anh Tuân ơi! Anh ép, thì vì nể anh em cũng cố mà ra đây hát thôi. Bởi em đã giải nghệ từ mấy năm nay rồi. Nếu công an mà biết thì em sẽ bị đi tù mất. Hát ả đào bây giờ bị coi là thứ nhạc sa đọa của thời phong kiến, nó đã bị khai tử từ lâu rồi!

- Không sao đâu, anh đã lo lót hết rồi. Tuân này bảo đảm mà!

- Cứ hát đi, đã có ông chủ tịch xã kiêm trưởng công an ngồi nghe đây thì còn sợ gì!

- Thôi đừng khách sáo nữa! Ta bắt đầu đi, kẻo đã quá canh khuya rồi. Đàn lên! Xin mời quan viên giữ trống ra tay! Bắt đầu «Hồng, Hồng, Tuyết Tuyết» đi em!

Vài tiếng đàn chậm rãi vẳng lên, trầm bổng, thánh thót day dứt trong đêm khuya thanh vắng. Rồi một giọng ca trong vắt, ngân nga, luyến láy vẳng lên giữa cánh đồng vằng vặc ánh trăng.

Rồi tiếng trống vào nhịp:

- Tom! Chát! Chát! Tom!

- *Hồng, hồng, tuyết, tuyết ứ ư ừ mới ư ừ ngày nào chửa... ư biết cái chi chi...*

- Tom, tom, chát!...

Tiếng hát, tiếng đàn, nhịp trống bỗng đưa mọi người nhập vào một thứ nghi lễ tôn giáo linh thiêng... gợi cảm, trữ tình của nghệ thuật!

Bác Thảo vui vẻ, thích thú kể lại thật chi tiết về một chầu hát ca trù lén lút vô cùng cảm xúc, trong đêm khuya ấy, giữa một cánh đồng khô, trong lúc tình hình chiến tranh sôi động, mọi người lo âu, bồn chồn không biết ngày mai sẽ ra sao!

89

Bởi đấy là lần đầu tiên trong đời bác Thảo được nghe tiếng hát «trong như pha-lê, luyến láy ngân nga, thấm nhập tâm can, làm rung động toàn thân xác...». Bác say sưa khen:

- Ôi! Lúc ấy, tiếng đàn, tiếng hát, sao có thể thuần khiết, âm vang sâu thẳm đến thế! Tiếng trống bắt nhịp thật lịch duyệt, như thúc dục, như khuyến khích ca nương!

Bài ca vừa chấm dứt, Thảo không nhịn được phản ứng ngạc nhiên, nên hỏi:

- Sao thứ ca dân gian này có thể nghệ thuật đến thế! Hay như vậy sao lại cấm? Trong đời tôi, tuy đã từng biết thưởng thức những tiếng đàn, lời ca cổ điển vô cùng nghệ thuật của lối hát đại nhạc (opéra) phương Tây, nhưng đây là lần đầu tiên tôi khám phá ra một lối ca nghệ thuật tuyệt kỹ, vừa trữ tình, vừa huyền bí, thiêng liêng như của một tôn giáo. Nghe mà rợn cả người, cứ y như bỗng mình được lạc vào cõi thiên thai! Một thứ nghệ thuật truyền thống quí như vậy, sao lại bắt nó phải chết?

- Tại vì xưa kia nó phục vụ giới quan lại, phú hộ thời phong kiến! - Tuân giải thích - Thôi bây giờ thì ca tiếp đi chứ!

Người nghệ sĩ chơi đàn, người «quan viên» giữ nhịp trống điều khiển, rồi ca nương, tất cả đều đắm say diễn tả, như hòa tâm hồn vào mấy bài hát nói danh tiếng của mấy nhà thơ trứ danh thời trước. Tay đàn, tay trống và ca nương, tất cả đều biểu diễn, với tất cả sở trường, y như đang làm sống dậy giây phút thanh bình của đất Hà thành thanh lịch xa xưa!

Thảo giải thích thêm với chúng tôi:

- Tiếng hát ả đào đúng là hợp với tâm tư, hoàn cảnh của từng người lúc ấy. Ai ai cũng đang mang nặng một tâm tư u buồn, nên mới hát được như thế, mới nghe thấu được nỗi niềm của giọng hát, lời ca. Tôi đã từng biết lối hát đại nhạc (opéra) của phương Tây. Lối hát ấy là dùng sức buồng phổi đẩy làn hơi qua thanh quản để đưa nốt nhạc vọt lên chót vót như thi tài với tiếng đàn. Nhưng lối hát ả đào thì tế nhị hơn, vì ca nương phải kiềm chế làn hơi, rồi từ từ vừa đẩy, vừa níu lại làn hơi qua họng, để uốn nắn âm thanh qua thanh quản, làm nó uyển chuyển, luyến láy, nghẹn ngào, như than van, nức nở, để bày tỏ nỗi niềm… Nghệ thuật hát ả đào, do đó tinh vi, truyền cảm tình tiết cao siêu, sâu sắc, huyền bí hơn hẳn đại nhạc phương Tây. Tôi không hiểu sao một nghệ thuật tuyệt vời như thế mà lại nỡ lòng mang vứt bỏ nó đi! Một dân tộc có một nền văn minh cao độ mới có thể có một lối hát nghệ thuật đậm tính văn hóa dân tộc đến thế, sao lại chê bai, kết tội nó!

- Ôi dào! Bây giờ thì cái gì của thời cũ đều bị phá đi, vứt bỏ hết! Bây giờ người ta tính áp dụng lối tiêu thổ kháng chiến ở Liên Xô, phá sập, dẹp hết, đốt hết, san thành bình địa ráo, để địch không thể xâm chiếm được! Nơi nào có tinh thần kháng chiến cao như vùng Vinh, Thanh Hóa, Nghệ An thì đã bắt đầu có lệnh thi hành chính sách «tiêu thổ». Với hô hào «tất cả cho kháng chiến». Tiếc gì cái lối ca truyền cảm, trữ tình, nay bị coi là trụy lạc, là sa đọa này!

Chầu hát ả đào dần tới hồi kết thúc. Quan viên cầm trống bỗng đứng dậy, bước tới trước mặt nhà văn Nguyễn Tuân, nghiêm chỉnh cúi đầu nói:

- Xin kính mời quan bác! Quan bác là người đã nổi tiếng là tài danh cầm chầu, là tài tử lịch duyệt của ca trù, đệ xin trả lại ngôi quan viên cho quan bác, để quan bác giữ nhịp cho bài ca cuối cùng của chầu hát chui này. Đệ chọn bài "Tỳ bà hành" để kết thúc, y như trong các buổi ca trù của các nhà hát trứ danh của Hà thành thanh lịch thủa xa xưa.

Nguyễn Tuân nghiêm nghị đón nhận chiếc trống nhỏ, sửa lại thế ngồi cho ngay ngắn, đặt trống xuống đúng tầm tay, đưa roi trống lên cao, rồi nhìn tay đàn và ca nương, đúng cách quan viên sành điệu, như vị nhạc trưởng của ban đại hợp tấu, chuẩn bị phát lệnh trên một chiếu hát. Mọi người chờ tiếng trống phát ra. Nhưng Nguyễn Tuân lại đặt nhẹ roi trống xuống và nói với giọng trầm buồn:

- Này em Đức ơi! Anh biết em từng là ngôi sao ca nương sáng chói của lò hát bà Đốc Sao ở Hà Nội. Xưa kia thì phải là cỡ tuần phủ tri huyện trở lên tới tổng đốc mới được nghe tiếng em ca. Thế rồi cách mạng về thi nhà bà Đốc Sao biến đâu mất tích. Nay được tin em trôi dạt về đây, anh đã phải bịa chuyện xin đi công tác phương này, cốt là để tìm em, để được nghe em hát thêm một lần, cho dù mai sau có chết vì bom đạn thì anh cũng mãn nguyện là đã tận hưởng cuộc đời. Bởi hôm nay đây, cái cánh đồng khô giữa vùng đất núi rừng Tuyên Quang này bỗng trở thành một bến Tầm Dương! Và em Đức sẽ là người đưa tiễn anh với anh Thảo đây, đều là những tư mã của thời đại, đang bị thời thế lưu đày về cái đất Giang Châu của Tuyên Quang này... Em hãy ca thật hay lên, để tiễn đưa chúng anh ngày mai lại lên ứ... ư đường! Chỉ tiếc ở đây không có rượu ngon để anh ngâm mấy câu thơ cổ:

Bồ đào mỹ tửu dạ quang bôi
Dục ẩm tỳ bà mã thượng thôi
Túy ngọa sa trường quân mạc tiếu
Cổ lai chinh chiến kỷ nhân hồi!

(Thơ Vương Hàn, Lương Châu Từ, Trung Quốc)

Rồi Nguyễn Tuân cao hứng, đằng hắng, lấy giọng ngâm thật thống thiết tiếp:

Rượu ngon thơm ngát chén ngà

92

Chén chưa kịp cạn, tỳ bà thúc đi
Sa trường say, cười mà chi
Xưa nay chinh chiến, mấy ai trở về!

(Người dịch khuyết danh)

Cây roi giơ lên phát lệnh bắt đầu bài hát:

- Tom! Tom! Chát!

Nhưng tất cả ngạc nhiên vì ca nương không cất tiếng hát mà lại ôm mặt khóc nức nở! Thảo ngồi đấy cũng long lanh nước mắt. Vì trong lòng cũng cảm thấy một nỗi u buồn thấm thía khó tả, chẳng rõ vì sao. Nức nở, sụt sùi một hồi, ca nương lấy lại bình tĩnh nói:

- Em xin lỗi! Em xin lỗi! Vì nhìn mấy anh ăn mặc nâu sồng vất vả, mặt mày hốc hác, em thấy thương mấy anh quá! Mà em cũng khóc cả cho thân phận em! Thôi để em hát, để tiễn đưa các anh, và cũng là đưa em nữa, vì mai đây gia đình em sẽ tìm đường về xuôi, vì cái bến Tầm Dương của em là bên quê ngoại ở mãi vùng Thái Bình cơ!

- Thôi nín đi em! Hát đi em!

Nguyên Tuân lại nổi trống dục:

- Tom! Tom! Tom! Chát!

Ca nương bắt đầu lên giọng ngân nga, luyến láy não lòng:

Bến Tầm Dương canh khuya đưa khách
Quạnh hơi thu lau lách đìu hiu

......

Dời thuyền ghé lại thăm tình
Chong đèn, thêm rượu, còn dành tiệc vui

...

Nghe não nuột mấy dây buồn bực
Dường than niềm tấm tức bấy lâu
Mày chau tay gẩy khúc sầu
Dãi bầy hết nỗi trước sau muôn vàn

93

...
Thuyền không, đậu bến mặc ai
Quanh thuyền trăng dãi, nước trôi lạnh lùng
...
Nghe não ruột khác tay đàn trước
Khắp tiệc hoa sướt mướt lệ rơi
Lệ ai chan chứa hơn người
Giang Châu tư mã đượm mùi áo xanh...

(Trích thơ Bạch Cư Dị, Phan Huy Vịnh dịch)

- Tom! Chát! Chát! Tom!

Tiếng trống vang lên như để khen «Thật tuyệt vời!», tiếng đàn cùng tiếng hát ngưng bặt. Cả cái chòi cót giữa cánh đồng không ấy bỗng im lặng hoàn toàn. Chỉ còn tiếng gió xào xạc, qua một bụi tre, vọng lại từ xa.

Trong chòi, mọi người, như chết lặng vì quá cảm xúc. Tất cả êm thắm đứng dậy, chậm rãi thu xếp trống, đàn, từ từ rút lui. Tất cả họ bùi ngùi, câm nín, ra về trong sợ sệt, nhìn trước, ngó sau, lắng tai, phóng mắt ra khắp phía xa chung quanh, không ai nói với ai nửa lời. Mỗi người mỗi nặng một tâm tư luyến tiếc, lo âu, sợ hãi...

Nguyên Tuân ghé tai Thảo:

- Này ông bạn trí thức của tôi ơi, nhớ cho kỹ là đừng cho ai biết là tôi đãi ông chầu hát ca trù này đấy nhé! Phải "bem" (giữ bí mật) kẻo lại bị ngồi viết kiểm điểm thì mệt lắm đấy!

- Thú thật là ngồi nghe, tuy không hiểu hết ca từ, nhưng tôi cảm thấy lòng mình chùng xuống y như mình cũng đang khóc cho nỗi niềm u uất của chính mình. Không thể ngờ là lối ca này nó thấm thía vào tim gan đến thế!

- Anh có biết tại sao ca trù nó thấm thía vào tâm hồn mọi người không? Tại vì đây là một lối ca trữ tình. Bởi lời ca toàn là những bài thơ, bài hát nói của một nền văn chương quí phái đã lâu đời. Cách diễn tả lại càng trữ tình hơn. Vì làn hơi bị ức chế trong lồng ngực để rồi được đẩy ra thành tiếng luyến láy nghẹn ngào, nức nở, để bầy tỏ những tình cảm uất ức khó diễn tả, nên ca mà cứ như nấc nghẹn, muốn than van, nuối tiếc, khóc thương một thời hạnh phúc đã mất… Ai mà có nỗi niềm trong lòng thì mới thưởng thức hết được cảm xúc sâu thẳm của ca trù. Tôi biết anh cũng đang có nhiều nỗi niềm bị ức chế ở trong lòng nên tôi mới mời anh đi hát hôm nay. Có đúng như vậy không nào?

Thảo nhìn Tuân chằm chằm, rồi ngần ngừ nói:

- Anh hỏi tôi câu ấy làm tôi chột dạ! Có phải anh là môn đệ của Freud đã nhìn thấy tâm can tôi không? Hay anh là cán bộ của «cụ Hồ» đang gài bẫy để bắt quả tang lập trường chao đảo của tôi đây?

- Tôi chưa hề đọc Freud. Và anh cũng đã mắc cái bệnh cảnh giác nặng rồi đấy. Nhưng cứ yên tâm, vì thằng Nguyễn Tuân này dù thế nào thì cũng không thể hèn mạt đến nỗi bán rẻ tình bạn cho cách mạng đâu. Anh cứ bình tĩnh mà chịu đựng và chờ đợi, chờ thời... Tôi hỏi thật, anh có hiểu tại sao ca trù nó lại thấm thấu tâm can chúng ta như vậy không!

- Tại sao vậy anh?

- Tại vì ca trù toàn chuyên chở âm điệu những nuối tiếc, những tình hận, những chí cả sinh bất phùng thời của những kẻ bất mãn, bất đắc chí như anh đấy!

- Sao anh thấy được tận đáy lòng tôi như thế? Xin cảm ơn anh! Nhưng cũng xin anh đừng làm tôi sợ vì đúng là anh đã bắt quả tang tôi đang chao đảo lập trường đối với cách mạng!

- Anh đừng lo. Tôi hiểu anh vì tôi hiểu tôi. Bởi chúng ta chỉ là bọn Giang Châu tư mã đang bị giông bão thời cuộc đánh trôi dạt về cái bên Tầm Dương rừng rú này. Buồn lắm! Thảm lắm anh ơi! Với anh tôi mới dám

95

thổ lộ tâm sự u buồn của tôi. Bởi tôi biết sợ cũng như anh biết sợ…

Rồi bác Thảo còn cho biết sau khi về tiếp thu Hà Nội, Nguyễn Tuân còn mời bác đi nghe hát ca trù chui lậu thêm hai lần nữa, nhưng những lần sau này thì không còn xúc động mạnh như lần đầu, trong cái chòi tranh thô kệch nghèo nàn ở giữa cái cánh ruộng khô, đêm trăng ấy nữa.

Thấy bác đặc biệt nhớ tới cái đêm hát ả đào ấy nên tôi lại hỏi:

- Sao bác quá chú ý tới cái đêm hát chui ấy giữa lúc dân chúng đang lo chiến tranh lan rộng?

- Đấy là thêm một hiện tượng làm tôi phải suy nghĩ. Sống trong giai đoạn cuồng nhiệt phát triển cách mạng, trong lúc chiến tranh đang chuyển động dữ dội, vậy mà tôi thấy có nhiều điều không thật sự cần thiết cho đời sống, như làm thơ lãng mạn, hát nhạc trữ tình, như ca trù v.v… mà dân chúng vẫn cứ nuôi dưỡng những thú vui ấy trong lòng. Vì vậy mà đã bị cách mạng cấm. Tại sao những thứ bị cấm ấy, chúng vẫn cứ sống âm ỉ trong lòng dân? Rồi tôi nghiệm ra là những sinh hoạt tình cảm và nghệ thuật ấy là những thú vui, đã thấm nhuần vào tâm can mỗi con người. Rồi nó trở thành nhu cầu, trở thành sức sống, như ngọn lửa thiêng, dù cấm mấy, nhưng nó vẫn cứ âm ỉ cháy để đợi cơ hội bùng lên… Vì đấy là những điều mà con người nói chung, con người bền vững thèm khát, ưa thích. Những thú vui ấy là biểu hiện của sự sống, cấm không được, dù có giết những con người, nhưng không thể giết được những sở thích, không thể dập tắt khát vọng đã thấm sâu vào tim gan não trạng con người. Vì đấy chính là... sức tự do tư tưởng!

5
Thực tại tàn nhẫn chất vấn!

Khi nghe bác Thảo phân tách tỉ mỉ sự khám phá và sức sống âm ỉ của lối ca ả đào, chúng tôi phải ghi nhận rằng bác là con người có triết học, nên nhạy cảm trước những hiện tượng biểu hiện sự tồn tại bản chất của con người nói chung. Càng nghe bác kể, càng nhận ra bác là một con người có tư duy lý luận sắc sảo, mạch lạc, khác hẳn với cái vẻ tiều tụy, xuề xòa lớ ngớ khiêm tốn bề ngoài. Vì vậy mà nghe bác tâm sự, là dễ bị cuốn hút bởi sức thuyết phục.

Rồi bác tiếp tục câu chuyện:

- Còn một vụ việc này nữa tôi muốn kể, nó cũng dính líu tới dĩ vãng, tới truyền thống, nó cũng đã làm hại tôi không ít. Đó là lúc tôi không chịu lên án bố mẹ, ông bà nội ngoại của tôi khi lập hồ sơ lý lịch…

- Sao lại còn chuyện kỳ lạ ấy nữa?

- Câu chuyện là như thế này: lúc mới về tới Nam Ninh, tôi được một cán bộ quân sự tới hướng dẫn làm hồ sơ lý lịch… theo thể thức nhập trại, trước khi được phép đi cùng xe bộ đội, gọi là để «hành quân» về nước.

Rồi bác lại kể tiếp thật chi tiết.

Một buổi sáng trong nhà khách của quân trường hôm ấy, một cán bộ ăn mặc quân phục mới màu xanh lá cây đậm, trịnh trọng mang tới một tập giấy kiểu học trò, một bút chì, một lọ mực và một bút viết có ngòi sắt. Khi vào tới cửa, thì chập chân, đứng nghiêm chào theo kiểu bộ đội và nói lớn tiếng:

- Chào đồng chí Thảo! Tôi là Hùng, của Ban hồ sơ, tới đây mời đồng chí làm bản trích ngang và bản tự khai để nhập trại, trước khi tham gia hành quân về nước.

- Chào đồng chí! Xin mời đồng chí vào và cảm ơn đồng chí tới để chỉ dẫn tôi làm các thủ tục cần thiết. Tôi mới về đến đây mà đã thấy mọi sự đều xa lạ, có gì cần làm, nên làm thì nhờ đồng chí chỉ bảo... Tôi là kẻ chưa biết gì về những điều cần làm trong đời sống như thế này.

Hai người đi tới một đầu bàn dài ở giữa phòng, hai bên có ghế cho hai chục người ngồi. Thảo giữ ý, tính ngồi đối diện nhau nhưng Hùng không chịu:

- Mời đồng chí ngồi ở đầu bàn, còn tôi ngồi bên phải này để tiện làm việc sát cạnh đồng chí.

Cả hai cùng ngồi xuống. Cán bộ hồ sơ mở tập giấy, sắp xếp ngay ngắn trước mặt Thảo cùng với lọ mực, một bút ngòi sắt, một bút chì và thước kẻ... rồi nói:

- Vì giấy chưa có kẻ hàng nên phải dùng bút chì kẻ hàng trước khi viết bằng bút mực. Và đây là mẫu bản trích ngang, còn đây là mẫu bản tự khai.

Thảo cầm lấy hai bản mẫu, mở ra, đọc. Lúc đó mới biết thế nào là trích ngang và thế nào là bản tự khai. Bản trích ngang thì có vẻ dễ hơn. Bởi chỉ có một hàng ngang theo chiều mở rộng của tờ giấy kép trong tập vở học trò. Theo chiều ngang ấy là các cột ghi rõ: Họ và tên, các bí danh, ngày, tháng năm sinh, quê quán, trình độ học vấn, trú quán, tình trạng gia đình, họ tên vợ hay chồng, họ tên các con, đã thoát ly theo cách mạng ngày nào, đã vào đảng ngày nào, vào đảng do ai giới thiệu, hiện đang làm nhiệm vụ gì... Còn phần ghi chú thì nêu rõ «ghi những gì bản thân muốn khai báo thêm với cách mạng».

Bản trích ngang như vậy là có 15 cột để điền vào đó. Đọc xong, Thảo đặt tờ mẫu bản trích ngang xuống, hơi ngạc nhiên vì các điều khoản khai ấy quá kỹ. Trong tờ mẫu do ai đó đã khai đầy đủ chi tiết nên kín hết tờ giấy khổ đôi ấy.

Đến khi cầm mẫu bản tự khai lên đọc thì cảm giác không còn là ngạc nhiên mà phải nói là kinh hoàng đến lo sợ! Càng đọc, tim càng đập mạnh! Chẳng những phải khai thật chi tiết từ ba đời nội ngoại trở lại hiện tại, chẳng những phải khai cả về bên bố, bên mẹ… Rồi cũng y như thế, phải khai cả về vợ và nội ngoại bên nhà vợ. Rồi tới các con cũng với tối đa chi tiết có thể, rồi cả các bên thông gia nữa! Bản tự khai mẫu này thực ra là một văn bản đánh giá, tố cáo tất cả mọi người thân thích từ mấy đời trong đại gia đình bao quanh mình, một hồ sơ mẫu đã viết kín cả một tập vở học trò dầy!

Hùng ngồi nghiêm trang chăm chú theo dõi từng cử chỉ, từng diễn biến trên mặt Thảo khi đọc những lời khai mẫu, và ghi chú vào cuốn sổ tay. Khi thấy Thảo ngưng đọc, hiếu kỳ ngoảnh lên nhìn Hùng ghi ghi, chép chép thì Hùng nói:

- Tôi cũng phải làm báo cáo tường trình rõ những gì xẩy ra trong buổi làm việc hôm nay với đồng chí!

- Ai sẽ đọc báo cáo ấy? Cũng như sẽ đọc các bản tự khai của tôi?

- Có lẽ chẳng có ai đọc kỹ các bản tự khai của đồng chí đâu. Ở đây mỗi ngày, có khi hàng trăm tân binh mới tới đều phải khai như vậy cả. Làm sao mà đọc hết được. Trừ ra trường hợp có vấn đề nảy sinh, đáng chú ý, thì lúc đó ban hồ sơ mới lục nó ra mà đọc, để tìm hiểu, để theo dõi, để đánh giá... Nhưng riêng với đồng chí thì có lẽ sẽ có nhiều người tò mò tìm đọc hơn. Vì đồng chí là một trí thức, lại mới ở bên Tây về… Thôi bây giờ thì ta cứ tuân thủ mà làm theo thôi!

- Bản tự khai nhiều chi tiết như thế này thì làm sao tôi nhớ hết mà khai ra ngay bây giờ?

- Không có ai có thể nhớ hết các chi tiết cần khai ngay lúc đầu. Nhưng rồi, qua các lượt phải làm các bản tự khai khác sau này, thì mỗi lần nó sẽ được bổ túc thêm, khi có thể và khi cần. Bây giờ đồng chí chỉ phải cố ghi ra cho đầy đủ nhất về những gì bản thân đã biết hay còn nhớ… Còn các thành phần gia đình, nội ngoại, con cái thì chỉ cố ghi nếu nhớ được tên họ, năm tháng sinh thôi. Còn lại các mục khác thì cứ đề «Không nhớ rõ». Nhưng phải ghi rõ từng mục, không được bỏ trống mục nào, y như trong mẫu này. Làm như vậy giúp ta không quên những chi tiết mà ta đã biết, hoặc ta không nhớ lúc khai.

- Tôi thấy ở đây có ghi cả nhận xét, đánh giá công, tội đối với cách mạng của cả bố mẹ, anh em họ hàng như thế này, thì tôi cũng phải có sự đánh giá, công, tội của ông bà nội ngoại, bố mẹ, anh em như thế sao? Có thật sự cần thiết phải xét công tội của họ như vậy không? Như vậy sẽ có gì nguy hại cho họ không?

- Ấy! Không nên suy nghĩ, lo ngại như vậy. Khai ra sự đánh giá công, tội như vậy chẳng có hại cho ai cả. Đấy là cách chứng tỏ mức độ giác ngộ cách mạng của mình. Nó giúp cách mạng đánh giá bản thân người khai.

- Nhưng ở đây có ghi rõ có thể tố giác vụ việc xấu. Như vậy là có thể làm hại người mình ghét chứ?

- Rất có thể! Nhưng cách mạng bảo mình khai thế thì cứ thế mà làm. Còn chuyện lo ngại làm hại người khác, hay lo có thể khai gian dối v.v… thì để cách mạng xét. Ta đã theo cách mạng, theo «đảng», thì để «đảng» suy xét hộ ta.

- Nhưng lỡ có người e ngại, khai bố mẹ, ông bà, họ hàng đều là người tốt cả, không theo phong kiến, không theo thực dân thì sao?

- Vấn đề đó ít khi xảy ra. Vì ai cũng muốn tỏ lòng thành với cách mạng, nên có khi họ còn cố khai khống lên là có bố mẹ, ông bà là thành phần phản động để có cơ hội lên án, để tỏ vẻ là mình đã khai rất thành khẩn! Thôi bây giờ đồng chí đừng thắc mắc nữa, mà nên bắt đầu làm bản trích ngang vào tờ giấy nháp này đã, rồi sau đó chép ra cho sạch sẽ sáng sủa vào bản chính. Nhưng trước hết là phải kẻ hàng bằng bút chì cho các trang giấy. Để khi chép vào cho ngay hàng, thẳng cột, cho thật là sáng sủa, vì hồ sơ này sẽ lưu trữ lâu dài ở trung ương.

Thảo thấy việc khai lý lịch như vậy, đối với bản thân mình, thật là căng thẳng, ngột ngạt. Cái lối khai này là dạy người khai phải nói dối cho hợp ý «đảng». Thảo bắt đầu viết trên tờ giấy nháp màu vàng úa vì là loại giấy tồi. Còn bản khai chính thức thì sẽ chép lại trên giấy trắng hơn, nhưng cũng là loại giấy thô sơ, gọi là giấy trắng, chứ không hẳn là trắng. Có lẽ ở vùng Nam Ninh này chỉ có loại giấy "trắng" đó thôi.

Trong khi Thảo ôm đầu vất vả cố nhớ ra tên và tuổi bố mẹ, ông bà nội ngoại... thì Hùng ngồi kẻ hàng ngang trên giấy giúp Thảo. Cả hai cặm cụi làm việc cho tới khi anh nuôi mang cơm tới. Hùng đứng dậy và hẹn:

- Đồng chí ngưng tay dùng cơm đã. Một giờ nữa tôi trở lại. Ta sẽ tranh thủ làm cho xong cái bản trích ngang này, nội trong đêm nay. Còn bản tự khai thì để ngày mai. Chúc đồng chí ăn ngon. Vì hôm nay làm hồ sơ, phải động não, nên được bồi dưỡng hơn ngày thường đấy.

Hùng và Thảo cùng đứng dậy, đi tới mâm cơm đặt ở đầu bàn bên kia. Hùng chỉ tay vào mâm cơm để giải thích mấy món đặc biệt.

Thảo nhìn kỹ trên chiếc đĩa nhỏ màu đậm như đất nung, trong đó có ba miếng thịt to bằng ngón tay cái, màu nâu đen đen. Nếu không được giới thiệu trước thì khó mà biết được đó là món gì. Món canh rau cũng vậy, nhìn không thể đoán ra là canh gì. Chỉ có thau nhôm nhỏ đựng cơm trắng là rõ thôi. Thảo mỉm cười nghĩ: "Cũng là cải thiện đây." Hùng đi rồi, Thảo lấy cơm vào bát nhỏ, ngồi ăn, mà vẫn suy nghĩ về những gì vừa đọc được trong tập mẫu bản tự khai.

Miệng nhai, nhưng cái đầu không để ý tới hương vị ngon hay không ngon của bữa cơm. Thật sự là khi biết phải lên án bố mẹ để chứng minh trình độ giác ngộ cách mạng, Thảo đã bị «sốc» mạnh. Trong đầu băn khoăn: "Đây là bước đầu ta phải uốn mình để nhập vào hàng ngũ cách mạng! Mà cách mạng bắt phải lên án, kết tội cả cha mẹ, ông bà, anh em, họ hàng... Nếu họ là những người đã làm việc cho «phong kiến» hay là cho «thực dân Pháp». Sự lên án ấy là để tỏ lòng thành của mình với cách mạng. Thế nhưng tâm tư kẻ đánh giá ấy có thành thật hay không, ai mà biết được. Người muốn tỏ ra có mức độ thành khẩn và giác ngộ cách mạng cao, dĩ nhiên là phải khai khống lên cho nó có vẻ «thành khẩn và giác ngộ cao." Nhưng đối với ta, thì trong thâm tâm, ta có thấy bố ta đáng bị lên án là kẻ làm «tay sai cho Pháp» hay không? Ta vẫn nghĩ bố ta không phải là tay sai của Pháp. Vì làm công chức ở sở bưu điện thì cũng chỉ là phục vụ nhân dân mà thôi. Khai và lên án bố, thực ra là đã nói dối. Mà là nói dối với chính ta! Dù đây là một sự nói dối bắt buộc! Nhưng vẫn là nói dối, dù cho cách mạng muốn vậy, bắt phải làm như vậy! Vấn đề ở đây là: ta cũng sẽ nói dối như mọi người, hay là ta sẽ không nói dối như mọi người? Đây là lúc để ta phải tự xác định lập trường của ta đối với cách mạng, tức là đối với «đảng»! Ta sẽ nói dối «đảng» như mọi người, hay sẽ nói thật với «đảng» cái ý nghĩ của ta khác mọi người? Đây là cơ hội để ta công khai đánh giá phương pháp tự khai này. Chắc chắn cái sự không chịu nói dối này sẽ gây ra sự chú ý tiêu cực rất có hại cho ta, nhưng cứ nói dối như mọi người thì có lợi cho ta không? Thì ta có còn là ta không?

Thảo nuốt miếng cơm mà mắc nghẹn vì những suy nghĩ căng thẳng trong đầu. Trên quan điểm triết học, việc phải khai ra sinh hoạt của ông bà, cha mẹ để rồi lên án họ, là một cách máy móc chối bỏ họ, tức là phải coi quá khứ nguồn gốc của mình là sai trái. Đấy là một thứ thái độ chối bỏ và lên án cả quá khứ của mình và cả của tổ tiên... chỉ vì tổ tiên đã không có ý thức cách mạng! Như thế thì còn đâu là những lời dạy dỗ tốt lành của tổ tiên ông bà cha mẹ! Cứ nhắm mắt khai sao cho hợp ý cách mạng như vậy là có đúng là thành khẩn không? Có nên nêu ra thắc mắc này với Hùng hay không? Dù sao thì cán bộ Hùng cũng không phải là kẻ có đủ trình độ để thấy sự nghiêm trọng của vấn đề phải lên án ông bà, cha mẹ... như thế.

Nghĩ miên man rồi Thảo quyết định sẽ không nghe theo sự chỉ dẫn và khuyến khích của cán bộ Hùng. Nhưng trong đầu vẫn cứ thắc mắc. Như vậy là ta đã làm một điều cực kỳ nguy hại cho ta! Như vậy là ta bắt đầu bước vào con đường gay go mà mọi người muốn tránh. Như vậy là cảnh giác cách mạng buộc ta phải chơi trò dối trá? Càng lục soát vào cõi riêng tư, thì càng gây ra phản ứng khiến người ta muốn che giấu nên phải giả dối, thói đời nay là thế! Khai khống như vậy là cách mạng dạy ta xảo trá! Nhưng ta trở về là với ý hướng làm tốt cho cách mạng, chứ không phải để chạy theo a dua, nịnh bợ để làm hỏng cách mạng. Ta chỉ có ích cho cách mạng khi ta giữ vững lập trường của con người chân thật. Nếu ta cứ giả vờ chạy theo cách mạng, chạy theo «đảng» như mọi người thì ta không còn là ta, mà là ta đã phản bội chính ta. Vì mục tiêu của ta khi trở về là để thực hiện mơ ước liên kết hành động cách mạng với chân lý, lời nói với việc làm, lý thuyết với thực tại... Mà bây giờ ta lại bắt đầu bằng thái độ cúi đầu nói dối, khai man sao?

Đêm hôm ấy Hùng ngồi quan sát Thảo đang trong trạng thái do dự trong các lời khai, cho tới khi thấy Thảo bắt đầu cúi xuống cặm cụi viết thì mừng thầm là sẽ không

103

phải chờ lâu. Bởi cả doanh trại đã tắt đèn, chỉ còn ngọn đèn bão ở nhà khách.

Hồi chiều khi ăn cơm xong, Hùng tới tỏ vẻ thân thiện, mang theo một phích nước. Thảo nói:

- Đồng chí mang nước tới làm gì, tôi cũng đã có được phát một phích nước đây mà chưa uống hết đâu.

- Không phích nước này của tôi là đặc biệt lắm. Do tôi cải thiện. Vì đây là phích nước chè tươi.

Hùng muốn tỏ vẻ làm thân nên kể rằng mỗi chiều, để giữ thể lực, anh ta đều chạy bộ khoảng một tiếng đồng hồ chung quanh một đồi cây chè già cỡ cả chục năm bỏ hoang, bên ngoài doanh trại. Cố mót thì cũng được một nắm lá non nhỏ li ti, đủ để nấu một nồi nước có hương vị lá chè tươi, thơm và có hậu vị ngọt, y như lá chè tươi ở quê nhà. Thảo uống thử. Bỗng thấy sống dậy một hương vị thời trẻ. Hồi đó nhà Thảo cũng thường uống thứ lá chè xanh tươi như thế. Những năm tháng sống ở Pháp, Thảo đã quên hẳn hương vị chát chát mà có hậu vị ngọt ngọt ấy. Đây cũng là một nỗ lực "cải thiện" trong cuộc sống!

Hùng ngồi chờ cho Thảo làm xong bản khai trích ngang, có lúc nhắc nhở như dỗ dành:

- Ngày mai, khi làm bản tự khai thì đồng chí nên tỏ ra là mình khai với lòng thành, với tinh thần giác ngộ cách mạng cao độ, bằng cách phải lên án mạnh mẽ cha mẹ họ hàng đã từng đi theo phong kiến, chạy theo thực dân!

Lời khuyên này làm Thảo cười thầm trong bụng: ta đã dứt khoát giữ vững lập trường của ta.

Hôm sau, Hùng lại tới, tay cầm một cuốn vở và một xấp giấy và nói:

- Tôi mang thêm vở và giấy, phòng khi đồng chí cần viết thêm, hay viết lại.

Thảo ngồi chăm chỉ viết rất nhanh. Hùng vui vẻ đi đi, lại lại ở phía ngoài để không làm Thảo bị bận tâm vì sự hiện diện của mình. Cho tới trưa thì Thảo đã viết gần xong bản tự khai! Đến mục khai trình độ, Thảo hỏi:

- Tôi khai ra đây tên Pháp của mấy trường mà tôi đã học như tiểu học là trường Félix Faure, trung học thì là trường Lycée Albert Sarraut... ở Hà Nội, rồi học trường cao đẳng Ecole Normale Supérieure ở phố Ulm ở Paris... được không?

Hùng vội đáp:

- Ấy chết! Đừng viết tiếng Pháp như thế! Ở đây người ta ghét thực dân Pháp lắm. Thấy bất cứ cái gì là của Pháp thì quần chúng cách mạng, vì lòng căm thù "thực dân Pháp," nên ghét cả những gì, những ai có liên hệ tới chúng! Mà viết tiếng Pháp thì ở đây chẳng ai đọc được đâu.

Thảo đành khai là "học tiểu học và trung học ở Hà Nội, học và rồi dạy học ở trường Cao Đẳng Sư Phạm ở Ba-lê..."

Hùng mừng rỡ vì không ngờ Thảo làm xong bản tự khai nhanh đến thế, nên tới cầm tập vở ghi «bản tự khai» của Thảo ra chỗ đầu bàn, gần cửa ra vào có nhiều ánh sáng, và ngồi xuống đọc. Nhưng sau ngay vài trang đầu, Hùng không dấu được sự ngạc nhiên, nên chốc chốc lại thốt lên những câu đầy kinh ngạc:

- Trời đất ơi! Sao lại khai như thế này!... Ủa! Không lên án mà còn khen à?... Khai thế này thì không đạt tiêu chuẩn đâu! Không được! Không được! Phải viết lại thôi đồng chí Thảo ạ!

- Đấy là tôi đã thành thực khai báo với cách mạng! Tôi đã đắn đo suy nghĩ kỹ cả đêm qua, nên hôm nay tôi đã viết ra với tất cả tấm lòng thành thật của tôi! Tôi đã khai đúng những gì tôi biết, tôi nghĩ, tôi tin. Tôi đã thành thật đánh giá ông bà cha mẹ tôi y như tôi nghĩ trong đầu. Tôi không thể nghĩ một đàng, viết một nẻo... Tôi nghĩ sao là cứ viết y như vậy, tôi không thể viết lại theo tiêu chuẩn mà đồng chí đã đề ra. Vì viết như vậy là tôi đã lừa dối chính tôi và lừa dối cả «đảng»!

- Đồng chí khai như thế này là bên trên sẽ khiển trách tôi là không biết hướng dẫn đồng chí! Bên trên sẽ bảo là tôi không biết «giác ngộ» đồng chí! Mà thật vậy, đồng chí không lên án việc cộng tác với phong kiến, với thực dân là phản động, là có tội với nhân dân... thì điều đó chứng tỏ đồng chí chưa thật sự giác ngộ cách mạng! Viết thêm một câu, như mọi người vẫn làm, để lên án tất cả mối liên hệ với thực dân, phong kiến thì có mất mát gì đâu, mà đồng chí không làm được? Đồng chí không muốn tỏ ra là mình đã giác ngộ cách mạng sao?

- Tôi có giác ngộ cách mạng thì tôi mới bỏ nước Pháp mà về đây! Nhưng không phải vì giác ngộ cách mạng mà phải xỉ vả ông bà, cha mẹ là những người đã dậy tôi nên người lương thiện, yêu nước, yêu đồng bào, yêu tổ quốc...

- Giác ngộ như vậy là chưa đúng! Giác ngộ cách mạng là phải nói và làm đúng theo yêu cầu của cách mạng. Tôi không thể chấp nhận bản tự khai này, đồng chí phải làm lại đi!

- Tại sao tôi phải làm lại khi tôi đã thành thật khai báo? Tôi sẽ không làm lại vì tôi không muốn lừa dối cách mạng. Đầu óc tôi nghĩ sao thì tôi cứ viết ra y như vậy. Tôi không thể tự lừa dối cả tôi.

- Đồng chí ngoan cố quá! Cách mạng đã lên án tất cả các kẻ cộng tác với phong kiến và thực dân, vậy mà đồng chí lại ca ngợi chúng! Thái độ, lập trường ấy là chống cách mạng chứ coi là giác ngộ cách mạng sao được! Đồng chí nghe tôi đi! Vì quyền lợi của đồng chí, đồng chí phải làm lại bản tự khai này!

- Tôi không thể làm một bản tự khai khác, vì làm khác đi là tôi nói dối, là tôi lừa đảo cách mạng.

106

- Đồng chí mà không chịu làm lại bản tự khai, thì tôi coi như đồng chí chưa làm. Chứ tôi không thể nạp bản tự khai không đúng cách thức này vào hồ sơ lý lịch của đồng chí! Như vậy là đồng chí chưa hoàn thành đúng thủ tục lập hồ sơ nhập trại để có thể hành quân về nước! Đồng chí suy nghĩ lại đi!

Thảo cảm thấy trong đầu óc người cán bộ hồ sơ này có một cái khóa kiên cố, không có cái chìa khóa chấp nhận gian dối thì không mở nó ra được. Thế nên tranh cãi với cái khóa như thế là điều vô ích. Cuối cùng Thảo đưa ra một đề nghị như một lời năn nỉ:

- Thôi bây giờ tôi chấp nhận như chưa làm bản tự khai, nhưng với điều kiện là cho tôi viết một bản tự bạch để yêu cầu đồng chí chuyển lên trên, nếu sau khi bên trên đọc bản tự bạch của tôi rồi, mà vẫn có lệnh bắt tôi phải làm lại thì tôi sẽ làm lại y như ý hướng dẫn của đồng chí, nghĩa là tôi chấp nhận nói dối theo lệnh của bên trên. Đồng chí cứ chuyển bản tự bạch của tôi lên trên, rồi sẽ tính sau, như vậy có được không? Còn nếu không thì tôi sẽ làm lại bản tự khai với câu mở đầu «Sau đây là bản tự khai do cán bộ hồ sơ bắt buộc tôi phải làm chứ tôi không làm theo sự thành khẩn của tôi…» Đồng chí có bằng lòng như vậy không?

Cán bộ Hùng ngồi thừ người ra nhìn Thảo trong im lặng thật lâu. Cuối cùng người cán bộ hồ sơ, thở dài với vẻ mặt thiểu não, bực bội, thất vọng, đành chấp nhận một cách miễn cưỡng:

- Tôi đã giải thích hết hơi, hết lý lẽ rồi, bây giờ đồng chí viết bản tự bạch như đồng chí muốn đi, giấy đây! Rồi để trên tính sao thì tính, chứ tôi hết cách hướng dẫn đồng chí rồi.

Thảo cầm tập giấy, vội vã ngồi xuống viết một mạch kín bốn trang của tờ đôi vở học trò. Đây có thể coi là một bài luận văn giải thích sự thành thực của mình, nêu rõ

107

quan điểm không thể nhắm mắt lên án cái thời quá khứ chỉ vì tội đã không biết làm theo ý hướng cách mạng, vì thời đó đã có ai biết cách mạng là cái gì đâu. Trái lại thời đó tổ tiên dân tộc đã biết tạo ra bao nhiêu thế hệ sống lương thiện, biết xây dựng những con người dũng cảm, đã biết tạo dựng và biết bảo vệ non sông gấm vóc, tổ quốc vinh quang… mà ngày nay không ai có thể chối bỏ dĩ vãng lịch sử, chối bỏ non sông gấm vóc và tổ quốc này. Bằng chứng là đã có bao thế hệ đã biết noi gương người xưa để xây dựng và bảo vệ tổ quốc. Và riêng tôi thì không bao giờ quên những lời dạy dỗ của ông bà, cha mẹ là phải chăm chỉ học hành, thành người hữu ích cho dân tộc và tổ quốc. Vì vậy mà tôi không thể nào lên án ông bà, bố mẹ và tổ tiên, gốc gác của tôi được.

Hùng tới cầm bài tự bạch ấy cùng với bản trích ngang, bản tự khai của Thảo một cách miễn cưỡng và nói:

- Ba ngày qua, đồng chí đã bỏ công sức làm những thứ này mà không rõ bên trên có chấp thuận hay không! Riêng tôi thì từ thủa cha mẹ sinh ra tới nay mới gặp một người ngoan cố cứng đầu như đồng chí! Bây giờ tôi về trình lên trên xem sao rồi ta sẽ tính sau. Tôi cũng mệt lắm rồi.

- Xin cảm ơn đồng chí, tôi tự biết là đã làm đồng chí bực mình, nhưng xin tha lỗi cho tôi. Tôi không thể làm khác được, vì tôi đã thề là sẽ không bao giờ dối trá trong những việc làm của tôi, đặc biệt là đối với cách mạng.

Sang ngày thứ tư, Hùng, tay không, vẻ mặt lạnh lùng, tới nhà khách và nói với Thảo:

- Nhiệm vụ của tôi phải «làm việc» với đồng chí đã chấm dứt, tuy chưa thực sự hoàn thành. Hồ sơ lý lịch chưa hoàn chỉnh của đồng chí đã được gửi về trung ương cứu xét, chứ ở đây không ai dám có ý kiến, mặc dù các thủ trưởng ở đây đã xúm nhau vào đọc và bàn luận, nhưng rồi không ai dám quyết định gì cả! Đành gửi về trung ương với lời ghi «Hồ sơ chưa hoàn tất vì lý do đặc biệt, đang chờ trung ương cứu xét». Như vậy là kể như đồng chí chưa làm xong bản tự khai để hoàn tất thủ tục nhập trại. Tôi chỉ có thể thông báo cho đồng chí biết như vậy thôi. Chúc đồng chí mạnh khỏe chờ được hành quân trở về quê hương!

Bác Thảo nhấn mạnh:

- Có thể nói là cái vụ làm hồ sơ lý lịch của tôi như thế là đã sinh ra mâu thuẫn đầu tiên, trên giấy tờ, về lập trường và hành động, giữa cách mạng và tôi!

Nghe kể tới đó, Canh và tôi đều chê:

- Tại bác ưa suy nghĩ quá đấy thôi, chứ như mọi người, thì cứ khai khống lên là cả bố mẹ, họ hàng nội ngoại đều là thành phần phục vụ phong kiến, thực dân. Khai như vậy là để cho xong cái yêu cầu của cách mạng, chứ có ai biết đâu mà ngại. Tổ tiên mà có biết thì cũng chẳng sao, vì con cháu các cụ nó phải sống vào cái thời ai cũng phải làm như thế, phải khai như thế, các cụ tổ cũng phải hiểu cho mà tha thứ chứ!

Bác Thảo cãi:

- Ấy không thể thế được. Vì vấn đề lên án bố mẹ, ông bà tổ tiên không phải là vấn đề tôi sợ các cụ tổ giận đâu. Mà là tôi ngại rồi cứ theo cái đà ấy, mấy cái ông cán bộ i tờ, quen đà lấn ép, cứ tưởng mình là trời, bắt dân làm gì cũng phải làm. Bắt khai gian, làm dối cũng phải tuân lệnh, như thế là bắt tôi phải làm triết gian, triết dối rồi, đâu còn gì là triết học, triết lý nữa. Cũng chính vì suy nghĩ và có lập trường như thế mà sau này tôi đã liều chết phản đối chính sách xét xử một cách bậy bạ, rồi xử bắn cả những người vô tội, khi lần đầu tiên, tôi tham gia và chứng kiến một đợt thi hành cải cách ruộng đất. Lần ấy suýt làm tôi mất mạng. Đợt cải cách khủng khiếp này đã xảy ra ở huyện Chiêm Hóa thuộc tỉnh Tuyên Quang...

- Vụ ấy đã diễn ra như thế nào?

Bác Thảo mau mắn kể lại kinh nghiệm lần đầu tiên, được tham gia một đoàn chuẩn bị đi trực tiếp phát động một đợt cải cách ruộng đất mới. Nhiệm vụ của đoàn là xây dựng những «tổ viên đội cải cách»!

Đội của bác Thảo trước khi đi thì được «học tập» công tác tiến hành phương pháp «bắt rễ, xâu chuỗi» ngay khi tới địa phương. Nhưng đối với Thảo thì đây là lần đầu tiên nghe thấy những «công tác» lạ tai ấy.

«Bắt rễ» là khi tới địa phương, đội viên phải tìm tới sống chung với một gia đình bần cố nông có tên trong một danh sách thành phần xã hội nghèo túng, mà chính quyền địa phương đã lập từ trước. Danh sách đó ghi rõ họ tên từng chủ gia đình với cách sinh sống… như đi làm thuê, nguồn thu nhập ngày có, ngày không, tài sản riêng không có gì đáng kể, nơi cư ngụ thì là ở tạm bợ trong một túp lều tranh trên phần đất công điền, công thổ dễ bị đuổi đi bất cứ lúc nào… Các đội viên phát động cải cách có nhiệm vụ động viên, giáo dục bần cố nông, tức là dạy cho họ biết các «quyền» và «lợi» của bần cố nông trong và sau khi tham gia cải cách ruộng đất. Họ có quyền và nghĩa vụ hạch tội, trừng trị những kẻ «đã từ bao đời liên tiếp cưỡi lên đầu lên cổ bần cố nông, đã bóc lột, hành hạ, đánh đập bần cố nông, đời này qua đời khác». Lợi là họ sẽ được chia «quả thực» trong số những ruộng đất, nhà cửa, tài sản tịch thu của những kẻ giàu có chuyên sống bằng cách đè đầu đè cổ, bóc lột bần cố nông.

- «Xâu chuỗi» là sử dụng cách sống chung ấy để kết nạp, thúc đẩy và tổ chức cho bần cố nông ấy trở thành một tổ viên thi hành cải cách, nghĩa là biết đấu tố, biết hạch tội, biết nhận một thứ nhiệm vụ công tố y như trong một tòa án. Tổ viên này sẽ đứng ra buộc tội, lên án bọn địa chủ, phú nông, cường hào, ác bá, tức là bọn nắm quyền, nắm lợi trong xóm, trong làng, trong xã, trong huyện... từ trước tới nay.

Để kích động tinh thần các bần cố nông đã được bắt rễ và xâu chuỗi ấy, để họ hăng hái ra tay phát động cải cách ruộng đất, thì các đội viên phát động cải cách phải giải thích cho bần cố nông rõ đây là một dịp trả mối thù lâu đời của bần cố nông. Phải làm cho họ có tinh thần căm thù cao độ, để biến hận thù thành hành động, để thẳng tay trừng trị, tiêu diệt, nghĩa là đòi xử tử những tên nặng tội nhất, ngoan cố nhất, có nợ máu nhiều nhất với giai cấp bần cố nông. Càng vạch mặt chỉ tên và trừng trị được nhiều thành phần phản động thì càng tịch thu được nhiều của cải, ruộng đất, nhà cửa, thì càng thành công, cuối cùng thì bần cố nông càng được chia nhiều «quả thực»... Và sự trừng trị càng mạnh thì tàn dư phong kiến, thực dân càng sợ hãi mà không dám ngóc đầu lên để bóc lột như trước nữa.

Sự thành công của công tác cải cách ruộng đất tùy thuộc vào tài tổ chức, động viên và huấn luyện bần cố nông thành những nhân chứng luận tội của nhân dân. Để nhân dân biết vùng lên tiêu diệt giai cấp đã bóc lột họ. Công tác nặng nề và khó khăn này là của các đội viên đi phát động cải cách. Thực tế là đa số bần cố nông đều chưa biết ăn nói, thường rất rụt rè trước đám đông, nhiều khi còn e nể những chủ cũ, sợ sệt những lý trưởng, những chức sắc cũ của làng xã! Chỉ thị nêu rõ là phải tận dụng phương pháp kích thích hận thù qua những bước như kể khổ, hạch tội, xỉ vả tới những quyết định trừng trị... làm cho bần cố nông mạnh dạn tham gia cải cách.

Ngồi nghe giảng dạy nhiệm vụ của một đội viên phát động cải cách như thế, trong đầu Thảo tự nhiên nảy sinh nhiều thắc mắc về mặt đạo lý, công lý. Có một điều Thảo biết chắc chắn là những phương pháp cải cách này, chính Marx hay Engels cũng chưa hề đề cập tới một cách cụ thể

111

như thế. Vì cả hai ông thày của cách mạng vô sản này chưa bao giờ thật sự bắt tay vào thực tế thi hành lệnh xóa bỏ giai cấp mà cả hai ông hô hào! Những chính sách đấu tố như vậy là phương pháp mà Lénine và Mao đã tùy tiện khai triển và nó đã đi quá xa với những gợi ý đấu tranh giai cấp của Marx, xa tới độ trái với ý hướng nhân bản của Marx.

Suy nghĩ như vậy, Thảo đâm ra hoang mang đến chán nản, nhưng không thể nói ra. Vì đang mang mặc cảm bị nghi ngờ là kẻ phản cách mạng, phá cải cách, kẻ đang bị thanh gươm «cảnh giác» treo lơ lửng sẵn trên đầu!

Khóa tập huấn chuẩn bị cho đoàn viên đi phát động cải cách đã hoàn tất được hai ngày. Đội của Thảo được phân công đi phát động cải cách ở một địa điểm cách Phú Thọ không xa, tức là ở huyện Chiêm Hóa thuộc tỉnh Tuyên Quang kế cận. Đó là một huyện trong vùng an toàn, xa sự đe dọa của các cuộc càn quét của quân lính Pháp. Dân ở đây thưa thớt, đất ruộng ở đây thuộc loại xấu và rất phân tán vì phần lớn các gia đình nông dân chỉ có một vài mẫu cho tới vài sào, sản xuất một lượng thóc gạo đủ ăn cho chín hay mười tháng. Khi giáp hạt thì dân thường phải ăn độn. Thế nên gia đình nào có vài mẫu ruộng đủ ăn thì cũng bị xếp vào thành phần phú nông. Hơn nữa, vùng này có nhiều rừng rậm, giao thông thô sơ, ruộng lúa chen lấn quanh núi rừng, rất khó làm, cầy cấy rất vất vả.

Việc đầu tiên phải làm khi về tới địa phương là tìm một gia đình bần cố nông để «bắt rễ». Ủy ban hành chính địa phương đã lập sẵn danh sách các gia đình bần cố, ít ruộng, không nghề nghiệp hay thu nhập gì rõ rệt. Các chủ gia đình nghèo ấy khi có người thuê mướn thì đi làm nửa buổi, khi thì làm cả ngày… làm bất cứ việc gì: từ dọn cỏ, cuốc đất cho tới quét nhà, dọn vườn, đào mương, móc cống... nghĩa là đủ thứ làm việc vặt trong nhà. Những ngày không ai thuê mướn, thì cả vợ chồng, con cái phải đi mò cua, bắt ốc, nhặt củi, hái những thứ rau cỏ hoang, bắt cào cào, châu chấu... miễn sao có thể nấu lên, nướng lên mà ăn để sống qua ngày. Vì thế khi được đoàn cải cách về ở chung, họ mừng lắm. Bởi đoàn cải cách có gạo và góp tiền nhờ họ nấu cơm để cùng ăn. Nhưng cái khó cho mỗi đoàn viên phát động cải cách là chỉ trong vòng vài ngày, phải huấn luyện người chủ gia đình bần cố ấy thành một nhân chứng, một «đội viên cải cách»: biết ăn nói rành mạch, biết tố giác tung tích, kể khổ, rồi hạch tội các địa chủ, phú nông, các hào lý hách dịch chuyên cậy quyền thế, ỷ vào «việc quan» để sai khiến, đánh đập, bóc lột người nghèo khổ.

Thảo được chỉ định tới ở chung trong một túp lều rơm của gia đình bần cố nông Lê Tư, một vợ đang đau ốm với hai đứa con một đứa đã năm tuổi, một đứa mới một tuổi rưỡi. Thủ trưởng đoàn giới thiệu với bần cố nông Lê Tư rằng Thảo là một cán bộ trí thức mới ở bên Tây về với cách mạng. «Ở bên ấy trí thức Tây cũng phải kính phục đồng chí Thảo», nghe vậy, bần cố Lê Tư cũng nể phục lắm.

Sau khi đưa phiếu khẩu phần gạo và tiền cho gia chủ nhờ nấu cơm, công việc bắt rễ khởi sự bằng cách giảng giải nhiệm vụ của một «bần cố nông nổi dậy», đứng lên tố khổ bọn nhà giàu, qui tội chúng là thành phần bóc lột, là kẻ thù của giai cấp công nông... để đòi tịch thu tài sản của chúng, bắt chúng từ nay phải tự tay lao động để mà sống... Cuối cùng Thảo hỏi Lê Tư:

- Lãnh trách nhiệm một bần cố nông nổi dậy là như vậy, đồng chí có làm được không?

- Cháu là thằng vô học, ông bảo cháu làm gì thì cháu sẽ làm y như vậy. Ông dạy cháu nói sao thì cháu sẽ nói y như vậy...

- Ấy, ấy, không được! Không được! Ở đây không còn có ông, có cháu gì cả! Chỉ có chúng ta là đồng bào, đồng chí, bình đẳng với nhau thôi. Nước nhà được độc lập rồi, mọi người đều bình đẳng rồi, nên đã cấm không được gọi ông, xưng cháu với nhau nữa. Đồng chí phải xưng là «tôi» với mọi người, bởi đồng chí bây giờ là bình đẳng với mọi người rồi, đồng chí nhớ chưa?

- Dạ vâng!

- Cũng không được nói «dạ vâng» nữa. Từ nay cấm không được trả lời «dạ vâng»! Đồng chí nghe rõ chưa?

- Dạ...

- Đã bảo là không được «dạ» nữa cơ mà!

- Thế thì phải nói làm sao?

- Khi trả lời bất cứ câu hỏi nào thì đồng chí phải bắt đầu bằng «tôi» để trả lời. Thí dụ như ai hỏi, «Đồng chí nhớ chưa?» thì phải trả lời là «Tôi nhớ!». Nếu ai hỏi «Đồng chí có nhất trí không?» thì phải trả lời là «Tôi nhất trí». Bây giờ tôi hỏi và đồng chí trả lời nhé!... Đồng chí tên là gì?

- Dạ...

- Đã cấm không nói «dạ» nữa cơ mà!

- Trong đầu đã tính nói tôi, mà cái mồm nó lại bật ra tiếng «dạ»! Khổ thế!

- Không có khổ gì ở đây. Ta học tập làm người bình đẳng, sao lại là khổ được? Thế là sướng chứ! Bây giờ đồng chí mím môi lại, khi tôi hỏi xong thì đồng chí phải trả lời thật chậm. Bây giờ tôi hỏi lại này. Đồng chí tên là gì?

- T... ôi... tên... là... Tư!

- Đúng rồi! Nhớ xưng là «tôi» nhé! Thế là tiến bộ rồi đấy! Vậy đồng chí là người tự do rồi đấy!

- Dạ!

- Sao đồng chí lại vẫn nói «Dạ»?

- Khổ quá ...!

114

- Sao lại là khổ? Học làm người tự do bình đẳng là sướng chứ! Đồng chí không muốn được làm người tự do bình đẳng à?

- Dạ muốn!

- Lại vẫn dạ nữa!

...

Cả một buổi huấn luyện mà chỉ nội chỉ dẫn cái cách tự xưng là «Tôi», bỏ thói «dạ, thưa» thôi mà vẫn chưa đạt kết quả! Phản xạ khiêm tốn tự nhiên nó đã in sâu vào óc, vào lưỡi của «đồng chí» Lê Tư quá nửa già đời người. Bây giờ muốn xóa bỏ phản xạ đó thật là khó khăn. Mất ba ngày góp gạo cho gia đình đồng chí Tư rồi mà Thảo vẫn chưa đề cập được tới giai đoạn học tập tố khổ, hạch tội...

Đêm đến, trằn trọc khó ngủ, nghĩ lại mấy ngày cố dạy để biến Lê Tư thành «một bần cố nông nổi dậy» mà chưa được, nên thấy tình thế thật vừa nguy nan, vừa khôi hài: một giáo sư tốt nghiệp thạc sĩ một trường sư phạm nổi danh thế giới, mà nay bất lực không dạy được một bần cố nông trở thành người bình đẳng với mọi người! Bỗng Thảo bật cười, nhịn không được! Cứ cười như nổi cơn điên. Cười mãi mới nín được, rồi lại tủi phận mình mà bật khóc, lấy khăn tay sịt mũi kêu khịt khịt. Làm cho Lê Tư nằm trong ổ rơm ở góc chòi thức giấc, vừa bực mình, vừa lo sợ nên hỏi:

- Đồng chí Thảo ơi! Sao mà hết cười, rồi lại khóc vậy? Ngủ đi chứ!

Thảo giật mình khi biết đã phá giấc ngủ của gia chủ nên vội lấy khăn tay bịt miệng, bịt mũi, cố giữ nín thở, im lặng một lúc, rồi đành phải mở khăn, thở trở lại, nhưng rồi vẫn không nhịn được cười, cười đến tràn nước mắt...!

Sáng ra, khi ra trụ sở xã để báo cáo công tác, Thảo đành thú nhận một cách buồn thảm với đoàn cải cách:

115

- Tôi thật là bất tài, không thể nào dạy đồng chí Lê Tư làm nhiệm vụ được. Xin cho tôi trở về cứ. Công tác này quả thật là tôi không làm được!

- Không sao, đồng chí cứ ở đây với đoàn. Tên Lê Tư nó không chịu làm đội viên cải cách thì có người khác, không thiếu đâu mà ngại. Xã này nghèo lắm, thiếu gì bần cố nông muốn được vào đội cải cách.

Chủ tịch xã có mặt ở đó nói xen vào:

- Cái tên bần cố nông Lê Tư này thì tôi biết nó ngoan cố lắm. Nó đóng kịch giả câm, giả điếc với đồng chí đấy. Tôi sẽ trừng trị nó, cho bớt cái thói lẩn tránh không chịu tham gia phong trào. Tôi chỉ dọa phạt nó một tháng lao động khổ sai là bảo gì nó cũng nhớ và làm ngay.

6
Đặt lại vấn đề từ học thuyết...!

Sau một tuần lễ chuẩn bị, một phiên tòa cải cách ruộng đất đã được tổ chức trước sân gạch lớn của đình làng.

Dọc hai bên sân đình có treo la liệt biểu ngữ lên án bọn trí, phú địa hào là tàn dư phong kiến, thực dân, là kẻ thù của giai cấp công nông, là kẻ phá hoại xã hội, là kẻ muốn nối giáo cho giặc...

Khoảng hai giờ trưa hôm ấy, trời nắng chói chang. Từ cả tiếng đồng hồ trước, dân chúng đã được điều động tới ngồi xổm trên nền gạch trước sân đình. Ông già, bà già, người lớn trẻ con, bồng bế nhau đi coi xử tội địa chủ! Đám đông nói cười ồn ào, trẻ con khóc inh ỏi.

Nhưng rồi từ ngoài, một cán bộ dẫn tới một toán «thanh niên và nhi đồng cải cách», sắp xếp cho toán ấy ngồi trước mặt quần chúng và bắt đầu công tác văn hóa tuyên truyền để tạo không khí cách mạng, gồm có hô khẩu hiệu và ca hát. Cứ hô vài khẩu hiệu đả đảo tàn dư phong kiến thực dân xong, lại vỗ tay làm nhịp hát một bài. Lối hát cũng đặc biệt vì thực ra đây là một bài vè ngắn đã thuộc lòng, rồi đọc lên cho có vần, có điệu theo nhịp vỗ tay, cứ y như cùng nhau niệm kinh theo nhịp mõ trong chùa. Hỏi ra mới biết đây là kiểu hát dân dã của sắc tộc miền núi bên Trung Quốc, gọi là «sơn ca», nội dung bài hát cũng là theo phong cách «đấu tố ca» bên Trung Quốc. Thảo thấy hay nên cũng lắng tai nghe. Nghe mấy đợt rồi cũng thuộc lòng một bài, rồi cũng vỗ tay ba nhịp để hát từng câu.

Hát rằng:

Nước chảy dưới dòng sông
Ai múc lên thì uống,
Cũng như là đất ruộng
Ai có công thì hưởng bốn mùa
Mấy câu ca trên đây
Của nông dân Trung Quốc
Anh em ơi, hãy học lấy cho thuộc!
Để vung tay phát động đấu tranh!
Nhưng nay vì quốc gia, vì «đảng»
Vì bước trường kỳ cách mạng
Nên ta còn cho chúng hưởng phần tô
Nếu chúng còn gian dối mưu mô
Thì quyết liệt! Anh em ơi! Đấu mãi!

Đám đông hát xong, một cán bộ tuyên truyền hô lớn:
- Đả đảo địa chủ, con đẻ phong kiến, thực dân!
Quần chúng cách mạng cũng hưởng ứng hô tiếp:
- Đả đảo! Đả đảo! Đả đảo!
- Đả đảo cường hào, ác bá con đẻ phong kiến, thực dân!
- Đả đảo! Đả đảo! Đả đảo!
Rồi lại hát. Rồi lại hô khẩu hiệu. Cứ như vậy khoảng
hơn nửa giờ thì ngưng để bắt đầu "phiên tòa án cải cách."
    Bàn chủ tọa đặt phía trong đình cũng đã bắt đầu
đông đủ. Trên bãi sân trước bàn ngăn cách xa với đám
đông bên ngoài là một cột cờ cao sáu thước, rồi tới hàng
cọc tre. Ai cũng biết mấy cọc đó là dành cho những tên
phản động sắp bị mang ra đấu tố. Nhưng chính mấy cọc
tre đó đã làm cho đám đông hồi hộp muốn chờ xem
những tội nhân bị mang ra đấu tố là ai, sẽ trừng trị như
thế nào. Càng hiếu kỳ hơn nữa là ngay cạnh bên trái đình,
là một mô đất nâu sẫm vì mới được đắp, là một hàng cọc
tre khác với một tấm bảng ghi rõ «trường bắn»! Chưa bao

giờ có một cuộc mít tinh đông tới cả nghìn người mà lại bao trùm bởi một bầu không khí hồi hộp sợ hãi đến như vậy. Nhiều trẻ em đứng bám chặt vào bố mẹ và khóc la đòi về, vì chúng cảm thấy ghê sợ quá. Chúng đã nghe người lớn nói người ta sắp bắn người trước mặt chúng! Cái nắng gay gắt càng làm thêm ngột ngạt khó thở.

Bỗng trống cái trong đình nổi lên ba tiếng: Thùng! Thùng! Thùng!

Bên ngoài, có tiếng quát liên tiếp:

- Tránh ra! Tránh ra! Tránh ra!

Đám đông tụ tập ngồi trước đình bị sáu dân quân tự vệ cầm súng trường có gắn lưỡi lê dẹp qua hai bên để mở một đường cho đoàn cán bộ, đội viên đội cải cách vào đình. Chỉ có năm đội viên cải cách được vào ngồi trước bàn nhìn xuống hàng cọc tre ở bên trái, và xa hơn là dân chúng. Số cán bộ đi phát động thì được mời ngồi ở hàng ghế phía sau. Một trong những cán bộ ngồi đầu bàn bên trái, có vẻ là người nắm công việc tổ chức, lớn tiếng ra lệnh cho một dân quân:

- Nổi trống lên để làm lễ khai mạc.

Ba hồi trống rền vang dậy báo hiệu phiên tòa án cải cách ruộng đất sắp bắt đầu. Cán bộ ngồi giữa đứng dậy quát lớn: «Tất cả im lặng!», nhưng bên dưới dân chúng vẫn ồn ào, chen lấn nhau, đám thiếu nhi mặc đồng phục nâu, đầu đội mũ chào mào đứng phía trước cười nói lao xao nên lại có tiếng quát lớn liên tiếp: «Xin đồng bào giữ trật tự! Tất cả im lặng! Các cháu thiếu nhi thôi đừng nói chuyện nữa! Chuẩn bị làm lễ chào cờ! Xin đồng bào đứng dậy làm lễ chào cờ!». Sáu dân quân cầm súng ban nãy, giờ dàn ra thành hàng ngang và đứng nghiêm, hai tay giơ súng thẳng ra trước ngực để chào cờ.

Ba dân quân khác tiến ra: một người hai tay trịnh trọng mang lá cờ còn gấp vuông vức bước tới cột cờ, theo sau là người kéo cờ và chót hết là người bắt nhịp hát:

- Tất cả! Nghiêm! Lễ chào cờ bắt đầu!... Tất cả cùng hát: Đoàn quân Việt Nam đi... hai, ba...!

- Đoàn quân Việt Nam đi, chung lòng cứu quốc...

Quần chúng hát lớn tuy không đều, nhưng rất nhiệt tình, mỗi khi nhịp hát lên cao thì tất cả hát như thét lên, rất là có khí thế! Bài quốc ca được hát vang dậy. Lá cờ được từ từ kéo lên tới đỉnh cột cờ lúc bài ca chấm dứt. Người dân quân lại hô:

- Tất cả! Nghỉ! Tất cả! Ngồi!

Đám đông lao xao ngồi trên guốc, dép, số còn lại thì ngồi xổm hoặc ngồi bệt xuống sân gạch. Cán bộ cải cách ngồi chính giữa trước bàn đứng dậy truyên bố khai mạc phiên xử sáu tên ác ôn phản động gồm năm tên đều là địa chủ, phú nông. Còn một tên là lý trưởng cũ.

Bỗng có tiếng khóc lóc. Rồi từ bên ngoài hai dân quân dẫn sáu người bị trói hai tay quặt ra sau lưng. Cả sáu bị buộc thành một chuỗi bằng những khúc dây thừng to vòng quanh cổ, người nọ tiếp nối người kia, cách nhau khoảng hai thước. Dân quân đi đầu đeo súng trên vai tay cầm đoạn dây thừng kéo chuỗi sáu người bị mang ra đấu tố, dân quân thứ nhì cầm súng đi bên cạnh. Tội nhân mặc quần áo xốc xếch, có vết bùn và vết máu, có kẻ vừa đi vừa khóc lóc. Trong số đó có một bà cụ tuổi ngoài sáu chục, khi đi ngang qua đám đông thì gào khóc thật to tiếng:

- Con ơi là con ơi! Con ở đâu thì về cứu mẹ với con ơi!

Dân quân đi cạnh bước tới dùng báng súng đánh ngang vào bụng bà già và quát:

- Con mụ già này có câm mồm đi không? Câm ngay đi!

Bà cụ bị báng súng phang mạnh vào bụng, ngã chúi xuống kéo hai người đi trước và sau cùng ngã ra làm tất cả chuỗi người chùng lại suýt cùng ngã theo. Hai dân quân vội nắm cổ lôi họ đứng dậy một cách vất vả. Đám nhi đồng thấy vậy cười khúc khích. Cán bộ chủ tọa đứng dậy quát lớn:

- Các cháu nhi đồng không được cười đùa!

Đám trẻ con sợ hãi, vội lấy tay bịt miệng lại cho tiếng cười khỏi bật ra. Khi chuỗi tội nhân bị đưa tới gần hàng cột tre, hai dân quân lần lượt tháo từng khúc giây thừng ra và bắt mỗi người quì xuống, mặt hướng về bàn chủ tọa, tay bị trói chéo ra sau dính vào một cột. Bà cụ già vẫn khóc lóc, nhưng không dám khóc to tiếng, vẫn là than van:

- Con ơi là con ơi! Người ta sắp giết mẹ rồi con ơi là... con ơi!

Cán bộ chủ tọa lại đứng dậy, nói thật to:

- Hôm nay tòa án cải cách ruộng đất huyện ta về đây để mang ra xét xử sáu tên phản động ở các xã thôn ta, do đồng bào tố cáo. Chúng thuộc giai cấp thống trị đã nổi tiếng là những tên địa chủ, phú nông, cường hào chuyên đè đầu dân, bóc lột bần cố nông, đánh đập dân nghèo. Vậy tất cả đồng bào, ai đã bị chúng bóc lột, hành hạ thì nay đều có quyền đứng ra làm nhân chứng kể tội chúng, rồi sau đó tòa sẽ xét xử theo những bằng chứng và những lời buộc tội của đồng bào. Đồng bào có nhất trí xét xử sáu tên phản động này không?

Bị hỏi bất ngờ, đám đông đáp lao xao:

- Nhất trí!

Thấy đám đông có vẻ thụ động, cán bộ chủ tọa lại quát hỏi thật to tiếng hơn nữa:

- Đồng bào có nhất trí không?

Hiểu rõ câu hỏi đó là một mệnh lệnh, đám đông vung nắm tay phải lên đáp đồng thanh hơn:

- Nhất trí! Nhất trí! Nhất trí!

- Bây giờ tòa bắt đầu xét xử tên phản động đầu tiên là Nguyễn Văn Minh, y đã làm lý trưởng từ mười hai năm nay, tên cường hào này là đày tớ của phong kiến và thực dân, đã nhiều lần ép buộc dân làng đi phu khổ sai, để đắp đường, đào kinh, lên rừng chặt cây nộp để làm đường xe lửa, chính tên lý trưởng này đã đốc thúc nhân dân phải nộp đủ các thứ thuế, từ thuế thân, thuế gạo, thuế muối... cũng chính tên này đã đánh đập những người cùng khổ vì không đủ sức lao động khổ sai, nghèo túng không nộp đủ thuế... Vậy nay ai đã từng bị tên lý trưởng Nguyễn Văn Minh này hành hạ, bóc lột thì cứ xung phong đứng ra làm chứng để hạch tội tên phản động này để tòa căn cứ vào đó mà xét xử.

Từ nãy, có một toán thanh niên gồm mười hai người, tuổi độ trong khoảng từ trên hai mươi tới ba mươi, đứng ở hàng đầu của đám đông, bên trái, ngay cạnh đám nhi đồng, toán này luôn luôn hô hoán mạnh nhất. Khi được hỏi có ai muốn là nhân chứng hạch tội thì cả toán đồng thanh, giơ tay đáp:

- Tôi!
- Tôi!
- Tôi!
...
Chủ tọa ra lệnh:
- Mời nhân chứng số một!
Một người trong toán ồn ào ấy bước tới trước bàn định nói, nhưng cán bộ chủ tọa đưa tay ra lệnh:
- Nhân chứng ra gần chỗ tên lý trưởng để hạch tội!
Khi tới đứng ngay trước người lý trưởng bị trói và quì ở cột đầu phía trái, nhân chứng vỗ vào ngực để trần và nói lớn:
- Mày có biết tao là ai không? Tao là Nguyễn văn Đê, hai mươi bảy tuổi, chuyên làm mướn y như bố tao và ông nội tao. Vì vậy, tao là bần cố nông từ ba đời nay. Thế nên tao biết rất rõ tung tích của mày, là tên lý trưởng Nguyễn Văn Minh. Vì bố mày trước cũng làm lý trưởng

122

và cả ông nội mày cũng vậy. Cả bố mày, ông nội mày và mày đều đã được phong kiến ban thưởng hàm cửu phẩm, vì có công thay mặt thực dân, phong kiến, để đốc thúc dân đi phu, đốc thúc dân đóng các thứ thuế, và chính mày mới đây thôi, đã dùng roi mây đánh đập tao đến chảy máu lưng, mang thương tích còn đến bây giờ vì tội không thu mua đủ số lượng cây gai để mày giao nộp cho quân Nhật!

Sau khi vạch lưng ra để lộ mấy đám sẹo mờ mờ, nhưng rõ ràng không phải là vết của roi mây, Đê tiến tới vung tay đấm mạnh vào mồm lý trưởng, miệng nói:

- Mày đã đánh, đã chửi tao, đã hà hiếp bao nhiêu đồng bào khác, mày nhớ không?

Thấy năm tay vung tới gần miệng, lý trưởng vội né đầu xuống tránh nhưng năm đấm đánh trúng vào phía mắt phải, làm bật máu chảy ròng ròng ướt cả một bên mặt.

Cán bộ chủ tọa thấy vậy, giật mình, can:

- Nhân chứng không được gây thương tích cho bị cáo. Thôi hạch tội thế đủ rõ rồi. Bây giờ đến lượt nhân chứ thứ nhì.

Một người khác, cũng trong nhóm nhân chứng, bước tới trước lý trưởng, kể các tội thật mơ hồ và lung tung:

-... Mày có thói đánh người khi say rượu. Mày đã ép người ta phải bán mấy sào ruộng thuộc loại tốt cho mày, rồi ép phải bán cả con trâu khỏe nhất cho mày, rồi mày vu cáo người ta nấu rượu lậu, để mày phạt tịch thu tài sản, khiến bao người sạch nghiệp vì mày, rồi phải đi làm thuê, mò cua, mót lúa mà nuôi gia đình... Tội của mày kể ra không thể hết! Mày có nhận tội không?

Bí cáo cúi đầu im lặng.

Kể tội xong, nhân chứng tiến tới tát vào má bên trái lý trưởng, miệng nói:

- Chính mày đã dùng thủ đoạn, mưu kế để cướp đoạt hết tài sản của bao gia đình, mày có nhận tội hay không? Mày còn…

Bị hạch tội vu vơ, người lý trưởng không câm nín giữ im lặng được nữa, nên hỏi lại:

- Người ta là ai? Bao gia đình là gia đình nào cơ?

Cán bộ chủ tọa thấy buộc tội như vậy là mơ hồ quá rồi, nên quyết định:

- Tội lỗi tên cường hào lý trưởng này như vậy là rõ rồi. Bây giờ xử lý tới tên địa chủ Hoàng Văn Quân. Nhân chứng đâu?

Một người gầy còm tiến tới trước tội nhân bị trói quì ở cột thứ nhì, nêu rõ tên họ mình rồi lớn tiếng bắt đầu kể tội:

- Mày có hơn hai mẫu ruộng, mà cả đời chân không lội bùn, tay không chạm tới hòn đất, toàn thuê mướn dân nghèo khổ phát canh cho mày thu tô. Làm xong việc thì mày chê bai để bớt tiền này công nọ. Trong nhà thì vợ mày đẻ con, mà không nuôi, toàn nuôi vú sữa, mày bắt người vú phải gửi con về nhà ông bà để nuôi nó bằng cháo trắng…

Cứ mỗi lần kể xong một tội, nhân chứng lại tát vào mặt tội nhân và hỏi:

- Có phải mày đã làm như vậy hay tao nói sai?

Lần lượt các nhân chứng tới cạnh các tội nhân để hạch tội một cách mơ hồ, toàn là những lời đồn đại. Thỉnh thoảng lại tát vào mặt các tội nhân theo cùng một cách, vì đã được huấn luyện như thế. Cả năm tội nhân đều bị đánh, và phải cúi đầu im lặng. Chỉ có tội nhân nữ là bà cụ Vũ Thị Thanh là dám cãi lại.

Hai nhân chứng chót là phụ nữ, nói xoe xoé kể tội:

- Mày có nhà gạch lớn như dinh nhà quan với vườn rộng mênh mông, nuôi tới ba con chó Tây để trông nhà, có đời sống xa hoa sang trọng mà không nghĩ tới bao gia

124

đình cùng khổ sống ở chung quanh! Mày nuôi hai đày tớ với lương rẻ mạt... Người nghèo đói đến xin ăn thì mày xua chó đuổi đi; có khi chó xổng ra cắn người qua đường đến bị thương nặng, mày có nhận tội không?

Trái với năm tội nhân đàn ông, bà già này cãi lại chứ không nhận tội:

- Nhà tôi rộng vì con tôi ở Hà Nội gửi tiền về xây cho chứ tôi không bóc lột ai! Tôi sống ăn chay, tụng kinh niệm Phật chứ không sống xa hoa! Tôi nuôi chó giữ nhà vì đã bị kẻ trộm vào nhà nhiều lần. Ngày rằm, mùng một, tôi đi chùa vẫn bố thí cho người nghèo. Năm đói Ất Dậu, chính tôi lo nấu cháo cứu người trong làng. Mỗi khi làng có việc, tới quyên góp, tôi là người xung phong ủng hộ nhiều nhất. Khi cách mạng về, tôi đã ủng hộ tiền mua súng cho đội dân quân của làng! Cả đời tôi, không bóc lột ai, con tôi hiện đi bộ đội đang đánh Pháp ngoài chiến trường...

- Mày nói láo! Mày không bóc lột ai, nhưng con mày ở Hà Nội có cày sâu, cuốc bẫm đâu mà có của cải nhiều thế? Của cải ấy không do bóc lột thì nó trên trời rơi xuống à? Câm mồm đi con đĩ già ngoan cố!

Nhân chứng vừa chửi vừa tiến lại vả mạnh vào mặt bà già! Bà cụ đau quá, càng gào khóc, gọi con cầu cứu:

- Con ơi là con ơi là con ơi! Nó đánh mẹ con ơi! Con về cứu mẹ với con ơi!

Người dân quân đứng đằng sau tiến tới lấy báng súng bổ vào lưng bà già quát:

- Câm mồm ngay. Còn khóc lóc nữa là tao nhét giẻ vào mồm đấy!

Bà già sợ hãi, khóc nhỏ hẳn đi nhưng miệng vẫn rên rỉ:

- Con ơi là con ơi ...!

Lần đầu tiên trong đời, Thảo được chứng kiến một «phiên tòa» đánh đập thô bạo đến mức khủng khiếp như vậy. Đây là một trò hề công lý, chứ có luật lệ gì đâu!

Bằng chứng tội lỗi toàn là do bần cố nông kể miệng như vu oan, chứ không do một văn bản điều tra nào. Không một điều luật nào được nêu ra làm căn bản để buộc tội. Bởi có ai biết gì, hiểu gì về công việc xét xử của một toà án bao giờ đâu! Thế nên đầu óc Thảo bị căng thẳng, tim đập mạnh, thân thể run lên vì xúc động, hỏi một cán bộ địa phương đứng cạnh:

- Tại sao bà cụ ấy cứ réo gọi con như vậy?

- Nghe nói mụ già này có con đi bộ đội trong «trung đoàn thủ đô», từ hồi rời bỏ Hà Nội, ra bưng kháng chiến, nay hình như làm tới trung úy!

Biết vậy, Thảo bỗng cảm thấy lo âu: bố mẹ mình cũng là dân làm việc ở Hà Nội, cũng xây được nhà cửa lớn ở vùng quê thuộc tỉnh Bắc Ninh, chưa biết chừng bố mẹ mình giờ cũng đang bị đấu tố như thế này! Quan sát kĩ chung quanh thì thấy đám đông dân chúng cũng có vẻ mặt đăm chiêu căng thẳng, chỉ có đám nhân chứng và nhi đồng đứng ở hàng đầu là luôn vỗ tay, luôn hò hét:

- Bắn bỏ mẹ chúng nó đi! Bọn phản động!

- Phải diệt hết lũ Việt gian phản động này!

- Con mụ đĩ già ngoan cố! Phải tịch thu nhà cửa của nó!

- Tài sản do bóc lột nhân dân mà có thì nay phải trả lại nhân dân! Của nhân dân phải trả cho nhân dân!

Toán nhi đồng coi cảnh hạch tội như thế cũng thấy vui nên cười nói vỗ tay theo.

Cán bộ chủ tọa đứng dậy tuyên bố:

- Bây giờ đồng bào có quyền góp ý quyết định án phạt trừng trị các tội phạm.

Đám nhân chứng bên dưới đồng thanh hô to:

- Xử tử! Xử tử! Xử tử!

- Thế còn tài sản của chúng nó?

- Tịch thu! Tịch thu! Tịch thu!

- Đấy là mồ hôi, nước mắt của nhân dân, phải trả lại nhân dân!

Bỗng từ ngoài, một cán bộ đứng tuổi có vẻ quan trọng, hông đeo sắc-cốt và súng lục chạy vào sát cán bộ chủ tọa, ghé tai nói điều gì. Rồi hai người thì thầm bàn luận với nhau có vẻ sôi nổi khá lâu. Cuối cùng cán bộ chủ tọa đứng dậy lớn tiếng nói:

- Nay tòa long trọng tuyên án: tử hình đối với các tội nhân: Nguyễn Văn Minh, Trần văn Lễ, Nguyễn Sắc, Trần Văn Bắc, Đỗ đình Lang và Vũ thị Thanh! Tịch thu tài sản của chúng để chia lại cho nhân dân trong xã.

Đám nhân chứng và nhi đồng vui mừng vỗ tay và hét to:

- Hoan Hô! Hoan Hô! Hoan Hô!

Có lẽ hai tiếng «tử hình» đã làm cho phần lớn đám đông sợ hãi nên họ im lặng. Rồi cán bộ chủ tọa tuyên bố tiếp:

- Tiếp theo lời buộc tội và đề nghị án trừng trị của nhân dân, và tòa đã tuyên án. Nay vì vừa có lệnh mới, nên tòa tuyên bố tạm hoãn thi hành án tử hình ngay tại chỗ! Vậy xin đồng bào tự động giải tán.

Một số đông người đứng lại xem cảnh dân quân tới trói lại sáu tội nhân thành chuỗi giải về nơi giam giữ ở trong xã. Vài thân nhân chạy theo tính đưa nước cho tội nhân uống nhưng bị dân quân chĩa súng dọa bắn nên họ đành khóc lóc đi theo!

Dân chúng giải tán trong cảnh lộn xộn mỗi người mỗi ngả và bàn tán ồn ào.

Trở về nơi tạm trú là túp lều lợp cỏ tranh của gia đình bần cố nông Lê Tư, Thảo mong được nghỉ ngơi cho đầu óc bớt căng thẳng. Nhưng Lê Tư lại hỏi:

- Sao không bắn ngay đi cho xong chuyện. Bắt phải sống thêm đêm nay thì chỉ thêm đau khổ cho họ và cả cho gia đình họ.

- Tôi nghĩ tạm hoãn xử bắn là đúng. Vì mang sáu người ra bắn ngay trước mặt dân, cho mọi người cùng coi thì ghê gớm, khủng khiếp quá. Có thể là ngày mai mấy tội nhân ấy sẽ bị mang ra bắn vào sáng sớm để tránh cho dân chúng phải coi cảnh dữ tợn đầy máu me ấy. Mà sao đồng chí không xung phong ra đứng hạch tội bọn chúng?

- Tôi có biết gì về tội lỗi của bọn chúng đâu! Mà tôi cũng chẳng muốn phải làm việc ấy!

- Được dịp trả thù bọn đã đè đầu đè cổ dân nghèo mà đồng chí không muốn à?

- Tôi không muốn làm việc ác.

- Xử tử hình bọn ác ôn là một việc ác sao?

- Nói nhỏ đồng chí nghe: tôi không có học, nhưng tôi thờ tổ tiên, trời phật ở trong đầu. Thế nên tôi không dám làm cái ác giết hại người ta.

- Thế đồng chí cho việc xử án này là ác, là không đúng à?

- Tôi không có học như các đồng chí, nên tôi không biết thế nào là đúng, thế nào là sai. Các đồng chí bảo nó là đúng thì tôi cũng chấp nhận nó là đúng. Nhưng tôi ngại nhúng tay vào việc quá hung ác này, vì tôi muốn sống hiền lành để phúc cho con… Mấy người đứng tuổi như tôi cũng nghĩ như vậy nên họ không vỗ tay. Chỉ có mấy cái thằng như thằng Phèo, mấy cái con như con Kiến Ghẻ là đã được chọn để đứng ra làm chứng, để hạch tội, tố khổ là phải vỗ tay hoan hô thôi. Vì mấy cán bộ cải cách bảo phải làm thế, không làm là cãi lệnh! Nhưng thật ra thì ai cũng sợ trời quả báo. Tôi tin là trời có mắt đấy ông ơi! Sống gian ác là trời không dung tha đâu. Đời này mình không phải trả thì đến đời con, đời cháu mình, chúng nó sẽ phải trả thôi. Tôi thấy tận mắt chung quanh tôi, đứa nào sống gian ác thì rồi con cháu chúng nó đều bị trời hành cả. Khi cán bộ bảo làm thì cũng cứ phải làm thôi, chẳng mấy ai dám cãi lệnh cán bộ… Nhưng làm việc gian ác là tôi sợ lắm!

- Thế cán bộ bảo làm bậy thì dân cũng cứ nhắm mắt mà làm à?

- Mấy ông cán bộ là của cách mạng, của nhà nước, mà có ai dám bảo là cách mạng hay nhà nước là làm sai, làm bậy bao giờ đâu!

- Đồng chí là nhân dân, mà nhân dân cũng có quyền phê phán, góp ý với cách mạng và nhà nước chứ!

- Quyền gì thì quyền, chứ quyền bảo cách mạng làm sai thì sẽ bị qui chụp lên đầu cái tội phản cách mạng ngay! Rồi sẽ bị thẳng tay trừng trị! Chẳng ai dám lãnh cái quyền ấy! Dân chỉ có quyền vâng lệnh cho yên thân thôi! Đồng chí có giỏi thì lãnh cái quyền dám phê phán làm thế là sai, là ác ấy đi!

- Thế đồng chí không thấy nhân dân xã này căm thù mấy tên ác ôn đó sao?

- Trong đám ấy, có lẽ chỉ có tên lý trưởng là ác ôn thôi, còn thì đều là oan cả. Tôi biết họ đều là dân hiền lành. Tội của họ là có chút của ăn, của để hơn lũ chúng tôi thôi. Mà họ sống và làm ăn cũng vất vả lắm!

- Nói vậy là đồng chí không căm thù bọn chúng à?

- Cả sáu người ấy thì tôi thỉnh thoảng cũng tới làm mướn cho họ, nên tôi biết họ không hề ở ác với tôi. Con tôi ốm đau, tôi vẫn tới họ để xin thuốc men, khi quá đói thì xin chút gạo hẩm nuôi lợn của họ về nấu cháo mà ăn, vì kiếm không ra thứ gì ăn được. Như vậy mà bắt tôi phải căm thù họ thì thật là khổ cho tôi. Ở cái xã này, trước đây vẫn sống yên vui giúp đỡ nhau. Ra đường gặp nhau vẫn chào, vẫn hỏi thăm nhau. Chỉ có từ ít lâu nay nổi lên phong trào học tập đấu tranh giai cấp, thì mới gây căng thẳng, gặp nhau thì tránh né, không còn ai dám nhìn mặt nhau, không chào mà cũng không muốn nói chuyện với nhau nữa. Bây giờ thì mọi người nghi kị, nhìn nhau như kẻ thù giai cấp. Cái nhìn đã trở thành soi mói, gây hấn, nên khó sống với nhau. Bây giờ có lúc tôi muốn tìm việc làm, nhưng họ không còn dám thuê mướn tôi làm nữa. Vì sợ mang tiếng là bóc lột. Khổ thế đấy. Bây giờ họ khổ nhưng chúng tôi cũng khổ hơn chứ có sung sướng gì đâu! Nói chuyện với bần cố nông này, Thảo mới hiểu được tâm trạng của đám dân trong xã. Họ không có học, nhưng trong họ có một thứ lương tri tự nhiên, để cảm thấy điều lành điều dữ, điều thiện, điều ác... Họ không biết công lý là gì, nhưng họ sợ "trời quả báo"! Trước tình trạng như vậy, trí thức như Thảo mới thấy rõ vai trò và trách nhiệm của mình trong cái hiện tại tàn nhẫn này thật là rất nặng nề, rất là khổ tâm, khổ trí. Người biết suy nghĩ, làm sao ngoảnh mặt làm ngơ trước trò xét xử không có luật lệ, trước cái "tòa án cải cách" không hề biết công lý, pháp lý là gì cả!

Tối đến, một dân quân tới gọi đi họp khẩn để làm kiểm điểm, rút kinh nghiệm về phiên tòa lúc ban ngày, Thảo dự tính sẽ nêu cảm nghĩ của bần cố nông Lê Tư ra để chứng minh là dân cũng cảm nhận việc xử này là ác, nhưng họ không dám nói ra đó thôi.

Buổi họp kiểm điểm rút kinh nhiệm được triệu tập ở trong đình làng, dành cho đoàn viên trung ương đi phát động cải cách và các đội viên cải cách ở địa phương, là thành phần chủ động của phiên tòa lúc ban ngày. Tất cả đông khoảng gần năm chục người, ngồi quanh hai chiếc đèn dầu lớn, đủ sáng cho mọi người thấy tỏ mặt nhau. Đèn đặt chính giữa nền gạch của gian chính trong đình, chỉ còn bỏ trống một góc nhỏ gần đèn. Mọi người đều có vẻ mặt đăm chiêu vì đã biết các buổi họp kiểm điểm rút kinh nghiệm bao giờ cũng rất căng thẳng. Thảo hỏi một đồng chí trong đoàn trung ương ngồi cạnh:

- Còn chờ ai vậy?

- Chờ hai đồng chí cố vấn!

- Phiên tòa lúc ban ngày cũng gay go sôi nổi đấy chứ!
- Gay go, sôi nổi cái gì! Chờ lát nữa, vểnh tai lên mà nghe phê bình!
- Làm dữ thế mà còn bị phê bình sao?
- Không phải chỉ bị phê bình đâu! Lát nữa thì biết!

Hình như ai cũng biết trước điều gì nên đều tỏ ra lo ngại, im lặng chờ đợi một cách nặng nề!

Bỗng có ánh đèn pin và tiếng nói ở bên ngoài, tất cả vội đứng dậy: hai đồng chí cố vấn đi vào theo sau là cán bộ thông ngôn. Tất cả vỗ tay chào, cán bộ cố vấn cũng vỗ tay theo miệng nói lớn vài câu bằng tiếng Hoa, cán bộ thông ngôn nói lớn để dịch ra tiếng Việt:

- Chào tất cả các đồng chí! Cám ơn! Cám ơn! Thôi, chúng ta ngồi xuống, cùng làm việc với nhau cho đạt kết quả tốt.

Tất cả ngồi xuống và im lặng. Cán bộ chủ tọa phiên tòa ngồi ngay cạnh một ngọn đèn, từ từ mở tếp da đeo sau lưng, lấy ra một xấp giấy, ghé vào ánh đèn để xem những gì đã ghi, rồi ngẩng mặt lên nói mỗi lúc một lớn hơn:

- Chúng ta họp ở đây để cùng nhau đánh giá phiên tòa hồi trưa nay. Chúng ta phải thành khẩn nhìn nhận rằng đó là một phiên xét xử không đạt tiêu chuẩn về mọi mặt! (Giọng quát lớn): Có thể nói là chúng ta đã không thành công! Tôi nhấn mạnh là chúng ta đã không thành công! Vì sao? Vì đã không quản lý được trật tự, đã để cho đồng bào nói chuyện, cười giỡn, rồi thì trẻ con la khóc, thật là vô tổ chức...

Cả gian đình im lặng tuyệt đối, nên tiếng nói của cán bộ chủ tọa vang ra tới xa ở bên ngoài. Đồng chí chủ tọa kiểm điểm từng chi tiết để nhấn mạnh tính vô tổ chức:

- Dự phiên tòa mà sao lại bế con nhỏ theo? Về thái độ từng thành phần tham dự: chỉ có các nhân chứng là theo dõi phiên tòa, còn quần chúng thì thờ ơ, ồn ào nói chuyện riêng, bàn tán riêng, mấy cháu nhi đồng thì cười vui như đi dự liên hoan… Khi giải tán ra về thì y như tan hội diễn văn nghệ, ai cũng vui vẻ cười nói ầm ĩ… Tại sao lại để xảy ra những điều thiếu sót sai trái ấy? Đó là lỗi của chính mỗi cán bộ chỉ đạo, của mỗi đội viên cải cách chúng ta!

Sau cả tiếng đồng hồ kiểm điểm, cán bộ chủ tọa hướng về chỗ đồng chí cố vấn:

- Bây giờ kính mời đồng chí cố vấn giúp ý xây dựng cho công tác của chúng tôi!

Một cán bộ cố vấn đứng dậy, nhìn quanh đám người ngồi dưới ánh đèn, như thể cố nhận diện vị trí từng người, rồi nói lớn và cán bộ thông ngôn đứng sát sau lưng cũng dịch lại thật lớn tiếng:

- Rất tiếc là phiên tòa đã không thành công! Đồng chí chủ tọa đã phân tích đúng những sai sót của mỗi người. Nhưng phải tìm hiểu tại sao tất cả đều có sai sót như vậy? Lời giải thích nghiêm chỉnh là tại cái đầu của mỗi người tới hiện trường không nghĩ rằng đấy là phiên họp của tòa án! Không ai hiểu rõ được mục tiêu của phiên tòa. Chính bây giờ tôi hỏi từng đồng chí có mặt ở đây thì chưa chắc đã có được một lời đáp nhất trí! Mục đích của phiên tòa cải cách ruộng đất có phải là để kết án tử hình mấy tên phản động, phản cách mạng ấy không? Không! Không phải thế đâu! Vì chúng ta có thể xử tử, xử bắn mấy tên ấy dễ dàng, bất cứ lúc nào, mà không cần triệu tập nhân dân đông đảo đến chứng kiến như vậy! Chúng ta họp phiên tòa này chính là vì quần chúng nhân dân! Ta huy động họ tới tham dự, là để giáo dục, để dứt khoát biến quần chúng ấy thành quần chúng cách mạng! Vì thế nên chúng ta phải xử sao cho quyết liệt, sao cho gây chấn động trong từng cái đầu! Ta phải xử sao cho có khí thế, để phát huy uy quyền của bạo lực cách mạng trong đầu mọi người. Ta phải chứng tỏ bạo lực cách mạng là dứt khoát, là không gì lay chuyển nổi! Chính Hồ chủ tịch đã nêu gương sáng cho chúng ta về vấn đề ấy, các đồng chí có biết không? Tôi hỏi thật các đồng chí có mặt ở đây, có đồng chí nào biết rõ Hồ chủ tịch đã nêu gương sáng như thế nào không? Ai biết xin giơ tay!

Trong đám cán bộ họp nhau ở đấy, không có một cán bộ nào giơ tay! Cán bộ cố vấn đứng dậy, rồi giơ tay thật cao và nói:

- Rõ ràng là chúng ta chưa xử đúng mức! Chỉ vì đa số các đồng chí chưa nắm vững bài học do Hồ chủ tịch đã dạy chúng ta! Một bài học quan trọng mà các đồng chí chưa biết rõ. Đấy là bài học vô cùng quan trọng của chính Hồ chủ tịch!

Mọi người hồi hộp chờ cán bộ cố vấn kể tiếp.

- Hồ chủ tịch đã nêu gương quyết tâm thực thi nghiêm chỉnh chính sách cải cách ruộng đất bằng một thái độ, một hành động, một lập trường vô cùng sáng tỏ: đó là việc Hồ chủ tịch vừa mới đây, đã không can thiệp vào đợt xử đầu tiên trong chương trình cải cách ruộng đất, cũng tại ngay vùng Phú Thọ này, một tên địa chủ, một nhà giàu khét tiếng. Nhà giàu này là một đại địa chủ rất có thế lực. Y thị đã nêu ra bằng chứng là có quen biết rất thân với tất cả các lãnh đạo ta, kể cả với Hồ chủ tịch. Chúng đã chạy chọt tới chính Hồ chủ tịch để xin can thiệp, và ai cũng nghĩ sẽ có sự can thiệp này. Chính Hồ chủ tịch nói là cũng rất muốn can thiệp, "nhưng vì uỷ ban cải cách đã quyết định thì chính cụ Hồ cũng không dám can thiệp." Và tên nhà giàu Nguyễn Thị Năm này[1] đã bị mang ra xử bắn để làm gương. Dù y thị đã kể công lao là đã cất dấu lãnh đạo cách mạng, nào là đã quyên tặng cách

---

1 Theo hồi ký của Trần Huy Liệu thì mấy năm sau, gia đình bà Nguyễn Thị Năm đã nhận được tấm bằng liệt sĩ ghi rõ là bà đã hi sinh trong công tác ngoại giao!

mạng hàng trăm lạng vàng. Nhưng chính Hồ Chủ tịch đã tuyệt đối tôn trọng tòa cải cách. Đấy là một mệnh lệnh của Hồ chủ tịch! Với lập trường cương quyết như vậy thì chính sách cải cách ruộng đất sẽ thành công mỹ mãn. Hậu phương ta sẽ sạch bóng tàn dư phong kiến, thực dân, trước khi đất nước này được sạch bóng quân thù!

Kể xong, cán bộ cố vấn ngồi xuống và nói tiếp:

- Vì vậy, nay chúng ta phải mang ra xử lại cho thật có khí thế để trừng trị mấy tên phản động ấy cho thật ròn rã, vang dội, để dập tắt mọi tư tưởng phản động trong đầu quần chúng. Phải làm cho tư tưởng phản động, phản cách mạng không bao giờ có thể bùng lên trong đầu mỗi con người nữa. Họp phiên tòa để xử án là vì quần chúng! Xử tử bọn phản cách mạng là để giác ngộ tập thể! Cải cách ruộng đất trước hết và sau cùng là vì xã hội xã hội chủ nghĩa! Tới dự phiên tòa mà cứ y như đi coi văn nghệ, ra về cười nói lung tung, thì dù có xử bắn bao nhiêu tội nhân cũng chẳng ảnh hưởng gì tới tập thể cả! Có đúng vậy không? Có… đúng… vậy… không?

- Đúng!

- Có thật đúng là như vậy không?

Tất cả như hiểu ý cố vấn nên đồng thanh:

- Đúng! Đúng! Đúng!

- Vì vậy mà tôi đề nghị ta sẽ phải họp lại phiên tòa, cái gì ta làm hỏng, làm sai thì ta phải làm lại. Đồng chí chủ tọa phiên tòa có nhất trí như vậy không?

Cán bộ chủ tọa vội đứng dậy vừa vỗ tay vừa đáp:

- Nhất trí! Nhất trí hoàn toàn! Và tôi tuyên bố tòa sẽ phải họp để xét xử lại! Xin cảm ơn các đồng chí cố vấn. Chúng ta có thể giải tán để chuẩn bị thật kỹ việc triệu tập lại phiên tòa này.

Tất cả đứng dậy vỗ tay, rồi giải tán.

Hàng trăm câu hỏi nổi lên trong đầu, Thảo im lặng đi theo một dân quân cầm ngọn đuốc nhỏ khét lẹt đưa về lều tranh của Lê Tư. Mệt mỏi cả thân xác lẫn tinh thần, Thảo với bình nhựa đựng nước, uống một bụng rồi leo lên võng nằm, lấy chiếc khăn mặt phủ lên đầu, lên mặt để chống muỗi. Bỗng có tiếng Lê Tư nói vọng ra từ góc bếp:

- Đồng chí đi họp về rồi hả? Cơm của đồng chí tôi để ở trong thúng ấy. Đồng chí có ăn ngay thì tôi khêu ngọn đèn dầu lạc lên cho sáng mà ăn nhé?

- Thôi cơm để sáng mai ăn, mệt quá nên tôi ngủ đây.

- Đồng chí đi họp có gì lạ không?

- Trên quyết định tòa phải xử lại mấy tên phản động ấy!

- Thế định xử án cho nhẹ hơn à?

- Không! Chắc cũng lại tuyên án tử hình thôi.

- Đã tuyên án xử tử rồi, còn họp thêm làm gì cho tốn công, mất thời giờ. Kể cũng khổ thật. Ở cái xã này, mọi nhà đang sống yên ổn để lo kháng chiến thế mà lại bầy ra cái vụ cải cách này, làm nông thôn xáo trộn, làng xã cũng hết việc làm, mai tôi lại phải đi kiếm củi, tìm hái rau hoang mà ăn thôi. Nếu còn sức lực thì tôi cũng xin đi bộ đội cho yên thân. Chứ sau cái vụ cải cách này, còn ai dám nhìn mặt nhau nữa. Từ đây chỉ có nước nhìn để tìm kẻ thù giai cấp thôi! Đồng chí có thấy nỗi khổ của người dân chúng tôi không?

Thảo cũng chẳng biết phải trả lời thế nào, bèn nói cho xong chuyện:

- Thôi ngủ đi để lấy sức đồng chí ạ. Chuyện gì thì cứ để mai ta tính!

Muỗi bay vo ve. Thảo kéo tay áo che kín hai bàn tay, chân thì đã đi bí tất (vớ), mặt thì đã có chiếc khăn mặt che phủ. Cố nhắm mắt tìm giấc ngủ, nhưng chỉ nghe thấy tiếng muỗi vo ve và nhịp thở của chính mình, rồi lát sau nghe tiếng ngáy vang của Lê Tư. Con người chất phác ấy, cứ đặt mình xuống là ngáy ngon lành. Tuy không được học hành, nhưng con người này vẫn có một bản năng

135

hiền hòa, muốn tránh làm cái gian ác, «để phúc cho con»
… Ôi quê hương ta sao mà khổ thế này!

Còn ta kẻ «có học» mà chỉ biết trăn trở và thắc mắc!
Cho tới nay, ta đã chẳng làm được việc gì ích quốc, lợi
dân cho ra hồn! Ta về nước đâu có phải là để chạy theo
đuôi cách mạng, để làm cái tên trí thức a dua như thế
này! Thấm thoát đã gần hai năm rồi. Chẳng biết sẽ còn
nằm ở đây đếm thời gian đến bao lâu nữa! Nay là cứ sống
cúi đầu, tuân lệnh dập theo một khuôn mẫu đã có sẵn, bất
kể đúng sai, bất kể thiện ác, như thế thì còn gì là tư duy,
còn gì là triết học! Như thế thì đến bao giờ mới xóa bỏ
được giai cấp? Liệu bắn hết phản động ở nông thôn thì
có xây dựng được con người mới xã hội chủ nghĩa hay
không? Mà tất cả những gì đang làm kia có thật là để cải
tạo xã hội, giải phóng con người hay không? Rõ ràng
những điều xảy ra trước mắt kia không thể nào đặt nền
tảng cho một xã hội lý tưởng, một trật tự ổn định! Marx,
Engels không hề hô hào làm những điều xằng bậy, dã
man như vậy! Các ông ấy gợi ý đấu tranh giai cấp, các
ông ấy dạy lý luận, nhưng không hề chỉ dẫn những
phương pháp phản công lý và đạo lý như thế. Vì ở tuổi
các ông ấy, ở thời các ông ấy, các ông ấy có thấy ai đã
làm như thế đâu! Nay thì lý luận biện chứng rất mạch lạc,
rất lý tưởng, mà hành động thì sai trái mang lại đầy kết
quả tiêu cực, đầy mâu thuẫn thô bạo, không ăn khớp với
điều mà lãnh đạo đã hứa, mà mọi người mong ước! Vì
sao? Người ta dẫn chứng vanh vách Marx đã nói…
Lénine đã nói… Staline đã nói… nhất là Mao chủ tịch
đã nói… Nhưng dẫn chứng những lời nói như vạn năng
ấy có thể nào bảo vệ cho những hành động quá trớn, cực
đoan, tàn ác như thế!

Thảo nhận ra rằng tất cả những buổi học tập chính
sách, chuẩn bị tư tưởng một cách máy móc, đã đẩy cán
bộ và nhân dân lao vào con đường tùy tiện, đưa nhau tới

một nông thôn đầy thủ đoạn, đầy hận thù và gian xảo. Một đời sống cảnh giác bệnh hoạn, đầy các biện pháp khủng bố, đe dọa tùy tiện, khiến không ai dám thành thật để lộ suy nghĩ của mình! Ai cũng phải đóng kịch: "nói và làm theo cách mạng!" Từ đó thái độ giả dối, che giấu trở thành một phương thức tự vệ. Phải hết sức ngụy biện mới chứng minh được rằng thiên đường xã hội chủ nghĩa có thể xây dựng bằng phương pháp giả dối, bằng hành động quá trớn của bạo lực, hận thù, bằng máu và nước mắt của nhân dân như vậy!

Sự thật phũ phàng đang thử thách những ai có tư duy nhân bản như Thảo. Chung quanh đều cảm thấy lo sợ vì đang bị bao chùm bởi một không khí khủng bố tinh thần, bị bao vây bởi cái nhìn cảnh giác rất đe dọa, rất nghi kị của "quần chúng cách mạng." Giờ đây phản ứng của Thảo là nhu cầu phải tìm cách vượt ra khỏi sự bế tắc của bầu không khí khủng bố ấy, bằng một phương hướng suy tư trong sáng, bằng phương pháp hành động chân thật khác! Bởi mộng ước, mục đích, và lý tưởng cao đẹp đã chọn, không cho phép Thảo cúi đầu chấp nhận cái thứ cách mạng thô thiển, cổ lỗ, tăm tối như ở thời sơ khai, man rợ. Nhưng giờ đây, trước sự tàn nhẫn của cảnh giác cách mạng, chỉ còn hai chọn lựa: một là bỏ nơi này ra đi, hai là phải bám vào đấy để tìm cách cải thiện nó, lái nó về phía nhân đạo, nhân bản tiến bộ. Rồi Thảo tự nhủ: ta đã vạch cho ta một sứ mạng khi trở về. Dù thế nào thì ta cũng không thể bỏ cuộc khi gặp nghịch cảnh. Nhưng trước mắt thì ta chưa biết phải làm gì để cho cách mạng hiểu thiện chí của ta mà tin ta!

Nghĩ ngợi trăn trở, thác mắc đủ điều. Cho tới nay, ta chỉ nói điều phải, tại sao họ lại sợ ta? Lại nghi ngờ ta? Sự thật là ta đã nói thật với Trần Lâm ước mơ đẹp và lý tưởng của đời ta... chứ đã có làm gì sai trái đâu!

Nhưng không sao, với lòng kiên trì, với tất cả thiện chí và lý tưởng cao cả của ta, thì ta có chính nghĩa, ta cứ vẫn là ta… chắc chắn sẽ có ngày bạo lực và sai trái phải hiểu thiện chí của ta mà lắng nghe ta! Nghĩ như vậy, Thảo thấy an tâm và dần đi vào giấc ngủ. Nhưng cũng chỉ hơn tiếng đồng hồ sau thì lại hốt hoảng giật mình tỉnh dậy, mồ hôi vã ra: vì bỗng thấy mình đang là một bị cáo, đang run sợ đứng trước một thứ tòa án không luật lệ, không công lý, trước tiếng hò hét: "Xử tử! Xử tử!" của đám đông hung dữ.

Từ đó tâm thần Thảo ngày càng suy yếu, không đêm nào ngủ được một giấc dài tới sáng. Đêm nào cũng nhiều lần giật mình tỉnh dậy, hốt hoảng bởi mộng mị kinh hoàng.

Ba ngày sau, lệnh từ bên trên quyết định phải tổ chức một phiên tòa khác để xử lại sáu tội nhân ở Chiêm Hóa. Địa điểm được chọn lần này là một bãi đất rộng bao la nằm ngay giữa khu rừng nguyên thủy nổi tiếng là có nhiều cây cổ thụ cao bao quanh. Trước đây địa phương thường dành bãi này cho những trận đấu bóng đá lớn liên huyện, liên tỉnh hoặc họp mít-tinh vào những dịp có lễ lớn của toàn huyện.

Thời gian họp cũng đã thay đổi: tòa án khai mạc vào lúc 8 giờ tối, mát mẻ hơn. Cách huy động dân chúng tới chứng kiến phiên tòa cũng rất đặc biệt: mỗi phường khóm giờ đây phải tập trung dân lại thành đội ngũ chỉnh tề, có người đi đầu cầm cờ, có nhi đồng đánh trống dẫn đầu, mỗi người phải mang theo một bó đuốc làm bằng thứ nhựa cây có thể cháy lâu. Lúc đi đường, mỗi đoàn chỉ đốt một bó đuốc đủ để soi đường. Số đuốc còn lại dành cho lúc xử án, tuyên án… Trong đêm lờ mờ ánh trăng, những đoàn người vừa đi vừa hô khẩu hiệu đả đảo phong kiến, đả đảo thực dân, đả đảo địa chủ, đả đảo cường hào, đả đảo bọn phản động… vang dậy núi rừng. Các đoàn người có ánh lửa của những ngọn đuốc dẫn đầu, tới từ khắp nơi, luồn lách qua những đám rừng âm u, rồi từ từ tập trung vào một khúc đường lớn sáng chưng, nhờ những đống củi đang cháy ở hai bên đường. Cả một vùng núi, đồi như đang thức dậy giữa đêm khuya. Trên khúc đường vào bãi trống ấy, ở trên những cành cây cao ngang tầm mắt, có treo đầy những băng-rôn vải trắng, chữ đen, hoặc vải đen, chữ trắng. Tất cả băng-rôn ấy đều cũ kỹ, có cái đã rách. Toàn là khẩu hiệu đả đảo mà đoàn người đã hô vang lúc di chuyển. Tất cả sự chuẩn bị đã được sắp đặt kỹ lưỡng từng chi tiết, tạo thành một cuộc biểu dương lực lượng rầm rộ thật là uy hiếp tinh thần, đúng theo khẩu hiệu trên một băng-rôn lớn nền đỏ chữ vàng: «Quyết tâm tiêu diệt tàn dư phong kiến, thực dân!» tại lối vào khu tập họp.

Phiên tòa lần này diễn ra nghiêm trang và áp đảo hơn phiên trước: sáu tội nhân bị trói quì vào hàng cột tre trên một mô đất cao cho mọi người thấy rõ, dưới ánh lửa bập bùng của những đống củi lớn, lửa cháy rừng rực. Phía dân chúng cũng được kiểm soát và chọn lọc kỹ hơn: không còn có trẻ con quá nhỏ, không còn hát mà chỉ hô khẩu hiệu, không còn cảnh ồn ào nói chuyện lung tung. Một hàng sáu dân quân cầm súng trường đứng canh, mặt hướng về đám đông. Không một ai dám cười nói gây mất trật tự. Phần hạch tội cũng dữ dội hơn. Số nhân chứng đứng ra kể khổ, kể tội cũng đông hơn. Mỗi nhân chứng đều thuộc bài và tỏ ra hung hãn hơn: vừa kể vừa làm những cử chỉ xỉa xói: lấy ngón tay dí vào trán tội nhân, thỉnh thoảng lại tát mạnh vào mặt tội nhân để bày tỏ sự phẫn nộ. Nữ tội nhân già giờ đây chỉ còn thút thít khóc lóc, nhưng vẫn là tiếng kêu cứu rên rỉ nhỏ: «Con ơi là con ơi…!"

Trước lúc tòa tuyên án, một dân quân cầm chiếc loa lớn bằng bìa để trước miệng ra lệnh:

- Tất cả đốt đuốc lên! … Tất cả tiến ra hai bên pháp trường!

Đám đông cầm đuốc, chia thành hai hàng người, tiến gần tới hai bên mô đất. Chỉ còn một số phụ nữ, ông già, bà già không cầm đuốc là còn đứng lại ở bên dưới.

Cả sáu tội nhân nổi bật trước ánh lửa bập bùng của mấy trăm ngọn đuốc làm cho bầu không khí thêm căng thẳng. Cán bộ chủ tọa phiên tòa cầm tờ giấy tiến tới trước mô đất, giữa đám, đằng hắng chuẩn bị lấy giọng để đọc bản án…

Cả một bãi đông nghẹt người dưới ánh lửa bập bùng của rừng đuốc bỗng im bặt, chỉ còn tiếng lách tách của tre, nứa cháy nổ trong mấy đống củi lớn. Cán bộ chủ tọa bắt đầu tuyên đọc thật lớn, nhưng tiếng nói như cô đơn, lạc lõng tan loãng trong khoảng trống hoang vu của núi rừng bao la chung quanh:

- Việt Nam Dân Chủ Cộng Hòa, Độc Lập Tự Do Hạnh Phúc, ngày mười bảy, tháng mười, năm một ngàn chín trăm năm mươi ba, Toà án Nhân Dân Huyện Chiêm Hóa thi hành chính sách của Ủy Ban Cải Cách Ruộng Đất Trung Ương, đã truy tố những tội phạm có tên sau đây:

- Lý trưởng Nguyễn Văn Minh, địa chủ Trần Văn Lễ, phú nông Nguyễn Sắc, phú nông Trần Văn Bắc, địa chủ Đỗ Đình Lang, nhà giàu Vũ Thị Thanh. Sau khi đã được xét xử, với sự tham dự hạch tội của nhân chứng nhân dân, những tội lỗi cụ thể đã được kể ra, nay tòa quyết định với sự đồng ý của đông đảo đồng bào có mặt, tòa ra phán quyết tịch thu tài sản của các tội nhân và tuyên án tử hình tất cả sáu tội nhân có tên nêu trên. Án này được thi hành ngay tại chỗ. Chánh án ký tên: Khuất Tiến Thắng.

Tiếng loa ra lệnh:

- Tất cả chú ý! Tất cả lùi xa khỏi pháp trường mười mét. ... Tất cả! Nghiêm! Yêu cầu đội hành quyết tiến vào pháp trường!

Đám đông hồi hộp, im lặng, chỉ còn nghe tiếng đếm bước đều của đội hành quyết, súng trên vai, tiến vào... «Một, hai! Một, hai!... Ngưng... bước! Súng ... xuống! Nghỉ! Tất cả ... nghiêm! Tay phải... quay! Tất cả vào vị trí...! Tất cả sẵn sàng chờ lệnh bắn!»

Một dân quân tay cầm một xấp khăn vải đen tiến lên mô đất, lần lượt buộc khăn vải đen quanh đầu để che mắt mỗi tội nhân. Cảm thấy giờ hành quyết đã tới, sáu tội nhân, đầu bị thắt khăn đen che kín mắt, bỗng tất cả lên tiếng cầu kinh:

- Nam mô A Di Đà Phật, Nam mô Quan Thế Âm Bồ Tát, cứu khổ cứu nạn...!

- Nam mô A Di Đà Phật...!

- Kính mừng Maria đầy ơn phước... cầu cho chúng con trong giờ lâm tử...!

- Con ơi là con ơi... thế là mẹ chết không được gặp lại con rồi... Con ơi...!

Toán dân quân rời xa mô đất. Chỉ còn tiếng cầu kinh chen lẫn tiếng gào khóc! Trưởng đội hành quyết nhìn về phía cán bộ chủ tọa chờ lệnh! Thời gian như ngưng lại. Đám đông im bặt vì hồi hộp. Bỗng cán bộ chủ tọa gật đầu! Trưởng đội hành quyết chậm rãi hô:

- Tất cả!... Vào thế!... Tất cả!... Bắn!

- Đoàng! Đoàng! Đoàng! Đoàng! Đoàng! Đoàng! Đoàng! Đoàng! Đoàng! Đoàng! Đoàng!...

Loạt súng nổ vang dội trong đêm như rung chuyển núi rừng. Đám đông, người thì vội nhắm mắt lại không dám coi tiếp cảnh khủng khiếp, người thì cố trấn tĩnh, mở mắt thật to để thấy rõ các tội nhân bị trúng đạn, quần quại, vật vã một hồi, máu văng ra tung tóe, rồi mới gục xuống dưới chân cột. Riêng nữ tội nhân, dù đầu đã được bịt mắt bằng vải đen, nhưng vì đạn trúng đầu nên vỡ ra mất một mảng, trông thật ghê rợn. Trưởng đội hành quyết bước lên mô đất, súng lục cầm tay, tới sát từng tử thi để quan sát với vẻ thiện nghệ và bồi vào mỗi đầu một phát "ân huệ" chát chúa, theo đúng thủ tục đã được huấn luyện từ trước!

Bỗng bên dưới đám đông, lao xao có tiếng ồn ào kêu cầu cứu liên tiếp của nhiều người:

- Báo cáo có một bà cụ bị ngất xỉu! Báo cáo có người bị ngất! Báo cáo...!

Dù đã chuẩn bị sẵn đầu óc để bình tĩnh chờ đợi một cảnh xử bắn chắc chắn là rất hãi hùng, nhưng khi loạt súng nổ liên tiếp, dưới ánh lửa bập bùng của mấy đống củi lớn, cả sáu cơ thể quằn quại, trong vũng máu... thì bỗng thân xác Thảo run lên lập cập vì xúc động, như một cơn sốt rét mãn tính bất ngờ ập tới, mồ hôi lạnh toát ra từ trán tới chân, nước mắt tuôn trào, hàm răng run lập cập. Một ý nghĩ hối hận bùng lóe trong đầu: «Chính ta đang là một đồng lõa của cái hành động tàn bạo, phản công lý này! Thảo ơi! Có thể nào mày cũng câm lặng trước một chính sách cực kỳ thô bạo đến thế? Im lặng đứng nhìn tội ác thế này thì mày có còn là mày nữa không hở Thảo ơi!»

Thật ra thì những tiếng súng chát chúa hạ sát mấy thân xác đồng bào "tội nhân" ấy đã như bắn vào chính thân xác Thảo, đã vĩnh viễn đập tan tành giấc mộng trở về góp công sức xây dựng một mô hình cách mạng mà nhân loại trông chờ! Từ giờ phút ấy, Thảo ý thức rất rõ rằng, lúc này, ở nơi đây, mình sẽ không có một cơ hội nào để góp một chút gì tốt đẹp cho cách mạng! Có thể nào cản ngăn được thứ bạo lực thô bạo này, khi nó đang trong đà phát động với tất cả hăng say, cuồng nộ, cuồng tín như thế? Vậy thì những ngày còn lại của đời ta sẽ có thể làm gì ở đây? Cứ im lặng chịu đựng để được sống ngày nào hay ngày ấy? Để cái ác cứ tiếp tục phát triển như nó vẫn được khai triển trong suốt chiều dài lịch sử? Thế thì cái triết học của ta còn ý nghĩa gì khi chấp nhận khoanh tay đứng nhìn cái ác hoành hành? "Chính nghĩa vô sản," "hạnh phúc công nông trong một thế giới đại đồng" là như thế này sao? Dù thế nào cũng phải làm một cái gì chứ? Nhưng làm gì bây giờ? Làm gì? Mà từ bao giờ, từ đâu, do đâu, những người lãnh đạo đã thề một lòng vì nước vì dân, mà nay lại chọn lựa con đường hành động nặng tính cuồng tín, dã man, tàn bạo, phản nhân đạo như vậy? Có thể nào coi đấy là hành động, là chính sách vì con người? Một ý thức hệ không bảo vệ được người vô tội thì có còn lý do để tồn tại hay không?

7
Lương tri trỗi dậy!

Bác Thảo thở dài và nghẹn ngào như cố giãi bầy, phân bua với hai chúng tôi:

- Nỗi kinh hoàng với những chất vấn gay gắt cứ quay cuồng, bùng cháy trong đầu tôi! Từ đó một thứ mặc cảm đồng lõa với tội ác, cứ ám ảnh hành hạ tôi, không làm sao quên đi được. Thực tại tàn nhẫn đã đặt trong tôi muôn vàn câu hỏi. Từ đó, tôi bắt đầu thấy phải đặt lại toàn bộ vấn đề từ học thuyết...

- Thế sau đó thì bác làm gì?

- Từ sau kinh nghiệm đau đớn ấy, tôi như bị lương tri thường xuyên trỗi dậy chất vấn, đòi tôi phải tỏ thái độ, phải có lập trường rõ rệt, không thể im lặng a dua đồng lõa một cách mù quáng mãi như vậy. Nhưng tôi biết, mối đe dọa của chính quyền đối với "kẻ có vấn đề." Bởi chung quanh tôi là cả một đạo quân cuồng tín đang chờ lệnh! Một lời nói phản kháng công khai sẽ là một cơ hội để những kẻ ganh ghét buộc tội tôi, tiêu diệt tôi. Nhưng không phải vì thế mà tôi cứ phải giữ im lặng trước những sai lầm dã man ấy. Tôi vẫn tìm cách cố nhắn tới tai lãnh đạo là tôi đau đớn không thể nhất trí với chính sách vô nhân đạo như thế. Vì vậy tôi thường xuyên ở trong tình trạng tính mạng bị đe dọa. Đã bao lần người ta nhắc nhở lời đe dọa công khai rằng cái mạng tôi không có nghĩa lý gì cả!

Nghe bác Thảo kể tới đó, tôi không khỏi nêu thắc mắc:

- Bị đe dọa như thế thì làm sao bác dám chứng tỏ là vẫn giữ vững lập trường tư tưởng độc lập của bác?

- Tôi cũng biết thân phận tôi chứ! Bởi thế tôi phải thường xuyên đề phòng. Lúc căng quá thì cũng phải biết làm ngơ, câm nín trước cái ác để giữ mạng sống trước đã. Tuy nhiều lúc tôi đinh ninh là phen này sẽ khó thoát khỏi cái chết. Bởi những ông cán bộ "i tờ" quanh tôi rất hung hăng, rất cuồng tín, sẵn sàng qui chụp tội lỗi, sẵn sàng chờ lệnh để tiêu diệt tôi, để "loại bỏ con dòi trong tay áo cách mạng"!

- Trong thế nguy nan như vậy, làm sao bác giữ được tính mạng?

- Tôi luôn luôn giải thích với chung quanh rằng những lo âu, bực bội, không phải là vì quyền lợi hay địa vị của tôi. Vì tôi có mưu tìm quyền lợi hay địa vị gì đâu. Tôi lo âu, tôi phẫn nộ là vì "đảng," vì dân, vì nước. Bởi tôi vững tin rằng những lo âu, thắc mắc của tôi là chính đáng, không ai có thể bắt bẻ được.

- Tại sao bác còn có thể tin, có thể hi vọng vào những cán bộ đảng viên cuồng tín bao quanh bác?

- Sự thật là khi nhận thấy những hành động hay chính sách "có vấn đề," vì đã đi quá trớn, quá tàn bạo, thì chính trong đám cán bộ ấy cũng như muốn che giấu những sai trái đã phạm, bằng cách cứ biện bạch một cách miễn cưỡng, ấu trĩ. Tôi biết đó là một thuận lợi cho tôi. Tôi nói thẳng với họ rằng họ không nên diệt tôi. Vì rằng tôi không tiếc hận gì cái mạng sống của tôi, vì tôi đã thề sẵn sàng hi sinh cho lý tưởng của tôi khi cần. Nhưng khi tôi chết đi thì sẽ không còn có ai dám đứng ra phân tích những hành động và chính sách sai lầm ấy một cách khách quan, nhất là về mặt lý luận triết học, nghĩa là về những hậu quả tai hại lâu dài để lại cho cả dân tộc trong lịch sử. Tôi nhấn mạnh rằng vì họ làm chính trị nhất thời nên chỉ thấy cái lợi trước mắt cho một giai đoạn lịch sử, vì tại nước ta đang thường xuyên tận dụng hận thù đấu tố, tận dụng chiến tranh để bành trướng chủ nghĩa. Còn tôi, với cái nhìn triết học, vì con người, nên chỉ thấy cái hại của những bước quá trớn trong chính sách đấu tố như thế là đã đưa cách mạng tới sai trái và tội ác. Lãnh đạo tuyên bố "sẵn sàng hi sinh đến người dân cuối cùng…" để chiến thắng. Còn tôi thì tôi không muốn phung phí hi sinh, dù chỉ một mạng người, nên tôi phải lý giải để cho thời nay và thời sau cố tránh con đường dùng hận thù, dùng chiến tranh để xây dựng, phát huy chủ nghĩa… Bởi thế mà chính những cán bộ cấp cao có nhiệm vụ theo dõi, quản lý tôi, cũng thường tò mò tới dò hỏi ý tôi, khi chính quyền ban bố những quyết định mà họ thấy là quá trớn, quá tả... Khi ấy, tôi chỉ cần hỏi lại họ vài câu, thì họ biết là tôi đã hiểu họ, và họ đã hiểu là tôi nghĩ gì. Sau khi ký kết hiệp định Genève hay Paris, họ hỏi tôi nghĩ sao về việc ký kết ấy. Tôi hỏi lại họ: ký như vậy là có thật sự mong muốn hòa bình hay không? Hay chỉ là để câu thời giờ, để tổ chức chuẩn bị chiến tranh cho ác liệt hơn? Ký như vậy là đã đạt được mục tiêu cuối cùng của cách mạng hay chưa? Liệu Liên Xô hay Trung Quốc có thật sự muốn ta ký kết như vậy để chấm dứt chiến tranh cách mạng hay không, trong khi họ vẫn tuôn vũ khí cho ta? Tôi còn lưu ý họ về một sự kiện rất độc ác, là Liên Xô và Mỹ đã thỏa thuận đặt một đường giây điện thoại đỏ để dễ liên lạc với nhau khi cần, để tránh xẩy ra xung đột trực tiếp với nhau. Chứng tỏ bọn họ muốn sống hòa bình lâu dài với nhau để cùng nhìn chúng ta tiêu diệt nhau. Cả hai nước lớn ấy cứ tiếp tục tuôn giúp vũ khí cho các nước đàn em, chư hầu của họ giết nhau trong giới hạn chiến tranh cục bộ. Tôi cũng thường xuyên nhắc nhở "đảng," nhà nước không nên dối trá trong việc ký kết. Ký kết do dối trá, về lâu về dài dân sẽ hiểu ra rằng dối trá là chính sách cai trị của đảng và nhà nước, thì rồi sẽ sinh loạn trong xã hội. Từ đó sẽ sinh ra tâm thức muốn sống thì phải thường xuyên gian trá. Thế sẽ là loạn, loạn từ nếp suy nghĩ trong đầu, từ thói quen gian trá trong hành động ở mỗi người, rồi sẽ lan ra trong khắp xã hội. Những chính sách, những công trình có cái gốc dối trá như thế sẽ là mầm mống gieo hậu họa. Sự thật là khi "đảng" mở lại chiến tranh, là đã cơ bản chủ động xé hai hiệp định hòa bình đã ký. Tôi đã cảnh báo hậu quả tai hại khi "đảng" muốn tiếp tục chiến tranh trong những hoàn cảnh nước ta không đủ sức, nhưng không được lắng nghe. Tuyên truyền thì đổ mọi tội lỗi cho phe địch. Trong khi "đảng" dùng thủ đoạn gian lận mai phục, khai triển lực lượng ở lại miền nam, để rồi sẽ xé bỏ hiệp định. Thế nên chính sách mà dùng thủ đoạn, dùng dối trá thì rồi sẽ thành nếp ăn sâu vào việc quản lý xã hội. Có một ngành quen dùng dối trá như một phương pháp hành động chính qui, đó là ngành công an. Với những cán bộ chìm, nổi dầy đặc trong xã hội, miệng thì nói công an là bạn dân, là bảo vệ dân, nhưng thực tế là công an ngành đã quản thúc, quản chế dân bằng phương pháp khủng bố tinh thần, đe dọa tính mạng, đe dọa tài sản. Công an đáng lẽ là lực lượng giữ gìn, bảo vệ trật tự, kỷ cương cho xã hội, mà lại luôn luôn tận dụng dối trá, thủ đoạn để áp đảo, thống trị xã hội như thế thì làm sao duy trì được tính lương thiện trong dân, làm sao giữ được trật tự kỷ cương, được luân thường, đạo lý cho xã hội? Các cụ ta đã dạy "thượng bất chánh, hạ tắc loạn," "gieo gió thì gặt bão," ngày nay ngành công an dùng quá nhiều hành động bất chánh, gieo toàn là thủ đoạn dối trá, hận thù… thì rồi chế độ này sẽ gặt được gì? Các dân tộc từng sống trong chế độ xã hội chủ nghĩa đã có đủ kinh nghiệm để trả lời! Thực tế là guồng máy công an đã phá hoại lý tưởng, đã bôi đen, bôi bẩn đảng, đả làm ô danh chế độ, đã ung thối cách mạng nhiều nhất. Dư luận vẫn than sự lộng quyền của ngành công an là đã hằng ngày đào sâu mồ chôn chế độ.

- Bác thù oán công an lắm phải không?

- Ấy! Ở đây không có vấn đề thù oán! Công an với tôi không hề có ân oán gì cả. Nếp sống khổ hạnh, cách làm việc âm thầm, câm nín của tôi không hẳn là đối tượng của công an. Tuy mấy chú công an khu vực luôn bám sát theo dõi tôi. Nhưng họ đã chẳng bắt bẻ gì được tôi. Bởi tôi đã sống như một thằng trí thức hèn đầu hàng rồi cơ mà! Nhưng tôi quan sát chung quanh tôi, thì sự thật là vì cảnh giác cách mạng, tức là căn bệnh nghi kỵ coi ai cũng là kẻ thù tiềm ẩn của cách mạng, nên cánh công an đã làm khổ con người, từ các đảng viên, cho tới giới trí thức, văn nghệ sĩ... khiến dân luôn luôn phải sống dối trá, không dám nói ra sự thật... Chính cái đó đã làm hỏng xã hội, đã gây ung thối chế độ. Những oán than, những lời tố cáo, vu khống, qui chụp tội phản cách mạng, tội chống chế độ đã gây bao oan ức trong chế độ này, phần lớn là do ngành công an, mật vụ gây ra. Phần còn lại là do tham những thối nát trong hành chính và kinh tế. Vì vậy mà dân đã phải giả dối trong mọi sinh hoạt, để được sống yên thân trong chế độ xã hội chủ nghĩa...!

- Vậy thì phải làm sao mà cải thiện được tình trạng ấy?

- Tôi thấy cái cấp bách là cần phải can đảm bãi bỏ hẳn mọi phương pháp tổ chức, mọi chính sách hành động bất chánh trong toàn thể guồng máy cai trị của đảng và nhà nước, cả về mặt tuyên truyền lẫn mặt hành chính. Đứng đầu là phải thay đổi hẳn cách huấn luyện, phải tổ chức lại ngành công an. Dùng công an để kiểm soát và đàn áp tư tưởng, là việc làm vô ích. Công an không thể bịt miệng dân, không thể kiểm soát những suy tư trong đầu người dân. Chính những người cộng sản lãnh đạo đã có kinh nhiệm đó hồi bị thực dân, phong kiến đàn áp, cầm tù. Nhà tù, trại cải tạo luôn luôn là lò đào tạo ý chí phản kháng mạnh nhất.Vậy mà nay chính quyền lại hành động thống trị còn tệ hơn cả thời thực dân, phong kiến! Dân chúng cứ ngày càng bị đẩy về phía căm thù chế độ. Chế độ như vậy thì không thể nào sửa sai, sửa lại mà dùng được. Đấy là nói riêng về chính quyền. Còn về mặt tư tưởng thì phải gột rửa tâm thức giáo điều, phải bỏ hẳn trò chơi dân chủ giả hiệu, phải trả lại quyền dân chủ cho dân, phải tổ chức bầu cử ngay thẳng, phải bãi bỏ sự sùng bái đảng, sùng bái ý thức hệ một cách quá lố lăng. Sùng bái đảng, sùng bái ý thức hệ cũng như sùng bái hai "anh cả đỏ" là Liên Xô và Trung Quốc là một sai lầm vô cùng tai hại. Những sự sùng bái này đã khiến chế độ phạm vào những sai lầm cơ bản, vào những tội ác tày trời! Sùng bái như thế là làm dân tộc mất tinh thần tự chủ. Gian dối đã trở thành thói quen, nên trong dân đã có ngạn ngữ: "làm thì láo, báo cáo thì hay!" Làm y tế mà gian dối là giết người. Làm khoa học mà gian dối là phá hoại khoa học. Làm giáo dục mà gian dối là làm hỏng con người. Làm chính trị mà gian dối thì là làm hỏng toàn thể chế độ và xã hội! Vì vậy tôi chống thủ đoạn gian dối về mọi mặt chứ không chỉ về mặt tuyên truyền hay công an... Tôi chống đây là chống cái gian, cái ác tức là chống một cách xây dựng. Không lắng nghe tôi là chế độ sẽ ngày càng bị lún sâu vào hư đốn, cho đến khi bị đào thải... Tôi biết những nhận xét ngay thẳng đó là những liều thuốc đắng, nhưng không chịu lắng nghe thì rồi chính lãnh đạo và nhân dân sẽ phải trả giá, có khi là rất đắt. Lãnh đạo cũng hiểu như vậy nên thường khi cũng có những lo âu thắc mắc như tôi. Tôi luôn luôn cố vận dụng sự trong sáng của lương tri trong những ý kiến đối kháng, phản biện... Có lẽ chẳng mấy ai có khả năng làm việc đó bằng tôi, thay tôi. Cũng chẳng ai có thể bắt bẻ được những việc tôi đã làm. Chính vì vậy mà họ không ưa tôi, họ tìm cách bịt miệng tôi, nhưng cho tới nay, họ không dám diệt tôi, nhưng họ có quyền đầy ải, ngấm ngầm trù dập tôi. Tôi chịu đựng được nhờ chung quanh luôn luôn có người đồng ý với việc tôi làm, nên họ khuyến khích giúp đỡ tôi trong những lúc nguy kịch nhất. Lúc cùng cực, bị túng đói, vẫn thường có người lén đưa việc dịch thuật của họ cho tôi làm… Đôi khi họ còn lén dúi vào tay tôi gói gạo hay nắm… tiền! Vì họ hiểu rõ tình hình và hiểu tôi. Vì họ đặt hi vọng ở nơi tôi.

- Bác nói như thế là bác lên án tất cái chế độ độc tài, chỉ tồn tại nhờ công an thôi.

- Cái sự lên án đó là đúng. Vì độc tài chỉ tồn tại được trong một thời gian là nhờ ngành công an mật vụ. Nạn công an mật vụ lộng hành luôn luôn là sự gieo mầm cho sự sụp đổ của các chế độ độc tài đảng trị. Có lẽ cho tới nay chỉ có chế độ độc tài sáng suốt của Lý Quang Diệu ở nước Xinhgapo nhỏ xíu là trường hợp ngoại lệ. Đấy là nước nhỏ nhưng lại là một mô hình toàn trị chính trị trong sáng! Đảng "Nhân Dân Hành Động" của họ Lý chấp nhận đối lập hợp pháp, nhưng vẫn nắm vị trí độc tôn, vì đã thật sự biết đặt quyền lợi của dân trên quyền lợi của đảng. Ở đấy thật sự hầu như không có tham nhũng. Cách sống liêm khiết của lãnh đạo, của nhà nước và của người dân ở đấy được cả thế giới khâm phục. So sánh với sự liêm khiết của họ, thì nước ta còn trong thế thua kém một trời, một vực…"

Khi Canh và tôi mời được bác Thảo đi ăn với chúng tôi một cách đều đặn, vào mỗi trưa thứ bảy hoặc mỗi chiều chủ nhật, trong mấy tuần lễ có các buổi diễn thuyết, bác đã tỏ ra chân thật khi tâm sự, khiến chúng tôi say sưa vì những liên tưởng thật sống động của cái thời, ở cái nơi mà chúng tôi chưa hề biết, chưa hề nghe nói tới. Bởi cho tới nay, chưa có một nhân chứng, một nhà văn, nhà báo nào đã dám thành thật nêu ra thật chi tiết, thật tả thực, thật sáng tỏ những mâu thuẫn của thực tại cách mạng và hệ quả của nó trong cái thời kinh khủng vì không còn có thể nhận ra đâu là thật, đâu là giả, đâu là chính nghĩa, đâu là phản chính nghĩa ấy. Rồi bác Thảo hỏi chúng tôi:

- Hai năm đầu, sau hiệp định Genève, thì các anh đang ở đâu?

Canh đáp:

- Lúc đó tôi mới mười mấy tuổi! Và đang ở với ba má tôi ở Qui nhơn!

- Còn tôi thì đang ở Sài Gòn, chưa biết chú ý về tình hình chính trị.

- Thế thì các anh không thể nào hiểu được cuộc sống tại Hà Nội trong hai năm đầu kể từ khi đoàn quân cách mạng về tiếp thu thủ đô nó đã diễn ra gay go, rối bời như thế nào. Nói chung thì đã có nhiều điều vô cùng bi thảm mà không sống trong cuộc thì không thể giải thích nổi. Có thể nói mọi người, kể cả chính tôi, trong hai năm mới có hòa bình ấy, tất cả đều chao đảo đến mất tin tưởng, mất thăng bằng. Bởi tiếng là Hà Nội đã được giải phóng, nhưng thực tế là nó đã bị cả một guồng máy công an quỷ quái bao vây, kìm kẹp, áp chế, quản thúc. Hiện tại do vậy đã diễn ra vô cùng tăm tối. Mà tương lai thì cũng thật là mù mịt. Không thấy một viễn ảnh nào tốt đẹp cả. Toàn là hứa hẹn những điều quá xa với thực tại, nên cứ chờ mãi mà không bao giờ thấy tới... Những khó khăn, những dối trá vặt cứ tưởng chỉ là tạm bợ, nhưng rồi chúng đã trở thành lâu dài, vĩnh viễn!

- Tại sao lại bi thảm đến thế?

- Tại vì sau những bước chuẩn bị mở rộng chiến tranh nhân dân, vừa để tiến tới thống nhất đất nước, vừa để bành trướng chủ nghĩa, với quyết tâm một mất, một còn, sẵn sàng hi sinh tới giọt máu cuối cùng của người dân cuối cùng! Dù là đã có hòa bình trong tay, sau bao năm sống gian khổ, kiệt quệ vì chiến tranh và cách mạng.

151

Lúc ấy, tuy đã được nuôi dưỡng trong lý tưởng cách mạng cao cả với khẩu hiệu «mình vì mọi người», nhưng từ khi có được hòa bình, thì từ những con người kháng chiến và cách mạng ấy, bỗng bung ra bản chất chân thật thâm sâu của nó, qua những hành động cá nhân vị kỷ, cứ nghĩ đây là lúc đòi món nợ «mọi người phải vì mình»! Thực tại ấy đã diễn ra thật đau đớn, tồi tệ. Trong một xã hội túng thiếu, thì toàn là những hành động nặng tính bon chen, giành giật, cướp đoạt. Từ đó gây ra sự phân biệt đối xử, gây chia rẽ, thanh toán nhau, trong một cuộc thi thố thủ đoạn bức hại lẫn nhau để bòn mót, vơ vét tài sản của nhau và của xã hội... Đấy là thời lạm dụng quyền lực chính trị, như để bù lại thời gian đã chịu hi sinh, đói khổ. Đấy là thời của tâm lý trả thù lúc phải sống gian nan, vất vả đã qua. Thật sự là lúc đó, các cán bộ cách mạng, nghĩa là các đảng viên, từ cấp cao nhất cho tới cấp thấp nhất, đã tận dụng quá trớn bạo lực cách mạng, phát xuất từ ý thức triệt để đấu tranh giai cấp. Chính quyền vì không hề tin dân, nên đã có chính sách tổ chức đại qui mô các guồng máy canh chừng, thống trị nhân dân. Đặc biệt là màng lưới công an, dưới nhiều hình thức công khai và mật vụ. Và ngành công an này đã thường xuyên hành động quá trớn đối với dân, để làm tiền, do chính quyền không kiểm soát nổi. Dân thì không có quyền tự bảo vệ, không có quyền khiếu kiện những hành động quá trớn ấy. Thật sự là giữa dân và chính quyền cách mạng chỉ có sự cảnh giác, canh chừng nhau, dối trá, lo sợ lẫn nhau, chứ không có niềm tin cậy lẫn nhau. Trong "đảng" và ngoài dân, không một ai dám nói thật điều mình suy nghĩ trong đầu.

Trong lúc mới có hòa bình ấy, người người, nhà nhà, đều bung ra xoay sở, chui luồn để cố thích nghi, vượt qua cảnh túng thiếu, vì thèm khát đủ thứ. Từ hình thể can trường, gầy còm của một chiến sĩ cách mạng ngoài khu, nay trở về thành thị thì tha hồ được ăn ngủ thỏa thuê, nên con người đã sớm biến thái thành một thân thể phì nộn, đặc biệt là lãnh đạo, ai cũng mặt mày dày lên vì mỡ màng... phản ánh rõ cái đà ham ăn, ham chơi, dâm ô vô độ. Con người bỗng trở thành con vật háo danh, háo quyền, ham ăn, ham sống. Xã hội bỗng lâm vào cảnh bùng nổ sinh lý, sinh sản. Dân số cứ tăng vòn vọt, mặc cho tệ nạn phá thai tràn lan, không gì cản lại được!

Cho tới nay, chưa thấy có cây viết nào dám thành thật nói hết, tả hết những nỗi đau đớn, thối tha, thấm đậm mồ hôi, nước mắt và xương máu của cả một dân tộc, trong cái thời nhiễu nhương, điên đảo, xáo trộn đạo lý trật tự kỷ cương ấy! Không ai có thể tưởng tượng ra đầy đủ sự thao túng của những thủ đoạn nham hiểm, độc ác, hừng hực bạo lực hận thù, mà cứ trơ trên giả dối lên mặt lương tri, đạo đức, lý tưởng, nhân danh những giá trị cao cả của hai nền văn minh, văn hóa Đông Tây, mà lại toàn là ngấm ngầm bon chen, len lỏi trong những ngõ ngách tăm tối thấp hèn của một xã hội luôn luôn giao động vì gian trá, vì luôn luôn bị khủng bố tinh thần vì những thứ luật pháp mơ hồ, trong một xã hội thường xuyên thiếu thốn về vật chất, với một nếp sinh hoạt tranh tìm miếng ăn như muông thú, với một thứ luật lệ rừng rú! Mọi sinh hoạt trong xã hội mới này đều bị chi phối bởi sự đe dọa, đàn áp của ý thức "đấu tranh giai cấp," đồng thời cũng bởi thứ mệnh lệnh khủng bố tinh thần đòi dân "phải nói và làm theo cách mạng"! Vì thế chính quyền và dân chúng cùng đối xử với nhau với tinh thần giả dối cao độ, trong một Đại Bi Kịch lịch sử mang tên "Nhất trí" và "Đồng chí"! Từ trong đảng tới ngoài dân, ai ai cũng trở thành kẻ biết làm xiệc chui luồn, đi giây với luật pháp, với đạo đức và công lý.

Đấy là cái thời mà đạo lý và chân lý đã bị thách thức tới tận cùng sức chịu đựng của lương tri. Đấy chính là lúc cái tâm, cái tài, cái mệnh của con người đã kiên trì đối đầu với quyền lực độc đoán, trong một cuộc xung đột trường kỳ, phức tạp, tuy âm thầm, nhưng không khoan nhượng.

Điển hình của Đại Bi Kịch đã diễn ra từ hồi ấy...

8
Vẫn chưa được giải phóng!

Hồi ấy, nghĩa là bắt đầu từ sau chiến thắng Điện Biên, lúc chính quyền cách mạng ồ ạt về tiếp thu Hà Nội, thì công cuộc tiếp quản cái thành phố đẹp đẽ này đã diễn ra vô cùng kiêu căng mà cũng vô cùng lúng túng, mò mẫm. Ngoài mặt thì nói cách mạng là nghiêm minh, là tiên tiến, nhưng trong thực tế thì chỉ toàn là kiêu ngạo, gian trá, hỗn độn, chia rẽ, bè phái. Lúc đó chính quyền mang danh nhân dân, khoe khoang mục đích giải phóng. Nhưng thực tại đã chứng tỏ một điều trái ngược không thể chối cãi: mọi hành động, mọi chính sách đều có tính tùy tiện, rị mọ, nhắm mắt sao chép từ phiên bản lờ mờ, rối bời của cuộc cách mạng do Mao tùy hứng chỉ đạo. Chẳng hề có chuẩn bị qui củ, chẳng có gì là tổ chức khoa học, là hành động minh bạch. Chỉ mạnh về tuyên truyền giả dối, về hù dọa. Một chính quyền như thế đã không tạo ra được một chính sách an dân, không gây ra một sức bật cho sản xuất. Những tấm gương tiên tiến trong sản xuất chỉ là do tuyên truyền giả tạo bày ra. Xã hội "tiên tiến" ấy cứ sống triền miên trong thiếu thốn, hạn chế, gian lận. Chế độ tem, phiếu của mậu dịch được khai triển như công tác làm phúc, bố thí. Đen tối, nhem nhuốc như thế mà tối ngày cứ tự khen "mậu dịch là bà nội trợ đảm đang của xã hội," là công lao của "bác," của "đảng"!

Rõ ràng những gì đang diễn ra trước mắt, tại cái thủ đô ngày càng tàn tạ này của xã hội chủ nghĩa, tất cả đều cho thấy rõ là nhà nước không có khả năng xây dựng được cuộc sống sạch sẽ, an toàn, trật tự, cho dân an tâm làm ăn, thế nên không có no đủ, không có hòa bình. Vì luật lệ tập thể nay bao trùm để kiểm soát, trói buộc cá nhân, nên cuộc sống riêng tư bị nghẹt thở, lao động sản xuất đều bị trói tay bởi những qui định "tập thể"! Biết là dân chúng bất mãn, guồng máy công an lúc nào cứ phải gồng mình theo dõi, hù dọa, đàn áp gắt gao. **Thật sự là sau chiến thắng, cả con người và xã hội ở đây đã không hề được giải phóng!**

Các cán bộ chính quyền, lúc mới về thành, miệng thì nói rất hay. Nào là chính sách cách mạng là "giải phóng" con người, là "giải phóng" xã hội… Nhưng tay cán bộ cách mạng thì cứ bòn mót, vơ vét, tịch thu… mọi thứ, áp chế con người về mọi mặt. Những chính sách tiếp thu chính quyền, cải tạo xã hội, thực hiện cách mạng xã hội chủ nghĩa như vậy đã để lộ ra tất cả nhược điểm của cách mạng trong công cuộc xây dựng cuộc sống trong hòa bình. Thật sự là chế độ đã không tạo ra được bầu không khí lạc quan tin tưởng ngay từ đầu kỷ nguyên hòa bình. Những yếu kém về mặt nghiệp vụ, thiếu vắng tính lương thiện của chính sách, của cán bộ, những thiếu thốn và gian lận thường xuyên xảy ra trong phân phối hàng hóa, đã làm tiêu hao hào quang chiến thắng của cách mạng. Rõ ràng đó là cả một bằng chứng thua kém về mặt sản xuất, một thất bại ê chề trong nếp lưu thông và phân phối so với các chế độ cũ. Trước những thất bại ấy, rồi cho đến mãi sau này, guồng máy tuyên truyền chỉ còn cách cứ nhắc đi, nhắc lại cho đến xói mòn hình ảnh công lao, hi sinh, gian khổ, thắng lợi vinh quang… Rồi cứ phải hù dọa khủng bố tinh thần, sẵn sàng chụp lên đầu những kẻ bất mãn đủ thứ tội mơ hồ. Những tội danh mơ hồ như âm mưu "phá hoại," "phản cách mạng," là vũ khí để duy trì uy quyền của guồng máy hành chính, cai quản.

Thời chiến, cả nước chỉ mong đợi, chỉ ước mơ ngày hòa bình trở lại. Nay hiệp định đã ký, miền bắc đã có hòa bình, nhưng ai cũng trăn trở: bao hi sinh, chiến đấu gian nan, kiên cường để nay tiến tới một cuộc sống tăm tối, hỗn độn, thiếu thốn như thế này sao? Nhà nước nêu ra lý do là còn phải lo chi viện, giúp đỡ một phần nhân dân "ta" đang bị kìm kẹp và vô cùng đói khổ ở miền Nam.

Lúc ấy, chính quyền cách mạng o ép, hù dọa dân chúng phải chấp nhận được sinh hoạt trong kỷ luật, với tinh thần tự túc, tự cường, trước những đổi thay nhọc nhằn, mà chẳng một ai cảm thấy an tâm để làm ăn sinh sống. Vì sự kiểm soát cứ lan rộng, cứ len lỏi sâu vào mọi ngõ ngách của mọi sinh hoạt, kể cả về mặt tình cảm, riêng tư thầm kín nhất của con người. Tai mắt khắt khe của guồng máy cai quản của cách mạng đã bao chùm lên xã hội một cách rất thiển cận, kém cỏi. Sau tháng mười, 1954, là thời hạn chót dân hai miền tự do đi lại vào nam hay ra bắc, theo hiệp định Genève. Nhưng chỉ thấy dân miền Bắc tiếp tục tìm đường lén lút, liều chết di cư vào Nam. Dân gọi vĩ tuyến 17 chia đôi đất nước là bức màn tre. Nghĩa là nó cùng một loại chia cách, chia cắt như bức màn sắt mà Liên Xô đã thiết lập bao quanh khu vực Đông Âu của khối xã hội chủ nghĩa. Đối với Thảo, đây là một khía cạnh thất bại về cả mặt tư tưởng và hành động của thứ cách mạng sôi thì này. Giải phóng con người, sao lại làm nó phải bỏ chạy, sao để đến nỗi phải dùng bạo lực để vây kín nó, giam hãm nó?

Đúng như lo lắng của Thảo, khi nghe trưởng ban hành chính khu phố tới giải thích quyết định cả gia đình bố mẹ Thảo sẽ phải dọn vào ở lâu dài trong một cái phòng duy nhất, trong chính căn nhà cũ của mình, ông bố đã nổi cơn điên lên gào thét, để cãi nhau với con. Đây là lần đầu tiên từ khi gặp lại con, «ông cụ» gọi Thảo bằng «mày» và xưng «tao»:

- Chẳng thà đuổi tao ra sống ở vỉa hè còn hơn là bắt tao phải sống trong hoàn cảnh khốn nạn này.

- Bố cũng nên hiểu hoàn cảnh của nhiều gia đình làm việc ở ngoài khu, của các cơ quan cách mạng, nay họ phải về làm việc ở Hà Nội này thì gia đình vợ con họ sống ở đâu bây giờ?

- Sống ở đâu thì kệ họ, nhưng không thể chịu cảnh bỗng nhiên họ vào xâm chiếm nhà của tao.

- Họ không chiếm, mà do luật lệ cấp phát nơi ở cho họ, thì họ dọn vào ở. Bố phải tuân theo luật lệ mới của cách mạng, không chống lại được đâu!

- Không chống lại được thì tao ra vỉa hè tao ở! Luật lệ của cách mạng là có quyền trắng trợn cướp của cải của người ta hay sao?

- Không hẳn là như vậy, nhưng cũng gần là như thế. Cách mạng có quyền lấy của người có để chia cho người không có! Bố mà phản đối thì tức là bố phạm tội phản cách mạng. Mà tội ấy có thể bị xử tử hình!

- Tao nuôi mày cho khôn lớn, cho có học hành để mày về làm cách mạng để mưu tính xử tử tao như thế này sao?

- Luật lệ đó không phải sẽ vĩnh viễn, mà nó sẽ thay đổi khi xã hội đã làm ra đầy đủ của cải cho mọi người. Nay vì chưa có đủ nên mới phải tạm thời làm ra những luật lệ trưng thu, tịch thu như thế. Chỉ vài năm nữa thì sẽ là mỗi nhà cho mỗi gia đình, không phải sống chung chạ nữa... khi ta tiến tới thế giới đại đồng!

- Mày nói như thế là mày bênh vực cách mạng phải không? Mày bắt tao phải cúi đầu chịu cảnh bị cướp nhà phải không?

- Không ai bắt bố cúi đầu tuân theo luật lệ cách mạng. Nhưng phải thông cảm với hoàn cảnh của đất nước. Nhất là bây giờ họ là kẻ chiến thắng, họ có quyền áp đặt luật lệ của họ. Chính vì vậy mà lúc vào thành, con mong muốn chẳng thà bố mẹ cứ tạm thời di tản vào Nam theo phe quốc gia, để đợi ngoài này ổn định xã hội cho xong, thì rồi ba và con sẽ có cơ hội đoàn tụ sau... Như vậy mới tránh được những cảnh khổ tâm như thế này.

- Mày nói thế là mày là người cộng sản thật à?

- Vâng chính vì con là người có lý tưởng cộng sản nên con mới về với cách mạng! Nhưng có nhiều thứ cộng sản: thứ cộng sản của con là muốn thực hiện một cuộc cách mạng công bằng bằng luật pháp, bằng lý tưởng, không gây thù gây oán, một cuộc cách mạng nhân đạo, sạch sẽ, mà toàn thể nhân loại mơ ước! Các bạn trí thức tiến bộ của con ở Pháp đã thúc dục con phải trở về tìm cách góp ý, góp sức, để thực hiện ở Việt Nam ta một thứ cộng sản tiến bộ khác, tốt hơn, sạch hơn so với những gì đã thấy trong cách mạng ở Nga, ở Tàu. Cũng như con, họ muốn thấy xây dựng ở nước ta một mẫu mực cộng sản không tận dụng bạo lực và hận thù, mà bằng một sự kết hợp luật lệ nhân đạo tiến bộ, với một nền giáo dục theo đúng lý tưởng công bằng xã hội... chứ không phải lấy cái bất công mới thay thế cho cái bất công cũ, cái tàn bạo mới thay cho tàn bạo cũ...

- Mày bênh vực cho thứ cách mạng của mày, nhưng cái thứ cách mạng đang diễn ra ở đây thì sao? Nó không phải là thứ cách mạng của mày mà mày về hợp tác với nó à?

- Con về hợp tác với thứ cách mạng này là với hoài bão sẽ có ngày thay đổi, cải thiện được nó, sẽ có ngày tìm ra cách uốn nắn lại được nó, để nó trở thành thứ cách mạng của con, tức là thứ cách mạng mà mọi người mong đợi!

- Mày giỏi thế cơ à? Một mình mày mà sẽ có ngày thay đổi được cả một bộ máy, cả một hệ thống quốc tế cộng sản, cả một ý thức hệ cộng sản cơ à?

- Cái gì cũng có thể thay đổi, và nó sẽ phải thay đổi, vì nó chưa hoàn chỉnh. Khi mà, với thời gian, nó đã tỏ ra có sai trái, bất lực, không tiến bộ, không thật sự giải phóng con người, và bị mọi người oán ghét, thì lúc đó không cần phải có một đoàn quân hùng mạnh để thay đổi nó. Chỉ cần một người lãnh đạo, một tư tưởng trong sáng, dũng cảm nói lên chân lý, y như mặt trời mọc lên... để mang ánh sáng tới dẹp tan bóng tối, để ánh sáng soi lối cho thấy con đường tốt đẹp mà đi... để tránh cái sai, cái ác, để sự sống sinh sôi, nảy nở, trong hòa bình, ấm no, tự do, hạnh phúc!

- Nghe mày nói tao thấy mày khùng, mày điên rồi! Rõ ràng là mày học nhiều quá nên trở đã thành kẻ không tưởng, kẻ sống trong mộng ảo! Mày tưởng một mình mày về đây là sẽ cải đổi, cải thiện được cái thứ cách mạng tàn nhẫn này, cái thứ cộng sản thô lỗ, trói buộc con người như thế này à? Tao nói thật cho mày biết sự thất vọng của tao khi tao nghe tin mày đã về với cách mạng, với cộng sản! Về như vậy là mày tự giết mày rồi! Mà cũng là giết cả mẹ mày và tao nữa! Thảo ơi! Phải chi mà mày học được cái nghề gì như thợ nề, thợ máy, thợ mộc gì ... thì đỡ khổ cho tao biết mấy! Phải chi mày cứ ở bên Pháp làm việc, mỗi tháng gửi về cho tao vài chục đồng Francs thì cũng đủ cho tao vui sống cảnh già! Mày nói mấy cái thằng bạn tiến bộ của mày ở bên ấy hối thúc mày về trong khi đất nước này đang khổ sở vì chiến tranh, vì cộng sản, thì mấy cái thằng ấy cũng chỉ là một lũ điên thôi! Chúng nó đã xúi mày đi vào chỗ chết. Có là điên mới nghe theo chúng nó! Mày về đây là mày giết mày, mày giết cả tao đấy Thảo ơi là Thảo ơi!

- Thôi bố đừng than van, khóc lóc nữa! Cả cái Hà Nội này sống được thì tại sao gia đình ta không sống được? Bố khóc làm gì! Không ai thương mình đâu mà khóc, mà than!

- Tao không cần ai thương tao cả! Tao khóc vì chính mày cũng không thương mày nữa thì thương gì tới mẹ mày và tao! Tao hi vọng trông cậy vào mày lúc về già, mà mày lại dại dột về đây như thế này! (Ông bố lấy tay áo chậm nước mắt.) Sống như thế này thì khác gì chết? Chết còn tránh được bị chứng kiến cảnh sống kìm kẹp, ức hiếp như thế này!

Thảo không chịu nổi tiếng rên rỉ, than van của ông bố nên vùng vằng đi ra. Bước thoát nhanh ra bên ngoài cho khuây khỏa! Nhưng ở ngoài, nhìn đâu cũng thấy những cảnh đau lòng của một thủ đô đang bị lột xác một cách miễn cưỡng và nhọc nhằn... Phố xá nhà nào cũng đóng cửa vì sợ đủ thứ. Ở một góc ngã tư rẽ xuống Hồ Gươm, có vài người đang bu quanh một bà ngồi bán vài bó rau muống. Thảo nảy ra ý kiến mua một mớ rau về xào để ăn với cơm có lẽ cũng làm cho ông bố vui. Tới gần, quan sát, thì bà bán hàng mời:

- Chỉ còn đúng một mớ rau muống thôi ông cầm lấy đi, muốn trả bao nhiêu thì trả. Tôi đi về đây.

Thảo cầm bó rau muống hơi dập nát lên tay trái, tay phải móc túi quần ra một nắm giấy «tiền cụ Hồ», chìa ra trước mặt bà bán hàng và nói:

- Thì đây bà muốn lấy bao nhiêu thì lấy, trong túi tôi chỉ còn bấy nhiêu thôi!

Bà bán hàng chọn lấy vài tờ giấy bạc còn khá mới rồi nói:

- Ai mà cũng mua như ông thì đời tôi đỡ vất vả! Mấy bà ấy mặc cả, thêm, bớt từng cọng rau! Rồi còn chê rau già, rau héo nữa! Thời buổi này có còn ai muốn buôn bán nữa đâu!

- Tại sao vậy? Bây giờ hòa bình rồi thì tha hồ mà buôn bán chứ?

- Tha hồ gì đâu! Ông không vào chợ mà xem các sạp bị bỏ trống trơ ra đấy. Mấy ông cách mạng về ra lệnh kiểm kê, bắt các người buôn bán phải gia nhập hợp tác xã, để buôn bán tập thể. Từ nay không ai được buôn bán cá thể nữa. Việc buôn bán bây giờ là do các ông, các bà «mậu dịch» độc quyền. Tôi vì nghèo quá nên ra ao sau nhà hái ít rau muống mang ra bán liều chứ không vào hợp tác hay mậu dịch gì cả. Để lấy tiền về đong gạo nuôi con. Gạo thì bây giờ phải mua chợ đen, giá không phải là gấp đôi mà là gấp bốn, gấp năm, mà cũng không kiếm ra người bán. Vì đã có lệnh bán gạo là độc quyền của "mậu dịch" nhà nước... Bây giờ cái gì cũng khan hiếm, cũng khó khăn lắm mới kiếm ra! Khó sống lắm ông ơi!

Thảo mang bó rau muống về. Vào nhà thấy cửa căn phòng vẫn đóng kín mít. Ông bố cũng nằm chùm chăn ngủ trên chiếc giường bên trái, còn bà mẹ thì nằm rên trên chiếc giường bên phải. Ở góc trong cùng thì có kê cái chõng tre trên đó có để hành trang của Thảo. Bầu không khí trong «nhà» thật nặng nề.

Lặng lẽ lục lọi, Thảo tìm ra chiếc nồi đồng nhỏ, rồi lấy gạo, đi ra sân, vào nhà bếp có sẵn vài thanh củi, nhóm lửa nấu cơm, rồi xào rau. Bữa cơm dọn ra trên cái chõng tre, trong «nhà», trông thật thiểu não, thật là không bình thường, bởi Hà Nội đang sống trong không khí ngột ngạt không bình thường. Cái không bình thường của một thay đổi theo hướng mò mẫm, khắc khổ, quá đột ngột và trắng trợn. Thảo đứng nhìn bữa cơm chỉ có một đĩa rau muống duy nhất, bên cạnh nồi cơm nhỏ trơ trọi y như bơ vơ, như thiếu vắng, nhớ tiếc một cái gì vừa mất! Y như Hà Nội đang nhớ tiếc một thời chưa xa, nhưng nay không còn nữa! Thảo lớn tiếng:

- Mời bố mẹ dậy xơi cơm!

Lời mời lễ phép, thật lạc lõng trong căn phòng chật trội. Ông bố vẫn nằm im không trả lời... Nằm im lặng thêm một lúc, không biết nghĩ sao, ông bố ngồi dậy, từ từ đi sang ngồi một góc chiếc trõng tre rồi nói:

- Mẹ ăn cháo chứ chưa ăn được cơm. Lát nữa bố sẽ nấu cháo cho mẹ.

Thảo cũng lặng lẽ ngồi xuống, mở nồi, múc cơm ra hai cái bát sứ men trắng tinh. Hai bố con lặng lẽ ăn cơm. Ông bố đứng dậy, lục lọi dưới gậm giường, lấy ra một cái đĩa nhỏ, rót ra một chút nước mắm từ một chiếc bình bằng sứ men trắng tinh. Thảo phân trần:

- Con quên là rau muống xào phải chấm với nước mắm.

- Thế ở chiến khu thì chấm với cái gì?

- Chấm với chút nước muối dầm với ớt cay xè!

- Nhờ vậy mà chiến thắng đấy! Nhờ chiến thắng ấy mà có cảnh này đây.

- Thôi bố đừng mỉa mai nữa! Mọi sự rồi cũng sẽ qua đi... Và với thời gian thì mọi sự sẽ được cải thiện.

- Thời gian qua đi, và mọi sự rồi sẽ mất hẳn, chứ cải thiện sao được những gì đang tốt đẹp, nay đã bị đạp đổ tan tành.

Ông bố ngồi ăn cơm một cách khó khăn, như nuốt không trôi. Vừa ăn, vừa nhìn chung quanh. Thảo nhìn bố và hiểu trong đầu ông bố đang tiếc nhớ những thứ đang chìm mất vào dĩ vãng.

Mấy hôm sau, nghe tiếng lích kích, ồn ào ở phía nhà trên. «Người ta» đang dọn tới ở. Mãi sau mới biết là có hai gia đình đã dọn tới. Họ tránh không «quan hệ» với cái gia đình chủ cũ của nhà này. Không gian gia đình đã bị co lại, bữa ăn phải ăn trong căn phòng ngủ. Đến nhà bếp, nhà xí nay cũng là của tập thể! Sự chung đụng căng thẳng không thể tránh được khi cùng chia nhau sử dụng cái sân, cái bể chứa nước mưa, cái nhà bếp! Rồi bắt đầu kẻ này trách người kia là không chịu "kỷ luật" quét dọn sau khi làm bếp xong! Không biết "kỷ luật" vệ sinh! Sống chung như thế không tài nào phân chia nhau thời gian sử dụng tiện nghi nhà vệ sinh. Sáng tinh sương, mọi người ùa ra sân, ra đường để rửa mặt đánh răng... Gia đình được chia cho căn ở mặt đường thì mở cửa ra vỉa hè, đàng trước nhà mà làm mọi sinh hoạt buổi sáng.

Dần dần hầu như khắp nơi, vỉa hè đàng trước các căn nhà, nay trở thành nơi sinh hoạt nội trợ, vì trong nhà chứa quá nhiều gia đình mới «vào»… Chỗ này đặt cái thau nước, chỗ kia đặt cái bô cho trẻ con ngồi ị, chỗ khác thì kê cái bếp than, bếp củi, nấu nướng khói um… các gốc cây nay đều khai um mùi nước tiểu... Vỉa hè nay là nơi sinh hoạt tương đối thoáng khí nhất của mọi gia đình!

Hoàn cảnh chung đụng, chật chội, đã gây ra đủ thứ cãi cọ. Nhiều lúc người Hà Nội cũ và người Hà Nội mới xỏ xiên, mỉa mai nhau, bên này gọi bên kia là «bọn quen sống trong rừng rú», và bên kia gọi lại bên này là «bọn đầy tớ phong kiến thực dân còn nhớ tiếc chủ cũ!»… Có lúc công an được mời tới vì những lời tố cáo, vu khống lẫn nhau: «nó chửi kháng chiến!», «nó gọi tôi là Việt gian!», «nó tích trữ nhiều hàng hóa dưới gậm giường!», «nó buôn lậu thuốc Tây!», «nó là Quốc Dân đảng!», nó "phản động"… nó thế này, nó thế nọ…!

Chính cụ Tiến, bố Thảo cũng bị một cán bộ trung úy công an mới dọn tới, tố cáo và đe dọa: «Mày là cái thằng cả ngày hết chửi cách mạng, rồi là lên án kháng chiến… mày mà còn tiếp tục là tao sẽ đưa mày ra tòa án nhân dân!»

Bị đe dọa một cách tàn nhẫn, nên «ông cụ» phải im lặng, phải thay đổi cách sống, phải câm nín. Rồi tinh thần và sức khỏe ngày càng sa sút. Chẳng những vì thiếu thốn, chung đụng, mà vì chính vỉ nỗi buồn bực tích tụ, vì chứng kiến sự thay đổi tồi tệ của cuộc đời mình và cả của cái thành phố thân yêu của mình. Nó ngày càng xuống cấp, ngày càng xấu xí. Từ sáng sớm, để thoát ra khỏi những va chạm ti tiện, cụ Tiến chỉ còn một phương cách là đi ra ngoài tản bộ để ngắm cảnh phố phường… để thấy

164

những đổi thay đang làm tàn tạ, từ đường phố tới con người, một cách thê thảm và... quá nhanh!

Thảo cố sức giảng giải cho ông bố hiểu là mọi thứ xấu xa, tính tình chòm xóm tồi tệ, sự chen lấn khi đi đường, tệ nạn lén ném rác ra đường làm mất vệ sinh... Tất cả là do thiếu thốn, do chung đụng, chật chội... «Thủ phạm của tất cả những tệ nạn đó là do cái nghèo và cái thiếu trình độ tổ chức mà ra cả!»

Dần dần, dân Hà Nội cũ phải quen với cảnh chia chác, tranh giành với dân Hà Nội mới, từ cách sử dụng vỉa hè, lấn choán cả lòng đường cứ y như ở trong nhà mình. Vì nhà nhà lấn ra vỉa hè lấy chỗ sinh hoạt, tạm thời đặt cái lu nước, tạm thời để cái bếp than, bếp củi ra vỉa hè ngoài trời cho nó thoáng. Cái gì cũng tưởng chỉ tạm thời, nhưng rồi nó đã thành nếp sống vĩnh viễn của thời mới, thời xã hội chủ nghĩa! Những cái lúc đầu khó coi, khó chấp nhận, nay được giải thích để bào chữa rằng rồi đây sẽ tiến lên thế giới đại đồng của xã hội chủ nghĩa theo tư tưởng tiến bộ Mác-Lê, thì những cái đó sẽ được dẹp đi. Nhưng cái thế giới đại đồng ấy chờ cả mấy chục năm sau vẫn chưa thấy tới! Mà cái «tạm bợ» khó coi kia đã dần dần được chấp nhận, để trở thành cái vĩnh viễn.

Rồi ai cũng cứ nghĩ như thế, những sinh hoạt mua bán, dịch vụ, dù công khai hay là chui luồn, thì cũng cứ bầy cái bàn nhỏ với dăm ba cái ghế con ra vỉa hè thành một quán ăn, quán nước. Thậm chí lu nước, tủ kính nhỏ cũng nhảy xuống chiếm lòng mặt đường. Chỗ đắc địa được mọi người ưa chuộng nhất là ở trên mặt nắp cống công cộng ở mỗi đầu vỉa hè, vì nó bằng xi–măng nhẵn và kiên cố! Vì chỗ ấy bằng phẳng! Vì chỗ ấy dễ thoát nước, rất tiện cho việc mổ gà, mổ vịt, kể cả mổ lợn!

Từ đấy, Hà Nội lột xác toàn diện. Hà Nội trở thành thủ đô của cách mạng xã hội chủ nghĩa, tràn ngập cờ đỏ và cả rừng khẩu hiệu ca ngợi chiến thắng vinh quang, vì

165

lý tưởng, vì hi sinh của những chiến sĩ anh hùng cách mạng! Nhưng sự thực là trong đầu mọi người, khái niệm xã hội chủ nghĩa hiện ra rất mơ hồ. Bởi việc thực thi xã hội chủ nghĩa đã diễn ra quá lúng túng. Một mặt chính quyền ép buộc mọi thứ kỷ luật bằng hù dọa. Mặt khác là dân tuân theo rất miễn cưỡng. Họ vỗ tay hoan hô và ca hát, nhưng trong lòng họ không thật sự chấp nhận vì nó không mang lại ấm no, hạnh phúc như họ mong đợi. Từ đấy cho tới mấy chục năm sau Hà Nội cứ như thế mà phát triển trong sự dung túng, tùy tiện, trong sự miễn cưỡng phải thỏa hiệp với những sai trái về mọi mặt, từ vấn đề vệ sinh, từ cả về mặt ứng xử của con người… Cứ phải thỏa hiệp với những sai trái, với những vi phạm luật pháp thô sơ, dung túng, nhất về mặt trật tự kỷ cương! Chính trong thời gian sống và quan sát những ngày đầu xây dựng xã hội chủ nghĩa tại Hà Nội, đã cho phép Thảo nhận ra rằng quá trình cách mạng như vậy là một sự áp đặt từ bên ngoài, bằng tuyên truyền gian xảo, bằng bạo lực. Trong khi lý luận và sách vở thì nhấn mạnh tới tinh thần tự giác. Đấy là một mâu thuẫn cơ bản mà lý luận chưa biết làm sao giải quyết.

Với sự phát triển xã hội mới rất luộm thuộm, rất mò mẫm như thế, Hà Nội đã mau chóng biến thành một thành phố cổ lỗ: ngày càng chật chội, ồn ào, chen lấn, ngày càng nhem nhuốc, mốc meo, dơ bẩn… Và với thời gian không dài, Hà Nội êm đẹp tàn dư của «thời thực dân, phong kiến», nay chỉ còn được nhắc tới, như là một kỷ niệm êm đềm. Hà Nội thanh lịch của thuở xa xưa ấy đã xuống cấp tiêu điều, kể như nó đã mất, đã chết hẳn. Chỉ trừ ra vài con đường hiếm hoi còn sạch sẽ, vì có nhiều trụ sở, dành cho các cơ quan, nhiều dinh thự của các ông lớn cách mạng. Hà Nội, sau nhiều năm được giải phòng, đã để lại những đường phố đen tối, xô bồ, dơ bẩn vô tổ chức, không xứng đáng với một dân tộc có văn minh văn hóa.

Cùng với Hà Nội cũ không còn nữa, con người thanh lịch, đài các của Hà Nội xưa cũng dần dần biến chất một cách tệ hại. Người lịch sự, đài các trở thành một mẫu loài quí hiếm, đi dần dần tới tuyệt chủng. Người tứ xứ nay tiến về làm chủ Hà Nội. Có những khu trước đây là của công chức cao cấp chế độ thực dân, phong kiến cũ, nay dân ngụ cư lúc nhúc ở đó đều toàn là dân «Hà Nội mới», nói giọng đặc sệt các địa phương xa xôi, không mang tính chính giọng và chính tả (từ cách viết tới cách phát âm). Đến nỗi ở đó đã hình thành lần đầu tiên hàng loạt các hội ái hữu của các nhóm dân gốc ở tận đâu đâu! Nay khi nói tới nét thanh lịch của người Hà Nội, thì người ta liên tưởng tới những đường phố có vỉa hè ngăn nắp, sạch sẽ, với những thiếu nữ, thiếu phụ mặc áo dài kiểu mới, kiểu "Lơ-muya," nói năng nhẹ nhàng, đi đứng thướt tha... Còn khi nói tới người Hà Nội mới thì làm người ta liên tưởng tới cái thời Hà Nội nhem nhuốc, với đường phố lúc nhúc, chen lấn, lộn xộn, nói năng ầm ĩ, lỗ mãng y như trong giữa một phiên chợ, có khi là những lời lẽ cục cằn, tục tĩu... Tại sao lại xuống cấp như thế? Tại vì qui luật sinh vật luôn luôn mang ảnh hưởng, dấu ấn của môi trường.

Trong thực tại, con người mới xã hội chủ nghĩa, sản phẩm của chế độ mới, là con người mưu mẹo, khéo xoay xở, biết chui lách qua qui định và luật pháp, ngoài mặt thì có vẻ nể nang chế độ, nhưng trong đầu thì chẳng sợ cái gì, chẳng sợ ai, chỉ tin vào tài tháo vát, nghĩa là chẳng nể phục một ai. Đấy có thể là con người bất mãn, mà không dám phản kháng, trăn trở mà không dám nói ra, cứ ấm ức, dồn nén đến mức phải văng một câu tục cho nó hả! Phản ánh cái sự ấm ức không nể phục ấy là những hành động bất tuân luật lệ vụn vặt, nói năng thô lỗ, chửi chó, mắng mèo, "ba que, xỏ lá," đều cáng. Có những bà, những cô bán hàng vừa bán vừa như xua đuổi khách:

- Chỉ có vậy thôi, mua thì mua, không mua thì cút!
- Ông cút thì ông "đ…" mua!
- Mày về mà "đ…" mẹ mày ấy!

…

Nhưng đa số là người cần, cứ phải nuốt nhục mà mua. Vì dù đi chỗ khác xa hơn, thì cũng vẫn là thứ hàng thiếu phẩm chất, bị cân thiếu, bị rút ruột, bị nhồi độn… gian dối như thế.

Trong Hà Nội mới xã hội chủ nghĩa này lần đầu tiên xuất hiện cảnh vừa bán, vừa mắng chửi, mà vẫn cứ có người mua! Hiện tượng ấy, Thảo cho đó là một biểu hiện thô bạo phản ánh sự bực bội của xã hội. Chứ nếu cuộc sống êm thắm, vui vẻ, bình thường thì đâu có ai lại chửi đổng bâng quơ như thế. Hà Nội mới nay là nơi không còn chú ý tới thanh lịch, nói chi tới đức hạnh. Lịch sự, lễ phép là điều xa xỉ, lạc hậu. Một cử chỉ kính trên, nhường dưới bị coi là đã lỗi thời. Không còn ai dám nói tới nhân phẩm, đạo đức nữa. Cứ như thế, cả một nền "văn hóa đều giả" phát triển; với thời gian đã tạo ra một xã hội tàn nhẫn đến mức thô bạo. Vậy mà chưa một ngòi bút tả thực của nhà văn nào dám đụng tới. Họ biết đụng tới nó là đụng tới chế độ. Vì ai cũng dư biết trách nhiệm đối với tình trạng thô bạo ấy là của chế độ. Nhưng đối với Thảo, thì cần có sự phân tích sáng suốt để đi sâu hơn, đi xa hơn. Vì chính chế độ cũng không hề muốn để xẩy ra sự suy thoái đạo đức như thế. Vấn đề là phải tìm ở đâu cho ra thủ phạm đã gây ra tình trạng suy đồi nhân cách, suy đồi phong tục xã hội này?

Những món ngon của Hà Nội thủa nào, nay nó bị xuống cấp, bị dọn ra bày ra bán vô trật tự, ở những chỗ thô thiển, nhem nhuốc, kệch cỡm, nên nó không còn ngon đúng với những hương vị thanh tao của nó như xưa.

Món có thể ngon, nhưng nay chỗ ngồi không ngon, con người nay cũng không ngon, không còn mấy ai sành sỏi về hương vị thổ ngơi của Hà Nội, câu chuyện nay thì đậm mùi «quê ta» ở những nơi xa lạ... nên cũng không phải là những chuyện ngon lành, dí dỏm, tế nhị của người Hà Nội chính gốc nữa!

Cũng cái Bờ Hồ ấy, cũng cái Tháp Rùa ấy, nhưng nay chung quanh lúc nào cũng lúc nhúc, láo nháo như họp chợ! Mà thật sự là ở bất cứ đâu, kể cả ở "bờ Hồ," nay cũng đã biến thành chợ. Không còn ai nhớ tới cảnh nên thơ của tháp cổ! Của hồ xưa!

Cũng vẫn còn có những lúc chiều tà, khi hoàng hôn xuống, lòng người dễ trở thành lãng mạn, nhưng nay những chiếc áo dài đã bị thay thế bằng loại áo kaki lai áo cánh, lai sơ-mi cụt cỡn, thô kệch, với màu nâu, màu xanh bộ đội là chính, trông thật ảm đạm! Thỉnh thoảng cũng có mấy bà mấy cô thuộc gia đình cách mạng cao cấp, khi cao hứng, cũng diện áo dài ra lượn bờ hồ để chụp ảnh. Nhưng thứ áo dài gì mà tà áo loe ngang, viền gấu to đùng như viền quần áo lính. Đường cắt may thô thiển, tà không còn úp, không còn ôm cuốn theo thân mình, nên khi gặp gió nó bay lộng lên như cánh buồm đứt giây, trông thật nhức nhối con mắt, tạo thành đường nét hỗn tạp cho cái hồ từng một thời nổi tiếng có vẻ đẹp của ngàn năm văn vật, lãng mạn của thủa xa xưa.

Người Hà Nội mới chê lối sống cũ là trụy lạc, cổ hủ. Còn dân Hà Nội cũ chê dân mới là dân "cả quỷnh," có nghĩa là vừa quê mùa, vừa rừng rú. Có lần công an đã tới hỏi cả giấy giá thú khi thấy cặp tình nhân, khoác vai nhau, ngồi ngắm trăng, bên bờ hồ! Vì công an coi ngồi tình tứ với nhau như thế là «trụy lạc»!

Trong tâm tư người Hà Nội cũ, nay chỉ còn một nỗi niềm cay đắng, tiếc nhớ âm thầm! Nhớ những tà áo dài thon thả bay lượn bên bờ hồ thanh vắng, trong gió chiều thơ mộng…" Họ chỉ còn biết nhớ thương, nhớ tiếc cái Hà Nội lãng mạn xa xưa ấy, qua những âm điệu du dương thầm hát trong đầu của những nhạc điệu tiền chiến! "Tiền chiến" là dư âm, là vang bóng một thời của Hà Nội nên thơ, Hà Nội đẹp, Hà Nội thanh lịch nay đã mất, đã chết!

Người Hà Nội mới hôm nay lúc nào cũng gồng mình lên để tỏ ra cái vẻ kiêu binh, tiên tiến của những anh hùng chiến thắng… lúc nào cũng sẵn sàng để hoan hô! Hoan hô Hà Nội cách mạng! Hoan hô Hà Nội anh hùng!

Dân Hà Nội cũ cũng phải hoan hô theo, nhưng trong lòng thì u buồn, lo lắng vô cùng. Lo lắng vì trật tự mới không đúng như lời nói, lời hứa: lý luận cái gì cũng rất lý tưởng, nhưng trong việc làm thực tế cái gì cũng hỗn loạn, cũng tham lam, gian dối, tranh giành… ti tiện. Các khẩu hiệu vang dội từ loa, bằng những chữ to trên pa-nô chỉ là những trống rỗng khổng lồ! Trật tự mới kiểm soát đủ thứ, cấm cản đủ điều, nhưng cứ đút lót chút đỉnh thì cái gì cũng thoát, cũng qua. Luật lệ cách mạng rất nghiêm minh, rất khó sống, nhưng nhờ đồng tiền khôn, biết chui, biết luồn, nên luật lệ nghiêm minh ấy cũng rất dễ qua mặt.

Thảo đau lòng nhận ra tất cả đây chỉ là sự vận hành lệch lạc của một thứ tư tưởng cách mạng ấu trĩ, sôi thì: những người chiến thắng, trong tư thế kiêu binh, nay thấy mình có quyền làm bất cứ điều gì để gỡ gạc, để vơ vét những gì họ đã quá thèm khát, đã quá kiêng nhịn trong thời gian chiến tranh. Những dồn ép nay bung ra, không gì cản lại được. Đặc biệt là bùng nổ về mặt sinh lý: chẳng những số đám cưới gia tăng mạnh, mà số vụ phá thai cũng ngày càng tăng vọt. Dĩ nhiên là dân số cũng tăng lên đến mức báo động. Lần hồi, chính quyền bắt buộc phải hô hào phát động kế hoạch hóa gia đình, phải hạn chế sinh đẻ và tung ra phong trào đặt vòng xoắn một cách đại trà. Chính đại tướng Võ Nguyên Giáp, với uy thế chủ tịch ủy ban khoa học nhà nước, là vị chủ trì phong trào hạn chế sinh đẻ này. Nhưng tỉ lệ sinh đẻ cứ tăng lên đều chứ không giảm. Nhà nước đã tỏ ra hoàn toàn bất lực về mặt trật tự xã hội, nhất là về mặt bùng phát, bùng nổ sinh lý, kéo theo bùng phát dân số! Dân số tăng vọt, hàng hóa, của cải thì ngày càng khan hiếm, càng kém phẩm chất... mà giá cả cứ tăng đều. Do vậy, sự nghèo túng, thiếu thốn cứ như vô phương cứu chữa. Cả xã hội phải trông nhờ vào các cửa hàng mậu dịch: cảnh mua bán ngày càng diễn ra như bố thí, với chế độ phân phối hạn chế theo tem, phiếu. Mà hàng thì xấu và hiếm. Đến nỗi chế độ "xhcn" (xã hội chủ nghĩa) bị biếm giễu là chế độ "xếp hàng cả ngày"!

Sự thật là trong cái thủ đô cách mạng «tiên tiến», "anh hùng," đang sôi sục một sự tranh giành, lấn chiếm, tranh thủ, tước đoạt một khoảng không gian sống, một vị trí cho riêng mình, cho gia đình mình. Hà Nội sôi sục một làn sóng vận động ngấm ngầm, rất tích cực, để giành một chức vụ trong guồng máy hành chính đang được phát triển ngày càng phình ra để kiểm soát toàn bộ xã hội và nhất là để có thể thỏa mãn những gửi gắm của các đồng chí «bên trên»...

Ai cũng nghĩ trong đầu: hòa bình rồi, nay là thời cơ để tranh thủ một chút địa vị, một chút của cải cho riêng mình! Chẳng lẽ chiến đấu gian khổ trong bao nhiêu năm, mà nay chiến thắng trở về tay trắng lại hoàn trắng tay?

Tranh đấu là để có một cái gì chứ, chẳng lẽ tranh đấu để rồi không được một cái gì sao?

Một "đồng chí" mà Thảo biết từng là một cán bộ cách mạng xuất sắc ở ATK, nay cũng vui vẻ khoe vừa đưa gia đình về Hà Nội, và vừa được cấp một phòng lớn, trong một biệt thự sang trọng. Thảo hỏi:

- Đồng chí có thấy đáng lo ngại về tình hình thiếu thốn, tranh giành việc làm và nơi ở, đang diễn ra sôi nổi tại thủ đô xã hội chủ nghĩa như thế này không? Đồng chí có nghĩ là tinh thần cách mạng vô sản đang bị biến chất không?

Người cán bộ cách mạng ấy đáp rất tự nhiên:

- Chúng ta đã kháng chiến, đã đấu tranh trong hi sinh gian khổ, nay chúng ta cũng có quyền được hưởng một chút thành quả của cách mạng chứ! Thật sự là không ai nghĩ tranh đấu để rồi trở thành cái anh vô sản! Đồng chí không thấy như vậy là công bằng sao? Bây giờ là hòa bình rồi mà! Bây giờ phải tới lượt chúng ta hưởng chứ!

Thảo im lặng không trả lời. Vì không biết trả lời sao cho đúng. Thật sự là nay, khi ngưng tiếng súng, ai cũng nghĩ tới cái riêng trước, sau mới tới cái chung. Nghĩ tới cá nhân, bản thân gia đình trước, rồi mới tới cái tập thể.

Rồi Thảo cũng phải thay đổi cách nhìn: họ không phải là thứ cán bộ cách mạng đang biến chất. Họ chỉ là những con người đang bộc bạch những nhu cầu tự nhiên, bộc lộ ra cái bản chất chân thật của mình: vì ai ai cũng mong tìm cái no, cái ấm mà thôi.

Tuy trong lời nói, nhất là trong các buổi học tập thì vẫn luôn luôn vang lên lý luận, biện chứng đề cao cái tập thể, cái chung! Trong học tập thì nói: Dân hưởng trước, cán bộ cách mạng hưởng sau! Nhưng rồi cán bộ cách mạng cao cấp thì có chợ riêng, gia đình, con cái cách mạng nay thuộc "diện" ưu tiên. Còn nhân dân thì trơ ra cái thân phận bị phân biệt đối xử... nên nhìn những đặc quyền, đặc lợi của "diện gia đình cách mạng," nhất là ở cấp cao, mà tức, mà thèm!

Bác Thảo còn vui miệng kể khi Tô Hoài, một nhà văn cán bộ «đảng» viên cấp cao, không chịu nổi cảnh nhức nhối trước mắt, nay cũng đã viết để giễu chế độ: một bà mẹ xếp hàng để mua thực phẩm, nhưng tới lượt mới biết là thứ hàng này chỉ bán cho «diện chính sách cán bộ đảng viên», nên bà mẹ tức bực đứng ra trước đám đông, vỗ cửa mình bồm bộp mà chửi "Cha tiên sư mày! Không đẻ ra cán bộ, mà đẻ toàn một lũ nhân dân"!

Dân còn đặt vè như loại:

Tôn Đản là chợ vua quan
Vỉa hè là chợ nhân dân anh hùng!

Thảo quan sát những thực tại bực bội này, và bình tĩnh lý giải rằng những khát vọng thầm kín của cá nhân, của cái riêng tư là một bản chất, một bản năng tự nhiên, không thể mang những lý luận biện chứng từ sách vở ra mà bác bỏ hay lên án nó. Triết học không thể phản bác những hiện tượng tự nhiên, những khát vọng tự nhiên và chính đáng. Đó là một nhận thức mới mẻ mà Thảo đã khám phá ra sau rất nhiều suy tư, dằn vặt khi theo dõi những sinh hoạt của các «đồng chí cách mạng» từ khi họ rời chiến khu về tiếp thu Hà Nội.

Nhìn những người "đồng chí," một thời rất can trường trong lý luận triệt để đấu tranh cách mạng, nay họ hớn hở khoe một gian nhà vừa mới được cấp, một chiếc xe đạp Phượng Hoàng mới tinh, một chức vụ có uy quyền... và có lúc, quên cả bà vợ cũ, để khoe hạnh phúc mới với một cô vợ trẻ và một em bé sơ sinh... Thảo tự nhủ:

- Ta không thể dùng lý luận xơ cứng mà lên án họ là một chiến sĩ vô sản đã bị biến chất. Chính ta, khi thấy họ khoe ra những thứ ấy, cũng cảm thấy, đối với họ, đó là một niềm hạnh phúc chân thật, rất sống thật, rất có thật, rất là xứng đáng cho tất cả mọi người, nhất là sau một thời gian dài chiến đấu và hi sinh. Cái sự thật này, ta không thế vin vào giáo điều để lên án hay bác bỏ. Cũng không thể tìm thấy lời giải đáp từ trong sách vở, trong lý thuyết, như khi ngồi đọc Marx, suy nghĩ về Marx ở Paris! Cách mạng ở đây, hiện thực ở đây, rõ ràng là nó đã vượt rất xa khỏi khả năng suy diễn, mô phỏng về cái thế giới đại đồng nêu ra trong sách vở…

Nhờ thái độ cảm thông với những khát vọng nhỏ và lương thiện của mọi người, Thảo không tỏ ra bực bội, oán trách, không gây gổ với ai, trong lòng lúc nào cũng thanh thản và độ lượng: xã hội đang trên đà thay đổi một cách tồi tệ như thế, ai cũng như bị đẩy vào hoàn cảnh sống khó khăn như thế, nên thật sự là phải tội nghiệp họ chứ không thể oán trách, ghét bỏ họ. Sự thật là họ cũng như ta, đều không phải là thủ phạm gây ra cảnh sống luộm thuộm, khắc khổ, thiếu thốn, cục cằn, thô lỗ, khổ hạnh này! Lỗi là ở trên cấp cao kia.

Chung quanh không ai hiểu được lý do của thái độ thanh thản, thông cảm ấy, nên họ thấy Thảo lúc nào cũng cứ thản nhiên, lúc nào cũng mỉm cười như khùng khùng, điên điên, cứ ngơ ngơ, ngác ngác trước cuộc đời gian nan vất vả với hai mặt mâu thuẫn nhau: mặt phải cao cả của lý luận, mặt trái, mặt thật phũ phàng của thực tại!

Kỳ thực là trong hoàn cảnh rất tàn nhẫn, rất hiện thực ấy, Thảo đang vận động trí tuệ, đang rất tỉnh táo để phân tích, để nhận định về sự vận hành, diễn biến của cách mạng trước mắt. Nó càng phức tạp thì lại càng như tăng sức bật cho Thảo trong công cuộc trải nghiệm, để tìm ra giải đáp cơ bản cho câu hỏi: tại sao những điều dự báo tốt đẹp của Marx về một thế giới đại đồng kia đã không diễn ra như mong đợi? Tại sao lý thuyết quá hay mà kết quả này lại tồi tệ như thế? Tại sao? Có cái gì đó mà Marx đã không thấy, không hiểu chăng?

Gặp giáo sư Đặng Thái Mai trong buổi họp đầu tiên tại trụ sở nguy nga của «Viện Đại Học Đông Dương» cũ do thực dân Pháp xây dựng từ thời xa xưa… Thảo hỏi:

- Tại sao anh không phải là khoa trưởng "doyen" hay viện trưởng "recteur" của viện Đại Học, mà chỉ là «phó giám đốc» của trường Đại Học Văn Khoa?

- Ôi cái đó thì là do ông đồng chí Hồng Cư, trưởng ban tổ chức của bộ giáo dục, ông ấy tự ý quyết định tất tật cả. Ông ấy hỏi tôi: anh nắm trường Văn Khoa được không? Tôi đáp: Được! Thế là ông ấy phán: vậy thì anh sẽ làm giám đốc trường đấy nhé! Và thế là tôi thành giám đốc! Tôi cũng chẳng biết tại sao tôi được gọi là giám đốc mà không phải là khoa trưởng hay viện trưởng. Tôi cũng chẳng thấy ai đứng ra lập sơ đồ tổ chức các phân khoa đại học cho rành mạch, cho có gốc gác nền tảng đại học quốc tế. Có lẽ ông ấy coi việc tổ chức đại học y như bên hành chính, một phân khoa đại học y như một sở, nên đứng đầu sở dĩ nhiên là một giám đốc! Chứ ông ấy có biết gì về cách tổ chức một trường đại học theo khuôn mẫu kinh điển quốc tế đâu! Ông ấy không để ý tới nghĩa gốc của danh từ Đại Học là Université hay University! Tưởng chỉ cần thêm hai chữ đại học vào các phân khoa. Thành ra sau này có sự trùng lặp ý nghĩa trong danh xưng "Đại Học Tổng Hợp," đã là đại học là đa khoa rồi, còn tổng hợp làm cái gì nữa. Còn hiểu Đại Học là một trường lớn chuyên về một khoa, cao hơn bậc Trung Học thì đã có trường Cao Đẳng... mấy cái đó rắc rối, ông ấy cho qua luôn, không cần biết. Người ta giễu cách mạng là vì ông ấy! Nhưng anh có biết tại sao anh cũng như anh Nguyễn Mạnh Tường chỉ được cử làm phó giám đốc thôi không?

- Cái đó thì chúng tôi cũng mù tịt.

- Tại vì trong tổ chức «đảng», chức vị đứng đầu như thủ trưởng, như trưởng ban, cũng như giám đốc thì luôn luôn phải là «đảng» viên. Vì hai anh chưa phải là «đảng» viên chỉ có thể làm phó giám đốc thôi!

- À thì ra thế!

- Nhưng anh có được tham khảo ý kiến về cách tổ chức và chương trình giảng dậy của khoa anh không? Anh có biết là anh sẽ được giảng dậy môn gì, tiết gì không?

175

- Từ khi về nước tới nay, ở ngoài khu cũng như bây giờ ở Hà Nội này, tôi không hề được tham khảo ý kiến về công việc tổ chức bất cứ một ban, một ngành nào bao giờ cả! Đôi khi tôi cố ý góp ý kiến, nhưng họ bỏ ngoài tai. Họ bảo tôi không có đủ trách nhiệm để góp ý! Họ chỉ thông báo cho tôi biết là tôi sẽ phụ trách làm cái này, thì tôi làm cái ấy. Bảo đi thanh tra cái kia thì tôi đi! Nay họ bảo phải dạy cái này, thì tôi tuân thủ dạy cái ấy. Họ bảo tôi sẽ dạy lịch sử triết học Tây phương, nhưng chỉ tới Marx thôi. Còn từ Marx thì do người khác dậy, mà môn ấy được giảng dạy ở tất cả các lớp, các trường. Thế nên tôi tìm tư liệu để soạn giáo án đại khái để dạy như một môn phụ thôi.

- Như vậy là anh chỉ phụ trách một tiết thôi! Và anh có biết tại sao anh lại không được dạy môn chính là môn «chủ nghĩa mác-xít» không?

- Cái đó thì có lẽ tôi chỉ được biết một nửa lý do thôi! Tại vì họ không tín nhiệm tôi, họ nghi ngờ trình độ hiểu biết về Marx của tôi!

- Đúng là anh chỉ biết được một nửa lý do thôi. Bởi người ta coi anh như là chỉ biết có tư tưởng của Marx, chứ chưa biết tư tưởng của Lénine, của Staline. Vì thiếu hai ông tổ sư thực hành lý thuyết ấy, thì tư tưởng của Marx cũng chỉ là ý niệm suông trong sách vở thôi. Chính nhờ có hai lý thuyết gia tổ sư ấy khai triển, nên môn chủ nghĩa mác-xít mới thành hiện thực, môn ấy chỉ dựa trên khái niệm tư tưởng của Marx, chứ không hoàn toàn chỉ là của Marx.

- Nghe anh nói như vậy tôi mới biết tại sao tôi không phải là một người mác-xít! Chỉ vì tôi không coi trọng phần nghiên cứu về Lénine, về Staline là chính!

- Đúng vậy! Vấn đề gian nan của anh ở đây là như thế!

- Cảm ơn anh!

- Không có gì để mà cám ơn! Tôi nói rõ ra điều ấy là vì tôi nghe đồn anh đã gặp nhiều gian nan căng thẳng ngay từ sau khi về nước. Tất cả là vì anh đã coi nhẹ phần công lao của Lénine và Staline!

- Công lao hay tội lỗi?

- Cái khổ của anh là ở trong câu hỏi ấy đấy!

- Nhưng nhìn chung thì anh thấy nền giáo dục cách mạng hiện nay là thế nào? Nó có hoàn chỉnh không?

- Tôi không hiểu quan niệm giáo dục của anh là thế nào, nhưng riêng sự quan sát của tôi, qua mấy lần đi thanh tra mấy trường học, thì tôi thấy vì thiếu hiểu biết, thiếu tri thức nên các cán bộ «đảng» và nhà nước đang thực hiện một nền giáo dục què quặt, để biến mỗi con người thành một chiến sĩ cách mạng của «đảng», để phục vụ công cuộc tranh đấu do «đảng» lãnh đạo, theo tinh thần đấu tranh nói là của Marx... Đây thực ra là một nền giáo dục có tính dụng cụ hóa con người, chứ không phải là một sự phát triển có tính mở rộng tầm suy nghĩ và tầm nhìn xa, nhìn rộng của con người. Vì vậy nền giáo dục này không phải là khai phóng. Tôi đọc thấy đó đây những nội qui, những qui định, những nhắc nhở các thành viên của xã hội đều phải là của "nhân dân," nghĩa là của Bác Hồ, của «đảng»... Con người trong cuộc cách mạng này không được phép suy nghĩ ra bên ngoài những gì đã được giảng dạy, không được nhìn ra bên ngoài những gì được phép nhìn, để có thể so sánh những gì mình đang có, đang biết, đang làm, với những gì mình chưa có, chưa biết, chưa làm...

Nhưng Thảo vẫn tin rằng trong tư tưởng Marx, còn có một khía cạnh nhân bản mà cách mạng ở đây không chú ý tới! Vì không chú ý tới vấn đề nhân bản, nên rất nguy hại cho sự xây dựng con người. Guồng máy tuyên truyền nêu ra những tấm gương để giáo dục tuổi trẻ. Đây thật sự là đã có nhầm lẫn giữa mưu trí với trí tuệ. Những

177

tấm gương mưu mẹo, lừa gạt, trí trá để phá địch, diệt địch là quỉ kế, là thủ đoạn chứ không phải là trí tuệ. Một hành động của trí tuệ là một việc làm có tính chính nghĩa, chính đạo, trong sáng. Mưu trí tin tưởng vào con đường thủ đoạn, tiêu diệt, của chiến tranh. Thế nên nó đề cao những thành tích ám sát, đặt mìn, gài bom... đó là mưu mẹo, là thủ đoạn quỉ quyệt gian ác chứ nó không phải là trí tuệ.

Trí tuệ là biết cách thay ác bằng thiện, biến thù thành bạn, không làm những điều dối trá, độc ác, phù phiếm, mà cố gắng làm những điều trong sạch, hài hòa, bền vững. Trí tuệ tin tưởng vào con đường tiến lên của nhân cách, của đạo lý nên nó tin vào các giải pháp hòa bình. Nhầm lẫn về mặt này, nên giáo dục cách mạng đã vô ý thức thiên về xu hướng tạo dựng một mẫu người thủ đoạn, láu cá, lưu manh chỉ đắc dụng trong chiến tranh, chứ không phải một mẫu người ngay thẳng, chân thật của trí tuệ để xây dựng những giá trị bền vững. Trong một xã hội đầy những con người mưu trí, thủ đoạn thì xã hội ấy không còn lương tri, không còn biết luân thường, đạo đức và lý tưởng là gì nữa!

Thảo rất lo âu về nhược điểm này của nền giáo dục cách mạng. Thế nên khi được mời đi thanh tra mấy trường học, Thảo ngậm ngùi và tâm can bị dày vò khi thấy trường học nêu ra những tấm gương có tính mưu trí, lừa dối địch, nêu ra để kích động hận thù, để biến hận thù thành hành động... Một nền giáo dục như vậy là dạy cách mài con dao cho sắc chứ không phải dạy cách dùng con dao! Nó không khai phóng mà là nó công cụ hóa, nó nô lệ hóa con người!

- Sự quan sát và nhận định của anh là rất đúng đấy, nhưng nó không hợp thời, hợp thế đâu! Anh nên coi chừng! Anh mà cứ nói ra sự thật ấy ở đây thì sẽ bị lên án là phản bác chính sách, phản bác chế độ, nguy hiểm lắm đấy.

- Vậy thì cái sự hiểu biết sự thật ở anh, ở tôi dùng để làm gì?

- Cái đó là chỉ dùng cho riêng mình mà thôi, chứ không nên nói ra "vì" người khác. Tôi biết anh muốn chia sẻ và phổ biến cái sự thật của anh với mọi người, nhưng đây không phải là lúc để làm việc đó, anh hiểu chứ?

- Điều đó thì tôi hiểu từ khi mới trở về nước! Nhưng tôi không muốn giữ sự thật ấy cho riêng tôi! Không biết anh có thông cảm cái tâm tư bị giằng xé của tôi không? Ta không bắt đầu bằng cái tốt, cái tử tế thì chừng nào ta có được cái tốt, cái tử tế? Có cần phải học nhiều, học cao để hiểu ra nhu cầu ấy đâu. Các cụ ta xưa đã chẳng dạy "tiên học lễ..." đấy sao?

- Tôi rất thông cảm với anh, nhưng tôi không muốn chia sẻ cách sống, cách nghĩ của anh bây giờ và ở đây. Anh là con người của triết học, nên nó suy tư, nó duy lý, còn tôi chỉ là con người thường của thực tiễn, trong lúc này... Nhưng thôi, chúng ta nên chấm dứt sự chia sẻ tâm tình giữa chúng ta ở đây thì tốt hơn.

- Thế thì anh khôn quá!

- Khôn quá hay hèn quá? Anh nghĩ sao cũng được. Ha! Ha! Ha!

Tiếng cười hồn nhiên của vị giáo sư đại học có uy thế làm Thảo khó chịu, vì bàn một vấn đề nghiêm trọng như thế mà vui cười được sao? Thấy ông bạn thản nhiên cười như vậy mà Thảo muốn khóc!

Gặp vài cán bộ cấp cao của Trung Ương, Thảo than thở về những trăn trở của mình, họ cũng chỉ mỉm cười! Họ khuyên Thảo cứ lạc quan tin tưởng. Mọi điều tốt đẹp rồi sẽ tới. Hỏi chừng nào sẽ có những điều tốt đẹp mà ngay cả ở Liên Xô, Trung Quốc cũng chưa thấy có? Họ chỉ lắc đầu, chê Thảo là kẻ chỉ suy nghĩ đâu đâu! Cứ làm như mình là kẻ có trách nhiệm…

Viện đại học Hà Nội lúc này tấp nập sinh viên tới lui để ghi danh… tuy còn thiếu vắng phân khoa Luật. Hỏi tại sao không có trường luật? Được trả lời: «Vì không cần»! Đây là thời không cần luật pháp. Xã hội đề cao kẻ "dám nghĩ, dám làm" thì cần gì luật! Họ còn khoe: chỉ cần trình độ biết làm bốn phép toán, là có thể điều khiển guồng máy nhà nước xã hội chủ nghĩa!

Và phân khoa Sư Phạm, nay được gọi là trường Đại Học Văn Khoa Sư Phạm, là nơi thu hút đông đảo sinh viên nhất. Và các "trường đại học" thường mang thêm danh xưng sư phạm là vì chỉ có mục đích đào tạo cán bộ giảng dạy các môn ấy. Không ai nghĩ học xong là có thể được hành nghề tự do, chứ không chỉ đi dạy học.

Vừa thoát ra khỏi những hoàn cảnh sống tạm bợ trong rừng, trong thời chiến, nay về lại Hà Nội, ai cũng nghĩ tới nhu cầu phải thay đổi cuộc sống để có nền nếp lý tưởng tốt đẹp, chân thành, tử tế, nêu cao tinh thần nhân bản, trọng luân thường, đạo lý. Nhưng thực tại thì trộm, cướp, đĩ điếm cứ gia tăng! Chỉ vì vẫn còn tình trạng quá nghèo. Và nay ai cũng thấy chìa khóa của một sự thay đổi có tính cơ bản và lý tưởng phải là dựa trên hai mũi nhọn: là nâng cao đời sống vật chất no đủ tối thiểu cho dân và mở rộng, mở sâu nền giáo dục cho toàn dân. Chính quyền cũng nghĩ như vậy nên dành ưu tiên dễ dãi cho việc phát triển trường Đại Học Văn Khoa Sư Phạm, bằng cách tiếp thu đông đảo sinh viên ghi danh. Nhưng giáo dục, mà chỉ là tuyên truyền xuông, thì tự nó đâu có thể giải quyết vấn đề quá nghèo, quá khổ, quá thiếu thốn của dân!

Tuy nhiên chính quyền cách mạng vẫn lo tập trung những giáo sư có trình độ đại học về trường Đại Học Văn Khoa Sư Phạm. Nhưng nếu xét về trình độ của các giáo sư đại học, thì cũng rất khó, vì khá nhiều người nổi tiếng là có kiến thức đại học đã vẫn từng được cách mạng sử dụng trong việc mở các lớp đại học tại Khu Tư, nhưng họ lại không có bằng cấp rõ rệt. Lúc ấy, trong ban giảng dạy đại học người ta chỉ thấy có hai người thật sự có bằng cấp đại học thực thụ là Nguyễn Mạnh Tường và Trần Đức Thảo. Thế nên không thể loại trừ hai ông này. Nhưng trong thực tế, cả hai chỉ được đánh giá và tin dùng như những giảng viên phụ, để dạy những môn không quan trọng trong chương trình. Bằng cấp của hai ông chỉ để trang trí cho ngành đại học xã hội chủ nghĩa. Còn về môn lịch sử chủ nghĩa mác-xít thì đó là một môn chính trong tất các khoa và ở trường nào học sinh cũng phải học và thi môn ấy. Môn học "chủ nghĩa mác-xít" là môn có điểm loại, môn này mà bị dưới trung bình thì bài thi các môn khác sẽ không được chấm.

Lúc được biết sẽ chỉ được trao cho dạy phần lịch sử triết học phương Tây trước Marx, thì Thảo có hơi ấm ức. Vì tự hỏi trong ban giảng dạy, ai đã đọc kỹ Marx? Nhưng sau được ông Mai giải thích thực tại, Thảo mới ngộ ra là tư tưởng Marx chỉ xuất hiện mờ mờ, ảo ảo trong chủ nghĩa mác-xít. Nhờ vậy mà Thảo bình tâm và vui vẻ giảng dạy cái phần lịch sử triết học Tây phương dành cho mình. Trong giảng dạy, Thảo thường nhấn mạnh ở ngoài lề môn dạy, trong khi đứng giảng, để nêu một điều: từ trước kia với Platon hay Socrate, rồi từ Descartes cho tới Husserl hay Hegel ngày nay, mỗi nhà tư tưởng ấy chỉ có một thời nổi bật như là rất hiện đại, nhưng do tư tưởng con người biến hóa theo hoàn cảnh lịch sử và xã hội, nên xuất hiện những nhà tư tưởng khác sinh ra sau, tư tưởng của họ phản ánh sát thực tại hơn, nên hiện đại hơn... Ý của Thảo là tạo cho người nghe một nếp suy nghĩ tìm hiểu về các hệ thống tư tưởng kinh điển với một tinh thần phê phán, tức là phải có thái độ phóng khoáng, không dừng lại để sùng bái một tư tưởng nào như là vĩnh viễn, là duy nhất đúng. Tư tưởng cũng phải biến hóa theo thời gian để nhường chỗ cho những tư tưởng sinh sản ra sau nó, mới mẻ hơn, hiện đại hơn vì phù hợp với nguyện vọng của con người hơn... Thảo muốn gây dựng một tầng lớp người trẻ có tư duy bớt giáo điều, cởi mở hơn, tôn trọng sự chuyển biến, chứ không chấp nhận dậm chân tại chỗ như cố định, như thể cứ vùi đầu trong một ý thức hệ, để trốn tránh những sự thật phũ phàng đang chuyển biến không ngừng trước mắt. Đôi lúc Thảo phấn khởi trước những câu hỏi của sinh viên... vì họ muốn hiểu sâu và xa hơn những gì vừa được giảng dạy! Có khi Thảo gợi ý, để thúc đẩy:

- Các anh, các chị nên có sinh hoạt báo chí như tại các đại học văn minh hiện đại trên thế giới. Các anh, các chị phải có một tờ báo riêng của sinh viên đại học để nói lên khát vọng của mình... Chính từ những gợi ý tự nhiên ấy, mà một số sinh viên đã vùng lên với tờ Đất Mới! Nhưng vùng lên sao được... vì nó đã bị trấn áp ngay.

Thảo có biết đâu lối giảng dạy mở rộng tầm nhìn, nâng cao tầm tư duy như vậy đã thu hút sự chú ý của hai loại người không phải là sinh viên! Họ là một số văn nghệ sĩ trí thức đang khao khát có được tự do nghệ thuật của thời bình, không còn quá nhiều cấm kỵ của thời chiến, để nâng cao dân trí. Họ nghĩ: nay về Hà Nội là trở lại thời bình thì phải được sống thật với chính mình, được hướng về một tương lai đẹp đẽ, được hưởng thứ tự do sáng tác mà mình mong ước! Một số họ đã đứng dậy, sau khi tự thấy đã bị kìm kẹp, trong thời bình, một cách quá «lính tráng» như trong «đội ngũ văn nghệ quân đội» thời chiến.

Loại người thứ nhì thì nguy hiểm hơn: đó là mấy cán bộ của các ban, các cục tuyên huấn, các cục bảo vệ văn hóa tư tưởng," Mấy ông "quan công an văn hóa" này trong thực tế là những ông cảnh sát chỉ rõ con đường một

182

chiều của tư tưởng chính thống của... "đảng." Mấy ông cảnh sát tư tưởng ấy không chấp nhận quyền phê phán đối với tư tưởng một chiều chính thống và duy nhất. Và các ông ấy không bao giờ quên những báo cáo, những hồ sơ đen và mật về đối tượng Trần Đức Thảo, một kẻ bị đánh giá mơ hồ là «có vấn đề về mặt tư tưởng», dù kẻ ấy đã cố tỏ rõ có lòng thành muốn về với cách mạng, muốn sống trong cách mạng để học tập! (Ấy là Thảo nói thế, nhưng «đảng» vẫn không tin!).

Trước một Hà Nội đang nhọc nhằn lột xác, tuy luôn luôn bị dằn vặt bởi những tin đồn gian xảo, vu khống, Thảo cố giữ thái độ bình tĩnh, khách quan, vô tư, cố tỏ ra có thành tâm để bảo vệ và bênh vực cách mạng. Rằng tất cả những gì khó coi, gây khó chịu, đôi khi ai cũng thấy đó là sai lầm... thì tất cả đều là do hoàn cảnh bất đắc dĩ... và thiếu kinh nghiệm của cán bộ, chứ chúng không hề mảy may xuất phát từ tư tưởng cách mạng: Marx đã có nói hay viết như thế bao giờ đâu! Đấy chỉ là cái thói «bảo hoàng hơn vua» của những con người "hợm hĩnh, tham lam, tùy tiện" muốn làm cách mạng triệt để và ngay lập tức! Bởi các hình thức kìm kẹp, đàn áp ấy không phải là của một thế giới đại đồng! Thảo biết chắc, nếu cứ duy trì đầu óc giáo điều, thói quen tùy tiện, cứ tưởng mình có dư khả năng làm được bất cứ điều gì, trong bất cứ hoàn cảnh nào... thì cái ngày mai tươi đẹp ấy nó sẽ vẫn như ngày hôm nay. Nghĩa là nó sẽ cứ mò mẫm, rị mọ, rối bời... mà không thể có gì mới, nghĩa là nó sẽ vẫn mù mờ, tăm tối, ngụy biện. Những đầu óc kiêu ngạo thường phải gồng mình lên mà nói dối, để chống đỡ mọi phản biện có lý và sát với hiện thực. Nghĩa là tình hình sẽ vẫn lủng củng, luộm thuộm y như cũ! Nhưng Thảo luôn luôn đưa ra kết luận để cho mọi người có được sự lạc quan và tin tưởng vào cách mạng. Vì trong lịch sử loài người, có một qui luật bất di bất dịch là với thời gian, luôn luôn có sự đào thải! Còn nhanh hay chậm là do dân trí. Tư tưởng cách mạng rị mọ của con người hôm nay, sẽ lần lượt bị đào thải bởi những tư tưởng cách mạng mới mẻ theo cách khác của ngày mai. Phải hi vọng thế mà sống.

- Những gì mà người ta thấy nó là vô lý, không muốn nó tồn tại thì rồi sớm hay muộn, nó cũng sẽ bị đào thải mà thôi. Chỉ có cái gì được mọi người thành tâm chấp nhận thì mới là bền vững lâu dài. Vì cái đó được quần chúng coi là có lý.

Tuy nhiên, là một nhà triết học, Thảo rất bực mình trước những cán bộ muốn tự che giấu sai lầm và dốt nát bằng cách mở miệng ra là cứ thuộc lòng câu: "Marx đã nói…, Lénine đã nói…, Staline đã nói…" Thảo khuyên mọi người nên «lấy kinh nghiệm thực tiễn mà sửa chữa sai lầm, chấn chỉnh tổ chức, cải tiến chính sách!»

Thảo còn có một bí quyết làm cho giới đại học, cả ban giáo sư, cũng như các sinh viên, phải quí trọng, coi Thảo như một cánh cửa mở ra thế giới bên ngoài: bởi Thảo thỉnh thoảng trưng ra cho họ thấy vài tờ báo Pháp, có hình ảnh thời sự như tờ *Le Nouvel Observateur*, tờ *L'Humanité*, tờ *Le Monde* hoặc là tập san *Les Pensées Modernes*… mà bên tòa đại diện Pháp thường ưu tiên cho Thảo mượn. Vì giới ngoại giao nói tiếng Pháp ở Hà Nội biết Thảo là một trí thức đã một thời danh tiếng, nên thường ưu tiên cho Thảo mượn nhiều sách báo tiếng Pháp. Chính nhờ những tờ báo nước ngoài ấy mà giới trí thức Hà Nội lúc ấy, cũng như cả về sau này, có cơ hội đọc được, thấy được cả hình ảnh và những lời bình bàn của thế giới, về cái chết của Staline, mà người cộng sản ở châu Á luôn coi như một vị thánh tổ vĩ đại của cách mạng, ngang hàng với Lénine.

Rồi là cả về sự chuyển mình của Đông Âu, từ Balan, cho tới Hungari, từ Varsovie, tới Budapest… Tất cả những thông tin của phương Tây ấy đều đã gây ra những tiếng vang dội âm ỉ trong đầu óc của giới trí thức ở Hà Nội, và rồi nó trở thành một thứ «tội lỗi» của Thảo vì là nơi phát xuất những thứ thông tin bị cấm!

Đối với dân Hà Nội cũ, cũng như với ông bố của Thảo, là người có xu hướng thường xuyên chê bai, buộc tội cách mạng, buộc tội cộng sản, Thảo luôn luôn bảo vệ cách mạng, bênh vực cộng sản với lập luận rằng có những việc làm, có những chính sách không hay, không đẹp đang diễn ra trước mắt, những cái đó nó chẳng có liên quan gì tới tư tưởng cách mạng hay cộng sản chút nào cả! Những cái đó không có gì là cộng sản cả! Người không biết, hay chỉ biết võ vẽ về cách mạng và cộng sản, thì thường tưởng rằng đã là cách mạng hay cộng sản thì cứ nghĩ mọi sự đều là của chung. Kể cả cái riêng tư thầm kín nhất. Đây là một sự hiểu lầm rất ấu trĩ, rất tai hại, mà mấy ông cán bộ «cộng sản» i tờ cũng thường mắc phải!

Khi đưa cả một guồng máy cách mạng ồ ạt về tiếp thu Hà Nội cùng một lúc, thì đương nhiên là đã tạo ra một nhu cầu lớn về nhà ở. Mà Hà Nội làm sao có đủ nhà để cấp cho mỗi gia đình cách mạng một căn! Thế nên phải có lệnh cưỡng bách, trưng thu! Sự thiếu hụt ấy không phải là do tư tưởng cách mạng hay cộng sản gây ra, mà là do những người điều khiển guồng máy nhà nước cộng sản gây ra. Họ không biết rằng nếu mang cả guồng máy cách mạng về Hà Nội ngay một lần, thì đương nhiên sẽ không đủ chỗ ở cho tất cả các cán bộ. Nếu họ quyết định chỉ tuần tự đưa về Hà Nội một thành phần tối thiểu để tiếp thu đúng các cơ sở của chính quyền cũ bỏ lại, thì đâu cần tới sự ồ ạt trưng thu cướp đoạt nhà cửa của dân! Sai lầm to lớn gây tai tiếng cho cách mạng là ở chỗ đó. Bởi nếu cứ giữ đại đa số guồng máy cách mạng ở ngoài bưng, cứ tạm để các cơ quan ở nhà tranh, nhà lá... ngoài bưng, chờ cho tới khi cách mạng xây dựng xong các cơ ngơi, cơ sở cần thiết rồi mới mang cơ

185

sở nhân sự về… thì tốt đẹp và hợp lý biết bao. Mà nhân dân mến phục biết bao! Mà còn là tránh tạo ra cơ hội cho cán bộ nổi lòng tham lam, tranh giành, vơ vét và dễ bị hủ hóa thành tham nhũng!

Thảo cho rằng trong lịch sử cuộc Cách Mạng Tháng Mười ở Nga, tuyệt đại đa số những vấp váp, sai lầm và tội ác đã xảy ra không phải là do tư tưởng của Marx mà là do sự vụng về, ngu dốt và tùy tiện về mặt tổ chức và hành động của các cấp cán bộ, từ Staline lãnh đạo trở xuống, cho tới các cán bộ thừa hành. Bây giờ tại Hà Nội đang lột xác này, những sai lầm ấy lại đang tái diễn y như vậy, nên đã gây tai tiếng cho cách mạng! Phải đi sát nhân dân, hiểu rõ nỗi khổ và suy nghĩ của dân thì mới thấy là lý luận, lý thuyết và ngay cả ý thức hệ đều "có vấn đề," có quá nhiều mâu thuẫn giữa lời nói và việc làm.

Nhưng phía lãnh đạo thì vẫn tin tưởng và hứa hẹn rằng từ những bước nhọc nhằn, đau khổ ấy sẽ đưa tới ngày mai tươi sáng, sẽ dẫn tới thế giới đại đồng! Tất cả chỉ vì những người lãnh đạo cách mạng xưa và nay rất giỏi về đánh và phá, nhưng lại tỏ ra tồi tệ, lúng túng về dựng và xây! Vì là đang dựng và xây theo một mô hình chỉ thấy trong mơ ước chứ chưa hề thấy tận mắt bao giờ! Đúng ra là chỉ thấy trong tưởng tượng một cách đại khái, qua những chỉ đạo áp đặt của ban cố vấn Trung Quốc! Chính "bác Hồ" cũng đã căn dặn: phải tuân thủ sự chỉ đạo của ban cố vấn. Nay thì dựng và xây đang đặt ra nhiều vấn đề thật là chi tiết và thực tế! Đấy là hành động mò mẫm theo một lý luận thiếu thực tế, nên nó trái với ước mơ, trái với điều mà mọi người mong chờ.

Thảo cố thuyết phục ông bố:

- Bây giờ là cách mạng chiến thắng! Ba nên cố chịu đựng, để tránh phải đối đầu căng thẳng.

- Ba không chịu đựng thì cũng chả biết làm gì! Ba buồn không phải vì mất nhà cửa, vì có những người còn mất nhiều hơn, mất những cơ ngơi, tài sản lớn hơn gấp bội. Nhưng ba buồn vì thấy tương lai tăm tối của con. Ba buồn vì biết cái thành phố Hà Nội một thời đẹp như một bài thơ này từ nay sẽ mất, sẽ chết, chết vĩnh viễn! Ngày tháng trôi qua, Hà Nội càng trở nên chật hẹp: đường phố càng ngổn ngang, chen chúc, luộm thuộm. Những biệt thự xưa kia thoáng mát với những vườn cỏ xanh tươi bao quanh, nay được cắt ra chia cho nhiều gia đình. Mỗi gia đình sử dụng một cách: kẻ cuốc lên trồng chút rau; kẻ quây phên cót làm nơi nuôi gà, nuôi lợn; kẻ che mái lá làm nhà bếp riêng!

Có những gia đình ở chung một căn nhà mấy tầng, họ không có vườn để được chia. Nhưng mỗi cửa xổ là một không gian có thể khai thác: họ dùng ván để khơi ra một thứ ban-công chừng nửa thước để đặt ở đó một vài cái chậu cây cảnh, cây ớt, nhưng cũng có khi là chậu nước hay chai lọ của nhà bếp. Mỗi biệt thự, mỗi căn nhà chứa đựng nhiều gia đình, nay nó bị biến hình, biến dạng thành méo mó, theo từng góc, nhưng về mặt tập thể nó y như là nhà vô chủ: không ai thấy có bổn phận bảo trì, sửa chữa hay sơn phết lại khi đã quá cũ kỹ, mốc meo!

Nói chung thì cuộc sống vất vả ở Hà Nội, về mặt phố phường, nhà cửa và sinh hoạt, thì từ ngày cách mạng về, nó ngày càng xuống cấp! Con người vì càng ngày càng phải chen chúc, tranh giành nên ngày càng mất đi tính tình nhã nhặn, lịch sự, lương thiện. Con người Hà Nội ngày càng thiếu đi sự vui vẻ, yêu đời, càng vắng tiếng cười hồn nhiên...! Dần dà con người Hà Nội hôm nay trở nên cục cằn, thô lỗ đến mức lưu manh, thô bạo, ăn nói đểu cáng, khác xa với những ứng xử lịch sự, chân thật, chất phác của người Hà Nội thủa nào.

Kẻ thiếu suy nghĩ thì đổ hết lỗi cho cộng sản! Sự thật đó là lỗi, là tội của một thiểu số cán bộ cộng sản cầm quyền, vừa tham lam, vừa ôm đồm, vừa kiêu ngạo mà không hề có kinh nghiệm: họ muốn "cách mạng hóa" ngay, muốn có ngay tất cả các thứ "tiên tiến" cùng một lúc! Nhưng kết quả chỉ là cả một mớ tơ vò rắc rối, xấu xí gỡ ra không nổi, mà giải quyết cũng không xong!

Tình hình chung bên ngoài Hà Nội cũng không khá hơn. Vì sau chiến thắng Điện Biên, guồng máy cải cách ruộng đất lại tiếp tục chuyển động, để bước vào «đợt năm»! Nhưng việc triển khai không «dễ» như trước khi chiến thắng. Bởi bây giờ ở một số nơi, con cái một số địa chủ từng có công trong chiến thắng, từng mang thương tật trên người, nay nghe tin bố mẹ ở nhà bị đấu tố, những người con chiến thắng ấy đã phẫn nộ sách súng trở về liều mạng can thiệp!

- Thằng nào, con nào đã tố khổ, đã hạch tội, đã hành hạ bố mẹ tao tới chết?

Vài trường hợp súng đã nổ! Những kẻ từng hùng hổ tố oan, tố điêu, tự biết tội tày trời của mình nên đã phải bỏ làng bỏ xã mà chạy! Và bọn chúng không được luật pháp bảo vệ! Trước những bước «cải cách» quá trớn, sự phẫn nộ có tính tập thể thành hình. Dư luận thì thắc mắc: một khi thanh toán hết các cán bộ có vấn đề lý lịch "thực dân, phong kiến" thì xã hội sẽ ra sao? «Đảng», nhà nước sẽ ra sao? Một khi cách mạng ta tuân thủ rập theo khuôn mẫu của cách mạng Trung Quốc, thì Việt Nam sẽ ra sao? Không ai dám công khai trả lời những thắc mắc đó. Nhưng trong đầu thì ai cũng đã có những lời giải đáp rất rõ rệt!

Chỉ có Thảo là dám nói thẳng.

Thảo bảo tình hình này là cánh tay phải đang cố tình chặt đứt cánh tay trái! Đó là nguy cơ những cán bộ cách mạng chủ chốt có vấn đề lý lịch, nay lo sẽ bị loại bỏ! Là nguy cơ bao nhiêu công lao đóng góp của thành phần không cộng sản, tức là của tuyệt đại đa số nhân dân, nay đang bị chối bỏ! «Đảng» làm như vậy là cướp công của nhân dân, là sẽ dần trở thành đứa con đẻ kiêu căng của «đảng» cộng sản Trung Quốc!

Những "ông quan cách mạng" của các cục «bảo vệ» văn hóa, tư tưởng của «đảng» cũng không dám công khai phản bác và kết tội Thảo! Họ chỉ nói Thảo là một kẻ ngông cuồng, một tên khùng! Nhưng họ cũng như dư luận lại thầm nghĩ tên khùng này rất nguy hiểm, vì những gì nó nói ra đều có lý! Cũng đáng lo ngại những gì nó cảnh báo. Và ai cũng ngầm cảm phục «tên khùng» ấy! Nhưng không ai dám bênh nó, tới gần nó, làm thân với nó! Vì sợ bị vạ lây.

Nhưng rồi từ đấy một huyền thoại bắt đầu thành hình. Trí thức, văn nghệ sĩ thích thú ngầm tìm gặp Thảo để nói chuyện, để được nghe những lời tiên tri của tên khùng! Thảo cũng thích thú được thủ vai trò của một tên khùng được kính nể, một thằng khùng hay nói thẳng vì không biết sợ! Nói khơi khơi những gì người khác nhìn thấy mà không dám nói ra! Bởi thế mà "thằng khùng" lại được mọi người thông cảm, nên nó cảm thấy bớt cô đơn! Vì sự thật là trong xã hội xã hội chủ nghĩa, vẫn còn có những người không hèn, vẫn còn giữ được tư duy độc lập.

Hồi ở chiến khu, để tỏ lòng trung thành với chế độ, Thảo ý tứ không bao giờ thổ lộ điều gì phê phán về chính sách với người bên ngoài «đảng» hoặc với những «đảng» viên cấp thừa hành. Thảo chỉ trình bày một cách xây dựng, từ tốn những gì là sai trái, xấu xa với vài cán bộ cấp cao, thân cận giới lãnh đạo mà thôi. Nay khác: Thảo liều lĩnh nói thẳng ra những trăn trở với những ai muốn nghe.

Thảo bỗng vui mừng trong lòng khi nhận thấy mình đang trong lúc đi tìm ra con đường dẫn tới những sự thật tốt đẹp mà loài người mơ ước, tức là tới chân-thiện-mỹ, tuy là thật khó. Vì đã có ai thấy được chân-thiện-mỹ bao giờ đâu!

Trước mắt mọi người, xã hội đang sinh hoạt theo một đường hướng toàn là mò mẫm, nhưng chính quyền lại cứ khăng khăng đó là những chính sách đúng, vì xuất phát từ những tư tưởng duy nhất đúng. Cái đúng ấy thật là vất vả để chứng minh, để bảo lưu, bảo vệ. Vì nó đầy mâu thuẫn trong lý luận. Vì nó làm mọi người khó sống. Lúc ấy, Thảo nhận ra là chính quyền đang rất lúng túng, nhưng cứ phải hô hào và hứa hẹn. Còn chính mình thì cũng đang bị chao đảo, không biết vịn vào đâu để tin tưởng, không biết phải làm gì để thoát ra khỏi tâm tư bế tắc, trong đầu vẫn bị ám ảnh bởi những sai trái, tội ác của chính sách cải cách ruộng đất, mà mình đang là một thứ đồng lõa... theo đuôi!

Kể tới đó bác Thảo lắc đầu than:

- Lúc đó mọi người đều chỉ còn tin vào một phương cách sống, là phải biết xoay sở, phải biết tùy tiện chui, luồn mà sống. Những sự khôn khéo, những mưu mẹo gian manh đã bóp méo những qui định, những luật lệ, để sống sót trong thời buổi đầy khó khăn hạn chế, cấm cản: chợ đen, chợ đỏ phát triển ra trò... Khẩu hiệu thực tiễn là "cái khó nó bó cái khôn," phải mưu trí, lanh lợi, phải tháo vát, nghĩa là phải biết dối trá để mà... sống!

Nghe kể tới đó, tôi bèn hỏi:

- Sống khó khăn như thế thì chính quyền lúc đó có chao đảo không?

- Trong đầu ai cũng chao đảo, nhưng bố ai dám nói ra. Thật sự là lúc đó họ chỉ biết nhắm mắt sao chép nguyên bản những gì đang được thi hành ở Trung Quốc! Lúc đó những gì đã được làm ở Trung Quốc là nhất. Mà thực ra là ở Trung Quốc lúc đó cũng là thời kỳ trì trệ về kinh tế và xã hội. Mao rất lúng túng trước những bế tắc về mọi mặt nên đang ra sức thử nghiệm những mô hình kinh tế phải nói là ấu trĩ thô thiển mà cứ được tâng bốc lên là tiên tiến. Cái đầu của Mao lúc đó đang biến đổi từ thực tiễn đấu tranh, sang giai đoạn phát triển cách mạng hoang tưởng "đại nhảy vọt," "hiện đại hóa," "gang thép hóa" cả nước! Mao một mặt tìm cách củng cố địa vị, nghi ngờ và cảnh giác đối với mọi người chung quanh, kể cả với người mà chính Mao đã chuẩn bị cho kế vị mình là Lâm Bưu, nên đã tìm cách loại trừ chính tay chân của mình, một mặt chuẩn bị kế hoạch nhảy vọt về kinh tế, lập chương trình nắm vững tư tưởng quần chúng bằng một cuộc cách mạng văn hoá... "Bọn trí thức luôn luôn là bọn bất mãn, đấy là đối tượng trừng trị của cách mạng." Sự thật là lúc ấy ở Trung Quốc đang tạo thêm những bước khủng bố tinh thần dân chúng để bước dần tới thời kỳ Mao mạt.

- Nhìn sang Trung Quốc tôi thấy tình hình bế tắc như vậy, thế mà «đảng» và nhà nước ta thì cứ nhắm mắt sao chép theo, nên tôi thật sự thất vọng, hoàn toàn thất vọng, nhưng vẫn không dám có phản ứng mạnh. Sùng bái một mẫu mực như thế thì thật là không còn lối thoát ra khỏi vũng lầy hận thù và chiến tranh. Trong tâm tư thất vọng từ chiến khu về, rồi lại thấy thêm sự bất lực của chính quyền trước một xã hội mới không no đủ và không ổn định, rất dối trá về mặt tư tưởng. Bởi đảng và nhà nước không biết, không dốc toàn lực ra kiến thiết đất nước, mà vẫn duy trì nỗ lực mở lại chiến tranh, vẫn lưu ngũ quá nhiều binh lính... Thế nên, chẳng thấy ấm no ở đâu cả, ngoại trừ tầng lớp cán bộ cấp cao, chỉ thấy «đảng» và nhà nước cứ kiêu căng tự đắc, vì quá tin tưởng vào kinh nghiệm và sự trợ giúp của cách mạng Trung Quốc, mà tôi biết rõ là nó cũng đang rất bế tắc. Chính đang trong tâm tư lo buồn như thế, mà một số anh em văn nghệ sỹ trẻ của cách mạng đã tìm tới tôi và đề nghị tôi giúp họ, bằng cách viết cho họ vài bài báo! Tôi đã mừng rỡ tưởng rằng lớp trẻ này sẽ là những người tiên phong mở đường cho đất nước thoát ra khỏi những bước mò mẫm bế tắc này. Nào ngờ họ đã lôi tôi vào một cuộc phiêu lưu lớn, để rồi kết thúc một cách nhục nhã! Đó là vụ Trần Đức Thảo bị gán cho cái tội làm đầu não của cái gọi là bọn «Nhân Văn Giai Phẩm»!

9
Phản biện
là hướng nghiên cứu mới...!

Tình trạng bế tắc của xã hội lúc ấy, cho tới nay, chưa thấy nhà văn, nhà báo nào dám ghi lại trung thực và đầy đủ toàn cảnh vô cùng bi thảm của xã hội, của người dân đầy hoang mang, lo âu của thời ấy. Ngoài vài bài báo, bài thơ trong mấy số báo Nhân Văn hay Giai Phẩm đã đề cập, rất nhẹ nhàng, tới những trăn trở ấy, duy nhất chỉ có một nhà luật học là đã dám công khai điểm ra thật chính xác toàn cảnh bi thảm và đã chỉ ra thủ phạm gây ra tình trạng như vậy. Đó là luật sư Nguyễn Mạnh Tường. Ông đã can đảm nói lên sự thật, mà mọi người đều thấy một phần, nhưng chẳng ai dám nói thẳng ra, trong một bài tham luận nổi tiếng, do ông đọc trước cuộc họp của Mặt Trận Tổ Quốc ngày 10 tháng 10 năm 1956. Bác Thảo đưa cho chúng tôi xem bản văn bài ấy, rồi giải thích, nhấn mạnh từng đoạn của bài tham luận có nội dung buộc tội này.

Vì thái độ can đảm nói thẳng ra sự thật, dám nghiêm nghị qui trách nhiệm cho «đảng», luật sư Nguyễn Mạnh Tường đã phải trả giá bằng gần bốn chục năm bị gạt ra sống đói khổ bên lề xã hội.

Rồi bác Thảo thở dài nói:

- Sự thật là lúc ấy, ai cũng nghĩ hiện tại như thế thì tương lai chỉ có thể xấu đi chứ không thể sáng sủa lên được. Trong khi đó, ở thế giới bên ngoài, kể cả các nước vừa dành lại được độc lập ở quanh ta, các dân tộc ấy đều đã đạt những bước tiến bộ dài trong công cuộc phát triển đất nước họ sau cuộc đệ nhị thế chiến. Vì vậy mà trong lòng tôi rất bứt dứt, buồn bực.

- Mãi sau này, tôi mới hiểu rằng lúc đó chính quyền cách mạng cũng biết rằng đang bị dân chúng coi rẻ, khinh thường, nên đang chuẩn bị một kế hoạch đại qui mô để đánh một đòn khủng bố vào cân não dân chúng nhằm tái lập uy quyền. Chính vì thế mà lúc đó chính quyền cho chuẩn bị tung ra cả một phong trào đấu tố nhóm người viết trong "Nhân Văn Giai Phẩm" với tội danh âm mưu chống «đảng». Mục tiêu là đánh «bọn văn nghệ sĩ bất mãn» mới về thành, đang muốn được tự do sáng tác, muốn đòi trả quyền quản lý văn nghệ lại cho văn nghệ sĩ. Sau vụ đấu tố nhóm nhà văn, nhà báo ấy, chính quyền còn tạo ra một đòn khủng bố tâm lý mạnh hơn với "vụ án gián điệp" mà nạn nhân là nhóm Thụy An, bà này cũng từng viết cho "Nhân Văn Giai Phẩm." Sự thật là lúc đó có gián điệp, gián điếc gì đâu! Mà cũng chẳng hề có phong trào nào chống «đảng»! Các tay viết báo lúc ấy chỉ xin đảng cởi mở cho văn nghệ sĩ được sáng tác thoải mái… hơn hồi chiến tranh. Nhưng họ bị qui chụp ngay cái tội "chống đảng," để làm cho to chuyện. Bậy bạ nhất là vu oan cho Trần Đức Thảo cái tội làm lý thuyết gia, làm kẻ lãnh đạo "bọn Nhân Văn Giai Phẩm"! Lúc ấy chính Thảo này cũng đang bơ vơ, chao đảo, không lãnh đạo được cả chính mình thì làm sao lãnh đạo được ai! Lúc mới được "về thành," cả ngày phải nghe rỉ rả kể về công lao "chiến thắng," nên Thảo này còn run sợ như con cáy, cố câm nín, có dám cựa quậy gì đâu. Nhưng khi thấy mấy anh em viết văn can đảm đứng ra đòi "trả văn nghệ lại cho văn nghệ sĩ," thì mừng quá. Cứ tưởng đây là cơ hội mấy anh em văn nghệ trẻ vận dụng trí tuệ, đòi cởi mở tự do dân chủ tối thiểu, nêu ra vấn đề nhân bản… để cải thiện cách mạng, cải thiện chế độ, cải thiện đảng, nên tôi hưởng ứng ngay. Vì nó đáp ứng đúng mong ước của tôi từ khi trở về quê hương… Nào ngờ chỉ mới góp hai bài báo là bị chụp ngay lên đầu tội tày trời là "cầm đầu âm mưu chống đảng"! Lúc ấy tôi tưởng rằng sắp bị lôi ra hành quyết tới nơi! Ha! Ha! Ha! Thật là kinh hoàng!

Bác Thảo lắc đầu mỉm cười tê tái, mắt ngấn lệ. Chúng tôi nhìn bác thấy thảm thương quá, không cười theo được!

Bác Thảo lại tâm sự kể tiếp:

- Đang trong tâm trạng chán nản thì bỗng một mẩu tin từ bên ngoài lọt vào Hà Nội. Và may mắn cho tôi là nhờ đó mà tôi đã tìm lại được niềm tin, lấy lại được sức bật để vùng dậy: do một biến cố mà tôi cho là một mốc quan trọng nhất về mặt tư tưởng và chính trị trong phong trào cộng sản quốc tế. Đó là bài báo cáo mà Khrutchev đọc trong một buổi họp kín, của đại hội kỳ thứ 20 của đảng cộng sản Liên Xô!

Lần đầu tiên, tại cái nôi của sự sùng bái lãnh đạo, người ta dám công khai gọi tội ác là… tội ác. Mà lại là tội ác của lãnh đạo! Nhưng đáng tiếc là Khrutchev chỉ ngưng ở sự tố giác, kể ra tội lỗi của Staline, chứ không đi xa hơn về mặt lý luận để phân tích nguyên do, gốc gác và những hậu quả của những sai lầm ấy. Phải tìm hiểu tại sao Staline đã có thể phạm tội ác như thế trong mấy chục năm mà không có ai, không có một cơ chế quyền lực nào ngăn cản, trừng phạt được ông ta? Thế nên đối với tôi, vấn đề cần đặt ra lúc ấy là phải phân tích rõ, về mặt tư tưởng, xem nguồn gốc sai lầm và tội ác ấy đã xuất phát từ đâu, vào lúc nào và do ai. Mà ai cũng biết Staline đã là thần tượng của nhiều «đảng» cộng sản, đặc biệt là tại Trung Quốc và Việt Nam. Như vậy, khi phê phán, đả kích Staline thì đương nhiên là đụng tới tư duy chính thống đang thống trị ở Trung Quốc và cả ở Việt Nam.

Mà ở Việt Nam thì tình hình đang rối bời. Giới văn nghệ, và trí thức đang muốn thoát ra khỏi chế độ quản lý văn nghệ theo kiểu trại lính. Bởi những mệnh lệnh nghiêm khắc chỉ đạo văn nghệ trong thời chiến vẫn còn được duy trì nguyên vẹn trong thời bình. Lối quản lý ấy đã đẩy văn nghệ sĩ ra xa khỏi phía chân-thiện-mỹ. Thế nên, dù đã kinh qua một cuộc kháng chiến bi hùng, không một văn nghệ sĩ nào thai nghén ra được một tác phẩm nào lớn, có tầm vóc nhân bản cho văn học nghệ thuật!

Ngay tại Hà Nội, những cái đối nghịch với chân-thiện-mỹ thì đang hiển hiện rất rõ ra trước mắt. Sau này, nhà văn Nguyễn Khải đã phải thú nhận: "của thật mà phải gọt đẽo mãi thành của giả"! Trong khi những điều dối trá, độc ác, xấu xa, những hành động sùng bái, nịnh bợ, thì vẫn hoành hành, không chối cãi được, trong xã hội. Những cái đó cứ bộc lộ tràn lan trong cuộc sống phũ phàng của hiện tại. Vấn đề là phải tìm hiểu xem cái gốc của mọi sai lầm ấy là ở đâu, nó bắt đầu từ lúc nào? Để trả lời cho câu hỏi này là đi tìm nguồn gốc của cái ác, cái xấu ấy từ trong những chính sách. Tìm ra được nguồn gốc của những điều thiếu sót, xấu xa ấy là tìm ra được con đường dẫn tới mặt thật của vấn đề. Đi tìm sự thật từ những sai lầm tội lỗi chẳng khác nào đi vào đường hầm trong đêm đen để tìm ra ánh sáng, thứ ánh sáng ấy sẽ dẫn tới lối thoát!

Trong lúc, cùng với người, với đời, đang bước vào giai đoạn vất vả về vật chất, khủng hoảng về tinh thần, thì Thảo lại như thấy vui, vì đây là dịp may rất sống động trong môi trường cách mạng để trải nghiệm, để thấy tận mắt hướng vận hành, cách vận hành của cách mạng. Như vậy là công cuộc nghiên cứu thực tại, ngay ở hiện trường, đã có có mục tiêu rõ rệt! Đối với một nhà triết học, biết đặt vấn đề như thế là đã tìm ra phương hướng thoát khỏi tình trạng bế tắc về mặt tư duy. Sự vui mừng ấy cũng giống như của một nhà toán học, khi đã đặt xong được phương trình, đã xác định ra những ẩn số! Giải phương trình ấy sẽ đưa tới đáp số là Sự Thật! Chung quanh ai cũng cau có, bực bội vì cuộc sống túng thiếu, Thảo lại thấy như đang gặp may, vì biết từ nay mình đã bắt đầu một hành trình mới, có mục tiêu rõ rệt, có phương hướng và phương pháp tư duy để đi tới. Mà là đi tới với một niềm tin mãnh liệt.

Thái độ không chú ý tới những khía cạnh nhỏ nhen, ti tiện của cuộc sống hiện tại, đã làm cho thiên hạ giễu Thảo lúc nào cũng ngơ ngơ, ngác ngác như mỉm cười trước cuộc đời... như thằng khùng! Họ không thể hiểu được rằng sau bao nhiêu năm học và dạy học môn triết ở Paris, vì cảm thấy sống làm việc như vậy thật sự là một trống rỗng, một bế tắc. Bởi nghiên cứu về xã hội chủ nghĩa chỉ qua sách vở mà không có dịp trải nghiệm trong thực tế thì cũng như không. Do đó mà Thảo đã nhất định phải trở về quê hương, nơi mà chiến tranh và cách mạng đang cuồng nhiệt diễn ra hằng ngày. Phải tìm ở đó một hướng đi cho mình, mà cũng là tìm một lối thoát cho triết học: phải kết hợp suy nghĩ với hành động, cách mạng với sự thật, tức là đưa triết học vào cuộc sống, vào cách mạng, để thấy rõ triết học phục vụ cuộc sống, phục vụ con người, để góp phần giải phóng con người. Sống và suy nghĩ mà biết mình đang làm gì và đang đi về đâu mới thật là đáng sống. Đấy có thể chỉ là sự khao khát, là ước muốn, nhưng sống không khao khát, không ước muốn thì làm sao vươn tới những đỉnh cao của tư tưởng?

Sau nghĩ lại lúc học tập với cách mạng ở chiến khu thì Thảo thấy thật ra chỉ là đi theo đuôi, uổng phí thời giờ, chứ chẳng làm được một việc gì có ích cho dân, cho nước cả! Mấy năm ấy, vì kỷ luật chiến tranh, ai cũng phải cúi đầu tuân thủ theo tư duy một chiều, để cố chứng tỏ lòng thành của mình với cách mạng, với "đảng," để rồi cảm thấy sự bất lực của mình.

Ở vị trí đứng ngoài quyền lực, nên Thảo lại càng nhận thấy rõ những chuyển biến nhức nhối trong đầu óc dân chúng trong xã hội. Nay được sống ở một Hà Nội đang bị phải lột xác theo sự phát triển của chủ nghĩa xã hội, tức là có cơ hội để quan sát, để thử nghiệm. Và đây là lần đầu tiên trong đời, Thảo đứng trước những sự kiện cho phép khám phá ra xu thế mà xã hội đang tiến tới, nhất là xu thế ấy đang dẫn tới một thực tại đầy mâu thuẫn, một tương lai đen tối. Rồi càng sống sát với người dân, càng hiểu rõ những khát vọng, những ước mong thầm kín của họ, Thảo càng nhận ra rằng phải sống vì dân hơn là vì chủ nghĩa. Bởi dân chúng không dám bộc lộ nguyện vọng, còn chủ nghĩa đang gây ra bế tắc cho dân, đang làm khổ dân, tức làm khổ con người, trái ngược hẳn với những hứa hẹn giải phóng của ý thức hệ mác xít. Mà người dân thì vẫn cứ phải cắn răng, cúi đầu cam chịu.

Đầu óc người dân lúc ấy thường xuyên bị ám ảnh bởi nỗi sợ bị qui cho một tội rất mơ hồ là tội "phản cách mạng." Đồng thời họ bị khuất phục bởi guồng máy tuyên truyền tối ngày đề cao lãnh tụ và đảng "không bao giờ sai," để rồi bắt buộc phải sùng bái lãnh tụ, sùng bái chủ nghĩa, sùng bái đảng. Sùng bái ấy là vì sợ, là phải chấp nhận điều ác. Sùng bái như thế là đẩy con người xuống hàng muông thú, vì nó làm con người mất tự chủ, mất tự do.

Sự sùng bái vì sự sợ hãi là nguồn gốc sâu xa... đã dẫn dắt con người tới chủ nghĩa ngu tín (obscurantisme) và cuồng tín (fanatisme)... Từ đó, người dân bị sống trong cái vòng lẩn quẩn: vì ngu tín, vì cuồng tín, nên mất hẳn tự do, nên ngả theo xu hướng sùng bái! **Sùng bái cúi đầu trước sợ hãi và tội ác là tự hạ mình thành dụng cụ, thành kẻ nô lệ của những tín điều hoang tưởng...**

tức là đã đẩy mình ra rất xa khỏi chân-thiện-mỹ! Con người ngu tín, cuồng tín như thế là con người có mắt như mù, có đầu óc mà mất lý trí. Con người như thế là đã bị nô lệ hóa chứ không phải là đã được giải phóng!

Để chứng minh rõ nguồn gốc sâu xa của cái sai, cái khổ xuất hiện trong đời sống con người, Thảo bắt đầu thể hiện trong trí tưởng một sơ đồ phát triển từ sự hình thành của ý thức: từ cử chỉ... rồi tới tiếng nói... rồi tới khả năng truyền thông, lý luận, để rồi đẩy mạnh lý luận qua thực tại, để bước tới một giai đoạn tư duy lúc thì theo hình thức, lúc thì theo biện chứng, lúc thì thật sát với thực tế, lúc thì chỉ là không tưởng! Đấy là bắt đầu bước có sai lầm trong trong phương pháp tư duy, rồi từ đó bước tới sai lầm trong chính sách, trong hành động...

Đấy là cả một quá trình tư duy chưa thật vững, nên đã dẫn tới một phương pháp hành động tùy tiện và một phương hướng phiêu lưu, không tưởng chỉ vì thiếu nền tảng hiện thực!

Do thiếu phương tiện ghi chép, lưu trữ, việc phác họa lộ trình quá độ hình thành sai lầm trong tư duy ấy phải vận dụng tối đa trí nhớ. Suy nghĩ kỹ cho thật nhuần nhuyễn, thật ăn khớp với thực tại! Rồi phải vắn tắt ghi ra, viết lại, rồi thì phải đọc lại, suy nghĩ thêm, rồi lại sửa, lại ghi, lại viết, lại sửa tiếp... Vì thế mà Thảo rất bận rộn và thấy thời gian luôn luôn thiếu.

Đi đâu, đứng đâu, lúc ngồi ăn, lúc phải nói chuyện với người khác, lúc đạp xe ngoài đường... nghĩa là lúc nào trong đầu Thảo cũng hiện diện thật sống động một sơ đồ toàn cảnh của sự vận động hình thành con người qua những hoàn cảnh biến đổi của vũ trụ và của xã hội. Và cố phác họa những ứng dụng ý thức hệ trong cái đồ án toàn cảnh ấy vào xã hội của hôm qua, của hôm nay, để xây dựng một ngày mai tươi sáng, cái ngày mai mong đợi của "thế giới đại đồng" ấy, nhưng than ôi, không ngờ là thực tại lại không phải là cái mà mọi người mong đợi! Chưa bao giờ Thảo phải tập trung tư tưởng đến như vậy, để cố tìm hiểu tại sao những lý luận biện chứng rất chặt chẽ, đúng đắn, mà rồi chúng lại đưa tới những kết quả cụ thể xấu xa không ngờ! Chưa bao giờ Thảo bận tâm ghi chép như thế.

Đối với người ngoài, trong thực tế, lúc này là lúc hình thành quanh Thảo một huyền thoại về một con người khùng hết cỡ: không còn chú ý gì tới đời sống vất vả, tầm thường của mọi người và của chính mình! Lúc nào cũng cứ nhìn ra phía trước, như chỉ thấy những cái đang diễn ra thật sống động trong đầu chứ không trông thấy gì trước mắt! Lúc nào cũng cứ như ngơ ngơ, ngác ngác trước cuộc đời tầm thường. Bởi lúc nào cũng như đang bay bổng trên thượng tầng tư tưởng. Như một nhà thiên văn đang say mê quan sát những quĩ đạo của tư tưởng đang chuyển động không ngừng trong vũ trụ bao la bên trong bộ não, bên ngoài trái đất!

Thảo hăm hở vận dụng khả năng quan sát với tâm thức một nhà nghiên cứu đang làm việc trong một phòng thử nghiệm lớn, đang ở trước một hiện trường tâm lý và xã hội rất phong phú, đa dạng, để chăm chú theo dõi những chuyển biến trong con người, trong xã hội, từ thời phong kiến tư sản lạc hậu cũ, nay đang trên bước quá độ của một cuộc cách mạng vô sản của xã hội xã hội chủ nghĩa Mác-Lê hôm nay. Marx đã dựa trên hiện thực trước mắt để phê phán rất chính xác sự vận hành của hiện thực đó. Đây là lúc có thể trắc nghiệm những qui luật phủ định của phủ định, phủ định bậc ba, bậc tư với những hiện tượng đang diễn ra, chứ không phải là theo lý luận suông trong sách vở. Phần phê phán dựa trên những diễn biến cụ thể này là rất đúng, không thể phản bác, chối cãi. Nhưng khi bước qua phần lý luận biện chứng để xây dựng cái hiện thực tốt đẹp cho tương lai thì Marx không còn dựa trên căn bản của hiện thực nữa. Vì cái xã hội đại đồng ấy chỉ là một mô hình không tưởng của mong ước, chưa hề có, chưa hề thấy trong hiện thực! Nhưng cái hiện thực trước mắt Thảo, ở Hà Nội hôm nay, sao mà nó độc đoán, luộm thuộm, tàn nhẫn quá! Những hiện tượng phũ phàng trước mắt này đòi hỏi phải dùng thực tại ấy để điều chỉnh phương pháp tư duy và lý luận, như chính Marx đã khuyên bảo.

Muốn thâu thập những dữ kiện của hiện thực khách quan, đầu óc phải được sắp đặt như một thư viện, chứa đựng từng nhóm hiện tượng của một xã hội mới đang hình thành với những khía cạnh tiêu cực và tích cực. Thảo muốn lập một sơ đồ mạch lạc của xã hội mới này, của mặt được và mặt chưa được. Đây là một phác thảo lớp lang của một cuốn sách vĩ đại, nó đã và đang chiếm lĩnh và ám ảnh trong đầu Thảo từ đó, cho tới mãn đời…

Thảo muốn nghiên cứu những vấn đề có tính cơ bản của sự hình thành con người xã hội chủ nghĩa: một khi đã phát triển đầy đủ mọi khả năng, một khi đã có ý thức rõ rệt về quyền lợi và nghĩa vụ trong xã hội, thì khát vọng của nó lúc đó là thuộc về bản năng tư sản hay bản năng vô sản? Đặt vấn đề như thế cũng là để tìm hiểu về mối tương quan giữa hữu sản với vô sản trong vận hành của cái sẽ trở thành trong xã hội mới: đâu là bước khởi đầu, đâu là bước kết thúc. Ở điểm tư duy này, cần phải vận dụng tất cả những yếu tố từ nhân chủng học, tâm lý học, rồi xã hội học, thiên nhiên học, môi trường, sinh thái học… qua các giai đoạn phát triển con người và xã hội, cho tới nay, để xác định con người nói chung, con người bền vững, con người đã được giải phóng… thì nó sẽ có kích thước tư sản hay vô sản? Từ đó tìm lời giải đáp câu hỏi: giữa con người hữu sản và con người vô sản, con người nào là một thực thể bền vững về bản chất trong lịch sử? Có cần bắt buộc phải xóa bỏ con người tư sản trong công cuộc xây dựng một xã hội tiên tiến hay không? Mà có thể nào xóa bỏ hẳn khát vọng tư sản trong con người hay không? Có một hiện tượng đáng chú ý là trong cuộc sống càng thiếu thốn, thì con người càng nghĩ tới quyền lợi cá nhân, tới tư sản nhiều hơn là tới vô sản và quyền lợi tập thể. Bởi quyền lợi tập thể đã hạn chế, ức chế quyền sống cá thể. Mà ngân sách nhà nước xã hội chủ nghĩa dành cho phúc lợi của mỗi cá thể của công dân thì rất là hạn chế, hầu như không đáng kể. Trừ ra và trái lại, thì đã có một ưu tiên về mặt phúc lợi dành cho diện đảng viên, nhất là cho cấp lãnh đạo! Đảng viên trở thành một thứ giai cấp mới có nhiều đặc quyền, đặc lợi hơn nhân dân. Đảng vẫn có thái độ, dù là tạm thời, ngoảnh mặt đi trước những nỗi quá khổ cực của nhân dân, cho rằng nhân dân phải biết hi sinh, phải chấp nhận gian khổ… Từ đó nảy sinh một vấn đề mới. Phải chăng trước mắt đang hình thành một giai cấp đầy đặc quyền, đặc lợi, được ưu tiên hưởng thụ thành quả cách mạng, và một giai cấp có nghĩa vụ gánh vác mọi hi sinh? Thắc mắc này bỗng lóe lên như một sự thật không thể chối cãi, mà cho tới nay chưa ai dám nêu ra công khai: một giai cấp thống trị mới đang hình thành! Giai cấp ấy đang giữ độc quyền chính trị, trong khi người dân trở thành giai cấp bị trị, không được ai che chở, không có cơ chế nào bảo vệ!

Vì vậy mà vấn đề cần phải nêu ra, cần phải cứu xét trong một xã hội xã hội chủ nghĩa là: liệu có thể xoá bỏ giai cấp? Liệu có thể tồn tại một xã hội không có giai cấp như mong muốn?

Công trình nghiên cứu này phải được thực hiện một cách thật tỉnh táo, khoa học, khách quan, chứ không thể làm theo một mục đích duy lý, nặng tính siêu hình, thuần duy ý chí, theo một đam mê, để cố chứng minh, để bảo vệ một học thuyết hay một ý thức hệ do một lý luận chủ quan, không tưởng và định kiến đã dựng lên!

Sự tìm tòi như vậy sẽ là nội dung của một cuốn sách phác họa quá trình hình thành con người và xã hội trong lịch sử, từ thời thượng cổ tới thời xã hội chủ nghĩa ngày nay. Hướng nghiên cứu ấy dĩ nhiên sẽ tốn nhiều thời gian. Thế nên thời gian lúc nào Thảo cũng thấy quá thiếu, mà lại luôn bị chung quanh quấy rầy, rình rập và cấm cản: người này chất vấn: tại sao cái kết quả này tồi tệ quá, cái kia lại xa với mục tiêu đã đề ra đến thế? Người khác lại trách móc: người trí thức mà lại im lặng, làm ngơ trước những hoàn cảnh bất công, áp bức vẫn đang tồn tại ngay trước mắt? Người cầm quyền thì đe dọa: nghiên cứu như thế là mưu tính bác bỏ tư duy chính thống của «đảng» là dự tính gây bạo loạn, là «âm mưu lật đổ chế độ»!

Nhưng rồi là những thắc mắc cụ thể, nảy sinh từ những tin tức lọt từ bên ngoài vào: Staline đã chết, tội ác của Staline đã lần đầu tiên bị vạch ra công khai. Và Đông Âu đang sôi động! Balan bắt đầu nổi dậy! Budapest đã chuyển mình! Hồng quân Liên Xô đã phải nhảy vào can thiệp, đàn áp bằng vũ lực! Bây giờ phải dùng vũ lực, dùng bạo lực để bênh vực, chống đỡ cho lý thuyết, cho lý luận! Phải chăng đấy là một thú nhận rõ ràng sự sai trái, sự thất bại của lý thuyết và lý luận?

Rồi nay ngay tại Hà Nội này, còn là những tin tức về những chuyện đấu tranh đòi tự do sáng tác đang xảy ra. Cánh văn nghệ sĩ trẻ bên quân đội đã cả gan dám đòi trả lại việc quản lý nghệ thuật lại cho văn nghệ sĩ, trả tự do sáng tác cho văn nghệ sĩ!

Thêm vào bối cảnh khủng hoảng tư tưởng ấy là những tin tức về những người đã từng hăng hái tham gia kháng chiến lúc đầu, nay vì có bất đồng ý kiến về mặt ý thức hệ, nên đã bỏ đi. Những văn sĩ, nhạc sĩ, họa sĩ của kháng chiến, đã lục tục "rinh tê" tức là bỏ «khu» vào thành, rồi sau là di tản vào Nam... tức là từ bỏ cách mạng! Những tin tức như thế đã làm cho con người cách mạng trong Thảo càng thêm thao thức, trăn trở! Còn ta giờ đây phải làm gì trong một Hà Nội đã được giải phóng, nhưng đang gặp bế tắc vì rõ ràng là, sau chiến thắng, con người thì không được giải phóng! Buồn và hoang mang tràn ngập tâm hồn.

Thảo tự nhủ: xã hội đang gặp khủng hoảng tư tưởng như thế, thì ta phải dũng cảm, bình tĩnh nhìn thẳng vào thực tại mà tìm hiểu, mà trải nghiệm để vượt qua giông bão đang làm lập trường ta chao đảo, không còn niềm tin… Ta phải kiên trì trong việc phân tích cho thấu đáo để tìm cho ra một tư duy cách mạng mới mẻ, có khả năng ra hoa đẹp, kết trái ngọt, chứ không phải là thứ hoa hôi, trái đắng như thế này! Và những gì mới phát hiện trong đầu, làm Thảo vững thêm một niềm tin mới, một niềm tin là mình đang trên đà tìm ra thủ phạm của thảm kịch thời đại…! Nghĩ như vậy nên Thảo đã sống thanh thản trong hoàn cảnh mà người bên ngoài không thể hiểu, cứ tưởng như Thảo đang bị khủng hoảng tâm thần, không biết có phải vì những thiếu thốn, áp bức, khổ cực đang đè nặng lên cuộc sống nên phát khùng như thế. Vì nhiều lúc lại thấy Thảo tươi cười như thằng khùng. Chỉ có khùng mới vui trong khổ hạnh vì túng đói, vì thất nghiệp, chỉ có khùng mới lăng xăng làm việc, viết lách, ghi chú y như đang bận rộn lắm như thế. Không ai có thể hiểu nổi sự vui vẻ, say mê suy nghĩ miên man, đang thầm lặng, hứng khởi lao mình vào công cuộc nghiên cứu của một nhà triết học trong hoàn cảnh khao khát kết quả, khao khát sự thật như vậy, mà quên hẳn đời sống túng quẫn!

Người kháng chiến nay vào tiếp thu Hà Nội, chỉ nghĩ tới thành quả của chiến thắng. Thảo vào Hà Nội với tâm thức muốn chuộc lại thời gian đã mất vì lãng phí ở chiến khu Việt bắc. Với tâm tư suy nghĩ như thế, Thảo dần dần rũ bỏ được nỗi buồn, có lúc tưởng như đi gần đến tuyệt vọng, để hăng hái tìm ra một nguồn cảm hứng, để xác định cho mình một nhiệm vụ rõ rệt: phải sống, phải nghiên cứu, và phải viết... để làm sáng tỏ nguồn gốc, chiều hướng vận hành của tư duy cách mạng trong hiện thực!

Với ý nghĩ sôi sục trong đầu: trước mắt, Hà Nội đang là một phòng thử nghiệm về công cuộc đấu tranh giai cấp. Bởi giờ đây, cách mạng đã giải phóng Hà Nội, đã đánh tan một thành trì tư bản, đã đánh gục giai cấp tư sản ở đây. Rồi sau đó sẽ ra sao? Lời giải đáp đang hình thành ngay tại thủ đô Hà Nội này. Đây là một hoàn cảnh mà có lẽ Marx mơ ước để có thể thử nghiệm rõ hơn cái lý thuyết đấu tranh giai cấp của mình, để xây dựng một mô hình cho một thế giới đại đồng, sát với thực tại, chứ không còn chỉ là lý luận suông trong sách vở và trí tưởng tượng nữa! Càng quan sát nỗi khổ của dân, càng nhận thấy lý thuyết, lý luận đang "có vấn đề"!

Thảo tin rằng mình đã sẵn có môi trường hiện thực để nghiên cứu, để nghiệm sinh. Chắc chắn kết quả sẽ vô cùng phong phú... Dù cho những ngày sắp tới sẽ rất là gian khổ về mặt vật chất, mà chính Thảo cũng như nhiều người khác vẫn chưa thấy có lối thoát. Nhưng rồi lại lo ngại rằng những biên soạn, tìm tòi sẽ không dễ gì được công bố, được in ra để phổ biến, để lưu lại cho hậu thế những thử nghiệm đã thâu thập được từ một Hà Nội trong giai đoạn nhọc nhằn thay da, đổi thịt, để có thể trở thành cái nôi của một cuộc cách mạng lý tưởng của Việt Nam và rất có thể là của toàn thế giới!

Người ta bàn luận về tình hình thế sự với Thảo, để rồi phải nghe những lời diễn giải, góp ý không sát thực tế vì nó phát xuất từ một cái nhìn xa hơn, cao hơn, rộng hơn, sâu hơn: tất cả đều đã phát sinh từ gốc, tức là từ sự hình thành con người, cho tới sự hình thành xã hội, từ những quá khứ xa xôi, cả về chiến tranh và hòa bình, cả về cách mạng, cả về «đảng» và nhà nước, cả về cộng sản và tư bản, cả về vô sản và hữu sản... hết thảy đều có gốc gác từ quá trình tạo thành tư duy, lý luận... từ sức phấn đấu vươn lên, tới thái độ cúi đầu sùng bái lý thuyết, chấp nhận nỗi khổ của hiện tại, cả tin vào cái sai trong quá khứ, trong hiện tại, của con người, của xã hội ngày nay...!

Phải nhìn nhận những gì xuất hiện trong hiện tại, đều có gốc rễ từ quá khứ, y như những lớp đất đá lần lượt, qua thời gian, kết tụ lại từng địa tầng, lớp nọ đè lên lớp kia. Cây cỏ mọc trên mặt đất ấy, nhưng chính gốc rễ của nó đã hấp thụ những yếu tố, từ các tầng lớp bên dưới để tạo ra tất cả những gì hiển hiện trên mặt đất này, ở trong hiện tại này... Tất cả đều do chất liệu của một quá trình kết tụ, tích lũy từ dĩ vãng: hiện tại là một di sản sống động, là gánh nặng đang tác động do quá khứ để lại. Cái gì hiện hữu hôm qua thì hôm nay nó vẫn còn tác động. Cái gì hiện hữu hôm nay, thì rồi nó vẫn tác động ở tương lai, gần hay xa. Không có cái gì đã tác động tốt hay tác hại hôm qua mà sẽ mất hẳn đi trong hôm nay, không có cái gì đang tác động tốt hay xấu hôm nay mà sẽ hoàn toàn mất đi trong tương lai. Cứ y như trong hóa học: không có gì đã có mà rồi sẽ mất đi hoàn toàn. Nó sẽ xuất hiện dưới một dạng khác, thể khác, chứ không biến đi mà không để lại dấu vết. Không có cái gì không hề có hôm nay mà lại sẽ có trong tương lai: cổ xúy đấu tranh bằng hận thù, bạo lực hôm nay, thì rồi nó sẽ đẻ ra hận thù và bạo lực trong tương lai. Và chính qui luật này cho biết, muốn xây dựng những điều công bằng, chân thật tốt đẹp của thế giới đại đồng trong tương lai, thì phải bắt đầu thực hiện những bước công bằng, chân thật tốt đẹp ấy ngay từ hiện tại bây giờ. Phải xử lý, thanh toán cho hết những di sản thù hận của quá khứ đang hiện diện trong thực tại, để nó không còn tác động trong tương lai. Khung cảnh lý luận như thế là căn cứ trên một hiện tại sống động nghĩa là nó phải thanh toán, nó phải gột rửa mọi xấu xa để rồi nó sẽ còn tiếp tục sống động trong tương lai, như là cái gốc tốt đẹp, tử tế của tương lai ấy.

Không có thứ lý luận biện chứng nào có thể chứng minh rằng một xã hội đầy đen tối, đầy dối trá, độc ác, quỉ quyệt, đầy hận thù, tranh chấp, đầy chia rẽ và tham những của hôm nay sẽ đẻ ra một thế giới đại đồng chân thật, đoàn kết, thương yêu, tốt đẹp trong tương lai!

Mà có thật là những con người vô sản đang phấn đấu để vẫn còn là người vô sản trong tương lai? Hay nó đang phấn đấu để trở lại thành con người hữu sản? Phấn đấu để có một cái gì cho mình, hay để rồi không có gì cả cho riêng mình?

Có những nhận định khắt khe cho rằng một số không ít đảng viên, chỉ vì muốn lo toan, củng cố các điều kiện sinh hoạt cho gia đình mà bị quy chụp cho tội "cách mạng biến chất," chỉ biết lo cho riêng tư. Đấy là một lối nhìn sai lệch cần phải chấn chỉnh. Vì đấy là một thứ lý luận theo lô-gích hình thức của phái siêu hình, không nhận ra sự thật ở trong những cái thực tế rất tự nhiên trong vận hành cách mạng của con người... Lối nhìn ấy thật sự không phải là lối nhìn biện chứng. Thực ra là họ vẫn luẩn quẩn trong một số lý luận siêu hình mà không biết. Nhìn thấy khía cạnh lệch lạc trong lý luận này, Thảo vui mừng vì biết mình đã tiến thêm một bước tới gần tung tích của thủ phạm đã đưa cách mạng tới những sai lầm cơ bản. Tung tích ấy là sự thiếu vắng của thực tế hiện tại trong lý luận. Nhưng vẫn chưa thấy thật rõ được thủ phạm là gì, là ai!

- Và khi tôi thành thực và khiêm tốn tiết lộ, chia sẻ khám phá mới này với một số trí thức có trình độ thật sự mà tôi kính nể, thì họ đều gật đầu tiếp nhận như là một phương pháp tư duy mới mẻ, có căn bản lý luận vững, đáng được khai triển cho sâu rộng hơn. Điều đó đáng được công bố để mọi nhà tư tưởng góp ý và đánh giá. Nhưng làm sao công bố, làm sao có thể khách quan đánh giá một tư tưởng mới trong hoàn cảnh bị tư duy chính thống "duy nhất đúng" chi phối? Có chăng là chỉ khi nào thoát được ra bên... ngoài! Mà lúc này đi ra nước ngoài đối với bác Thảo là một vấn đề vô kế khả thi, không dễ giải quyết về nhiều mặt...

10
Hai chuyến di chuyển "đổi đời"…!

Đang trong tình trạng mắc kẹt trong vòng cương tỏa của các cục "bảo vệ," "tuyên huấn," các ban "văn hóa, tư tưởng, khoa giáo trung ương" như vậy, thì Trần Văn Giàu, rồi Trần Bạch Đằng từ trong Nam ra thăm Hà Nội. Cả hai người miền Nam này đã kinh ngạc khi khám phá ra những ý hướng mới mẻ của Thảo. Và nhất là họ thấy những điều kiện sống và làm việc quá tồi tệ như thế. Họ tính đề cập với các cấp lãnh đạo về vấn đề nên đối xử nhân đạo với Thảo… Nhưng sau khi giải phóng miền Nam, nay hầu hết các giới chức cách mạng cấp cao ở Hà Nội đều đổ vào Nam, nói là để «công tác», thực ra là vào sống ở đó để được hưởng chiến lợi phẩm của chiến thắng. Hà Nội lúc đó chỉ còn lại những trụ sở và chức vụ tượng trưng không có thực quyền hành động.

Cánh trí thức Nam bộ này khuyên Thảo nên tìm cách vào Sài Gòn sinh sống, vì trong đó khí hậu ấm áp hơn, đời sống cũng sung túc hơn, nên dễ có điều kiện cho phép làm việc thoải mái, cởi mở hơn. Nhưng Thảo hỏi lại:

- Các đồng chí tưởng tôi là kẻ được tự do chọn lựa, muốn đi đâu thì đi, muốn sống ở đâu cũng được sao? Tôi đã nhiều lần xin đi dạy học trở lại, họ không cho, viện dẫn lý do là đã có lệnh cấm tôi dạy học từ thời "bác" Hồ còn sống, từ đó tới nay, tôi sống như bị giam lỏng ở Hà Nội này. Thỉnh thoảng họ chỉ bố trí cho tôi được tham dự những sinh hoạt có tính tuyên truyền, cũng có lần tham gia phái đoàn đi tham quan nước ngoài. Sự có mặt của tôi trong các sinh hoạt ấy đều bị kiểm soát chặt chẽ và chỉ để đánh bóng chế độ!

Sau đó bác Thảo nhìn nhận rằng sự kiện được vào thăm Sài Gòn đã thay đổi hẳn phương hướng trong đầu óc và trong cuộc đời bác từ lúc ấy. Tâm sự ấy đã làm chúng tôi quá đỗi ngạc nhiên. Bác nói:

- Mới đặt chân xuống cái thủ đô của miền nam này, mọi sự đã làm tôi kinh ngạc. Qua bao nhiêu năm chiến tranh gian khổ mà sao Sài Gòn nó lại khang trang hiện đại như vậy? Tôi cứ ngỡ cả miền nam đói khổ vì bị Mỹ Ngụy bóc lột đến nỗi miền bắc đã phải «cắn hạt gạo làm tư» để cứu giúp miền nam cơ mà... Và mọi người ở đây sao mà nói năng cởi mở thoải mái quá vậy? Ngay những cán bộ của «đảng» ở đây cũng có thái độ tự do quá. Họ đãi đằng tôi, họ giễu cợt tôi, coi tôi cứ như anh mán, anh mường ở rừng mới được về thành phố. Phải nói thẳng ra là có một điều của Sài Gòn đã làm tôi bàng hoàng đến cùng cực. Đó là những bài hát của một anh chàng nhạc sĩ trẻ của miền nam, nói đúng ra là của «Mỹ-Ngụy» chứ không phải của «đảng». Tên anh ta là Trịnh Công Sơn. Các bài hát của anh ta mang nỗi niềm day dứt, oán trách chiến tranh. Cứ như anh ta khóc than thay cho cả dân tộc ở cả hai miền nam bắc. Giữa những năm tháng chiến tranh một mất một còn ác liệt như thế mà sao anh ta dám cất lên tiếng kêu than như vậy. Những lời ca của các bản nhạc đã làm tôi xúc động bồi hồi không cầm được nước mắt. Những lời của những bài hát ấy đã lay động tâm hồn tôi. Phải thú nhận là trong đời tôi, có hai lần bị thúc đẩy phải thoát khỏi thái độ sợ hãi đến hèn nhát đã ngự trị trong đầu óc bao trí thức, văn nghệ sĩ... của Hà Nội. Lần thứ nhất là do nhà thơ trẻ Trần Dần, khi anh ta tới mời tôi tham gia vào nhóm Nhân Văn Giai Phẩm! Lần thứ nhì là khi được nghe mấy bài hát thấm thía của Trịnh Công Sơn! Đấy là thứ âm nhạc phát ra từ trái tim của dân tộc.

210

Những lời ca đau đớn trước cuộc chiến tranh của «một lũ điên», của câu hỏi não lòng: «tại sao một đất nước đói nghèo mà vẫn còn chiến tranh»… Những lời ca như thế đã lôi kéo tôi ra khỏi mặc cảm sợ hãi vì đang bị kìm kẹp, đang bị coi như «kẻ có vấn đề»… Dám cất lên tiếng hát phản chiến, giữa lúc cả hai phía đang đam mê «thề phanh thây, uống máu quân thù» như thế, chứng tỏ Trịnh Công Sơn là một con người dũng cảm, không sợ ngục tù… Không hiểu sao chính quyền miền nam lại để cho anh ta tự do sáng tác những bài ca làm mất tinh thần chiến đấu như thế? Điều này khiến phải suy nghĩ tới trình độ dân chủ rất khác nhau giữa hai miền nam, bắc. Một chế độ để cho người nghệ sĩ được tự do cất tiếng hát lên những nỗi niềm như thế, không phải là một chế độ tồi tệ. Xét chung thì miền nam đã có một mức độ dân chủ rõ rệt. Cả giới trí thức lẫn dân chúng của miền nam đều bàn chuyện chính trị cởi mở, phê phán lãnh đạo và đảng rất tự nhiên. Ở miền bắc thì không thể. Miền bắc là cái lò của giáo điều, của chiến tranh. Không có chỗ cho một Trịnh Công Sơn, điều đó dễ hiểu. Vì thế tôi không ngạc nhiên khi nghe tin Dương Văn Minh đã ra lệnh buông súng… và đã được nghe theo. Vì có lẽ dân đã thấm mệt với bao nỗi đau khổ, chết chóc. Tôi cảm ơn miền nam vì đã sinh sản được một Dương Văn Minh, một Trịnh Công Sơn. Người nhạc sĩ trẻ ấy đã góp phần vào cái giờ phút thiêng liêng buông súng, thôi bắn giết nhau… Đấy thật sự là một anh hùng của hòa bình, chính anh ta đã nêu gương can đảm cho Trần Đức Thảo này! Chỉ tiếc rằng người cán bộ sĩ quan của «bộ đội cụ Hồ», khi tiến vào dinh Độc Lập gặp Dương Văn Minh, thì đã có thái độ thô bạo rất đáng tiếc… Riêng tôi thì thú thật là tôi rất cảm ơn cái lệnh buông súng ấy. Vì nó đã giải thoát được hàng vạn thanh niên miền bắc ra khỏi rừng núi đầy bom đạn và muỗi, mòng… Vì nó đã cứu hàng vạn thanh niên với số phận «sinh bắc, tử nam»! Vậy mà cách mạng đã có chính sách miệt thị, người sĩ quan bộ đội ấy đã có cách hành xử thô bỉ quá kém cỏi với một lãnh đạo chính quyền miền nam như thế!

- Bác nói kém cỏi là như thế nào?

- Tại vì cách mạng đã hứa với nhân dân, hứa với anh em kháng chiến miền nam, hứa với quốc tế là sẽ giải quyết chiến tranh bằng chính sách dân chủ hòa bình, hòa giải, hòa hợp dân tộc... sau khi có ngưng bắn. Sự tôn trọng những cam kết, tiếp theo việc chính quyền Việt Nam Cộng Hòa ra lệnh buông súng, thì sau đó đáng lẽ phải có nghi lễ ký kết, hạ quốc kỳ VNCH, kéo quốc kỳ Cộng Hòa Miền Nam Việt Nam lên, rồi là bàn giao chính quyền cho người của chính phủ lâm thời Cộng Hòa Miền Nam Việt Nam đúng theo những cam kết có ghi trong hiệp định hòa bình Paris... Như vậy thì nước ta đã tránh được cái cảnh tiếp thu thô bạo, tránh được mười năm cải tạo tàn nhẫn xã hội miền nam, tránh được sự đánh lừa anh em kháng chiến miền nam... Với chính sách ngay thẳng, không trả thù theo tinh thần hòa giải, hòa hợp dân tộc... thì nước ta đã tránh được thảm cảnh thuyền nhân, tránh được mười năm cải tạo quá tàn nhẫn ở miền nam, đã làm cả nước kiệt quệ, để rồi cuối cùng sau này đã phải lạy van Mỹ bỏ cấm vận, phải bãi bỏ hoàn toàn nền kinh tế xã hội chủ nghĩa, để chấp nhận nền kinh tế thị trường của chủ nghĩa tư bản... như đang thấy! Tiếc thay trong giây phút phút lịch sử vô cùng thiêng liêng trọng đại, chính thức chấm dứt cuộc chiến tranh huynh đệ này, thì người sĩ quan «bộ đội cụ Hồ» ấy đã có ứng xử kém cỏi hung hăng quát nạt, nhục mạ cả ban lãnh đạo chính quyền miền nam, gọi Dương Văn Minh là «mày» và bắt cả nhóm phải đứng cúi đầu, chứ không cho ngồi... để nhận cái lệnh nhục nhã là «phải đầu hàng vô điều kiện». Sự nhục mạ này, với chính sách tù cải tạo... đã làm cho nhiều công viên chức sĩ quan và binh lính miền nam đến nay vẫn chưa nguôi hận, thề không đội trời chung với «Việt cộng», với cờ đỏ sao vàng! Và họ còn thù cả Dương Văn Minh vì đã chịu cúi đầu lãnh nhục. Có lẽ biết trước như vậy, nên một số tướng tá quân đội miền nam đã tự sát chứ không chịu đầu hàng cách mạng! Việc kẻ thắng trận nhục mạ kẻ bại trận là việc làm tầm thường quá dễ. Nhưng kẻ thắng trận mà biết chinh phục lòng tôn kính của kẻ bại trận bằng tấm lòng quảng đại, bằng trình độ trí tuệ đậm nét văn minh văn hóa... thì đó là một việc làm rất khó. Trường hợp nước Đức thống nhất sau khi chế độ xã hội chủ nghĩa ở Đông Đức sụp đổ, mà đã không có cảnh nhục mạ, trả thù, cải tạo như ở ta... mà rồi còn cho phép nhiều nhà chính trị cộng sản của Đông Đức cũ được trọng dụng, có người đã trở thành lãnh đạo của nước Đức tự do thống nhất... Hiện tượng sáng ngời này đã xảy ra là do dân tộc Đức có trình độ dân chủ, có vốn trí tuệ và văn minh văn hóa cao chứ không kém cỏi như ở ta. Trong trường hợp nước ta, việc ứng xử thô bỉ như vậy đúng vào giây phút chiến tranh chấm dứt như thế, đã làm cho sự tuyên truyền chính sách đại nhân, đại nghĩa «hòa giải, hòa hợp dân tộc» bỗng nhiên tự nó tố cáo nó là một quỉ kế để đánh lừa kẻ thù buông súng, chứ không phải là một sự giàn xếp nhân bản cao thượng giữa anh em trong một nhà. Mấy anh em cách mạng miền nam còn than phiền với tôi về việc có những bộ đội miền bắc, khi tiếp quản Sài Gòn, đã nhục mạ dân chúng về tội «ăn mặc lố lăng, bắt họ phải cạo sơn móng tay, bắt cắt quần ống loa» ... Rồi lại còn cảnh trả thù cả người đã chết bằng cách đập phá nghĩa trang của chế độ «ngụy» nữa! Thái độ ấy thật là thô lỗ quá trớn. Thú thật là khi nghe tin Dương Văn Minh đã ra lệnh buông súng thì tôi vô cùng vui mừng và biết ơn. Nếu ông ta quyết tâm tử thủ như một số tướng lãnh «ngụy» chủ trương, thì chiến tranh còn kéo dài và ác liệt hơn nữa. Trận đánh Sài Gòn sẽ tạo thêm cảnh đổ nát với sông máu, núi xương… chứ không có cảnh êm thắm mà vào dinh Độc Lập dễ dàng đẹp đẽ như vậy. Chính vì những hành động thô bạo của kẻ chiến thắng như thế mà cái «đại thắng mùa xuân» mới chỉ thống nhất được lãnh thổ chứ nó không thống nhất được dân tộc… Trong cái đại thắng kết thúc chiến tranh mà giảm được phần hao tốn xương máu, thì cũng phải kể công của kẻ đã ra lệnh và cả những kẻ đã chịu buông súng chứ. Tại sao lại trả thù thô bạo như thế? Tôi nói cái sự kém cỏi là như thế. Sau này, các nhà sử học phải phân tích cho công bằng cái ý nghĩa tốt đẹp của cái lệnh buông súng ấy. Chẳng lẽ phải lên án, sỉ nhục sự buông súng để dân tộc bớt đổ máu?

- Đây là lần đầu tiên tôi nghe thấy một người cộng sản như bác mà lại có nhận định lạ đời như vậy. Không ít người miền nam đã kết tội Trịnh Công Sơn là kẻ đã «đâm sau lưng chiến sĩ», và đã lên án Dương Văn Minh là kẻ hèn nhát vì đã ra lệnh buông súng để tạo ra sự đầu hàng nhục nhã như thế…

- Cũng dễ hiểu tại sao lại có thái độ kết tội như vậy. Bởi mỗi người chiến sĩ khi cầm súng ra trận là với niềm tin vào chính nghĩa của mình. Nhưng phải suy nghĩ cho thật thấu đáo để thấy tầm mức lợi hại. Như trường hợp Nhật hoàng Hirohito, khi ra lệnh cho binh lính Nhật buông súng… Lệnh đó là do thương dân. Tinh thần võ sĩ đạo bất khuất của dân Nhật cao là thế, vậy mà vua nước Nhật đã chấp nhận sự nhục nhã đầu hàng. Và dân Nhật đã không lên án Nhật hoàng. Họ còn tiếp tục biết ơn và kính trọng vua Nhật cho tới ngày nay. Còn Mỹ là kẻ chiến thắng, cũng không hề lên án Nhật hoàng là kẻ đã chủ trương chiến tranh bành trướng đế quốc, Mỹ cũng vẫn kính trọng Nhật hoàng vì cái lệnh buông súng ấy, vẫn kính trọng dân tộc Nhật vì đã chịu buông súng… **Đáng** buồn là trong giai đoạn lịch sử chiến tranh và hòa bình, ở cả hai miền của một đất nước từng hãnh diện với ngàn năm văn hiến, mà đã để xẩy ra quá nhiều hành động độc ác, côn đồ bất xứng, nên đã không thể có được sự kính trọng lẫn nhau... Bi kịch của đất nước và dân tộc ta hiện nay là do trong chính trị, trong xã hội vẫn có quá nhiều điều bất xứng.

- Trường hợp nước ta thì rất khác. Đây thật sự là một cuộc chiến tranh huynh đệ, vì cuồng tín ý thức hệ giữa hai phe quốc cộng, một mất, một còn... Mà sau lưng mỗi bên lại là sự chi phối của hai khối thế lực quốc tế. Bác nghĩ thế có lẽ là chưa thấy hết sự di hại về phân biệt ý thức hệ...

- Đấy không phải là những ý nghĩ của tôi. Mà đấy chính là những nhận định của một số anh em cách mạng miền nam. Họ đã phê phán chính sách cải tạo xã hội, họ cho tôi biết đã xẩy ra nhiều điều nhức nhối, khi quân cách mạng, giải phóng vào tiếp thu Sài Gòn và miền nam. Đến nỗi sau đó đã làm cho miền Nam lâm vào cảnh đói khổ kéo dài cả chục năm... Mấy anh em kháng chiến ấy thì sau này đều bị gạt ra bên lề chính trị. Thật là đáng buồn. Họ đã chất vấn tôi, họ chê trách trí thức miền bắc, cứ y như chúng tôi phải chịu trách nhiệm về tất cả những sai trái đã xẩy ra trong chế độ. Biết tôi là nhà triết học, nên họ trách móc tôi, họ bắt bẻ:

- Bảo rằng «đảng» không bao giờ sai lầm là nói biện chứng duy tâm. Nói tư tưởng cách mạng là duy nhất đúng là ngụy biện, là gian dối trong lý luận. Tại sao một người có trình độ lý luận như đồng chí mà lại chấp nhận tình trạng phổ biến ngụy biện lý luận tồi tệ như thế!

- Tôi đã phải giải thích cho họ hiểu sự thật rằng tôi đã chấp nhận tình trạng sai trái ấy là vì tôi sợ, là vì chúng tôi hèn. Trước những nỗi đau của dân, đám trí thức chúng tôi ở Hà Nội đã im lặng, đã có những ứng xử đồng lõa

215

với sai lầm và tội ác như thế đấy! Tôi hứa sẽ có ngày phải thẳng thắn đề cập tới những khúc mắc vô cùng tai hại như vậy… Tôi đồng ý là nếu không tháo gỡ hết những khoảng tối, những khúc mắc của lịch sử đương đại, thì không thể nào nâng cao được dân trí, không thể nào hóa giải được tình trạng ngu tín đang tiếp tục nhận chìm chế độ này vào vũng lầy thối nát, xã hội ngày càng hỗn loạn, con người ngày càng suy đồi về tinh thần, càng sa đọa về mặt luân thường, đạo đức, trật tự kỷ cương…

- Nhưng làm sao mà giải quyết được những vấn đề phức tạp ấy?

- Tất cả những vấn đề ấy phát xuất từ tình trạng vẫn có bất công trong đói nghèo, mà lại phải gánh vác chiến tranh kéo dài, trong khi chính sách thì đầy ắp mưu mô, lý luận thì gian xảo ngụy biện. Từ những ứng xử lật lọng của chính quyền, của guồng máy tuyên truyền nặng tính giáo điều, vừa ngu tín, vừa cuồng tín… Tất cả đều bắt nguồn từ cái ý thức hệ hung hăng «đấu tranh giai cấp»: nhu cầu đấu tranh đã sinh ra muôn vàn tội ác, đã gieo rắc hận thù, đã phát triển bạo lực, đã chia rẽ dân tộc rất là nặng nề và tai hại. Không đưa ra ánh sáng những sai trái ấy để phân tích, để lý giải, để thanh toán chúng thì dân tộc còn bị chia rẽ lâu dài, xã hội sẽ ngày càng bế tắc, chính quyền ngày càng ung thối…

Sau đó bác Thảo còn giải thích thêm rằng chính những trăn trở, những ảnh hưởng tích cực của những ngày đầu được vào sống ở Sài Gòn, đã đưa bác tới sự chọn lựa một thái độ dứt khoát, phải có một phương hướng nghiên cứu mới thật sự cởi mở và khách quan, xuyên suốt. Bác Thảo nhìn nhận cuộc sống mới ở Sài Gòn đã giúp cho công cuộc nghiên cứu sau này của bác có một mục tiêu phản biện rõ rệt, một hướng nhân bản, tiến bộ vững chắc. Nhờ vậy mà tâm hồn thấy hứng khởi, đầu óc thêm minh mẫn!

Rồi bác Thảo giải thích tiếp:

- Sự tiếp cận thực tại đầy mâu thuẫn trong xã hội mới đã làm cho đầu óc tôi thức tỉnh. Trạng thái tinh thần hưng phấn như thế là nhờ sự thôi thúc của mấy anh em kháng chiến và trí thức miền Nam. Vì tôi được mời vào tham quan lúc Sài Gòn đã được hoàn toàn «giải phóng» và đang hăm hở tiến hành cải tạo mang tính xã hội chủ nghĩa, qua những bước chập chững của thời kỳ "đổi mới." Việc ấy tuy phức tạp nhưng phong phú, đầy những hiện tượng có ý nghĩa sâu sắc, với những hệ quả lâu dài...

- Mà việc tôi được phép vào Sài Gòn cũng là do mấy đồng chí miền nam thu xếp. Câu chuyện là như thế này: một hôm, rất bất ngờ, Trần Văn Giàu lại từ miền Nam ra, tới gặp tôi và tha thiết đề nghị:

- Anh nên vào Nam mà sống, trong ấy không khí ấm áp dễ thở hơn và có sẵn mọi thứ có lợi cho sức khỏe và công việc làm nghiên cứu cũng dễ hơn. Chứ ở ngoài bắc này, không khí canh chừng ngột ngạt khó thở quá. Làm nghiên cứu chính trị và triết học sao được!

- Nhưng tôi không được tự do chọn nơi ở. Tôi thấy bây giờ ở Hà Nội, ai cũng tỏ ra háo hức muốn vô Nam để được hưởng thành quả chiến thắng. Nghe nói trong ấy con người và xã hội có vẻ phóng khoáng hơn, tôi cũng muốn đi theo họ. Nhưng bị kiểm soát, canh chừng như thế này thì tôi làm sao vô trong ấy được!

- Tôi sẽ vận động để mời anh vào tham quan và ở chơi với chúng tôi một vài tháng. Một khi vào rồi thì muốn ở lại cũng dễ thôi. Ở trong Nam anh có quen ai không?

- Có lẽ tôi chỉ quen biết có một người là Sông Trường, hình như đang làm việc gì đó ở Sài Gòn. Đồng chí ấy từ trước đây vẫn là người đã được "trung ương" trao nhiệm vụ trực tiếp «cai quản» tôi.

- Thế thì thì tốt quá. Tay ấy đang ở Sài Gòn, vừa trông tờ Tạp Chí Cộng Sản, vừa chỉ đạo toàn bộ công tác tư tưởng ở trong Nam... Đồng chí ấy có thể viết thư mời anh vào trong ấy tham quan. Nếu không thì tụi tôi sẽ gửi thư mời anh để anh xin giấy di chuyển. Nhất là lúc này, đang có những sức ép của các gia đình cán bộ, đòi phải nới rộng việc đi lại giữa hai miền nam, bắc cho dễ dàng hơn.

Nhận được thư mời của thành ủy Sài Gòn, Thảo làm đơn xin giấy di chuyển vào thăm Sài Gòn trong ba tháng. Đơn này được gửi cho thành ủy Hà Nội, rồi nó được chuyển qua cục bảo vệ. Cục bảo vệ chuyển qua Trung Ương «đảng» với lời ghi kèm: «Đồng chí Thảo từ lâu vẫn do Ủy Ban Trung Ương quản lý». Tại đây, lá đơn lại được gửi vào Sài Gòn cho đồng chí Sông Trường là người đã được lãnh đạo ủy thác nhiệm vụ quản lý «đồng chí Thảo!» ngay từ lúc đầu. Nhận được lá đơn, Sông Trường tự viết tay vào một tờ giấy, rồi ký tên và đóng con dấu vuông đỏ của «Trung Ư ơng Đảng». Lời lẽ ghi trong tờ giấy nhỏ đính kèm lá đơn ấy, như sau: «Nên chấp thuận cho đi, vì hiện nay đối tượng này ở Hà Nội đang trở thành nơi thu hút và tập trung nhiều thành phần phức tạp... rất quậy phá». Dưới mấy chữ «phức tạp rất quậy phá» được gạch dưới bằng bút đỏ!

Tháng ba, 1987, Thảo được phép vào thăm Sài Gòn và được thành ủy cho trú ngụ tại khách sạn Bến Nghé, là một khách sạn thuộc loại bình dân dành cho cán bộ cấp thấp. Tuy vậy, giới trí thức cũng như thành ủy Sài Gòn đã dành cho Thảo một sự tiếp đón thân tình:

- Đồng chí cứ sinh hoạt thoải mái, ở đây không có sự kiểm soát gắt gao như ở Hà Nội đâu. Còn về mặt vật chất thì Thành ủy sẽ cấp dưỡng chu đáo! Mong rằng rồi đây, đồng chí sẽ có cống hiến đóng góp vào sinh hoạt tư tưởng với anh em trí thức trong này.

Sự khuyến khích và giúp đỡ ấy là một thúc bách đối với Thảo: phải làm một cái gì mới mẻ đáp lại lòng tốt của anh em miền Nam, phải đáp ứng khát vọng của trí thức Sài Gòn, phải để ra một phương hướng lý luận mới, không giáo điều, không ngụy biện! Được gợi hứng bởi môi trường phóng khoáng của miền Nam, Thảo viết một hơi, chỉ trong mươi ngày một tập sách nhỏ. Đây là một thứ trích đoạn từ những phác thảo của cuốn sách lớn đã sẵn có trong đầu. Đoạn này phù hợp với nhu cầu của tình hình. Vì nó nêu ra sai lầm cơ bản của cách mạng là lối sùng bái lãnh đạo và lối lý luận ngụy biện xơ cứng, không chịu nhìn nhận những giá trị sẵn có trong bản sắc, bản năng của con người nói chung, không chịu coi con người là trọng tâm, là cứu cánh của mọi lý luận, mọi chính sách. Chính lối lý luận xơ cứng giáo điều, coi con người chỉ là dụng cụ này, đã đưa tới bế tắc tư tưởng. Vì đã bỏ quên con người là cứu cánh. Đấy là nguyên nhân sâu xa, khiến từ khối Liên Xô cho tới chế độ Khơme Đỏ đã bị phê phán nặng nề, đến phải lung lay, và đã sụp đổ...

Kết quả của sự ra mắt tập sách nhỏ với nhan đề «Con người và chủ nghĩa lý luận không có con người!» thật là bất ngờ. Đây là một mốc sinh hoạt tư tưởng có ý nghĩa quan trọng trong cuộc đời nghiên cứu triết học của Thảo từ khi về nước. Đây là lần đầu tiên một tập sách mang tính lý luận triết học không chịu sự chi phối của «đảng», đã được phép công khai xuất bản tại Việt Nam. Mà tác giả của nó lại là Trần Đức Thảo, một nạn nhân, một tội nhân trong vụ «Nhân Văn Giai Phẩm»! Tập sách nhỏ này ra đời đúng vào lúc mọi người đang náo nức bàn luận về một xu hướng đòi hỏi phải thay đổi cả về tư duy lẫn đường lối chính sách. Đó là đòi hỏi phải có chính sách thật sự là mới và cởi mở cho hợp với thời đại, do chính Việt Nam chủ động! Cuốn sách được trí thức miền Nam đánh giá là một văn bản phản bác giáo điều, chống tệ nạn

219

sùng bái cá nhân của thời «đảng» bao cấp, «đảng» thống trị!

Bác Thảo, khi nói về tình trạng "lúng túng trong lý luận siêu hình" một cách vô ý thức mà chính bác cũng đã phạm phải, và bác nhấn mạnh rằng điều này đã được nêu ra rất rõ trong cuốn sách ấy. Rồi bác giải thích:

- Tuy nhiên trong đó tôi chỉ mới xét vấn đề ở một khía cạnh hạn chế, chưa đẩy sự phân tích lý luận tới tận cùng. Khi nêu ra những mâu thuẫn trong lý luận của Althusser, của Mao và rồi cả của Pol Pot thì tôi chỉ kết luận là những lý luận ấy đều có mâu thuẫn, đều là sai lệch. Thực ra thì ngày nay tôi đã có thể đẩy sự phân tích đi xa hơn nữa, để thấy những mâu thuẫn, sai lệch ấy đều xuất phát từ cùng một gốc gác là tư tưởng Mác-Lénine! Bàn về tính lỗi thời của tư tưởng ấy thì đã cũ. Nhưng phân tích, chứng minh bằng lý luận biện chứng rằng tư tưởng ấy đã gợi ra, đã làm nảy sinh những chính sách đầy mâu thuẫn và độc ác… thì đấy là một điều mới mẻ và táo bạo. Trong tiểu luận nêu trên, tôi đã đề cập tới vấn đề con người bị bỏ quên, cốt chỉ muốn bảo vệ một số giá trị sẵn có trong con người nói chung, nên đã bị quy oan là có xu hướng thù địch "chống đảng," phá cách mạng! Và rồi bị đẩy ra khỏi hàng ngũ «nhân dân»! Sự sai lệch ấy phát xuất từ lý luận hình thức một chiều, không biện chứng. Đấy là một vấn đề thường xảy ra khi đảng cộng sản ở trong vị thế cầm quyền. Đấy là thái độ cửa quyền về mặt tư tưởng. Và vấn đề này luôn luôn là một vấn đề rất thời sự cần phải giải quyết để một đảng cộng sản cầm quyền không bị giam hãm, thụ động dậm chân tại chỗ trong tình trạng giáo điều, bảo thủ và bế tắc. Và cách giải quyết để thoát ra khỏi bế tắc, thụ động ấy là phải vận dụng lý luận đặt nặng cả hai mặt vừa biện chứng, vừa hình thức. Với một «lô-gích» vừa hình thức, vừa biện chứng mới mẻ như vậy, thì sẽ có thể thống nhất được lý luận với hành động, lý thuyết với thực tại, chính sách với sự thật. Làm cách mạng là phải tôn trọng cả hai mặt của sự thật, vừa biện chứng, vừa hình thức. Như vậy mới không còn sợ sự phản biện của sự thật.

Tuy với một sự phân tích còn hạn chế, mà không ngờ một tập biên khảo nhỏ, được viết ra từ một gợi hứng của mấy người bạn mới, mà nó đã được đón nhận như một bông hoa lạ mà những trí thức, đang bị ức chế về mặt tư duy, đã mong đợi từ lâu.

Cuốn sách được xuất bản dễ dàng và đạt kết quả tốt. Chỉ trong ba tháng, người ta đã phải cho tái bản vì độc giả tìm mua quá đông, mà sách không còn để bán.

Vì có những lời bình bàn vui mừng quá trớn, coi tập sách này như là một sự bùng phát của một tâm thức bị dồn nén đang muốn vùng dậy. Dư luận coi đó là lời tố cáo, gần như công khai, nguồn gốc của một chế độ đã có quá nhiều thủ đoạn kìm kẹp, bắt ép con người phải sùng bái học thuyết, sùng bái lãnh đạo... và cứ phải bưng bít sự thật, phải dối trá ngụy biện trong lý luận để củng cố địa vị và để chạy tội!

Trước những lời bình bàn bốc đồng như thế, Thảo lo ngại vì thấy có thể gặp phản ứng nguy hiểm, nên đã cố ý sửa lại cuốn sách trước khi cho tái bản, bằng cách đưa chương mở đầu, nói về tệ nạn qui oan, tệ nạn sùng bái, vào bên trong, thành chương tám ở cuối cuốn sách, cho nó bớt va chạm vào sự kiêu căng, tự ái của mấy ông «bảo hoàng hơn vua», của mấy ông «quan cách mạng» trong các ban, cục "tuyên giáo," "bảo vệ" và "tuyên huấn," "tư tưởng trung ương"… Rồi ở phần cuối thì tăng thêm vài trang nói về hiện tượng giáo điều cực đoan của chế độ Pol Pot.

Nhưng kẹt cho thành ủy Sài Gòn là có lệnh, từ Hà Nội, yêu cầu thu hồi cuốn sách và từ nay cấm phổ biến nó! Chờ cho vài tuần qua đi, thành ủy báo cáo ra Hà Nội rằng «Rất tiếc không thi hành lệnh thu hồi được, vì cuốn sách, cả ở lần tái bản, nay đã bán hết ra ngoài»!

Nhờ lần tái bản này với số lượng in ra nhiều hơn nên dễ mua hơn. Hậu quả là số trí thức tới lui khách sạn Bến Nghé tiếp xúc với Thảo trở nên tấp nập. Công an khu vực khách sạn được lệnh phải nhập cuộc bằng cách lập danh sách những ai hay tới thăm tác giả cuốn sách ấy. Nhưng số người tới thăm Thảo cứ tăng vọt lên khi có tin cuốn sách đã bị cấm. Để chấm dứt sự chiếu cố quá lộ liễu của giới trí thức và giới cựu kháng chiến của miền Nam, thành ủy ra lệnh thay đổi chỗ ở của Thảo.

Những người bạn mới thường ưa tới bàn chuyện chính trị với Thảo đã bị cụt hứng khi tới khách sạn Bến Nghé thì được nhân viên khách sạn trả lời:

- Đồng chí ấy đã trở về Hà Nội rồi!

Sự thật là Thảo đã được cấp cho một căn nhà nhỏ ở đường Đề Thám chứ không phải là đã bị đưa về lại Hà Nội.

Nhưng rồi người ta cũng khám phá ra địa chỉ mới của Thảo. Lần này thì có nhiều trí thức của chế độ cũ tới làm quen với Thảo.

Trong cơn sốt chạy theo xu thế "đổi mới" ấy là cả một phong trào bung ra làm kinh tế «chui» của các đảng viên.

Và một hôm, Thảo bỗng phải chứng kiến một sự thật tàn nhẫn vô cùng đau đớn: đang lúc rảo bước trên một hẻm gần đường Cô Bắc, cách nơi ở của Thảo chừng năm chục mét, thì thấy mấy người qua đường cản lại và nói:

- Đừng đi qua đấy, có thằng thương binh nó đang xin đểu đấy! Quay lại đi! Nó hung dữ lắm đấy!

Thảo chột dạ, tính quay lại vì chưa hiểu có chuyện gì nguy hiểm ở phía trước. Nhưng nhìn kỹ phía trước mặt, tuy hơi xa, là một hình dáng khá quen: ai như là Long!

Đúng là Long, người bộ đội trẻ lái xe quân sự, đã đưa

Thảo từ Nam Ninh về Việt Nam. Và sau đã trở nên thân thiết ở ATK, Long thường gọi Thảo bằng «bố Thảo»! Nay thì Long ăn mặc lôi thôi, vóc dáng tiều tụy, tay cầm một cái ống tiêm (chích), đang đi tới với nét mặt hung dữ.

Thảo gọi lớn:

- Long! Long! Thảo đây!

Long giật mình ngưng lại, tính quay đầu chạy, nhưng Thảo đã chạy lại quá gần! Long vừa vứt vội cái ống chích xuống đất thì Thảo đã tới ôm chầm lấy Long:

- Làm sao mà xanh xao, vàng vọt thế này, hả Long? Làm sao mà ra nông nỗi này?

Long ôm lấy Thảo và òa khóc:

- Bố Thảo ơi! Đời con tàn rồi! Con bị sốt rét mãn tính quá nặng, nên đã bị cho rã ngũ ở trong này! Sống túng quẫn quá nên tụi lính rã ngũ như con phải đi ăn xin! Hu! Hu! Hu!

Thảo cũng không cầm được nước mắt, kéo Long về nhà ngay gần đó, Thảo nói:

- Thôi bây giờ gặp nhau đây thì ở lại đây. Tôi cũng chỉ sống có một mình, nhưng được thành ủy Sài Gòn chu cấp nên cũng đủ sống. Bây giờ Long cứ coi tôi như chú Đa của Long, cứ coi căn nhà bé nhỏ này là của Long, của chúng ta nhé!

Long lấy lại bình tĩnh, vừa kể lể vừa khóc xụt xịt, về cảnh khổ của đám thương bệnh binh bị rã ngũ... Rồi lấy tay áo rách lau mặt, ngồi im lặng hồi lâu, bỗng đứng dậy, lại gần Thảo. Thảo lục lợi trong túi quần có mấy chục đồng đưa cả cho Long:

- Đây có chút này biểu Long cầm lấy mà tiêu...

Long cảm thấy tủi thân, xấu hổ quá nên gạt đi và nói:

- Bố Thảo cũng ốm đau như thế này thì cứ giữ lấy mà sống, con xoay sở được mà! Thôi bây giờ biết nhà rồi lúc khác con sẽ trở lại thăm bố!

Nói rồi bước vội ra ngoài, chạy thẳng một mạch như sợ bị Thảo đuổi theo!

Thảo bước ra ngoài, nhìn theo, thì Long đã chạy quá xa. Bước trở vào, Thảo cũng ôm mặt ngồi khóc, miệng lẩm bẩm:

- Tại sao lại có thể có nông nỗi này? Tại sao? Tại sao?

Cả những ngày sau đó, cũng không thấy Long trở lại. Thảo cứ như người mất tinh thần, cứ lẩm bẩm nói một mình. Cũng may là sau đó có nhiều người xa lạ tới thăm để bàn chuyện tình hình đất nước, khiến Thảo phải bận tâm vào những suy nghĩ khác.

Tới với Thảo giờ đây, là cánh kháng chiến cũ của miền Nam, từng bị gạt ra bên lề chính trường ngay sau ngày chiến thắng. Giới này bao gồm hai thành phần: thành phần có uy thế văn chương, văn hóa, có bằng cấp, đã được dùng như đồ trang trí trong Phong Trào Hòa Bình, Hòa Giải Dân Tộc và trong Mặt Trận Dân Tộc Giải Phóng Miền Nam, nay thì họ lên tiếng phê bình «đảng» một cách ngậm ngùi cay đắng vì bị lâm vào cảnh "vắt chanh bỏ vỏ." Còn thành phần «đảng» viên, gốc miền Nam chính cống, thuộc lực lượng vũ trang, từng trực tiếp đóng góp xương máu cho sự nghiệp thống nhất, thì nay phẫn nộ ra mặt, để phản kháng chính sách phản bội anh em, đồng chí miền Nam của "đảng"!

Cả hai thành phần này tìm thấy ở Thảo một nhà phân tích tình hình chính trị sắc bén, với những dự báo khả tín. Những gì Thảo đã phê phán và lo ngại, thì rồi nó cứ tiếp tục xảy ra, rất rõ nét, thật bi đát, thật kinh hoàng.

Thảo giải thích và nhấn mạnh:

- Để phục hồi sản xuất, sau những đợt cải tạo xã hội chủ nghĩa nền kinh tế ở miền Nam thất bại, đã đưa đất nước tới tình trạng kiệt quệ hoàn toàn, nên nay đành phải ngả theo khối tư bản, phải dựa vào vốn tư bản nước ngoài, để phát triển "theo hướng kinh tế thị trường." Do vậy mà trước tiên là phải phá bỏ những nút thắt đã có trong kinh tế xã hội chủ nghĩa. Cái đang có và đáng tự hào là một cuộc cách mạng mới về mặt chính trị và xã hội. Cái thứ nhì đáng hãnh diện là cả một đất nước thiên nhiên, còn đầy tài nguyên chưa khai thác. Nay đứng trước xu hướng đổi mới kinh tế, ngả theo khối tư bản, thì nền tảng chính sách cách mạng kiểu cũ phải dẹp bỏ hoàn toàn. Nhưng nay ta đang đứng trước nguy cơ thiên nhiên đang bị tàn phá, vì những phát triển quá trớn... quá bừa bãi!

Giới kháng chiến cũ của miền Nam hỏi Thảo:

- Anh nhận định ra sao về tương lai của những người kháng chiến cũ như chúng tôi?

- Dĩ nhiên là người ta đã và sẽ dứt khoát dẹp các anh qua bên lề, vì nay sẽ không còn là thời kỳ cách mạng nữa, mà là thời kỳ "đổi mới" với khẩu hiệu chính thức "đổi mới hay là chết"! Nay là phải thay đổi, bãi bỏ một số điều kiện để "đảng và chế độ" trụ lại được, sau khi đã cơ bản thất bại vì bế tắc cả về chính trị lẫn kinh tế trong giai đoạn kiêu binh ấu trĩ, hung hăng thừa thắng tiến lên chế độ «Cộng Hòa Xã Hội Chủ Nghĩa»! Từ sau 1976 cho tới 1985, tức là nay "ta" đã phải đau đớn dứt khoát bỏ hết các nguyên tắc quản lý xã hội chủ nghĩa đã quá lỗi thời, theo một lập trường mới, phương pháp mới, là ngả hẳn theo khối kinh tế tư bản, là nơi duy nhất có dư tiềm lực giúp đất nước ta đứng dậy. Và do vậy, các anh là người của thời cũ, nên nay bị đẩy ra bên lề!

- Thế thì chính sách "đổi mới" này là tốt hay xấu?

Thảo lại phải giải thích thêm:

- "Đổi mới" trước hết là sự thú nhận một số chính sách cũ về kinh tế sản xuất và tổ chức xã hội là sai trái, nay phải dứt khoát dẹp bỏ. Như vậy là một điều tốt, vì nó hợp với thực tại đã thấy được rất rõ ở miền Nam này. Vì dù bị trói tay, dân miền Nam vẫn cố sản xuất chui để sống còn. Nay chỉ có cởi trói cho dân được bung ra tự do sản xuất thì mới thoát khỏi cuộc khủng hoảng vì quá đói khổ, thiếu thốn này. Nhưng do điều kiện kiệt quệ về vốn liếng và về chuyên môn kỹ thuật, nên đổi mới đòi phải hoàn toàn dựa vào khối tư bản đứng đầu là Mỹ. Vì khối xã hội chủ nghĩa nay đã hoàn toàn kiệt quệ, bị bế tắc cả về kinh tế lẫn chính trị. Chỉ còn lối thoát là dựa hẳn vào khối tư bản, chắc chắn là sẽ sớm thoát ra khỏi nghèo nàn, tụt hậu về kinh tế. Vì một khi tư bản nó đổ vốn vào, thì nó sẽ ồ ạt xây dựng và phát triển cơ sở sản xuất hàng hóa, cơ sở du lịch... để phục vụ cho thế giới tư bản. Kết quả sẽ thấy ngay trước mắt: dân có công ăn việc làm, sẽ có hàng hóa để tiêu dùng và xuất khẩu, du lịch sẽ phát triển... nền kinh tế sẽ đạt lợi nhuận nhanh và cao. Du khách và vốn khối tư bản sẽ tràn vào như nước, làm cho xã hội sẽ phải lột xác để phục vụ những thế lực có dư tiền bạc của khối tư bản...

Tóm lại là đổi mới như vậy, đất nước sẽ trở thành một mắt xích kinh tế của khối tư bản. Nhưng đi với tư bản, tức là đi với đồng đô-la Mỹ, mà không có tự do dân chủ, thì chỉ có đường làm đầy tớ cho nó thôi. Bởi chỉ có sức mạnh của tự do dân chủ, tức là khi dân có quyền phản đối, có quyền đào thải, bằng lá phiếu, một chính quyền thối nát bị dân chán ghét, thì mới cản lại được những bước phát triển phá phách quá trớn do sức ép của đồng vốn tư bản! Còn ở ta vì không có tự do dân chủ, nên bọn tư bản sẽ cấu kết, mua chuộc chuyên chính, để lũng đoạn, thao túng kinh tế. Do vậy, trong thực tế, vì thiếu vắng dân chủ, nên Việt Nam sớm muộn thì sẽ trở thành "một thuộc địa kiểu mới" của khối tư bản. Những ai nằm trong sự vận hành của nền kinh tế tư bản này sẽ giàu lên nhanh chóng, vì chủ nghĩa tư bản có nguyên tắc «vỗ bò cho béo, rồi mới vắt sữa»! Tham nhũng sẽ là con bò được vỗ béo rất nhanh! Các anh tuy đã bị loại ra khỏi chính quyền, nhưng nay phải ý thức về một nghĩa vụ mới. Đó là cùng với nhân dân, các anh phải đứng ra ngăn cản những bước phát triển quá trớn của một chính quyền nhắm mắt chạy theo đồng đô-la Mỹ, do thế lực tư bản man rợ giật giây. Chính sách "đổi mới" này chỉ là một thứ xét lại về kinh tế, sau thất bại về mặt này. Đổi mới thực ra chỉ là về mặt sản xuất kinh tế, còn về mặt chính trị, thì vẫn dùng khuôn phép cũ, nhưng vận hành theo một cách chú trọng tới đồng tiền, tới lợi nhuận... Đây là thời kỳ bùng phát của tham nhũng... vì là một thứ bình mới, vỏ mới nhưng trong vẫn là thứ rượu cũ! Tức là trong chính trị thì vẫn là cai trị độc đoán theo kiểu xã hội chủ nghĩa, nhưng về mặt kinh tế thì là buông thả để cho tư bản nước ngoài tung hoành, lũng đoạn. Vì tư bản nước ngoài sẽ là nguồn lực chính giúp "đảng" và chế độ sống còn...!

Khi tư bản phát triển, người ta nhận ra là không còn sợ bị chia thiếu công bằng, mà chỉ sợ mọi người không có tiền dư dả để mà mua! Muốn vậy thì phải cố sức sản xuất và nhập khẩu hàng hóa đến mức dư thừa! Đây là một nguy cơ để cho tư bản man rợ đào sâu vực thẳm chia cách giàu và nghèo trong xã hội, đưa sản xuất và thị trường vào chu kỳ luẩn quẩn: sau phát triển thịnh vượng giả tạo hàng hoá tràn đầy nhưng dân không có tiền mua, tình trạng này đưa tới nạn lạm phát, tới nạn suy thoái kinh tế vì hàng hóa ế ẩm, sản xuất phải đình lại, gây ra thất nghiệp rồi sinh ra khủng hoảng xã hội...! Nếu không đề ra một chính sách tự chủ, bảo vệ chủ quyền, bảo đảm một sự phát triển hài hòa và đồng bộ, bảo vệ giới lao động, thì nguy cơ lạm phát, bội chi, thất nghiệp, bất công xã hội, chênh lệch giàu nghèo sẽ ngày càng trầm trọng! Tư bản thế giới càng đổ vốn vào đầu tư, thì chúng sẽ càng làm chủ nền kinh tế nước ta, chúng càng ra sức thao túng phát triển bừa bãi, thì xã hội càng mất trật tự kỷ cương, môi trường thiên nhiên càng bị tàn phá gây mất quân bằng sinh thái… Đất nước ta sẽ trở thành cơ xưởng sản xuất, cơ sở du lịch của khối tư bản. Dân tộc ta sẽ là kẻ làm công, làm đĩ để phục vụ chúng…! Chúng sẽ ra lệnh phá rừng này để xây nhà máy, phá bãi biển kia làm khu du lịch, phá ruộng này làm sân "gôn," phá khu nhà kia để xây sòng bạc, khu giải trí… Chúng sẽ bảo ta cần rất nhiều thứ phồn vinh giả tạo chạy theo nhu cầu giả tạo như điện hạt nhân, như xe lửa cao tốc, như khách sạn năm sao… nghĩa là ta phải cần tất cả những nhu cầu giả để phục vụ thành phần giàu có như thường thấy trong khối tư bản. Những nơi đã phát triển hoành tráng, lộng lẫy, thì dân nghèo sẽ bị đuổi đi, bị cấm lui tới đó. Đấy sẽ là chế độ của bọn nhà giàu, chứ không còn gì là xã hội chủ nghĩa của giai cấp công nông nữa!

Bọn tư bản sẽ không bao giờ biết ngưng tham lam. Mọi sự phát triển đều sẽ bị đẩy tới mức quá trớn: đã xây cất thì phải xây cất nhiều hơn nữa. Đã nhiều hàng hóa thì sẽ phải sản xuất thêm nhiều và đa dạng hơn nữa. Đã cạnh tranh thì không khoan nhượng. Và một khi vốn tư bản đổ vào, kinh tế tư bản đã bao trùm, lợi nhuận tăng vọt, thì bọn tư bản sẽ đòi phải mở cửa rộng hơn, phải sửa lại luật lệ để chiều theo yêu cầu của chúng một cách triệt để hơn, lộng hành hơn. Nền kinh tế quốc gia sẽ bị cuốn hút vào những chu kỳ khủng hoảng liên tiếp, cứ tăng rồi giảm, giảm rồi lại tăng. Lúc kinh tế tăng trưởng thì bọn nhà giàu hưởng lợi. Khi kinh tế giảm thì chúng sẽ sa thải công nhân. Chung qui là giai cấp công nông sẽ luôn luôn bị thiệt thời, vì là giới phải trả giá cho những cuộc khủng hoảng.

Nguy cơ kinh tế thường xuyên bị lũng đoạn cũng sẽ nặng nề hơn. Một nền kinh tế dựa trên vốn nước ngoài và thị trường nước ngoài thì đương nhiên đất nước ta là con bò đang được vỗ béo, đang bị vắt sữa, nghĩa là càng phát triển như thế, dân lao động càng bị bóc lột, thiên nhiên càng bị tàn phá nhiều hơn. Chủ quyền của ta sẽ teo đi! **Hướng đấu tranh tới đây của trí thức các anh là sẽ phải ra sức chống lại một chính quyền tham nhũng với những bước phát triển vô tổ chức và quá trớn ấy!** Phát triển quá trớn ấy, ngoài sự tàn phá quân bằng sinh thái của thiên nhiên, nó còn là nguy cơ phá hoại mọi truyền thống, mọi nghĩa vụ, làm mất bản sắc dân tộc, cơ bản là sẽ mất tinh thần tự chủ...! Nếu không bảo vệ chủ quyền, chống sự phát triển quá trớn thì dân ta sẽ sống như kẻ làm mướn cho ngoại bang và phải sống nhờ trên chính đất nước của mình! Vì lúc đó các khu chế xuất lớn, các khu du lịch sang trọng, các hệ thống công nghệ tiên tiến, hiện đại là do vốn tư bản nước ngoài và tham nhũng làm chủ, sẽ ưu tiên phục vụ cho tham nhũng và thế giới đại tư bản! Các anh nên nêu vấn đề luật lệ bảo đảm các nghĩa vụ phục vụ dân chúng, bảo vệ dân lao động.

- Giờ đây là những vấn đề bảo vệ chủ quyền của quốc gia, đòi thêm quyền lợi cho công nhân trong các xí nghiệp do nước ngoài thao túng, đòi kiểm soát, bằng một đạo luật, để minh bạch hóa sự phân chia lợi nhuận kinh tế cho công bằng, nghĩa là để một mức lợi nhuận quan trọng dành cho phúc lợi của nhân dân lao động, cho những ai đang sống trong một xã hội tư bản do đồng tiền chi phối. Ít ra là đòi cho được một nền giáo dục và y tế mang tính nghĩa vụ, tức là được miễn phí. Thật không có sự bất công xã hội nào bằng tình trạng lợi nhuận trong cả nước tăng lên vòn vọt, mà dân ốm đau không có tiền đi chữa bệnh! Con trẻ đang tuổi học hành nhưng không có tiền đóng học phí! So với thời chế độ cũ của miền Nam trước đây thì thật là một sự thua kém rất xa! Thật là vô lý và nhục nhã, khi ta nói là đã giải phóng miền Nam, mà nay đưa miền nam tới tình trạng con người bị nô lệ vào đồng tiền hơn trước! Không tiền là ốm đau không thuốc men, không tiền là con em không được học hành! Giải phóng miền Nam là như vậy sao? Sự thật là miền bắc đã mang cái chuyên chính, cái đói nghèo vào cho xã hội miền nam! Và rồi nếp sống văn minh văn hóa cởi mở ấm no của miền nam đã tràn ra giải phóng ngược lại miền bắc, lôi miền bắc ra khỏi lối sống hủ lậu "tự túc tự cường." cứ ngoan cố tự hào về thành tích bưng bít chính trị, về hạn chế tiêu dùng! Nay thì miền bắc cũng được bung ra tự do làm ăn... theo gương miền nam. Nhưng trong cái đà bung ra làm kinh tế ấy, tham nhũng đã phát triển tối đa, không gì ngăn cản được!

- Thế nên nay phải đòi kiểm soát thật chặt chẽ các nguồn lợi nhuận đến từ tham nhũng. Mọi chi tiêu dùng "vốn chết," như xây nhà cửa quá khang trang, mua xe cộ lớn, chi tiêu xa xỉ v.v... sẽ phải bị kiểm soát nguồn gốc hợp pháp, sẽ bị đánh thuế thật cao để bù đắp vào sự thiệt thòi của nhân dân lao động. Phải đòi truy gốc hợp pháp của các món tiền tiêu xài xa xỉ đó, để cho bọn tham nhũng lộ mặt, để kiểm soát các nguồn thu nhập gian lận của chúng, để thu lại tài sản tham nhũng, dùng nó làm quỹ phục vụ phúc lợi miễn phí cho nhân dân. Phải tranh đấu đòi và bảo đảm phần lớn lợi nhuận là dành cho phúc lợi của toàn dân. Phải hoàn thành cả một hệ thống kiểm soát, cấm cản, truy thu có tính hồi tố tất cả tài sản có gốc tham nhũng. Đặc biệt là phải cho phép thành lập công đoàn tự do để bảo vệ cho công nhân, phải đòi có tự do báo chí để phanh phui bằng hết và kịp thời mọi hành vi tham nhũng đã qua, hiện tại và trong tương lai. Phải chấm dứt cảnh độc quyền cai trị và độc quyền kinh tế. Vì tư bản mà làm chủ nhà nước, thì nó sẽ làm chủ mỗi người chúng ta qua sự cai trị chuyên quyền! Tương lai của chúng ta đang lâm nguy! Vì nguy cơ trước mắt là bao nhiêu quyền dân chủ tối thiểu cần thiết ở ta sẽ bị xóa bỏ! Ưu tiên là phải đòi cho dân được tự do ứng cử và tự do bầu cử trực tiếp, bằng lá phiếu của dân. Đó là hướng tranh đấu mà chúng ta phải theo đuổi để có một nền độc lập thật sự, để cho dân ta, bằng lá phiếu tự do, thật sự làm chủ nước ta! Có như vậy thì khối tư bản mới kính trọng ta, không thao túng được ta và không nô lệ hóa được ta.

Nghe bác Thảo trình bầy và hô hào như vậy, nhiều trí thức trẻ miền nam nay như đã thêm tự tin, đã nhìn thấy còn quá nhiều công việc phải làm. Và có nhiều người vì có niềm tin mạnh mẽ, nên đã vén tay áo, đứng dậy nhận trách nhiệm… để công khai tranh đấu minh bạch như những nhà dân chủ, và dù một số người đã bị trù dập, giam giữ, nhưng họ không còn sợ nữa!

Những lý luận như những lời tiên tri của Thảo đã chinh phục được nhiều trí thức chẳng những của miền Nam, mà của cả nước!

Vì vậy, công an phường Cô Bắc đã được lệnh phải theo dõi chặt chẽ hơn, phải lập hồ sơ lý lịch những ai lui tới với Thảo. Cuối cùng Thành ủy Sài Gòn đành phải báo cáo lên Trung Ương, về một "nguy cơ chính trị đang hình thành," do số người "phức tạp" đến gặp Thảo ngày càng đông! Có lúc họ đã ngủ lại trong nhà Thảo! Bản báo cáo này đi vòng vo rồi cũng tới tay… Sông Trường, với lời báo động của các ban tư tưởng văn hóa!

Rồi một hôm, trời tuy nắng nhưng do cuối năm nên không nóng mấy, Sông Trường tới thăm, làm Thảo ngạc nhiên!

- Đã lâu quá không gặp anh, nên hôm nay rảnh rỗi, tôi tới thăm anh. Sức khỏe của anh độ này thế nào? Sao trông anh có vẻ hơi vàng vọt, bệnh gan của anh ra sao rồi, có thuốc men đầy đủ không? Anh có cần gì không?

- Cám ơn anh đã có lòng tới thăm tôi! Mà sao hôm nay anh lại chú ý tới sức khoẻ của tôi vậy? Sự thật là chưa bao giờ tôi cảm thấy khỏe như lúc này. Nhưng anh tới là có chuyện gì vậy anh? Giữa anh và tôi, có lẽ chúng ta nên cứ thẳng thắn với nhau đi. Có phải là tại có nhiều người lạ đến thăm tôi phải không? Tôi cũng thấy bị mất thời giờ với họ. Nhưng họ là những người tâm huyết của miền Nam, thấy họ tỏ ra rất trăn trở về tình hình đất nước như tôi, nên tôi không thể xua đuổi họ.

- Họ trăn trở về điều gì? Có phải họ than thở với anh về tình trạng các cán bộ miền bắc vào đây quá đông nên đã chiếm chỗ làm của họ không?

- Không phải vậy. Đấy là điều lần đầu tiên tôi được anh cho biết có tình trạng đó. Họ tới với tôi là để bàn về hiện tượng hủ hóa tràn lan của các cấp cán bộ cách mạng của ta ở trong này. Đại khái họ nêu ra những cách thức làm giàu, vơ vét của cải quá lộ liễu của các cán bộ cấp cao cũng như cấp thấp, ở khắp mọi nơi… Họ dùng quyền lực xin nhà, cấp nhà đất cho họ hàng, gia đình, thậm chí cho cả bạn bè hay người bên ngoài «đảng» nữa, để cấu kết với nhau, kinh doanh bất hợp pháp đất đai rất trắng trợn. Xin nhà rồi thì đòi hợp thức hoá. Hợp thức hóa xong là mang bán cho tư nhân, rồi xin đổi đi tỉnh khác, lại xin cấp nhà vì lý do chưa có. Cứ như vậy, con cháu họ bị thuyên chuyển đi nhiều tỉnh làm việc là cuối cùng họ giàu lên quá nhanh. Còn xin đất để phát triển công nghiệp, nhưng vừa được cấp xong là bị xẻ nhỏ ra để nhượng lại cho dân xây nhà ở. Có nơi vùng ven biển thì nhắm mắt cho phép kẻ gian lập bãi đáp cho dân đi chui di tản ra nước ngoài: chúng thu mỗi đầu người ra đi như vậy là từ năm tới mười mấy "cây" vàng! Anh thử tính coi từ bao nhiêu năm nay, có cả mấy trăm ngàn người đã bằng lòng «mua bãi» để được đi chui an toàn, và chúng đã thu được hàng mấy tỉ đô-la Mỹ, tôi nghe họ tính toán mà kinh hãi quá. Hôm nọ cả hai anh Trần Bạch Đằng và Trần Văn Giàu tới thăm tôi, hai anh ấy than là «đảng» và chế độ ta bị tai tiếng nhiều là do cánh tư tưởng văn hóa và cánh công an: cả hai cánh ấy đều quen thói vu khống, chụp mũ, chế tạo bằng chứng giả, sử dụng côn đồ, rồi tòa dập với tòa án tạo ra những án oan... để đánh trí thức và làm tiền bọn nhà giàu, bịt miệng giới tranh đấu đòi các quyền dân chủ... Nhà nước mà làm ăn tham lam, đầy thủ đoạn lộ liễu như thế thì còn gì là chính nghĩa, là công lý nữa! Dân làm sao kính trọng một "đảng," một nhà nước đầy thủ đoạn và thối nát như thế! Hai anh ấy hỏi tôi làm sao chấm dứt tình trạng này? Anh có biết gì về những tệ nạn ấy không?

- Tôi biết chứ! Đui mù cũng phải thấy chứ! Nhưng nay tệ nạn cán bộ "biến chất" tràn lan ra đều khắp, dẹp hết không nổi, mà dẹp hết thì sẽ không còn cán bộ mà sai khiến. Khó khăn, nan giải lắm, chứ không dễ thanh toán đâu.

- Thế anh có biết tại sao hiện nay cánh văn hóa tư tưởng, cánh công an cứ tự do thao túng, và tệ nạn làm giàu bất hợp pháp lại trắng trợn và tràn lan như vậy không? Theo tôi thì lỗi là do chính quyền cứ bưng bít, không dám công khai hóa những vụ việc bất lương ấy ra trước ánh sánh dư luận. Nên bọn chúng cứ hoành hành như là vẫn được bóng tối che giấu, ít ai biết đến tội lỗi của chúng. Nhưng nhân dân đã thấy hết. Nếu cho báo chí của ta tự do khui các vụ ấy ra, thì tham nhũng sẽ phải chùn tay. Trước sau gì, muốn thắng tụi nó là phải có tự do báo chí! Tự do báo chí là để ánh sáng soi rọi vào những nơi có sai trái, tội lỗi!

- Không được! Không được đâu! Vì có tự do báo chí là sẽ loạn ngay. Tụi thù địch sẽ nhảy vào lợi dụng. Chúng sẽ quậy nát chế độ ta ngay. Vì chỗ nào mà chẳng có tham nhũng. Chúng nó sẽ dùng tự do báo chí để đẩy mạnh diễn biến hòa bình là ta sẽ sụp đổ y như ở Liên Xô trước đây thôi. Cái gì chứ tự do báo chí là tuyệt đối không thể được đâu.

- Tôi thấy sự sụp đổ ở Liên Xô là không phải do có tự do báo chí. Vì lúc đó phần lớn báo chí ở khắp nơi vẫn ở trong tay "đảng" cơ mà! Sự sụp đổ ấy có nguyên nhân nội tại, nó đã tới từ nội bộ hoang mang, rối loạn trong "đảng." Từ những sai lầm chồng chất, tích lũy từ lâu...

- Thôi anh đừng bận tâm về những chuyện chính trị phức tạp ấy. Nó khó giải thích lắm! Và có lẽ là không thể giải thích được, ta nên tạm gạt nó qua một bên.

- Vậy sự thật là anh tới thăm tôi hôm nay có mục đích gì?

- Đúng như anh dự đoán, tôi tới anh với một mục đích rõ rệt, đã được suy nghĩ rất kỹ. Tôi tới là để đề nghị với anh một giải pháp có lợi cho anh về mọi mặt. Tôi yêu cầu anh không trả lời tôi ngay, mà cứ để suy nghĩ cho thật kỹ rồi hãy trả lời.

- Đề nghị gì mà ghê gớm thế?

- Tôi đề nghị anh nên trở qua Pháp nghỉ ngơi, tìm thuốc men chữa bệnh cho thật khỏe rồi sau lại về đây. Lúc đó chúng ta sẽ tính với nhau một sự cộng tác triệt để và lâu dài. Vì tới đây sẽ là thời kỳ đất nước ta phải lột xác để thành một con rồng của châu Á, ít ra cũng có thể sánh với Đại Hàn hay Đài Loan! Anh cứ suy nghĩ cho thật kỹ đi, tôi biết rồi thể nào anh cũng hiểu hết ý tôi, để chấp thuận đề nghị này. Bởi vì nếu anh ở lại Sài Gòn hay trở về lại Hà Nội, thì rồi cũng chỉ là phí phạm thời gian của anh thôi. Nếu anh ra đi thì sẽ như đại bàng bay trở lại vùng trời cao, nó sẽ có thể thấy và làm được nhiều chuyện phi thường, khác với lúc nó bị nhốt trong chuồng, cho dù cái chuồng ấy tốt đẹp đến đâu, nhưng là vẫn phải sống chung với đàn gà.

- Thật là một đề nghị quá bất ngờ đối với tôi. Như anh đã biết, trong thời gian kể từ khi trở về nước tới nay, đã có vài lần tôi đã được mời cùng phái đoàn của ta đi tham quan nước ngoài, và đã có lần chính người trong đoàn đề nghị để tôi cứ âm thầm ở lại nước ngoài để mà tiếp tục nghiên cứu y như hồi còn sinh hoạt ở Paris, nhưng tôi đã dứt khoát từ chối. Vì tôi nghĩ Thảo ngày nay y như một cây tùng đất Việt, nó chỉ có thể mọc và phát triển cho đúng là cây tùng khi nó được trồng ở đất Việt mà thôi. Ở nơi khác nó có thể mọc xanh hơn, xum xuê hơn, nhưng nó sẽ không còn được vóc dáng của một cây tùng nước Việt! Bây giờ anh tính bứng nó đi để trồng ở nơi khác à?

- Không! Tôi nghĩ bây giờ cây tùng ấy đã tăng trưởng đủ để, dù trồng ở đâu, thì nó sẽ vẫn có bản chất, vóc dáng, bóng mát của cây tùng. Người như anh mà cũng sợ cây tùng trở thành cây gỗ tạp ở nơi khác sao? Anh cứ nghĩ cho thật kỹ đi rồi sẽ trả lời tôi. Anh chưa chán cảnh phượng hoàng phải sống chung với đàn gà à? Thôi tôi về và chờ câu trả lời có suy nghĩ của anh.

- Anh không cần phải chờ! Tôi trả lời thẳng với anh là tôi không cần đi đâu cả! Anh phải hiểu rằng khi trở về đất nước này là tôi đã bồng bột mang một giấc mơ huy hoàng, một kỳ vọng vĩ đại là về để mang tim óc ra xây dựng một mô hình cách mạng mà loài người mong đợi! Nhưng khi trở về quê hương rồi, thì giấc mơ ấy, kỳ vọng ấy đã bị thực tại chỗ đạp cho đổ vỡ tan tành. Rồi mãi sau, qua những trải nghiệm vất vả, tôi mới đứng dậy được, nhờ đã định ra cho mình một nghĩa vụ thiết thực hơn, nhờ đã tìm ra một kỳ vọng chắc chắn sẽ thành tựu, là sẽ góp ý làm cho cuộc cách mạng này có tính nhân bản, nhân đạo hơn, cho bớt tính chuyên chính độc đoán, tính hiếu chiến gây tai họa, để trở thành một nhà nước hòa bình, dân chủ hợp lòng dân, thực sự là do dân và vì dân để mà sống còn với thời đại và thời gian. Cho tới nay tất cả những nghiên cứu, khám phá của tôi đều là cố sức góp ý để cách mạng sửa sai và xây dựng theo chiều hướng tốt đẹp, cho hợp với mong muốn của dân. Vì thế tôi đã thề sẽ làm nghĩa vụ đó ở đây cho tới hơi thở cuối cùng! Dù tôi vẫn bị kìm kẹp, nhưng tôi quyết tâm hoàn thành sứ mệnh ấy, vì tôi không thấy ai ở đây làm nhiệm vụ ấy! Giữa anh và tôi, có bao giờ anh thấy tôi góp một ý nào có hại cho cách mạng, cho "đảng," cho dân bao giờ đâu. Anh không thấy, không hiểu thành tâm thiện chí và quyết tâm của tôi sao?

    - Tôi rất hiểu lòng nhiệt thành của anh. Chính vì thế mà tôi muốn anh ra đi. Chúng tôi đã bố trí, đã chuẩn bị cho anh một lối thoát vừa danh dự, vừa lý tưởng. Vì anh chưa suy nghĩ thấu đáo đấy thôi. Mai tôi sẽ trở lại, xin anh đừng thoái thác vội vã. Anh cứ suy nghĩ và suy nghĩ thêm đi, mai sẽ trả lời tôi. Vì tất cả đã sẵn sàng rồi! Nhất định là anh không thể lưu lại cái đất Sài Gòn này như vậy nữa đâu! Đảng đã quyết định, nhất định là anh sẽ phải ra đi thôi, không cưỡng lại được đâu, mà thật sự là không nên cưỡng lại, vì ra đi thì sẽ có lợi cho anh… Anh cứ suy nghĩ cho thấu để thấy rõ đề nghị thực tiễn của tôi!

    Sau khi Sông Trường ra về, Thảo suy nghĩ đến đau đầu! Tại sao lại có đề nghị này? Đây là lại thêm một thủ đoạn để cô lập ta với những trí thức và cánh kháng chiến miền Nam? Lỗi ở ta đã không cảnh giác, cứ tưởng vào Nam là thoát cảnh bị kìm kẹp! Bây giờ họ muốn đẩy ta đi, mà ta từ chối không đi thì chuyện gì sẽ xẩy ra? Họ thì thiếu gì thủ đoạn! Chính Sông Trường đã chẳng nói thẳng ra là mọi sự đã được bố trí sẵn sàng rồi là gì! Ta làm sao cưỡng lại? Mà ra đi hay ở lại, lợi cho ai, hại cho ai? Tuổi ta đã gần đất, xa trời, còn chống trả với thời gian và quyền lực này được bao lâu nữa? Mà chống trả để làm gì khi ta vẫn bị phong tỏa, kìm kẹp? Ta ra đi là sẽ tới chân trời rộng mở… Ở lại là vẫn bị bao vây bởi bức tường cảnh giác và nghi kỵ. Vài năm nữa ta chết đi, mang vào cõi im lặng cả một khối lượng tư duy và bao công trình trải nghiệm... thế là rảnh nợ cho họ. Thôi thì cũng đành mang thân xác này ra gửi xứ người... Biết đâu ở bên ngoài, ta lại có đủ thời gian và cơ hội để dàn trải trí óc ta lên trang giấy, trong một cuốn sách... hầu lưu lại một cái gì cho hậu thế? Thôi thì nay chỉ còn lại một giấc mộng nhỏ, một kỳ vọng thật mong manh trong một cuốn sách, trước khi ta trở về với cát bụi!

Đêm ấy, Thảo đã ngồi ôm đầu suy nghĩ, lâu lâu lại lấy tay gạt nước mắt. Khóc thầm rồi lại suy nghĩ... Cứ như thế cho tới sáng. Thảo không khóc cho mình mà là khóc cho sự nghiệp mà mình đã nguyện hiến dâng cả cuộc đời để vun trồng nó!

Nhớ lại biết bao sáng kiến cụ thể, hợp lòng dân, để cho Cách Mạng thành công huy hoàng, cho «đảng» không còn bị tai tiếng vì gian dối, vì tội ác, vì thủ đoạn kém cỏi của những cá nhân lãnh đạo hoang tưởng, để "đảng" thoát ra khỏi nanh vuốt của bọn lưu manh bè phái, cửa quyền, để trở thành một «đảng» dân chủ trong sáng, chân thành, vĩ đại... vậy mà «đảng» không chịu lắng nghe! Nhìn thực tại giờ đây thê thảm quá! Mà ta nay đã già rồi! Mà tại sao lãnh đạo hiện tại lại cứ cố ôm mãi, cứ cố bệnh vực những sai lầm, tội lỗi của quá khứ? Tại sao họ không biết cải thiện phương pháp cai quản đất nước? Tại sao cứ như cố đợi nước lũ tràn tới chân...

Thảo nghĩ vậy nên lại gạt nước mắt!

Biết bao tâm huyết, trí óc, xương máu đã đổ ra! Biết bao hi sinh gian khổ! Nay đành để tư bản man rợ tràn vào. Cách mạng nay đã biến chất toàn diện. Toàn là cơ hội cho tham nhũng phát triển! Đất nước, thiên nhiên, vốn nổi tiếng rừng vàng, biển bạc, nay đứng trước nguy cơ bị đồng tiền tư bản tràn vào tàn phá vô tội vạ! Người tâm huyết làm sao không buồn bực. Người dân thì không có quyền ngăn cản, phản đối!

Thảo đau đầu suy nghĩ, lấy tay áo quệt nước mắt!

Ngẫm lại cái sự trở về của mình thật là bi thảm: ước mơ góp phần hoàn thành một cuộc cách mạng lý tưởng đã sụp đổ ê chề. Cao vọng góp ý xây dựng "đảng" thành một đảng dân chủ tiến bộ của thời đại cũng tan vỡ hoàn toàn. Bao nhiêu năm qua, sự nghiệp triết học như thế là bế tắc, kể như tiêu tan. Nay tới lúc gần đất, xa trời, thì lại bị tống đuổi ra đi cho rảnh mắt bè cánh bảo thủ, thối nát! Vậy là rồi đây, thân xác này sẽ bị chôn vùi ở xứ người!

Thảo tức tưởi quá, đau đầu quá, lại xụt xịt chậm nước mắt. Rồi lại thở dài và suy nghĩ. Trong lòng tràn ngập uất ức, phẫn nộ và tự vấn lương tâm, tự chất vấn mình: chẳng lẽ ta không còn con đường nào để đi tới...?

Bác Thảo kể tới đó, lắc đầu nói:

- Chung quanh tôi lúc đó cứ trách tôi là không biết tùy cơ ứng biến, không biết thích nghi, tạm thời thỏa hiệp với quyền lực. Nhưng tôi đã suy nghĩ kỹ. Tôi không thể từ bỏ chính tôi để trở thành như đám trí thức của "đảng," như những bù nhìn...

Nghe tới đó tôi buột miệng hỏi:

- Thành thực muốn hỏi bác, bao nhiêu năm rồi, bác đã gợi ý, khuyên bảo những điều hay, lẽ phải, mà từ lãnh đạo này cho tới lãnh đạo khác, đã chẳng có ai lắng nghe bác. Họ chỉ coi bác như kẻ cản đường. Tại sao bác không tạm thời đồng ý với họ, theo lập trường của họ để chờ thời cơ...

- Không thể được! Nếu ai cũng thỏa hiệp với dối trá và tội ác, thì dân còn hi vọng vào đâu, vào ai? Không thỏa hiệp với dối trá và tội ác là nguyên tắc để giữ vững chính mình. Một hành động, thiện hay ác, dù là thật nhỏ, dù chỉ là nhất thời, cũng đều để lại dấu vết bền lâu trên sự nghiệp của mỗi con người. Dối trá, độc ác, bạo lực là độc tố âm thầm hủy hoại con người đã sử dụng nó. Xã hội dung túng nó sẽ mất hết lương tri, mất hết trật tự kỷ cương. Nhân nhượng hay thỏa hiệp với cái xấu là con đường tự diệt từ từ chính mình. Điều ấy Thảo này không thể nào làm được.

- Như vậy thì làm sao bác có thể được quyền lực cách mạng tin dùng!

- Đành vậy chứ không thể nói khác, làm khác! Không thể đánh mất lý tưởng để được tin dùng!

- Nếu vậy thì những gì bác nói ra sẽ chẳng được lắng nghe! Như vậy thì thật là vô ích!

- Không phải là vô ích đâu. Những lời lẽ lý giải đúng, những phân tích hơn, thiệt, đều là những hạt giống gieo vào thời gian để rồi sẽ có lúc, có chỗ cho nó bén rễ trong những đầu óc tỉnh táo, lương thiện để tới một ngày nó sẽ ra hoa đẹp, kết trái ngọt. Những tư tưởng đúng với lương tri, thấm nhuần thực tại đều có sức mạnh của sự thật. Có ngày nó sẽ bung nở ra để xóa đi gian trá và bạo lực. Trong lịch sử, luôn luôn có sự vùng dậy của chân lý và lương tri. Chính vì vậy mà chế độ gian trá và tàn ác nào rồi cũng sẽ sụp đổ. Vì với thời gian, những lời nói dối trá, những việc làm gian ác cuối cùng sẽ chỉ sinh ra toàn hoa hôi, trái đắng. Các anh cứ tin tôi đi, những gian trá và tội ác đã phạm hôm nay, thì mai mốt chúng sẽ là một di sản độc hại, bị dân chúng nguyền rủa cho tới lúc nó bị đào thải. Ngoan cố càng kéo dài thì sự đào thải, đổ vỡ càng thảm khốc. Vì thế mà tôi kiên trì cố phân tích thực tại, để can ngăn mọi hành động xấu xa, sai lệch, mọi chính sách sai trái gây nhiều hậu quả nghiêm trọng của hiện tại. Đặc biệt là phải ý thức về xu hướng tha hóa của chiến tranh. Bởi làm chiến tranh là tận dụng yếu tố gian xảo, lừa gạt, tức là đẩy đầu óc thông minh theo con đường mưu trí, tức là lìa xa con đường trí tuệ. Chính sách trường kỳ chiến tranh nguy hại lâu dài vì nó để lại trong xã hội, trong chính quyền cái thói quen gian xảo, lưu manh, côn đồ của bạo lực. Tố cáo sự độc hại của chiến tranh không phải là vì oán thù, không phải để trả thù, mà là để thanh toán, để giảm thiểu những thảm họa mà "đảng" và lãnh đạo đã gây ra với chính sách trường kỳ chiến tranh.

- Cứ làm như vậy thì đời bác sẽ còn nhiều gian khổ!

- Gian khổ cũng đành chấp nhận, không thể làm khác.

- Như vậy là chính bác đã làm khổ bác rồi.

- Thì đúng là những chọn lựa và quyết định của tôi đã đưa tôi vào một cuộc đời đầy gian nan, vất vả. Nhưng tôi không thể chọn một con đường nào khác. Vì con đường khác ấy sẽ biến tôi không còn là tôi nữa. Nếu tôi thay đổi, nếu tôi chấp nhận đi theo con đường của thảm họa, là tôi đã phản bội đất nước và dân tộc.

Nói rồi bác Thảo lại lắc đầu mỉm cười một cách cay đắng.

Đã nhiều lần giải thích với bác rằng chúng tôi không muốn biết tận tường về những vấn đề thuần túy triết học của bác. Điều chúng tôi tò mò, là muốn được nghe bác kể về hoàn cảnh sống, hoàn cảnh làm việc, về mối quan hệ với các lãnh đạo, từ chủ tịch Hồ Chí Minh trở xuống, về cuộc hôn nhân tan vỡ, về bạn bè chí thân và cả về những kẻ đã muốn ám hại bác...

Càng kể, bác Thảo càng như tìm thấy hứng thú để ôn lại dĩ vãng, như để phân trần, tự bào chữa cho chính mình. Có những buổi chiều chủ nhật mùa đông lạnh buốt, trong một quán café yên tĩnh và ấm cúng, bác đã say sưa làm sống dậy những ngày tháng đau thương, cho tới khi bên ngoài trời đã tối khuya, khiến chúng tôi phải chặn lại để bác dùng chút gì nhẹ cho bữa ăn tối, trước khi đưa bác về lại căn nhà khách của sứ quán lúc quá khuya.

Khi rời xe chúng tôi để bước vào căn nhà số 2 phố Le Verrier, bác thường than:

- Mỗi lần phải bước vào lại căn nhà này thì tôi cảm thấy vô cùng khổ sở. Căn phòng gì mà chật hẹp hôi hám, đã quá lâu không ai ở, và từ lâu căn nhà này đã chẳng được bảo trì, tẩy uế, sơn phết lại, như luật lệ ở Paris đã qui định, nay mùi ẩm mốc nồng nặc. Đêm tắt đèn nằm xuống, dán bò ra như kiến. Có khi đang ngủ bỗng giật mình tỉnh dậy vì dán bò lên thân thể làm nhột ngứa trên cổ, trên mặt...

Khi giãi bày những nỗi khổ tâm, bác Thảo như xả ra bớt được những nỗi niềm đã tích tụ quá nhiều, đã dằn vặt bác quá lâu... Cởi mở tâm sự với chúng tôi như vậy là một thứ thuốc an thần giảm bớt những ức chế, bực bội trong lòng... Và đấy cũng là dịp để chúng tôi tẩm bổ cho cái thân già hom hem của bác. Bác ăn ít, nhưng rất kén: chỉ chọn những món thật tươi, không mỡ màng, dễ tiêu. Bác kể cách tự nấu ăn: phải là thật tinh khiết, thật giản dị, thật tươi, ăn bữa nào thì chỉ nấu nướng cho đúng bữa ấy, không ăn thứ ôi cũ. Vả lại cũng không dư tiền, không dư thời giờ và sức khỏe để nấu nhiều.

Tạm trú trong căn nhà khách ấy, mỗi lần muốn chuẩn bị bữa ăn, thì phải lích kích mang cái xoong, lọ dầu, gạo, muối xuống ba đoạn cầu thang mới tới căn bếp ở dưới tầng hầm. Nấu xong, lại phải lau chùi bếp cho sạch sẽ, rồi lại lích kích mang đủ thứ lên phòng ngồi ăn, nghĩa là lại leo lên ba đoạn cầu thang. Mỗi lần qua một đoạn thang lại phải ngưng nghỉ để lấy sức leo lên tiếp. Lên tới phòng ngủ thì phải nằm nghỉ một lát mới có thể ngồi ăn, vì leo lên hết ba đoạn cầu thang ấy thì là thở dốc, cơn hen suyễn muốn kéo tới!

- Thế ở trong nước thì bác có đỡ cái cảnh vất vả phải tự nấu ăn ấy không?

- Ở trong nước cũng vậy, cũng phải tự nấu, mà là nấu bằng củi, khói cay đến chảy nước mắt, nước mũi, đến nghẹt thở mới có được niêu cơm!

- Ăn uống như vậy thì vất vả quá! Không mướn ai giúp bác được sao?

- Nghèo túng quá, bữa đói, bữa no, tiền đâu mà dám nghĩ tới mướn người làm! Mướn người để bị chúng qui cho tội bóc lột sức lao động à?

- Thế thì thật là khổ!

- Khổ thế mà vẫn sống như không biết khổ là gì! Ha! Ha! Ha!

- Thế lãnh đạo có biết bác phải sống vất vả như vậy không?

- Biết chứ sao không! Họ mỉa mai rằng đó là cách "cải tạo" Trần Đức Thảo! Để Trần Đức Thảo "học tập nhân dân"! Càng thấy họ đè đầu, muốn bẻ gãy ý chí phản biện của tôi, tôi càng cưỡng lại, dù biết rồi sẽ sống khổ. Nhưng tôi không sợ khổ, tôi không sợ chết!

Nghe tâm sự như vậy, khiến chúng tôi tò mò muốn biết thêm về cách ứng xử của lãnh đạo đối với bác. Tôi bèn hỏi:

- Từ khi trở về nước, bác có một lúc nào được đãi ngộ, một thời gian nào được làm việc gần với cụ Hồ để bàn tính chuyện đất nước không?

Bác nghiêm mặt, nhìn trừng trừng chúng tôi và đáp:

- Anh hỏi như thế là đã có một sự ngộ nhận lớn rằng tôi được chấp thuận cho trở về là để làm việc gần với cụ Hồ. Sự thật là việc tôi về là do sự vận động của tôi với sự trợ giúp của đảng cộng sản Pháp. Và qua đảng cộng sản Pháp thì có cả sự giúp đỡ của phía lãnh đạo Liên Xô nữa. Bởi lúc ấy, cả đảng cộng sản Pháp, cũng như phía Liên Xô, đều muốn đưa tôi về với hi vọng có thể có cơ hội góp ý với cách mạng Việt Nam. Bởi lúc ấy ai ở bên ngoài cũng đều hiểu là "cách mạng Việt Nam" đang chịu ảnh hưởng rất nặng nề của Bắc Kinh. Thế nên khi tôi vận động để được trở về quê hương, thì họ có tra hỏi tôi rất kỹ để tìm hiểu xem tôi "muốn trở về để làm gì?" Tôi đã nhiều lần trả lời thật rõ là "để những hiểu biết, những khả năng trí óc của tôi có cơ hội phục vụ cách mạng, với tinh

242

thần gạn lọc những lỗi lầm của quá khứ cách mạng. Tôi nhấn mạnh sẵn sàng làm bất cứ việc gì, để trở thành có ích cho quê hương và cách mạng." Vì thế mà cuối cùng, các bạn bè phương tây đã giúp tôi trở về. Sau này, khi đã về rồi, thì tôi mới được biết là "lãnh đạo" cũng đã cân nhắc, đã nghiên cứu kỹ và bàn tính khá lâu rồi mới ngỏ ý chấp thuận đón nhận tôi trở về...

Nghe vậy, tôi lại càng thắc mắc:

- Nhưng từ khi về quê hương tới nay, bác đã được đãi ngộ như thế nào? Bác có được làm việc gần cụ Hồ không?

- Đúng là ở bên ngoài, các anh không hiểu chút nào về hoàn cảnh của tôi từ khi trở về đến quê hương. Hỏi như vậy là không biết tí gì về hoàn cảnh của tôi trong mấy chục năm qua, cũng như không biết gì về "ông cụ." Nếu quan hệ, nghĩa là có giao thiệp mật thiết, có trao đổi ý kiến với nhau một cách thẳng thắn, thân tình... thì thực sự là tôi không có được một quan hệ nào với bất cứ lãnh đạo nào. Không hề có một mối giao hảo thân tình nào, dù chỉ là với bất cứ một đảng viên cấp cao nào đối với tôi. Bởi ngay từ khi vừa đặt chân trở lại trên quê hương, tôi đã bị nghi ngờ là một "kẻ có vấn đề"! Trong cảnh giác cách mạng, hoài nghi cũng đã là một khẳng định. Thế nên, gặp gỡ lãnh đạo thì chỉ là trong hoàn cảnh diễn ra giữa một người ở cấp trên cao của «đảng», với một kẻ đã bị đẩy xa ra phía ngoài, bị coi là thuộc diện xấu, ở trong một hàng rào cảnh giác. Trong guồng máy cách mạng chuyên chính, sự phân biệt đối xử rất gắt gao. Một khi bị là đối tượng của cảnh giác thì không thể có quan hệ với ai cả. Đó là trường hợp của tôi. Tôi chỉ còn là đối tượng của guồng máy "bảo vệ" canh chừng. Do vậy mà cho tới nay, tôi phải ghi nhận rằng thực sự là ngay từ giây phút đầu tiên về tới quê hương, tôi đã không hề được đãi ngộ, và cũng chẳng hề có được một mối quan hệ với lãnh đạo nào cả.

- Ủa! Như vậy là bác không cộng tác gì với một lãnh đạo nào cả hay sao?

- Mặc dù tôi đã thường xuyên, cố gắng tìm cách bắc cầu quan hệ với các cấp lãnh đạo, bằng cách gửi trực tiếp những báo cáo, đề nghị, viết những bức thư góp ý của tôi về nhiều vấn đề quan trọng, vào nhiều thời điểm quan trọng. Nhưng không một lần nào, không một lãnh đạo nào, từ Hồ chủ tịch trở xuống, đã thân chinh trả lời các bức thư của tôi. Toàn là được nghe nhắn lại qua cấp thừa hành, được nghe thuật lại những lời nhắn nhủ của lãnh đạo, như để xoa dịu lòng bồn chồn nhiệt thành của tôi. Đôi lúc họ cũng cho tôi gặp mặt lãnh đạo. Đấy là qua những buổi tiếp tân tập thể, cốt để tỏ uy quyền, cốt để phô trương sự thuần phục chung quanh lãnh đạo, để trấn áp tư tưởng "linh tinh" của tôi. Đã nhiều lần, tôi nhận ra là lãnh đạo không hề trực tiếp đọc những bức thư, những báo cáo của tôi, nghĩa là giữa lãnh đạo và tôi, luôn luôn có một sự gạn lọc, có một bức tường ngăn chặn, không cho phép nảy sinh một mối liên hệ thân cận nào. Nhưng riêng tôi biết thì "ông cụ" rất cảnh giác, rất tò mò, muốn tìm hiểu những suy tư của tôi, tuy "ông cụ" có thái độ nghi ngại, xung khắc đối với những suy nghĩ của tôi trước mỗi vấn đề vừa xuất hiện. Vì thế mà chưa bao giờ có sự tham khảo chân thành, hoặc trao đổi trực tiếp về bất cứ vấn đề gì, ngoại trừ chỉ có một lần. Để rồi tôi sẽ kể về lần gặp đó. Còn thì trong thực tế, tôi hoàn toàn bị đẩy ra thật xa mọi sinh hoạt chính trị. Sau này, khi sức khỏe «ông cụ» suy yếu, phải sống cô đơn, mất hết quyền lực chính trị, rồi mất, thì chính mấy cán bộ quản lý tôi cũng không còn tới gặp tôi như khi trước nữa. Họ đẩy hẳn tôi ra bên lề chính trị. Từ đó, dần dần từng bước, tôi phải chuyển hướng hẳn sang thái độ nghiên cứu trong câm lặng những vấn đề chính trị của đất nước, của cách mạng, nghĩa là của "đảng" một cách hoàn toàn độc lập. Nhất là khi tôi nhận ra tình trạng sức khoẻ của «ông cụ» bắt đầu suy yếu, bắt đầu bị cô lập, với những dấu hiệu bị mất quyền lực chính trị, thì tôi lại càng bị đạp văng ra xa mọi sinh hoạt chính trị...

- Như vậy là kể từ khi về nước, bác không bao giờ được gặp mặt, được sinh hoạt trực tiếp với cụ Hồ hay sao?

- Gặp tận mặt thì có chứ! Nhưng gặp thân mật để trao đổi ý kiến thì kể như chưa hề bao giờ. Thế nên gặp trực tiếp không có nghĩa là có quan hệ. Mà những lần gặp trực tiếp ấy đều lưu lại trong tôi những kỷ niệm cay đắng, đau đớn, bi hài, không bao giờ có thể quên được, có khi nó còn ám ảnh tôi như một tội lỗi tổ tông đã ám hại suốt cả đời.

11
Một bản án vô phương kháng cáo!

- Tại sao bác cứ bị ám ảnh là đã bị ám hại như vậy?
- Vì lãnh tụ đã có định kiến đối với tôi. Coi tôi thuộc diện đào tạo ngoài luồng, mang ảnh hưởng của đế quốc thực dân, nên có sẵn một quan niệm phản động về cách mạng. Vì thế mà «ông cụ» rất nghi ngại cách nhìn phê phán của tôi đối với những việc «ông cụ» đã làm. Vậy mà «ông cụ» cũng muốn kiểm soát, khống chế, đo lường tư tưởng của tôi, đã ra lệnh trực tiếp phải quản chế chặt chẽ tôi. Lãnh đạo muốn biết tôi nghĩ gì về từng bước đi của "trung ương." Có lẽ cũng vì vậy mà tôi chưa bị thanh toán. Thật sự là «ông cụ» rất muốn biết rõ suy tư, lập trường của tôi trước mỗi vấn đề... nhưng lại không ưa những suy tư thường mang tính "phản biện" của tôi.
- Không ưa mà cũng cho gặp mặt à?
- Cũng vẫn cho gặp chứ. Như tôi đã kể, những lần gặp gỡ ấy càng cho tôi thấy không thể có một quan hệ giữa lãnh đạo và tôi. Mặc dù tôi đã biết rõ chính lãnh đạo thường xuyên theo dõi tôi. Đặc biệt và trầm trọng nhất là lần gặp đầu tiên. Chỉ chừng non một tuần, sau khi tôi về đến an toàn khu (ATK). Lần gặp ấy đã mở rộng con mắt, đã soi sáng đầu óc tôi một cách thật sâu xa và đầy cay đắng…

Lần ấy, khoảng cuối năm 1952, lúc tôi đang vô cùng hoang mang thắc mắc, bực bội trong lòng vì tôi biết là đảng đang triệu tập một hội nghị rộng rãi cấp cao quan trọng tại Tân Trào, ở ATK này, mà tôi lại không được mời tham dự. Nhưng rồi xẩy ra một vụ việc làm tôi cực kỳ xúc động: có lệnh truyền xuống để chuẩn bị đưa Trần Đức Thảo đi chào «Bác»! Thật là hồi hộp và mừng! Tâm trí lúc ấy tràn đầy hi vọng nên quên hắn những dấu hiệu đang bị phân biệt đối xử!

Rồi giờ phút của sự thật, giữa "ông cụ" và tôi, đã tới: một cán bộ đặc biệt được phái tới. Đây là một cán bộ giao liên đã đứng tuổi, chẳng những tỏ ra am hiểu về địa hình, địa lý của vùng ATK này, mà còn rất thông thạo về lễ tân trong "đảng." Vì đấy là cán bộ chuyên đảm trách việc đưa, đón, hướng dẫn khách quí của "Trung Ương"! Cán bộ này trịnh trọng cho tôi biết ông ta là chuyên viên "ban lễ tân (protocole) của bộ ngoại giao," nghĩa là cán bộ cấp cao của trung ương, chuyên hướng dẫn, chuẩn bị thật kỹ những ai sẽ được đưa tới gặp "Hồ chủ tịch," mà cán bộ lễ tân này nói một cách kính cẩn là sẽ được hướng dẫn về một số nghi thức phải tuân thủ khi được diện kiến "Người"!

Cán bộ lễ tân này dặn dò từng chi tiết rất tỉ mỉ, chứng tỏ một sự tôn vinh, sùng bái tuyệt đối:

- Yêu cầu của ban lễ tân là đồng chí phải thận trọng trong từng cử chỉ, từng lời nói khi gặp "Người." Thứ nhất là cần nhớ rằng khi gặp thì phải đứng xa "Người" ít ra là ba mét! Chỉ khi "Người" ra dấu, ra lệnh, mới được lại gần hơn. Thứ nhì là không được tự ý nói leo, "Người" có hỏi câu gì thì mới được phép trả lời. Mà phải trả lời đúng vào câu hỏi đó, tuyệt đối không được tự ý nói thêm, nói ra ngoài câu hỏi. Thứ ba là không được chào trước, nói trước. Thứ tư là không được xưng «tôi», y như là ngang hàng với «Người».

- Nếu không được xưng tôi thì xưng bằng gì?

- Đồng chí có thể xưng bằng "con," hay bằng "cháu," và phải gọi Người bằng "bác" như đồng bào vẫn gọi… Những mệnh lệnh này là quan trọng, đồng chí phải ghi nhớ cho kỹ, kẻo làm hỏng cuộc diện kiến với "Người" là tai hại lắm đấy. Không phải ai ở đây cũng đã được tới gần để chào "Người" đâu.

Sự chuẩn bị kỹ như vậy làm Thảo rất bồn chồn, nhất là lúc giao liên tới dẫn đi gặp "Người."

Lúc đó là sáng sớm tinh sương, con đường mòn xuyên rừng, xuyên núi còn đẫm sương đêm, chưa nhìn rõ những hiểm trở dưới chân. Đi khoảng hơn một tiếng đồng hồ sau, trời hửng sáng, thì tới một trạm giao liên khác, cũng là trạm kiểm soát. Vì khi ngồi chờ ở trạm này, thì thấy có hai giao liên khác dẫn hai đoàn người vừa ở hội nghị về. Tại đây, giao liên của mỗi đoàn phải trình giấy chứng minh thư của từng người trong đoàn, để cán bộ thường trực của trạm ghi vào sổ. Rồi hai đoàn người ấy mới được đi qua.

Băn khoăn đợi ở trạm này mãi đến gần trưa, bỗng từ xa có một hồi còi tu huýt dài tiếng, như loại tu huýt của các hướng đạo sinh, vẳng tới. Lát sau một sĩ quan bộ đội "tiền phương," mặc quân phục gọn gàng, vai đeo "tếp" vải, bên sườn đeo súng ngắn K54, đi rất nhanh tới rồi chỉ về phía Thảo hỏi gay gắt như quát, rất hách:

- Ai đấy? Đã nghe thấy còi báo rồi, sao lại còn có người ngồi ở đây?

Giao liên của Thảo vội trình ra một tờ giấy, rồi nói:

- Báo cáo đồng chí, tôi được lệnh đưa đồng chí này mới ở bên Tây về, tới đây chờ để được kính chào "Bác."

- Đồng chí đã chuẩn bị kỹ đối tượng chưa? Đã tập huấn những qui định để gặp "Bác" chưa?

- Báo cáo đồng chí, tôi đã chuẩn bị, chỉ dẫn đầy đủ rồi.

Chờ khoảng mười lăm phút sau, lại một hồi còi tu huýt như tiếng sáo thật dài nữa vẳng tới, một toán bộ đội gồm bốn người, trong quân phục y như người tiền trạm, tay cầm súng trường Tiệp Khắc, đi tới và nhìn ngó chung quanh, rồi nói câu gì với người tiền trạm rồi lại đi ngay. Bây giờ thì tất cả người làm việc trong tiền trạm phải đi ra xa. Chỉ có một giao liên cùng Thảo là được ngồi đó chờ.

Lát sau nữa, lại một toán bộ đội đi tới gần khoảng năm mét, dừng lại, ghìm súng trường chĩa về phía trạm giao liên, sẵn sàng can thiệp... Rồi lặng lẽ từ trong rừng sâu, xuất hiện một cụ già gầy còm, khô khốc, lất phất chùm râu cằm, bước chân nhanh nhẹn, quần áo bạc mầu nâu nông dân, quần sắn lên gần đầu gối, tay cầm một khúc tre già làm gậy, vai khoác tấm vải nhựa rộng như áo mưa màu xanh lá cây xậm, đầu đội mũ "cát" kiểu thuộc địa bọc vải, như loại công chức Tây thường đội, nhưng là màu xanh lá cây. Người ấy đi ngang qua, nhìn vào chòi lá của trạm giao liên rồi cất tiếng hỏi, giọng đặc sệt Nghệ Tĩnh:

- Đồng chí nào ở trong ấy đấy?

Giao liên của Thảo chạy ra, đứng thật nghiêm cách khoảng ba mét, kính cẩn nói:

- Xin báo cáo Bác, con được lệnh đưa đồng chí Thảo mới ở bên Tây mới về, tới chào Bác!

Nói rồi, tay ra hiệu vẫy. Thảo vội bước ra, đi gần tới, đúng khoảng ba mét thì dừng lại, rồi cũng đứng rất nghiêm, im lặng chờ chứ không dám chào trước. Rồi "Người" tiến lại gần Thảo còn chừng một mét, nhìn chăm chăm vào Thảo, như lục soát trí nhớ, tìm kiếm điều gì, rồi nói:

- À! Chào chú Thảo! Chú về đây đã được bao lâu rồi?

Lúc đó Thảo mới dám đáp lại:

- Cháu xin kính chào Bác! Cháu về đây đã được năm hôm rồi.

Người đưa tay phải tới, hai tay Thảo vội đỡ lấy bàn tay ấy. Bàn tay "lãnh đạo" thật nóng ấm. Thảo cúi đầu, nắm chặt bàn tay ấy một hồi, rồi ngửng mặt lên nhìn kỹ "Người," và nói với giọng run run vì xúc động:

- Cháu rất vui mừng được về quê hương và được gặp Bác ở đây.

Nói xong mới buông bàn kia tay ra, nhưng vẫn đứng nghiêm và cố nhìn thêm cho kỹ khuôn mặt xương xương, khắc khổ, con mắt tinh anh, sắc bén, cũng đang chăm chú nhìn Thảo. Cái nhìn thật soi mói. Hai bên nhìn thẳng vào mặt nhau giây lát, Thảo bỗng rùng mình, cảm thấy như bị một luồng khí lạnh truyền khắp thân thể, nên hơi run.

Rồi hơi ngần ngừ, Người nói, với vẻ mặt thật nghiêm:

- À này chú Thảo! Bác biết ở bên Tây, chú đã đọc nhiều sách vở, nhưng bây giờ về đây thì chú **phải gắng mà học tập nhân dân, nghe không!** Thôi bác có hẹn nên phải đi kẻo trễ.

- Vâng, cháu xin tuân lời bác. Và cháu xin chào… Bác!

Nhưng «Người» đã quay mặt, rảo bước thật nhanh, đi ngay, không chú ý tới lời chào của Thảo. Cả đoàn tùy tùng, từ nãy đứng tạo thành vòng tròn ở xa chung quanh, cũng vội vã đi như chạy theo.

Kể tỉ mỉ tới đó rồi bác Thảo tâm sự:

- Trên đường trở về, đầu óc tôi bị xúc động mạnh, cứ bối rối vì cuộc gặp gỡ chớp nhoáng, quá ngắn ngủi vừa rồi, không còn để ý tới cảnh vật chung quanh. Đi bộ xuyên rừng núi trở về tới "nhà" thì đã gần tối. Giao liên phải ngủ lại đó, để sáng mai cuốc bộ trở lại trạm gốc. Riêng Thảo thì vẫn liên miên nghĩ ngợi, phân vân, cố ôn lại xem mình đã có cảm giác như thế nào khi đã gặp "Người"! Mà tại sao "Bác" đã dặn dò mình một câu như thế?

- Đêm ấy nằm mà cứ trăn trở, cứ chợp ngủ, rồi chợt thức, chợp mắt một lúc là đầy mộng mị kéo tới. Lúc tỉnh dậy mà vẫn còn bàng hoàng, toát mồ hôi. Sáng ra, tôi cố ổn định tâm thần, lấy lại bình tĩnh để suy nghĩ tìm hiểu về cuộc gặp gỡ vừa qua. Dĩ nhiên là "người" đã biết trước, đã cho phép, đã chấp nhận cho gặp, chứ không phải là một cuộc gặp gỡ tình cờ.

Hai thắc mắc chính cứ dằn vặt trong đầu: Sự gặp mặt ngắn ngủi như vậy là có ý nghĩa gì? "Người" là thế nào? Sao mọi người bắt phải kính cẩn gọi "người" là "bác"? Sao "bác" lại nói với mình câu ấy? Nó có nghĩa gì? Thảo nhớ lại lúc "bác" im lặng chằm chằm nhìn mình, có lẽ "bác" lục lọi trí nhớ xem kẻ đứng trước mặt là người như thế nào, để suy nghĩ xem cần phải nói gì với nó. Sau chỉ ba mươi giây, mà sao như quá dài. Thảo không thể quên cái cảm giác thấy ớn lạnh, như chịu không thấu cái nhìn soi thấu tâm can, vào thân phận mình như thế. Cái nhìn ấy đã làm cho Thảo bỗng cảm thấy mình là một đối tượng "có vấn đề"! "Vấn đề" đây là đã bị nhiễm tư tưởng phương Tây, bởi đã đọc nhiều sách vở của phương Tây! Đúng là như vậy! Bởi thế mà "bác" đã không muốn hỏi han hay tỏ ra thân mật với một kẻ "có vấn đề đã bị nhiễm tư tưởng phương Tây," dù là kẻ ấy mới từ bên kia địa cầu trở về! Và có lẽ vì vậy mà phải nhắc nhở bằng một câu ngụ ý răn đe có ý chê "sách vở ở bên Tây" là vô giá trị, nên về đây là phải "học tập nhân dân"! Mà dĩ nhiên "nhân dân" đây là "đảng," là "bác," chứ không phải là thứ dân thường vất vả vẫn gặp ngoài đời. Mặc dù lần gặp gỡ ngắn ngủi này đã diễn ra hoàn toàn riêng tư, âm thầm, bí mật giữa "ông cụ" và Thảo, nhưng rồi sau nó đã được phổ biến rộng rãi ở khắp nơi! Càng suy nghĩ về lần gặp gỡ, càng nghiền ngẫm lời khuyên bảo như một mệnh lệnh, càng tìm ra ý nghĩa một sự kiện chỉ dành riêng cho

251

Thảo, vậy mà nó đã được rao giảng rộng rãi trong giới trí thức… Tất cả vụ việc đó đã khiến Thảo nhận ra mình đã bị lãnh đạo dùng làm bài học: "đọc nhiều sách vở bên tây" có nghĩa là đã bị đầu độc (!?) nên bị nghi kỵ, kỳ thị, bị ghi vào một thứ sổ đen, trong danh sách những "kẻ có vấn đề"! Từ đó nảy sinh nơi Thảo mặc cảm là một "kẻ có vấn đề." Mặc cảm này càng về sau càng được minh chứng bởi những khó khăn đã gặp trong cuộc sống hằng ngày, nó cứ đau đáu đeo đuổi, thường xuyên hành hạ, đe dọa tâm thần Thảo tới cuối đời! Càng suy nghĩ càng thấy cái đòn nghi kỵ của "bác Hồ." Vì câu nói ấy, tuyệt đối chỉ có "bác Hồ" và Thảo biết thôi, vậy mà sau này nó đã được phổ biến rộng rãi khắp dân gian! Điều đó chứng tỏ giây phút gặp gỡ chớp nhoáng ấy là cả một sự chuẩn bị để làm bài học răn dậy đám trí thức ỷ mình có học, có bằng cấp của tây!

Rồi bác Thảo thú nhận:

- Từ đó tôi đã cố công gom góp những giai thoại, những nhận định của mọi người từng có dịp quan sát vị lãnh đạo, lãnh tụ này, để có một cái nhìn biện chứng về "ông cụ," về "bác Hồ."

- Vậy thì theo bác, "ông cụ," "bác Hồ" ấy là người thế nào? Có gì là đặc biệt khác thường không?

- Có lẽ sẽ chẳng có ai có thể đưa ra một lời giải đáp giản dị về một nhân vật vô cùng phức tạp, vô cùng ẩn hiện với quá nhiều huyền thoại đã được thêu, dệt nên này. Những lời kể của mấy người có trình độ, từng có kinh nghiệm về "ông cụ" mà tôi đã gặp và tôi thấy tin được, thì đều nhấn mạnh rằng đấy là một nhà chính trị "hư hư, thực thực" rất khó hiểu! Người thì định nghĩa vị lãnh đạo này là "bốn chục phần trăm sự thật và sáu chục phần trăm huyền thoại." Người thì giải thích sở dĩ không thể có một cái nhìn chính xác, cụ thể về "bác Hồ" là vì hành tung, hành trình của "người" thì đầy hỏa mù, đầy mâu thuẫn. Chi tiết này phản bác chi tiết kia. Cuộc đời ấy là một hành trình thành đạt rất gập ghềnh, đầy bí mật, khác lẽ thường! Phải biết thật rõ từng bước thành đạt ấy, thì mới hiểu được những quyết định lịch sử của "ông cụ." Đó là cả một ý chí cương quyết vươn lên đỉnh cao quyền lực bằng bất cứ giá nào, với bất cứ phương tiện nào, với quyết tâm thoát ra khỏi số phận một con người bình thường. Từ ý định rất thực tiễn của lá đơn xin vào học trường Hành Chính Thuộc Địa, là trường dạy ra để làm quan phục vụ phong kiến, thực dân, nhưng lá đơn ấy đã không được chấp thuận. Rồi sau là những bước lưu lạc muôn nơi, muôn nẻo, phải thay tên đổi họ cả trăm lần, từ bước sinh hoạt trong đảng xã hội Pháp để rồi tham gia vào việc thành lập đảng cộng sản Pháp, nhưng cũng đã không mang lại lợi, lộc gì... Sau thì ngả hẳn sang phía Đệ Tam Quốc Tế... nhưng rồi cũng tới những lúc bị bỏ rơi, bị nghi ky, bị tống khứ khỏi Liên Xô... Biết bao đoạn đường khó khăn, bao lần thất bại, bị ruồng bỏ, bị lên án, bị khai trừ... Tất cả những chướng ngại ấy cuối cùng **đã tác thành một con người có tung tích bí ẩn, có tâm thức đa nghi, có phản xạ đa diện, nhạy bén, sẵn sàng chụp bắt kịp thời mọi cơ hội, dù là mâu thuẫn với lý tưởng, với học thuyết, đối nghịch với lương tri, nhưng điều cốt yếu là để đạt tới mục tiêu.** Với những kinh nghiệm của cuộc sống muôn mặt, muôn hướng, lúc thì vịn vào bên này, lúc bám vào bên kia, cuối cùng "ông cụ" đã đạt tới vị thế tột đỉnh của quyền lực! Và những bước tiến thân khác thường ấy đã tạc ra một vóc dáng chính trị ly kỳ, muôn mặt, muôn vẻ...

- Nhưng về mặt tư tưởng thì bác thấy cụ Hồ mang nặng những ảnh hưởng nào? "Ông cụ" có đúng là một nhà vô địch về tư tưởng mác-xít không?

- Bản thân "ông cụ" lúc thiếu thời thì đã chứng tỏ ảnh hưởng rất sâu sắc của giáo lý Khổng Mạnh như một nhà nho... Trái lại, dù đã dấn thân vào con đường cách mạng, rất ít khi nào ông cụ đi sâu vào lý luận, giảng giải về tư tưởng Mác-Lê. "Ông cụ" vẫn thường có những liên tưởng hồn nhiên tới đạo đức Khổng Mạnh khi răn dậy cán bộ, khi làm thơ, làm vè. Làm thơ không phải do ngẫu hứng vì hoàn cảnh để giết thời giờ, mà luôn luôn là do cuồng vọng và mục tiêu chính trị, để ca ngợi mình, để tuyên truyền cho chế độ xã hội chủ nghĩa ở Liên Xô, ca ngợi thế giới đại đồng và nhất là để hô hào quyết chiến...! Không thấy khi nào "ông cụ" đi sâu vào học thuyết, vào tư tưởng của Mác. Có lẽ "ông cụ" chỉ chú ý tới cách khai triển chủ nghĩa Mác của Lénine, của Staline, của Mao nhiều hơn. Tôi không thấy có luận chứng chỉ rõ "ông cụ" là một người mác-xít. Nếu nói về tư tưởng cách mạng thì "ông cụ" đã chịu nhiều ảnh hưởng của Lénine, của Staline, của Mao, nhất là Mao. Phải nói thẳng ra là Mao đã như trực tiếp bẻ lái "ông cụ." Cái mảng tối nên tìm hiểu là lúc được bố trí vào làm việc trong "Bát Lộ Quân" của đảng cộng sản Tàu, với quân hàm thiếu tá thì "ông cụ" đã tuyên thệ gia nhập đảng cộng sản Trung Quốc vào lúc nào, do ai đỡ đầu? Tuyên thệ như thế thì có phải từ bỏ quốc tịch Việt Nam hay không? Ngay sau khi vào tiếp thu Hà Nội, tôi đã được nghe kể nhiều về "sự ưu ái của Mao chủ tịch vĩ đại" đối với "bác Hồ." Một cán bộ từng là đảng viên kỳ cựu của đảng cộng sản Trung Quốc, sau cũng về theo phục vụ "bác Hồ" đã khoe rằng Mao chủ tịch có con mắt tinh đời nên đã nhận ra tài lãnh đạo của "đồng chí Lý Thụy," lúc đó vừa bị Đệ Tam Quốc Tế đuổi khéo về lại Viễn Đông. Chính Mao chủ tịch đã thu xếp, đề bạt để "bác" gia nhập đảng cs Trung Quốc và đưa vào làm việc trong Bát Lộ Quân... rồi chỉ đạo "bác" đứng ra thành lập đảng cs Việt nam để kết nghĩa anh em với đảng cs Trung Quốc… Và sau này chuẩn bị về cướp chính quyền ở Việt Nam… Câu chuyện này tôi đã có dịp hỏi đồng chí Hoàng Văn Hoan, từng được coi như là "gạch nối giữa "bác Hồ" với Mao chủ tịch," thì được trả lời gián tiếp rất mơ hồ rằng "bác Hồ là đảng viên của đảng cs Trung Quốc từ lúc đầu, ngày nay Mao chủ tịch và bác Hồ, tuy là hai nhà lãnh đạo hai đảng, nhưng cả hai chỉ là một, vì cùng một lý tưởng, một mục tiêu"! Bởi thế nên mới xẩy ra vụ quân Tưởng xét giấy và khám thấy trong người "ông cụ" mang quá nhiều đô-la, khiến "ông cụ đã bị bắt…" Những ràng buộc giữa "ông cụ" với đảng cộng sản Trung Quốc trong giai đoạn này cho ta hiểu về sau tại sao đảng cộng sản Việt Nam đã được đảng cộng sản Trung Quốc tận tình trợ giúp đến như vậy. Và tại sao "đảng" đã chấp nhận phát động chính sách cải cách ruộng đất y hệt chính sách "thổ cải" của Mao ở Trung Quốc, mặc dù lúc đó chiến tranh bắt đầu bước vào giai đoạn quyết liệt, cần tới sự hi sinh của mọi thành phần dân tộc. Ai cũng biết "sự hi sinh là không phân biệt giai cấp," tại sao lại phát động "phân biệt giai cấp" vào lúc ấy? Tại sao có sự tuân phục tuyệt đối đến mức ấy? Vì nhu cầu xin súng đạn? Vì lòng khâm phục tư tưởng Mao Trạch Đông? Khi được hỏi tại sao "bác" không viết sách tư tưởng, thì "bác" trả lời "…Tại vì bác Staline, bác Mao đã viết cả rồi"! Chẳng những thế, "ông cụ" còn khoe khéo rằng ngoài tư tưởng của Staline, của Mao, "bác" còn am hiểu cả tư tưởng của Chúa, của Phật và cả của Mahomet nữa. Nhưng lúc khuyên răn cán bộ đảng viên, thì «ông cụ» thường quen miệng nhắc đi nhắc lại những đức tính của đạo nho như "cần, kiệm, liêm, chính, chí công, vô tư…" "Ông cụ" tỏ vẻ thấm nhuần đạo lý Khổng, Mạnh vì biết xã hội ta chịu ảnh hưởng ấy. Theo tôi chiêm nghiệm thì ông cụ không đọc kỹ sách vở của Marx, nhưng đã đọc cuốn *"Le Prince"* (Ông Hoàng) của Machiavel… Vì cách "cầm quyền tùy cơ ứng biến" của ông cụ là đúng theo Machiavel, tức là tận dùng mọi cơ hội, mọi thứ quyền lực có thể có, lợi dụng mọi thứ có thể lợi dụng, để tỏ ra là kẻ có uy lực khiến người ta nể và sợ, để người ta phải sùng bái…

- Nhưng trong đời tư thì "ông cụ" là người có tính tình, tình cảm thế nào?
- Về mặt tình cảm, theo tôi nghe kể, thì "ông cụ" tỏ ra kín đáo khó hiểu. Các nhà nghiên cứu hàn lâm khi nghiên cứu vị lãnh tụ này, thì thường nhìn "ông cụ" qua những văn bản tuyên truyền của "đảng." Các văn bản trong hành chính thì chỉ mang tính giai đoạn. Mà văn bản chính thức của "đảng" thì đã tô hồng nhiều, không mấy tôn trọng sự thật. Vì thế nên không thể hiểu nổi tính tình, cách hành xử trong đời tư của "ông cụ." Vì thế nên rất khó mà có thể hiểu rõ được con người «ông cụ» về mặt chính trị, nhất là về những chọn lựa quyết định có tính cơ hội, giai đoạn vào những lúc dầu sôi lửa bỏng…
- Về mặt đời tư thì chẳng hề thấy tư liệu nào dám đề cập tới một cách trung thực, thấu đáo. Bởi về mặt tình cảm, gia đình thì đã có nhiều điều bị che giấu!
- Thật ra thì ông cụ luôn luôn chứng tỏ một bề ngoài khô khan, sắt thép, nặng lý trí đến vô cảm. Một cán bộ từng phục vụ gần "cụ Hồ" kể rằng "ông cụ" rất xa cách, lạnh nhạt với gia đình họ hàng, thân thích, không mấy khi nhắc tới nơi chôn rau, cắt rốn của mình, muốn giấu kỹ gốc gác, chỉ vì cái gốc của ông cụ không phải là họ Nguyễn… Lúc đã thành danh, "ông cụ" cũng không tỏ ra thiết tha với những ràng buộc thân thiết với ông anh Nguyễn Sinh Khiêm và bà chị Nguyễn Thị Thanh… "ông cụ" chỉ miễn cưỡng vài lần chính thức về thăm lại quê cũ. Những lần gặp lại ông anh và bà chị cũng chỉ diễn ra kín đáo, rất ngắn ngủi như gặp những người dưng.

Những giai thoại về "cụ Hồ" thì cũng đều chứng tỏ sự khô khan về mặt tình cảm gia đình. Về mặt đối tác, cộng tác cũng vậy, trong những việc lớn hay nhỏ, ngoài ảnh hưởng tối cao của Marx, của Mao ra, chưa một lần «ông cụ» chứng tỏ đã nghe, đã chấp nhận ý kiến của một ai. Nói chi tới tình cảm, tình thương, tình nghĩa đối với một đứa con của tổ quốc, vừa từ bên kia địa cầu trở về, như trường hợp của tôi! Vì thế mà cho tới nay, chưa có ai đã khám phá ra hết mặt thật, hết những hậu ý của những quyết định mà "ông cụ" đã thực hiện trong bước đường tiến thân, trong chiến tranh, trong cách mạng!

12
Giải mã lãnh tụ

Bác Thảo thú nhận là mình lúc đầu vì còn trẻ, quá ngây thơ, nên đã kỳ vọng nhiều vào tình cảm của "ông cụ." Cứ tưởng đấy là một con người bình thường, dễ kết thân, mà không hiểu được là trong thực tại cách mạng, đã có một khoảng cách khó vượt qua để tới gần được lãnh tụ! Bởi chung quanh lãnh tụ là cả một thành lũy bè phái vây quanh, bao phủ, với những con mắt, những cái tai, những bàn tay của những thế lực nghi kỵ nhau, kình chống nhau rất phức tạp. Trong chế độ tương tự, trong đường lối hành động và tổ chức cứ như vậy, ngay từ thời Lénine, cho tới Staline, cho tới Mao và nay tới thời "bác Hồ," thì đã hình thành cả một truyền thống đối xử rất nghiệt ngã giữa các "đồng chí" ở cấp lãnh đạo, ở cấp trung ương. Họ đã từng hạ bệ nhau, từng chèn ép nhau không chút nương tay, không chút thương hại, để qua mặt nhau, để gạt bỏ nhau! Nói chi tới những kẻ bị xếp vào loại "đối thủ tiềm ẩn," loại "có vấn đề," loại phản động, kẻ thù…!

- Vì thế càng về sau này, tôi càng khám phá ra rằng mọi cuộc gặp với "ông cụ" đều đã được chuẩn bị rất máy móc, đã qua sàng lọc kỹ lưỡng, trong qui trình làm việc của lãnh tụ. Vì bắt buộc phải giữ khoảng cách như thế, mà những lần gặp đã không tạo ra một cởi mở tự nhiên, cũng không thể có một quan hệ hay trao đổi gì về mặt tư tưởng, cũng không có một xúc động tình cảm nào, ngoài sự xa cách, sợ sệt "đến lạnh cả thân thể"! Sau này thì tôi mới hiểu rằng hi vọng đạt tới một sự thân cận, thân mật nào đó với lãnh đạo là một điều không tưởng, không thể nào có!

Rồi bác Thảo phân trần:

- Tôi về nước với mộng ước được tham gia làm cách mạng, góp ý giúp dân, giúp nước, chứ không mưu tìm một địa vị trong quyền lực. Tôi nghĩ mình phải giữ sao cho có cái đầu và con tim như của mọi người, để có thể chia sẻ niềm vui, nỗi buồn của mọi người! Nhưng "ông cụ" thì khác. Bởi "ông cụ" có cuồng vọng làm lãnh tụ, muốn tận tay mình dẫn dắt dân tộc từ thân phận nhược tiểu đi lên thế giới đại đồng. Muốn vậy, thì phải nắm cho bằng được uy thế tột đỉnh quyền lực trong tay, để chung quanh phải kính nể, kính phục mà tuân lệnh, mà sùng bái. Làm lãnh tụ không thể là một người bình thường, càng không thể tỏ ra là tầm thường. Nay nghĩ lại lúc gặp "Người" lần đầu tiên, mà tôi thấy lúc ấy mình ngốc quá. Bạch diện thư sinh mà dám tỏ ra là tay ngang với lãnh tụ! Đấy là tôi chưa bàn tới những bàn tay của bao phe phái quỉ quái, của cả ngoại bang... đang bao vây lãnh tụ!

- Nhưng lần tỏ ra là tay ngang với lãnh tụ là thế nào?

- Tôi nhớ rất rõ hôm ấy là ngày mùng 5 tháng sáu, năm 1946. Lúc đó, trong buổi chiêu đãi "phái bộ cụ Hồ" vừa tới Paris để lo việc điều đình với Pháp, vì sự bồng bột của tuổi trẻ, nên tôi hồn nhiên vui mừng, thân mật, vồn vã chạy tới nắm chặt tay "ông cụ" một cách nồng nhiệt và nói: "Tôi rất hân hạnh được gặp cụ chủ tịch!" Cụ Hồ cũng vui vẻ đáp: "Chào chú Thảo!" Nghe vậy, tôi rất cảm động, nghĩ rằng Hồ chủ tịch đã thân mật coi mình như đứa em trong gia đình...

Cuối bữa ăn, Hồ chủ tịch kêu gọi anh em Việt kiều về nước tham gia kháng chiến, thì tôi hăng hái, xin được trở về ngay để được phục vụ cách mạng và quê hương.

Tôi còn tỏ ra là mình hơn hẳn các anh em Việt kiều khác khi khoe rằng "tôi cũng đã bỏ công nghiên cứu về tư tưởng Karl Marx và về cuộc cách mạng tháng mười ở Nga... Tôi rất mong ước được về nước cùng cụ xây dựng thành công một mô hình cách mạng tốt đẹp... tại quê hương ta"!

- Nghe vậy, thì cụ Hồ đã có phản ứng như thế nào?

- Ông cụ lúc ấy chỉ mỉm cười nhạt, nhưng nét mặt thì vẫn lạnh lùng khi nhìn tôi. Tới lúc Hồ chủ tịch lần lượt bắt tay từ biệt mọi người. Khi bắt tay tôi thì "ông cụ" nói với tôi một cách nghiêm nghị:

- Còn chú Thảo này thì cách mạng chưa cần tới chú lúc này đâu. Chú cứ ở lại Paris thì có lợi cho cách mạng và cho chú hơn.

Tôi hơi bị bất ngờ trước lời khước từ đột ngột như thế. Tôi đã kể lại lần gặp gỡ này cho một người bạn mới quen ở ATK, tên là Đa, một trí thức có vẻ cởi mở hiếm thấy.

Nghe kể xong, Đa le lưỡi, lắc đầu, khoát tay tỏ vẻ lo sợ đến lớn tiếng:

- Thế thì chết! Chết thật đấy! Tôi không dọa anh đâu! Anh khôn hồn thì tìm cách lặn cho sâu, tránh cho xa lãnh tụ đi! Không nên nán lại ở ATK này nữa. Phải xin đổi công tác đi! Nói câu ấy ra là «Người» đã khai trừ anh rồi đấy. Tỏ thái độ ngang hàng như thế là anh đã tự tuyên án tử hình cho chính mình rồi đấy!

- Sao mà anh sợ hãi, hốt hoảng quá vậy? Chuyện ấy xẩy ra cũng đã lâu rồi, năm, sáu năm rồi. Chứ có phải mới hôm qua đâu. Mà có gì khiến anh hoảng sợ quá vậy?

Đa lại lắc đầu nói:

- Vậy là anh chẳng hiểu gì về «ông cụ» và đám người chung quanh "ông cụ" cả. Sống ở gần "trung ương" mà không hiểu gì về lãnh tụ là điều nguy hiểm lắm đấy! Vì trong đầu "ông cụ" đầy ắp cuồng vọng quyền lực tối cao. Anh phải biết là cho tới nay, những ai đã từng coi thường "Người," từng tỏ ra ngang hàng với "Người," thì sau đều đã vĩnh viễn bị loại trừ ra khỏi tầm mắt của "Người." Không ít người đã mất mạng, mất cả xác vì dám có ứng xử tay ngang như thế đấy!

- Tôi không hiểu nổi tại sao lại có thể tàn nhẫn khủng khiếp đến thế?

- Vì vậy mà phải biết giải mã lãnh tụ. Phải hiểu rằng "ông cụ" có tâm thức mình là bên trên tất cả, là một bậc kỳ lão gia trưởng luôn luôn tỏa sáng bởi một thứ hào quang thần thoại đúng với truyền thuyết lịch sử "con rồng, cháu tiên"… Và đám quần thần chung quanh «ông cụ» không tha thứ cho một ai dám tỏ mình là ngang hàng với "Người." Từ những tay trí thức nổi tiếng tâm huyết như Nguyễn An Ninh, Phan Văn Hùm… cho tới kẻ được đào tạo chính qui như Trần Văn Giàu, và biết bao nhiêu trí thức có uy tín khác nữa… đều là những nạn nhân của thái độ ngang hàng như thế. Tất cả đều đã bị loại bỏ một cách tàn nhẫn và vĩnh viễn. Người ta ưa kể cho nhau nghe rằng Tạ Thu Thâu đã chết mất xác vì câu nói: «Ngoài bắc có cụ, trong nam có… tôi»!

Rồi bác Thảo giải thích thêm:

- "Ông cụ" có quyết tâm không gì lay chuyển là được tận tay dẫn dắt dân tộc đi tới thế giới đại đồng. Phải hiểu ý chí ấy, cuồng vọng ấy của "ông cụ." Dù khó khăn mấy, hao tổn mấy thì cũng phải hoàn thành cho bằng được. Vì thế nên "ông cụ" quyết tâm nắm bắt mọi cơ hội để đạt tới đỉnh cao, để củng cố quyền lực, bằng mọi giá, bất chấp những chuẩn mực của lương tri, của đạo lý… cứ như theo sách vở của Machiavel mà tôi nghĩ ông cụ đã đọc, và đã thuộc lòng! Vì thế "ông cụ" thấy con đường chuyên chính vô sản của xã hội chủ nghĩa là đúng nhất, tốt nhất. Các nhà nghiên nước ngoài đã không chú ý nhiều tới "cuồng vọng lãnh tụ" ấy khi họ tìm hiểu "ông cụ"! Họ thấy phong cách lãnh đạo của "ông cụ" như thế là do bản năng tự nhiên. Bởi các nhà nghiên cứu ấy đã mang sẵn trong đầu những định kiến chính trị cổ điển, qua cái nhìn bị chói lòa bởi những huyền thoại của bộ máy tuyên truyền. Các nhà nghiên cứu ấy đã vô tình sử dụng quá nhiều tư liệu là sản phẩm chính thống của "đảng." Họ đã không hiểu những hành động cực đoan của cuồng vọng. Như vậy thì làm sao họ hiểu hết được mặt trái, mặt phải «ông cụ».

Phải biết rằng huyền thoại và vóc dáng lãnh tụ của "bác Hồ" là tác phẩm của cả một công trình nghệ thuật hóa trang cao độ, một công trình điểm tô, giàn dựng, để công kênh "ông cụ" lên thành một nhà lãnh đạo uy nghi, kiệt xuất, như là bậc thần, bậc thánh, để dân chúng một lòng tin tưởng mà sùng bái. Tất cả phải bày tỏ lòng lòng kính trọng bằng tâm thức hãnh diện tự nguyện làm vật sở hữu của lãnh tụ như một vinh dự, một mẫu mực giá trị… "Ông cụ" được tôn vinh làm bác, làm cha dân tộc. Họ dạy cho dân tiêu chuẩn lý tưởng: cái gì có giá trị thì cũng phải là của "bác Hồ," của "cụ Hồ!" Nào là "cháu ngoan bác Hồ," cây vú sữa "bác Hồ," "nhà sàn bác Hồ" cho tới anh "bộ đội cụ Hồ"! Từ đó đã biến thể ra thành cái nếp suy nghĩ rằng cái gì hay, cái gì tốt, cái gì có giá trị… thì cái đó phải là của "bác," của "đảng." Trong tuyên truyền có cả một "huyền thoại về quả cam" của bác hồ: có cán bộ thơ, cán bộ chính trị, quan lại triều Nguyễn đã kể về thành tích được "bác Hồ" tặng một quả cam! Quả cam ấy đã được trân trọng đón nhận như một "ơn thánh thiêng liêng," được mang ra chia sẻ cho cả gia đình… Giai thoại "quả cam" được coi như biểu tượng cuồng tín của một "thứ phong kiến cộng sản"!

Trong tuyên truyền người dân được dạy bảo phải một lòng kính cẩn những gì liên quan tới đời sống "bác Hồ," nhưng thực tế thành công thì trong hành động, người dân lại hiểu rõ kinh nghiệm linh động muôn mặt, muôn hướng, muôn phương cũng như hành tung bí mật, phức tạp của "bác Hồ"!

Đau đớn cho một nhà văn, khi vừa hoàn thành một tác phẩm, một bài báo ưng ý, hí hửng tới đưa cho chủ nhiệm đọc thì bị chê: "Bài này thiếu tính 'bác,' tính 'đảng,' chỉ vì trong tác phẩm, trong bài báo thiếu vắng cái phần không thể thiếu là phần công thức ca ngợi công ơn của "bác Hồ"! Tại sao một đảng cách mạng, lấy việc giải phóng con người làm mục đích tối hậu, mà lại muốn biến tất cả thành sở hữu của lãnh tụ, của đảng cầm quyền? Đấy không phải là tâm thức của con người đã được giải phóng, mà đấy là tâm thức của con người đã bị dụng cụ hóa, nghĩa là đã mất tự do. Bởi phải tỏ ý nguyện làm nô bộc cho một vị chúa tể, cho nhóm quyền lực "lãnh đạo"! Đấy là do tình trạng đã của kẻ đã quá sùng bái, đã quá tin. Đấy là căn bệnh của chủ nghĩa "ngu tín," chủ nghĩa "cuồng tín." Phải giải mã cho cặn kẽ những cuồng vọng bí ẩn, những sức ép giáo điều của ý thức hệ thì mới mong thoát ra khỏi tình trạng ngu tín và cuồng tín ấy.

Khi muốn nghiên cứu kỹ về «cụ Hồ», thì cũng phải tìm hiểu tất cả những công việc bố trí của "guồng máy" bao trùm, liên quan tới mọi sinh hoạt đời sống công và tư, tùy thuộc tính tình, tùy cách xử sự trong gia đình... tới cả các biện pháp tổ chức phục vụ, bảo vệ "bác Hồ." Phải thấy cách giàn dựng lên những giai thoại, tạo ra những khung cảnh huyền bí chung quanh "bác Hồ." Phải hít thở cái không khí tôn sùng, thờ kính, phục tùng lãnh tụ như thế, thì mới có thể tương đối hiểu phần nào cung cách hoạt động, ý hướng chính sách, giá trị của những chọn lựa của lãnh tụ. Tất cả phải là tạo cho quần chúng một niềm tin tuyệt đối vào lãnh tụ. Từ những quyết định lớn tới những việc nhỏ nhặt, tất cả đều mang dấu ấn những phương pháp tâm lý tinh vi tôn sùng lãnh tụ. Chính vì sự sùng bái tuyệt đối này mà đã đưa tới những đánh giá không ăn khớp với thực tại đầy tiêu cực và tích cực của lịch sử. Vì khi khen quá, hay chê quá, thì phải chối bỏ cái phần tiêu cực, hoặc tích cực. Sự chối bỏ như thế thì không còn gì là sự thật lịch sử nữa, mà chỉ còn là… huyền thoại đã được thêu dệt theo hướng sùng bái. Dĩ nhiên khi đã thêu dệt huyền thoại thì không còn giá trị khoa học của nghiên cứu nữa. Lịch sử luôn luôn chứa đựng cả cái tốt lẫn cái xấu. Nói chỉ có tốt thôi, hoặc chỉ có xấu thôi thì không được. Mà khi muốn cân nhắc tỉ lệ tốt xấu, tức là phải xét vấn đề công, tội. Việc làm này dễ gây căng thẳng bi thảm. Vì dễ sa vào thái độ cực đoan! Cực đoan và sự thật không bao giờ đi đôi được với nhau.

- Cứ theo thực tại mà xét, thì "ông cụ" là một con người cực kỳ vị kỷ, mang mặc cảm tự tôn tuyệt đối. Từ cách mang đôi dép râu bình dân, từ cách để hở ra cái áo lót nâu đơn sơ, thủng vài lỗ bên trong, từ cách không cài hết khuy áo sơ-mi, tới cách khoác hờ cái tấm nhựa bên ngoài… đó là những cách thức phô diễn đã được chọn lựa, cân nhắc rất kỹ. Những chi tiết ấy tạo ra một thứ vương bào siêu vật chất, đầy hào quang của cách mạng vô sản! Vương miện của "Người" chính là chiếc mũ "cát" vải có vẻ tầm thường, nghèo nàn. Nhưng nó biểu hiện tính khinh mạt, bất chấp thời trang quyền quí, quan cách, như thách thức cái lối ăn mặc sang trọng, hiện đại theo kiểu Tây phương. Phong cách ăn mặc như thế là sự phỉ báng những thứ áo gấm, áo thụng kiểu phong kiến. Lối ăn mặc cố ý tạo vẻ "bình dân" trong đám người chính trị, hoặc giữa dân chúng như vậy là một cách tự tôn rất cao siêu! Từ cách cầm điếu thuốc cháy dở, cách mỉm cười lạnh lùng, khinh bạc, cách nhìn thẳng vào mặt đối tượng như một thách thức, cách hỏi han đám đông kiểu bề trên chăm sóc bề dưới... Tất cả những dáng điệu, cử chỉ trong mỗi tấm hình, trong từng bối cảnh, trong từng trường hợp... đều có cùng một mục đích: luôn luôn chứng tỏ vị thế thượng đỉnh của một vị lãnh tụ tối cao sáng ngời, phi thường! Tất cả chi tiết ngoại cảnh đều là những nét chấm phá đã được gạn lọc, đã được nghiên cứu, giàn dựng tỉ mỉ từ trước, để hình ảnh "Người" không bị chìm lẫn trong đám nhân loại tầm thường chung quanh! Đấy là vóc dáng của một thần tượng vượt trội, đứng trên một bệ đá uy quyền tột đỉnh trong lịch sử! "Người" không để hé lộ một một kẽ hở nào, để có thể bị coi thường một cách nhầm lẫn, không để một mưu toan tìm tòi khám phá nào có thể thẩm thấu vào những suy tư, vào những hậu ý, vào tư tưởng của "Người"!

- Đấy là bác nghiên cứu về mặt tư tưởng của lãnh tụ, thế còn về đời tư trong vòng bạn bè tri âm, tri kỷ thì sao? Tại sao chẳng thấy có tư liệu nào, chẳng thấy ai nói rõ về khía cạnh ấy?

- Thực ra thì "ông cụ" chọn lựa rất kỹ những "bạn hữu" như là đối tác của mình. Những người được chọn, được giới thiệu ấy đều là những nhân vật có ảnh hưởng, có chút uy thế chính trị. Họ sẽ là những người được sử dụng như những bậc thang, để "Người" dẫm lên đó mà đi tới đỉnh vinh quang. Thật sự là, khi đã đạt tới đỉnh quyền lực, thì ông cụ đã phải sống trên đỉnh tháp ngà, không có bạn hữu thân tình, tri âm, tri kỷ nào cả. Không người thân thương để tâm sự, không người chân thành để đối thoại vui vẻ trong lúc nhàn rỗi, bông đùa khi trà dư, tửu hậu. Không bạn thơ, không bạn rượu, không cả bạn đời tâm tình thầm kín riêng tư. Tất cả chỉ là những dụng cụ, những "đối tác chính trị" chính thức. Tóm lại là trong cuộc đời khô khan của lãnh tụ lịch sử, không có chỗ cho bạn tâm giao, tâm tình… mà cũng chẳng hề có đồng môn, đồng chí! Chỉ có những kẻ tỏ ra sự trung thành của đám bầy tôi, khúm núm chờ lệnh dưới ngai vàng của quyền lực, chỉ có những đối tác *officiel* (chính thức) trong chốn cung đình, chính trường… Đa số những người được chọn đều là mấy nhà văn, nhà thơ, mấy nhân vật chính trị, mấy nhà văn hóa nước ngoài đã được guồng máy tuyên truyền ca ngợi... Điển hình cho sự đề cao, đề bạt một cách phi thường là trường hợp của nhà thơ Tố Hữu, một cán bộ không có thành tích chính trị hay cách mạng gì xuất sắc nào ngoài mấy bài thơ ca ngợi lãnh đạo cách mạng. Đặc biệt là một bài thơ đã được đưa vào chương trình giáo dục vì nó hết lòng ca ngợi, tôn thờ «bác Hồ»! (*) Và vì vậy mà «đụng tới Tố Hữu» là đáng tội phản động cách mạng. (**)

- Nhưng khi đã ông cụ lên tới đỉnh vinh quang như thế thì tại sao không thấy lưu lại một tác phẩm nào về mặt tư tưởng hay lý luận nào của «ông cụ»?

- "Ông cụ" đã giải thích rằng "vì bác Staline, bác Mao… đã viết cả rồi"! Sự khiêm tốn của lời tuyên bố ấy đã làm cho mấy tay trí thức có xu hướng sùng bái hiểu lầm. Với lời tuyên bố ấy, thật ra là ông cụ muốn nói rằng tư tưởng của "Người" là bao hàm, là gom thâu tất cả tư duy của các nhà tư tưởng lớn của cách mạng. Chẳng những thế mà còn là của cả nhân loại, qua tất cả mọi thời đại của sử sách! Đã hơn một lần "Người" khoe khéo tư tưởng của "Người" là cả một kho tàng tư tưởng của các bậc tổ tiên, của các nền văn hóa xuất phát từ Khổng Tử, Trang Tử… của Trung Quốc, cho tới Phật Thích Ca của Ấn Độ, cho tới Chúa Ki-tô của nền văn minh phương Tây! Rồi còn là tư tưởng của nền văn minh Ả Rập với đấng Tiên Tri Mahomet, đấng đã hứa mang vào thiên đảng, những ai dám hi sinh ôm bom lao vào kẻ thù... Bởi các đặc công của "Người" cũng thường hi sinh, ôm bom lao vào... kẻ thù trong chiến tranh cũng như trong hòa bình, ở nông thôn cũng như ở thành thị như thế! Tự tôn là một căn bệnh tâm lý thường thấy nơi các lãnh tụ độc tài trong lịch sử. Lãnh tụ luôn luôn chứng tỏ mình là đỉnh cao chót vót trong thiên thu lịch sử của tất cả các nhà tư tưởng cổ kim! Sự khiêm tốn, sự bình dân của lãnh tụ chỉ là sự dàn dựng của một thứ mặc cảm tự tôn siêu đẳng! Nên nhớ là có khá nhiều tác phẩm đã hết lời ca tụng "ông cụ," mà tác giả cũng chính là "ông cụ"! Chính ông cụ đã tự xưng tụng mình là «Ái Quốc», là «Vương», là «Chí Minh» cơ mà!

Sau khi dài dòng nêu ra những đặc tính của lãnh tụ như thế, bác Thảo nhấn mạnh:

- Thực tế mà nói thì "ông cụ" biết rằng về trình độ tư tưởng, lý luận cách mạng, thì mình làm sao so được với những Trần Phú, Lê Hồng Phong, Hà Huy Tập, Nguyễn Văn Cừ là những người đã được đào tạo chính quy, ngay cả với Trường Chinh cũng vậy... Thế nên phải tìm cách chế ngự các đối thủ ấy. Phải cố nêu gương, nêu phong cách sống cao thượng, thanh đạm của một chân nhân để tỏ ra mình là nhà cách mạng chân chính. Vì một lẽ giản dị là đời sống và hành tung đa dạng, đa phương, muôn mặt, muôn vẻ rất ly kỳ, đầy bí mật của "cụ Hồ," lúc "xuất quỉ," lúc "nhập thần" như thế nên không ai có thể sánh được. Guồng máy tuyên truyền cách mạng dạy dân "Phải sống và làm việc theo gương 'bác Hồ'!" Nhưng làm sao một người bình thường có thể sống với tung tích không rõ rệt, gốc gác đầy bí ẩn, với nhiều tên, họ lung tung, với đường lối hành động muôn mặt như "bác Hồ" được! Phải có cái đầu cực kỳ mưu trí mới có khả năng dựng nên những huyền thoại của một cuộc đời phiêu bạt, nay đây, mai đó, với cả trăm cái tên giả khác nhau, làm nhiều nghề sang, hèn khác nhau... Hành trình gập ghềnh, khúc khuỷu của «bác Hồ» thì khó ai có thể đi theo. Từ một chú bé học chữ nho ở trong làng, từ một cậu học trò nghèo sống vất vả ở Huế, từ một ông thầy giáo quèn ở Phan Thiết, từ một anh bồi hầu hạ quan tây trên tàu thủy, từ một anh thợ chụp ảnh dạo ở Paris, từ một kẻ mượn danh một nhóm ái quốc "An-nam" viết báo, viết kiến nghị gửi hội nghị quốc tế, từ một đảng viên đảng xã hội Pháp, nay bỗng xuất hiện ở Nga, mai lại là một cán bộ ở bên Tầu, nay bị Đệ Tam Quốc Tế loại trừ vì có đầu óc "quốc gia chủ nghĩa hẹp hòi," mai lại thấy chạy về ẩn náu ở Trung Quốc, ở Xiêm… rồi sau lại thấy xuất hiện trở lại ở Liên Xô, nhưng chỉ được chầu rìa bên lề đại hội kỳ năm của Đệ Tam Quốc Tế, chứ không được làm thành viên của đoàn đại biểu chính thức của phong trào cộng sản Đông Dương… Rồi sau lại thấy «bác» xuất hiện với bộ áo cà sa ở Xiêm, rồi là trong quân phục giải phóng quân Trung Quốc khi được nhận vào làm việc trong "Bát Lộ Quân" của đảng cộng sản Trung Quốc, có lúc thì sống y như một dân Hán tộc ở Liễu Châu, ở Quế Lâm, Thượng Hải, Trùng Khánh, Côn Minh… Sau biết bao truân chuyên, thì rồi bỗng "bác" nổi bật như một nhà chính trị của mọi cơ hội, một lãnh tụ của cách mạng! Một con người đa năng, muôn mặt, muôn ý, muôn hướng phức tạp như thế, ai mà làm theo, noi theo tấm gương ấy được!

Kể tới đó, bác Thảo thú nhận:

- Nhiều lúc cứ nhớ lại lúc ở Paris, với đầu óc non nớt bạch diện thư sinh, mà dám ăn nói lỗ mãng như đã thân quen với «ông cụ» ngay lần đầu gặp gỡ! Nay nghĩ lại mà thấm thía ý nghĩa câu ngạn ngữ của Pháp: «Có những lời nói đã tuyên án tử hình ngay kẻ vừa phát ngôn ra nó!» Sao mà đã dám hỗn xược, láo lếu, phạm thượng coi trời bằng vung đến thế! Vì cái tội phạm thượng ấy, mà hồi đó tôi đã bị bỏ lại Paris! Rồi sau này, khi về tới quê hương, thì đã bị xếp ngay vào diện «có vấn đề», nên cuộc sống đã gặp đầy khó khăn, vất vả như thế... Tất cả là do cái tội "đã đọc nhiều sách vở ở bên tây"! Rồi là kèm theo một lời dạy bảo như một mệnh lệnh: "Phải... gắng mà học tập nhân dân!" Thật không có một đòn «chỉnh huấn» nào, không có một sự hạ tầng công tác nào nặng nề hơn cái lời nghiêm khắc ấy: "Gắng mà học tập nhân dân!" Phải mở mắt, mở tai ra mà «học tập nhân dân»! Đấy không phải là một lời khuyên, đây là một lời xỉ vả kẻ ngu xuẩn cứ tưởng mình đã đọc nhiều sách vở bên Tây là hay, là giỏi!

- Lời dạy bảo ấy đã như một tia sét cực mạnh đã đánh cháy tâm can, đến độ đã để lại vết hằn hối hận sâu hoắm trong ký ức của tôi... Rồi từ đó tôi mang nặng mặc cảm như đã phạm một thứ tội tổ tông không bao giờ gột rửa được nữa!

- Nghe bác tâm sự như vậy, tôi vẫn có cảm tưởng rằng bác oán hận «ông cụ» nhiều lắm, phải không?

- Anh vẫn lại hiểu lầm tôi rồi. Tôi không phải là kẻ ưa nói xấu, đổ ác cho ai. Với đầu óc một kẻ có học, có ý thức trách nhiệm, thì mọi sự kiện xấu xảy ra cho mình, trước mắt mình đều có lý do khách quan, chủ quan của nó, đều có cái lô-gích của nó... Trong chính trị cũng như trong chiến tranh, tác ứng dĩ nhiên gây phản ứng. Đẩy một kẻ, một phe vào thế thù địch, thì dĩ nhiên sẽ gặp phản ứng của kẻ thù ấy. Dùng thế du kích đại trà, chuyển quân như kiến, như muỗi vào rừng núi Trường Sơn thì sẽ gặp chiến tranh "hóa học trừ kiến, trừ muỗi" đó là hóa chất "da cam"!... Chiến tranh của hoá học, của điện tử, của "bom tinh quái," của mìn "ngửi hơi người"... Đấy là tương tác của chiến tranh của ta, của địch. Dùng du kích đại trà của ta thì sẽ gặp phản ứng chống chiến tranh du kích đại trà của Mỹ! Biết qui luật, lô gích của chiến tranh là như thế thì chẳng thể đổ riêng tội, riêng lỗi cho riêng một bên. Bên này tác ứng như thế thì dĩ nhiên sẽ gặp phản ứng như thế của bên kia, có gì là lạ đâu. Việc của tôi làm là lý giải, là chỉ ra cốt lõi, nhân quả của vấn đề. Nay già rồi mới thấy, mới hiểu thấu hết những sự kiện, những di sản của nó, nên tôi muốn nói ra với mọi người, về những trải nghiệm đã giải độc, đã giải thoát chính tôi khỏi tình trạng bế tắc của oán thù... Bởi những sự kiện, nhất là những sự kiện xấu, thì luôn luôn ám ảnh con người là tự nhiên. Riêng với dân ta, với cái đầu đã nhiễm thói quen cúi đầu, thụ động tiếp thu ý chí thù hận, với phản xạ hung bạo quyết tâm "giết thù," như một giáo điều cuồng tín... Tất cả ảnh hưởng của những sự kiện ấy đều kích thích tội ác, đều là do mê muội, do ngu tín... Vì thế mà có kẻ không dám nghe tôi phân tích sự thật về cuộc đời ly kì, về những hành động khủng khiếp của "ông cụ," vì sợ bị liên lụy. Sự thật là tôi chỉ muốn lý giải cái gốc của tội ác trong hoàn cảnh của con người. Phải tạo ra ý thức tỉnh ngộ, giác ngộ để giải phóng con người khỏi căn bệnh cuồng tín, ngu tín như thế. Phải nêu ra cái gốc của thảm kịch, cái căn nguyên nhân quả của bao nỗi vui, buồn, đau của dân tộc, và dĩ nhiên cũng là của chính tôi. Tôi nghĩ phải làm sao cho dân mình hiểu rằng "ông cụ" đã từ một cán bộ cấp thấp cho tới khi trở thành lãnh tụ, thì cũng có lúc đã có phản ứng của tội ác, đã vấp ngã. Ông thánh cũng có lúc phạm tội, nhưng hơn người ở chỗ sớm biết sám hối, biết hành động để chuộc tội... Chứ cứ quen thói hung bạo, quen thói cúi đầu sùng bái, rồi qui cho hoàn cảnh, cho số phận, đổ lỗi, đổ tội cho khách quan... thì không được. Cứ suy tư, đổ tội như thế thì xã hội rồi sẽ suy đồi, đất nước sẽ không trong sáng lên được. Thời cách mạng là thời có quá nhiều vấp váp, tội lỗi, quá nhiều "mảng" u tối, đã gây ra cái xấu, cái ác nên nó về lâu, về dài, đã gây tai họa cho cả dân tộc... Đã sống trong thời đó, thì nay mỗi người phải tự giải độc cái đầu mình trước khi giải phóng thân xác, thân phận mình. Làm con người tự do là khó lắm: vì con người luôn luôn phải gánh chịu những lời chỉ dậy đam mê, bị dẫn dắt tới ngu tín, cuồng tín, làm cho nó mất tự do...!

- Vậy là bác muốn trút tất cả trách nhiệm và tội lỗi lên những đam mê, cuồng vọng của "ông cụ" sao?

- Về vấn đề này thì tôi phải nói rõ, phải giải thích cái cách nhìn của tôi. Thật sự là tôi muốn giải mã hoàn cảnh của "ông cụ" để tháo gỡ, để làm nhẹ một phần trách nhiệm, làm giảm một phần cả công lẫn tội của «ông cụ», cũng như của chính tôi! Người ta thường cho rằng mỗi người đều có một định mệnh, một thân phận đã cố định. Quậy mấy cũng không thoát ra khỏi định mệnh, khỏi số phận mà ông trời đã dành cho. Tôi phủ nhận cách nhìn u mê thụ động của "số phận" như vậy. Tôi nghiệm ra, và môn tâm lý xã hội cũng nhìn nhận như vậy, là mỗi con người sinh ra và lớn lên, thì đương nhiên phải tiếp cận và tiếp nhận nhiều ảnh hưởng nặng nề của môi trường ấy... Ta có thể tạm gọi cái môi trường bao quanh, đè nặng lên, thẩm thấu vào mỗi con người như thể là một hoàn cảnh. Cái hoàn cảnh mà chung quanh đã tạo ra và đã tác động, đã tác thành nó. Đấy chính là cách nhìn của tôi. Nhìn như thế để thấy rõ hoàn cảnh của mỗi con người, để thấy bên trên, bên ngoài, mỗi con người, nhất là mỗi lãnh tụ chính trị, đều có một bóng ma uy quyền lớn trùm kín lên nó, đè lên nó. Đấy là cách suy nghĩ của tôi. Khi gặp một trở ngại, gặp một điều không vừa ý, thì phải dừng lại, để phân tích tìm hiểu, để nhận ra cái vòng cương tỏa mãnh liệt đang bao quanh hoàn cảnh... phải tìm cho ra cái bóng ma quái đang chi phối mỗi thân phận, như vậy mới có thể biết cách giải quyết, tìm ra lối vượt qua trở ngại, để thoát ra khỏi bế tắc... Nếu không thì là tự mình cam chịu bị cầm tù trong bế tắc, để rồi còn chỉ biết oán hận, oán thù... Không biết các anh có hiểu hết ý tôi không? Phải giải độc, giải tà quá khứ của mình, để giải phóng chính mình, rồi từ đó giải phóng hiện tại, giải phóng tương lai...

- Bác nói như vậy là những việc làm, những ảnh hưởng xấu đều có một bóng ma quái đã đè lên thân phận của "ông cụ," của bác, của cả dân tộc trong thời gian qua... phải không?

- Tầm nhìn như thế là để thấy toàn thể hoàn cảnh, vượt lên trên mỗi thân phận. Vì nhìn gần thì tất cả đều như là từ «ông cụ» mà ra, mà có. Nhưng như đã nói, đó chỉ là một tầm nhìn hạn hẹp, nên chỉ thấy uy quyền trước mắt. Phải đưa tầm nhìn vượt lên trên, vượt ra rộng hơn, xa hơn, để tìm hiểu tại sao con người, tại sao từ dân tới lãnh tụ cứ u mê cam chịu ngụp lặn trong bế tắc, tại sao cứ phải sống để gieo oán, gieo thù? Tại sao phải chấp nhận để oán thù làm động lực của hành động cách mạng? Ai, học thuyết, lý thuyết nào đã gợi ý, ai đã dạy ta phải biến oán thù thành động lực như thế? Xét như thế, thì thấy tất cả đều phát xuất từ một học thuyết, từ một ý thức "đấu tranh giai cấp" mà ra... Và chính học thuyết ấy, giáo điều ấy đã tạo ra cái bóng ma quyền uy của Lénine, của Staline, của Mao và cả của Pol Pot nữa... Nhưng trên tất cả các lãnh tụ ấy, lại là tư tưởng Marx! Thủ phạm gốc chính là Marx! Vì thế mà tôi phải phân tách những khía cạnh thực tế của con người «ông cụ», để tìm hiểu cội nguồn của những ảnh hưởng, những lập trường, những quyết định trầm trọng có tính lịch sử của «ông cụ». Đối với những gì mà ta nhìn thấy, thì những quyết định ấy, bắt nguồn từ tham vọng quyền lực, từ ý chí muốn học ra làm quan nhưng không được... Tới lúc vui mừng gặp được tia sáng của học thuyết "giai cấp đấu tranh"! Rồi chấp nhận học thuyết ấy làm kim chỉ nam để đi tới... Tất cả những bước đi theo hướng ấy đều tạo cơ hội để thành danh, thành lãnh tụ. Để nắm bắt cơ hội ấy, thì phải suy tư vô cảm, coi những đau khổ của con người là những hi sinh cần thiết. Những bước "cơ hội" vô cảm ấy cho phép tung hoành muôn mặt, muôn hướng, không biết thế nào mà lường. Chính «ông cụ» cũng biết, có những điều ông cụ làm, là điều không hay, nên «ông cụ» vẫn thường bảo những «đồng chí» chung quanh, những kẻ thân cận rằng «Bác làm gì kệ bác»!

- Như vậy thì tại sao bây giờ lại có phong trào kêu gọi noi theo gương «bác Hồ»?

- Xét rộng ra mới thấy tầng lớp lãnh đạo sau này chỉ là cái đuôi... của tuyên truyền giáo điều máy móc, thiếu biện chứng, phản biện chứng! Vấn đề là không thể bắt buộc noi gương "bác Hồ." Bởi cách sống muôn mặt, muôn phương, đa nguyên của "bác" đâu có phải là gương sáng! Bởi những điều "bác" đã làm nó rất khác, rất trái ngược với những lời "bác" dạy! Bởi đảng, nhà nước đã hành động muôn mặt như "bác" nên xã hội đã loạn! Trong thực tế đâu có ai sống theo lời dạy của "bác"! Tôi còn được biết rõ mỗi lần sắp xếp những ai được tháp tùng bác đi gặp các nhân vật nước ngoài, thì bác thân chinh dặn dò thật là chi tiết, từ cách ăn mặc, cách nói năng, cách ứng xử phải như thế này, thế nọ. Và lời dặn dò luôn luôn được kết thúc bằng câu: «Các chú phải ăn mặc, nói năng, ứng xử thật đúng cách, còn bác ăn mặc ra sao, **«bác làm gì kệ bác!»** Thật sự là «ông cụ» biết việc mình làm, thái độ giai đoạn, các quyết định cơ hội của mình thường là không trong sáng, nên không muốn bất cứ ai được phép hành xử như... mình, được phép bắt chước mình! Khi gặp khách nước ngoài, đặc biệt là khi gặp người Pháp, thì "ông cụ" ra lệnh đoàn tùy tùng phải ráng ăn mặc văn minh, sạch sẽ, hợp thời... Còn "ông cụ" thì mặc theo kiểu lãnh tụ cách mạng Trung Quốc. Thư ký riêng Vũ Đình Huỳnh trước khi được tháp tùng đi Pháp, thì "ông cụ" đã bảo ông cứ mặc «*complet*», thắt «*cravate*» cho thật đàng hoàng! Còn "ông cụ" thì vẫn cứ mặc theo kiểu cách mạng! Khi qua Trung Quốc thăm Mao chủ tịch, thì "ông cụ" lại mặc một cách hơi khác đi một chút, với cái áo khoác *pardessus* bên ngoài cho có vẻ Tây phương, khác hẳn lối mặc của "bác Mao"! Khi sang Pháp để gặp các nhà lãnh đạo Pháp, "ông cụ" còn phong ông Vũ Đình Huỳnh làm đại tá «vì ở bên tây, lãnh đạo luôn luôn có *aide de camp* (sĩ quan tùy viên) đi hầu cận!» Và từ đó ông Huỳnh cũng phải chịu khó tập chào cho đúng kiểu "bộ đội cụ Hồ"!

Về cách "bác" nể nang và bênh vực ông Vũ Đình Huỳnh, thì có giai thoại do chính đương sự đã khoe ra rằng khi bị mấy ủy viên trong bộ chính trị mách rằng "ông Huỳnh vẫn giữ thói ngông tiểu tư sản, lúc nào cũng quần áo ủi là thật thẳng, lúc nào cũng xức nước hoa «Rêve d'Or», thì "ông cụ" bênh ngay: "Ông ấy thích vậy thì kệ ông ấy." Việc Vũ Đình Huỳnh được gọi bằng "ông" tức là đã có sự phân cách để cho thấy Vũ Đình Huỳnh không phải là một "đồng chí," nghĩa là không phải người của cách mạng, nên sẽ có ngày bị hất xuống vực thẳm một cách không thương tiếc. Và sau này thì sự việc đã xảy ra đúng như vậy. Phải chi được "ông cụ" coi như con cháu, như gia nhân trong nhà thì tương lai, hậu vận mới khá được!

Những người thân cận còn kể rằng "ông cụ" rất chú ý cả tới cách nói năng, ăn mặc của cánh phục vụ. Mỗi trường hợp tháp tùng, đi ra bên ngoài, là cả một sự dặn dò, chỉ bảo thật kỹ từng chi tiết. Vấn đề là cả một giàn cảnh làm nổi trội hình ảnh một lãnh tụ giữa đám quần chúng bình dân bao quanh! Nghĩa là phải làm sao cho thật là nổi bật vóc dáng một lãnh tụ, thật uy nghi, nhưng lại thật là hòa đồng, mà không bị hòa tan trong cảnh quan! Đây là một minh họa cho ngạn ngữ "chiếc áo đã làm nên thày tu"! Chính phong cách nói năng, ăn mặc của "ông cụ," đã tạo ra một phong cách «lãnh tụ cách mạng," chứ không phải trình độ lý thuyết, phương pháp lý luận! Không diễn thuyết, không viết sách để "đảng" và dân học tập, nhưng rất chú ý tới kỹ thuật giàn dựng bề ngoài: mỗi bức hình, mỗi ký sự phải là một "kiểu ảnh" để hậu thế chiêm ngưỡng! Phải chọn cận cảnh, viễn cảnh nổi nhất, phải cân nhắc, đưa đẩy máy ảnh, máy quay tới lui nhiều lần để sao cho có một "thế đứng, thế ngồi..." được "bác" chấp nhận, để lưu lại cho hậu thế!

Vì "ông cụ" là một nhà dàn cảnh chiến lược có tài, rất tỉ mỉ và khó tính. Bởi đối tượng trong hình, ở mọi tình huống, chính là "bác," một lãnh tụ luôn luôn muốn mình nắm độc quyền quyền lực!

Những ai đã trải qua, đã sống sót sau cuộc cách mạng, rồi thì cũng đều có cái kinh nghiệm của "cụ Hồ" là phải biết vượt qua mọi trở ngại, trong mọi hoàn cảnh khó khăn, để nắm bắt mọi cơ hội để vươn lên, để thành đạt, dù có phải đụng tới lương tri, đạo lý!

- Khi đã biết lãnh tụ là như vậy, ai ai cũng phải chấp nhận là như vậy, thì tôi đã có phản ứng đối phó. Một là cố gắng đổi dạng, học cách sống theo cách mạng, nghĩa là cũng áo quần nâu sồng, cũng ăn uống đạm bạc, cố tạo ra cái vỏ ngoài sống lam lũ như một nông dân bần cố. Cứ sống trong những điều kiện "vô sản," để cố xóa đi những phô trương lỗ mãng thời trẻ. Phải bằng cách này, cách khác, biết "cải thiện" mình trước cái nhìn của đối tác, đối phương cực kỳ sắt thép, tức là "ông cụ." Nhưng thật ra tất cả đều là vô ích. Bởi "ông cụ" đã có cái nhìn phân biệt, cái nhìn định kiến đối với tôi ngay từ lúc đầu như thế mất rồi. "Ông cụ" đã sắp hạng con người tôi như thế, tức là đã mặc nhiên tuyên một bản án bất thành văn, vô phương kháng cáo. Cách nhìn như thế không phải là của trí tuệ. Thật là đáng tiếc đối với một lãnh tụ. Vì nó quá hẹp hòi. Bởi cách mạng đã quen nếp hành động "chẳng thà bắt lầm chín đứa, để không cho một đứa chạy thoát." Khổ thế đấy! Pascal, một nhà tư tưởng Pháp có viết: "Con người vừa là thiên thần, vừa là thú vật. Kẻ muốn làm thiên thần, thì lại là làm thú vật." Cách mạng muốn làm ông thánh giải phóng con người, thì lại là làm con quỉ bạo lực của hận thù để nô dịch con người. Lối hành động ấy là phản thần thánh, vì là phạm tội ác!

Không giấu được phẫn nộ khi kể ra những kỷ niệm cay đắng về hai lần gặp gỡ đầy ấn tượng bế tắc với "cụ Hồ" hồi ấy, bác Thảo nhái giọng Sài Gòn, nói với chúng tôi y như tự chế nhạo mình:

- Hồi năm 1946, ở Paris, với vị thế từng được bầu làm "Đại diện cho kiều dân Đông Dương," tưởng thế là mình "ngon lành" lắm, sau lại còn dám tỏ ra ngang hàng với lãnh tụ, rồi có lúc còn ngoan cố toan tính đấu lý với đám cố vấn tàu…! Bây giờ nghĩ lại mới thấy "nói zậy" mà chưa mất mạng là may lắm!

- Theo bác thì tại sao bác không bị thanh toán như những kẻ đã dám tỏ ra mình ngang hàng, là đối trọng với "bác Hồ"?

- Cái đó là do tôi đã sớm đề phòng. Vì thế mà tôi mới sống sót cho tới ngày nay. Thứ nhất là tôi giữ ý, cố tỏ ra là tuyệt đối không mưu tìm một vai vế chính trị nào, tuyệt đối không mưu tìm gặp gỡ, kết thân với những trí thức, để tránh bị coi là có ý gây phe phái ở chung quanh. Bởi chung quanh ông cụ đã có quá nhiều phe phái rình rập nhau. Lúc nào tôi cũng cố tỏ ra kính phục "ông cụ." Vì tôi biết quanh tôi toàn là những con mắt rất cuồng tín, rất nghi kỵ, rất cảnh giác… của các cục "bảo vệ A này, A nọ." Sống trong một xã hội ngu tín, của cái thời cuồng

276

tín như thế không phải là dễ, sơ hở một chút là dễ... chết như chơi!

- Lúc có dịp nêu những ý kiến mới mẻ, có nội dung phản biện, thì tôi luôn luôn phải nhấn mạnh phủ đầu rằng nói như thế là tôi muốn "xây dựng đảng." Đã nhiều lần tôi nói công khai với mọi người chung quanh rằng tôi chỉ ước ao được học tập, theo gương "bác Hồ." Đấy là để công khai chứng tỏ một sự đầu hàng "lãnh tụ" vô điều kiện, để tôi có thể sống sót... Nhưng cũng phải nhắc tới và biết ơn tới một thế lực đã bảo vệ tôi, đó là sự quan tâm, chăm sóc của mấy nhà trí thức Pháp, đứng đầu là Sartre. Họ đã tận tình tỏ ra chăm sóc, theo dõi hoàn cảnh và sức khỏe của tôi khi họ biết tôi đang bị kìm kẹp. Họ thường xuyên viết thư thăm hỏi và đôi khi gửi cả thuốc men cho tôi. Có lúc họ còn đòi qua tận Việt Nam để thăm tôi... Sartre và tôi tuy có vài mâu thuẫn trong tư duy triết học, nhưng ông và đám bạn bè của ông rất quí trọng tôi, muốn bảo vệ tôi. Vì thế, tuy bị cánh tuyên huấn ghét bỏ, nhưng tôi nghĩ nhờ sự quan tâm, kính nể của trí thức của thế giới bên ngoài, mà "ông cụ" đã có một sự e nể đối với tôi. Lúc tôi lâm nguy tới tính mạng trước thái độ quá khích của đám cán bộ cải cách, khi tôi dám đối đầu với đám cố vấn Trung Quốc. Nhóm cán bộ cực đoan đã chụp lên đầu tôi cái tội đáng tiêu diệt là "có đầu óc phản cách mạng của bọn đệ tứ"! Nhưng vì "bên trên" chưa ra lệnh, nên cấp dưới chưa dám ra tay đó thôi. Họ vẫn phải để cho tôi sống. Tuy là sống vất vưởng như một con thú dữ cần phải canh chừng, "để xem nó còn ra những trò gì." Cứ như con mèo vờn con chuột, chưa muốn cắn cổ cho nó chết hẳn. Hơn nữa, những nhận xét phê bình của tôi, chính «ông cụ» và mấy tay lý thuyết của đảng cũng không bắt bẻ được, nhưng vì địa vị thượng đỉnh của "ông cụ," vì cố giữ «chuyên chính vô sản», nên họ không thể chấp nhận ý kiến phản biện có tính dân chủ của tôi. Ngay trong lúc có cải cách ruộng đất, dân kêu than, khóc lóc quá thì «ông cụ» cũng biết đấy. Vì thế mà "ông cụ" đã khôn khéo ra chỉ thị "không được dùng nhục hình," nhưng chỉ thị ấy đã bị cất xó, để sau này làm sử liệu, chứ nó không hề được phổ biến rộng rãi. Bởi còn ý kiến có tính mệnh lệnh của Ban Cố Vấn, là phải thẳng tay "phát động đấu tố để tạo khí thế cách mạng"…

- Khổ thế đấy! Và vì vậy mà tôi muốn nhấn mạnh tới hoàn cảnh phải chịu sức ép cũng không mấy vinh quang của "cụ Hồ" trong suốt thời gian phát động chiến tranh! Muốn qua sông phải lụy đò! Muốn có vũ khí làm chiến tranh thì phải nghe người ta, phải kiêng nể cố vấn, nên cũng đành phải hi sinh một phần uy quyền, chủ quyền. Chứ mình có tự chủ hoàn toàn như mình muốn đâu. Lúc đó lãnh đạo đang bận tâm vì chiến tranh, không ai nghĩ tới chuyện phát động cải cách ruộng đất dã man như thế. Nhưng, như tôi đã nói, trên mỗi thân phận đều có một bóng quyền lực ma quái hơn nó bao trùm, nó ép, nó đè... Trên thân phận Trần Đức Thảo là cái bóng ma quyền lực Hồ Chí Minh, nhưng trên thân phận Hồ Chí Minh lại là cái bóng ma đế quốc bành trướng vô cùng độc đoán, lấn át của Mao! Nhưng xét cho cùng, thì trên tất cả những thân phận lãnh tụ cộng sản, đều có cái bóng ma vô cùng vĩ đại, vô cùng áp đảo của Marx! Nhưng mà riêng đối với tôi, thì trên tất cả và tận cùng, qua bao tiếp cận thực tại tàn nhẫn của cách mạng trong một thời gian dài, thì nay tôi mới nhận ra là còn có một quyền lực lớn lao vô cùng, vô tận của sự thật, của lương tri… nó đè nặng lên đầu óc Trần Đức Thảo, nó phát xuất từ sự đau khổ của dân tộc Việt trong cuộc cách mạng này. Đó cũng là những đau khổ vô cùng của con người trong các cuộc cách mạng bằng bạo lực của hận thù ở Nga, ở Trung Quốc, ở ta, ở Cambốt... Chính vì đã đẩy tầm nhìn lên thượng tầng của tư tưởng, đưa lý luận, lý giải tới tận cùng của lương tri như vậy, thì phải nhìn thấy rõ cái gốc của mọi sai lầm và tội ác của cách mạng và của chính mình! Muốn phân tích rõ mọi sự thì phải là một cuốn sách vĩ đại... Bây giờ thì chỉ có thể bàn trong giới hạn của một vài chi tiết, một vài khía cạnh mà thôi.

- Như mọi người đã thấy đấy, chỉ vì ảnh hưởng của ý thức hệ mà chưa bao giờ ở đất nước này lại thấy có một chính quyền, một đảng chính trị lại vâng lời, lại phục tùng, lại sùng bái con đường hung bạo của đảng cộng sản Trung Quốc đến mức đó. Cứ như mình là con đẻ của đảng cộng sản Trung Quốc. Mà sự thực là như thế! Dĩ vãng ngàn năm Bắc thuộc đâu dễ gì xóa đi được. Rồi với hàng vạn cán bộ của "đảng ta" do Trung Quốc đào tạo về mặt ý thức hệ nữa...! Vì hiểu rõ tình trạng ấy, nên tôi cố gắng tìm luận chứng phản biện thật sáng tỏ, để thuyết phục lãnh đạo, để tránh những bước mù quáng quá trớn tai hại trong giai đoạn bị thôi thúc phải chuẩn bị mở lại chiến tranh. Vì làm chiến tranh thì phải nhờ vả, quy lụy bên ngoài, tức là phải sùng bái anh cả đỏ Trung Quốc, chứ tay không thì đánh ai được. "Ông cụ" cứ tưởng có thể làm chủ tình hình trên đất nước của mình, cứ tưởng có thể tung hoành áp đảo dư luận quốc tế... nhưng kỳ thực là trên bàn cờ quốc tế, ở thời nào cũng vậy, một lãnh tụ nước nhỏ luôn luôn hứng chịu sự khuynh đảo tàn nhẫn của các thế lực nước lớn. Đang lúc chiến tranh sôi động trên đất nước, mà phải chấp nhận khuyến cáo của Trung Quốc phát động cải cách ruộng đất theo y như lối "thổ cải" dã man của Mao ở Trung Quốc như thế, thì đó là một nỗi nhục, nỗi đau của «ông cụ». Khi phải mang bà Nguyễn Thị Năm, một ân nhân của cách mạng ra mà bắn như thế, mà chính «ông cụ» đã nhìn nhận là mình không muốn như vậy, thì đấy là một thú nhận nỗi bất lực, một mối nhục lớn của "ông cụ"! Chung qui chính "ông cụ" cũng bị chi phối bởi những thế lực luôn luôn có cái nhìn quyền lợi, cái nhìn chiến lược toàn cảnh, toàn cầu, cái nhìn "ảnh hưởng," "thế lực" của họ. Trung Quốc nó muốn nhuộm đỏ Việt Nam theo đúng màu đỏ đậm của Trung Quốc! Tôi đã hơn một lần nhắn nhủ, cảnh giác cấp lãnh đạo cách mạng rằng trong lịch sử thế giới, chưa hề thấy có trường hợp một nước lớn nào có chính sách chịu hi sinh, để mà giúp đỡ vô tư, để chi viện vô vị lợi cho một nước nhỏ bao giờ đâu. Các nước lớn không bao giờ quên quyền và lợi của họ... Trong lịch sử nước ta, từ trước tới nay, và cả về sau này, Trung Quốc đã, đang và vẫn sẽ là cái bóng ma quái vĩ đại, mãi mãi đè nặng lên đất nước, lên lãnh đạo, lên lãnh thổ của chính chúng ta!

Bác Thảo lắc đầu im lặng một hồi rồi nói tiếp:
- Bởi có cái nhìn như thế nên tôi bị ganh ghét, tuy chưa bị tiêu diệt, nhưng cứ bị chừng phạt bằng cách để cho sống dở, chết dở, lúc nào cũng như có thanh kiếm treo lơ lửng trên đầu. Dù bị canh chừng, bị đe dọa, nhưng tôi vẫn kiên trì lập trường, để tiếp tục là tôi, thế nên phải sống khổ... Cứ y như mình muốn khổ chứ không muốn sung sướng, không muốn được ưu đãi! Bi hài là như thế!
Bác Thảo kể tới đó rồi bỗng cười rũ đến chảy nước mắt làm chúng tôi ngạc nhiên. Bác kể ra những gian nan khổ cực của bác với một niềm kiêu hãnh, tự đắc. Cứ như là những nỗi đau khổ ấy là những thành tích của mối tình lãng mạn giữa bác với cách mạng, giữa triết học với chân lý. Lúc tâm sự, bác thường mỉm cười tê tái, trong khi mắt ngấn lệ. Chúng tôi tuy cũng có lúc phải mỉm cười theo, nhưng rồi cũng chảy nước mắt. Vì thấy nhà triết học của chúng tôi lấy tay áo chậm nước mắt mà vẫn cứ cười như đứa trẻ! Thật là thê thảm!
Rồi bác Thảo ôn lại tâm trạng mình ở Paris hồi ấy. Lúc thấy phái đoàn Hồ Chí Minh về nước... cùng bốn trí

thức Việt kiều, mà mình thì bị bỏ lại! Thật là mất mặt cho kẻ cứ tưởng mình là một tay mác-xít có hạng, tràn trề hi vọng, tưởng mình sẽ rất là tâm đầu ý hợp với nhà lãnh đạo kháng chiến và cách mạng ấy!

Bác Thảo cho biết bốn Việt kiều cùng về với Chủ tịch Hồ Chí Minh ngay chuyến ấy là ba kỹ sư: Phạm Quang Lễ, Võ Quí Huân, Võ Đình Quỳnh, và bác sĩ Trần Hữu Tước. Phạm Quang Lễ là kỹ sư cơ khí hàng không, nhưng có nhiều kiến thức về vũ khí nên đã được tin dùng đặc biệt. Và đã được "cụ Hồ" đặt cho một tên mới là Trần Đại Nghĩa, rồi sau được phong quân hàm thiếu tướng, trông nom quân xưởng đầu tiên của chiến khu, rồi sau được ca ngợi như là người đã sáng chế ra loại súng chống tăng, mang tên SKZ (Súng Không Zật). Nhưng bác Thảo cũng chế giễu khéo:

- Thứ súng ấy sau chỉ thấy trong ảnh, chứ không thường thấy trên các trận địa. Vinh quang là như thế. Sự thật là như thế.

Kể tới đó, bác Thảo lại mỉm cười tê tái! Trên mặt khô héo của nhà triết học luôn toát ra nỗi buồn, nhưng vẫn cứ giấu nó sau nụ cười mỉm. Đấy không phải là thứ cười vui, mà chỉ là một thứ cười đã phai bạc, đầy gian truân, đắng cay... muốn khóc! Đấy là thứ cười cố hữu của con người khổ ải, thường để che giấu thân phận tủi nhục, u buồn của mình. Nụ cười héo hắt ấy rất thường gặp trên môi mỗi con người cùng khổ. Đến nỗi dân ta đã nổi tiếng là «cái gì cũng cười», lúc đau khổ cũng vẫn cứ... cười!

Rồi bác Thảo còn thành thật thú nhận:

- Hồi ấy, không được cùng về với phái đoàn «cụ Hồ», tôi cảm thấy bị coi thường, nên tự ái bị va chạm nặng. Vì vậy lại càng có quyết tâm mưu tính cho bằng được sự trở về sau này! Nay nghĩ lại mới hiểu rõ vì sao lúc đó tôi đã bị bỏ lại, và rồi không được tin dùng sau này: chỉ vì đã lỗ mãng phạm thượng, nhưng có lẽ công và tội nặng nhất của tôi là đã có những suy nghĩ, nhận định nghiêm trọng trước mấy vấn đề lớn. Vì thế mà đã vô tình đụng tới những tính toán của lãnh đạo, của «đảng»! Đó là việc tối kỵ không ai dám làm. Nhưng vì tính nghiêm trọng ấy mà tôi thấy phải nói ra. Chung quanh ông cụ người ta chỉ quen khen nịnh thôi. Tôi muốn thay đổi cách làm việc như vậy. Bởi đằng sau những vụ việc được đề cao là những hậu quả nặng nề và lâu dài. Có những chọn lựa tưởng là tốt đẹp, nhưng với thời gian, nó sẽ mang lại những tai hại lớn lao. Dù là chọn lựa hay quyết định của lãnh đạo thì cũng có lúc sai. Tôi không thể giữ im lặng trước những cái sai ấy. Vì thế người ta không muốn cho tôi tiếp cận lãnh đạo một cách thân cận. Luôn luôn có một bức tường ngăn cách.

- Thế thì bác chỉ được gặp «cụ Hồ» có hai lần ấy thôi à?

- Còn nhiều lần gặp mặt sau này nữa chứ, nhưng những lần gặp ấy thì là sự tham dự ở vòng ngoài, nghĩa là do sự sắp đặt, để trang trí theo ý muốn của quyền lực, của cơ quan, cơ chế, chứ không phải là được mời để có tiếp xúc riêng, để tạo quan hệ thân mật với lãnh tụ. Trong những lần gặp theo chương trình đã sắp xếp của "tổ chức," nên giữa "bác" và tôi, chúng tôi không hề trao đổi với nhau một câu nào có tính thân tình, tâm sự về một sự cố hay vấn đề nào đó… Như tôi đã được tập huấn ngay từ đầu, trước mặt "bác" tôi không được tự ý nói câu nào "ngoài chương trình," ngoài lễ tân!

- Như vậy là những lần gặp gỡ ấy, thật ra cũng là vô ích!

- Cũng không hẳn là vô ích đâu. Bởi mỗi dịp nêu ra được một điều của lẽ phải, của sự thật, để rồi nó lọt đến tai lãnh đạo hay ai đó thì cũng như mình gieo trồng được một mầm tốt. Nhưng nếu cái hạt mà mình gieo đó bị coi là hạt xấu thì mình sẽ phải trả giá. Tôi còn nhớ một lần gặp gỡ rất bí mật, không thể nào quên. Lúc đó là cuối năm 1964, tức là hòa bình sau hiệp định Genève đã gần mười năm, nhưng cả miền bắc thì đang sôi sục ngầm chuẩn bị mở chiến tranh nổi dậy một cách qui mô ở miền Nam. Bỗng một cán bộ trung ương tên là Sông Trường, tới bảo "bác" ngỏ ý muốn nghe tôi phát biểu về đề tài "chiến tranh và hòa bình," tại phủ chủ tịch. Và tôi được biết rõ là buổi thuyết trình này chỉ dành riêng cho một số người rất hạn chế, rất thân cận của "bác." Lệnh đó đã làm tôi suy nghĩ rất kỹ. Bởi lúc đó trong dân chúng, nhất là tại nông thôn, nơi không có tai mắt của quốc tế, đang dấy lên phong trào hô hào thanh niên đi thi hành nghĩa vụ quân sự. Các địa phương đang thi đua thành tích "giao quân." Khắp nơi tràn đầy bích chương, pa-nô kêu gọi «vì yêu nước, yêu xã hội chủ nghĩa, phải hăng hái lên đường làm nghĩa vụ quân sự»!

Thật tế là lúc ấy, trong mỗi gia đình dân chúng, đang rạo rực mối lo «đảng» chuẩn bị mở lại chiến tranh qui mô xuống miền Nam. Bởi trong dân chúng những tin tức Trung Quốc đang ùn ùn chở vũ khí nặng vượt qua biên giới vào cho ta, rồi lệnh gấp rút thu gom thanh niên đi làm «nghĩa vụ»… Do đó tôi cố tìm hiểu tại sao "bác," là người chẳng ưa gì tôi, mà nay lại muốn nghe tôi thuyết trình về một đề tài đang làm cho dân chúng lo âu, đang được bàn tán, tuy âm thầm nhưng rất là sôi nổi, trong thời sự.

Cán bộ phủ chủ tịch cho biết "bên trên" ra lệnh cho tôi phải chuẩn bị kỹ bài nói chuyện, và yêu cầu tôi đưa trình bài đã soạn để "trên" duyệt trước. Thế nhưng tôi cố ý chỉ đưa trước một dàn bài tóm lược đại cương với hai phần chính. «Một là cách đánh giá nhu cầu và di sản của chiến tranh. Hai là cách đánh giá nhu cầu và di sản của hòa bình. Và phần kết luận: cách đánh giá thắng và bại qua những di sản của chiến tranh và của hòa bình». Tôi không đi sâu vào chi tiết trong dàn bài đưa trình, là cố ý để không gặp cấm cản những điều mà tôi muốn nói, mà có lẽ "bác" và những người chung quanh cũng không muốn tôi nêu ra. Trong bài thuyết trình, tôi đã cố phân tích thật sâu sự kiện "chiến tranh" và sự kiện "hòa bình," qua quá trình lịch sử đương đại, với cách nhìn triết học phê phán đối với lịch sử. Tôi ôn lại những bài học của lịch sử, để nhấn mạnh tới sự độc hại không thể nào kể xiết của chiến tranh. Bởi nhu cầu chiến tranh đòi hỏi thật nhiều mưu trí, thủ đoạn. Còn hòa bình bền vững đòi hỏi phải có trí tuệ thật là trong sáng, minh bạch. So sánh con người của chiến tranh với con người của hòa bình về mặt lương tri đạo đức thì sẽ thấy rõ đâu là giá trị đích thực của chiến tranh, của hòa bình. Hơn nữa, hai cuộc đại chiến tranh thế giới đã kết thúc với thắng lợi của phe các nước dân chủ tư bản ở châu Âu, đã để lại những bài học đắt giá.

Bởi sự thật là sau mỗi lần chiến thắng, châu Âu đã thụt lùi một bước về mặt uy thế đối với thế giới, vì suy yếu, vì đã kiệt sức đến phải nhờ vả, phải vịn vào Mỹ để đứng dậy! Từ đó, nhất là từ sau đệ nhị thế chiến, Mỹ đã trở thành cường quốc số một một cách không thể chối cãi, còn châu Âu thì đã vĩnh viễn mất hẳn vị trí đứng đầu thế giới. Các nhà sử học và xã hội học còn ghi nhận, về mặt văn hóa, nhân văn, về mặt trật tự, kỷ cương và đạo lý, thì con người thời hậu chiến đã bị suy thoái về tất cả các mặt ấy. Hai nước chiến bại là Đức và Nhật đã vươn lên thành hai cường quốc kinh tế nhờ họ là nước thua trận, không có quyền thành lập quân đội. Do đó dân của họ không bị gánh vác nặng nề những chi phí quốc phòng trong một thời gian dài. Nghiên cứu về hiện tượng ấy cho phép đánh giá cái hại lâu dài của chiến tranh, dù là đã đại thắng. Bởi cái giá phải trả sau khi chiến thắng thì rất là đắt. Những chiến công hiển hách có thể mang ra ca ngợi trong hàng ngàn trang sách. Nhưng nỗi đau, nỗi khổ mà các dân tộc phải chịu do hậu quả chiến tranh thì lâu dài, không có giấy bút nào có thể kể ra cho hết. Cụ thể cho thấy cái lợi về cách sử dụng hòa bình một cách tuyệt đối, nghĩa là không phải dồn nỗ lực vào guồng máy chiến tranh đã cho phép các dân tộc quanh ta tránh được bao đau khổ, không bị trong tình trạng thua kém, tụt hậu như nước ta, dân ta. Vả lại nhờ chính sách tận dụng hòa bình mà Đức và Nhật đã qua mặt những nước chiến thắng như Anh, như Pháp. Kinh nghiệm ấy là một bài học quí cho nước ta.

Thực tế là tình trạng miền bắc ta, cho tới lúc này (1964), cũng chưa xóa bỏ được nghèo khổ, dù là việc ký kết hiệp định hòa bình ở Genève đã mười năm. Đời sống nhân dân ta còn vô cùng tối tăm về mọi mặt. Thế mà nay ta lại phải lo mở lại chiến tranh trong những ngày sắp tới đây. Mà nước ta vẫn chưa làm ra được súng đạn, thì dĩ nhiên là phải nhờ vả trầm trọng vào nước ngoài, về mặt vũ khí, về lương thực… Sự nhờ vả ấy sẽ là món nợ vô cùng nặng nề. Nó sẽ là một di sản lâu dài của chiến tranh. Bởi chiến tranh, đối với loài người, là một độc dược với muôn vàn "hậu quả độc hại từ bên trong," về lâu về dài. Chiến thắng chỉ mang lại phần thưởng vinh quang cho một thời gian nhất định. Nhưng di sản tai hại trầm trọng của nó, ngoài những thiệt hại về nhân mạng, về đổ vỡ trên lãnh thổ, còn là sự đổ vỡ thâm sâu trong tinh thần, trong nếp sống, trong nếp suy nghĩ, trong đầu óc con người. Bởi chiến tranh lâu dài sẽ tồn đọng trong đầu óc, thành một thứ văn hóa chiến tranh. Nó làm cho con người trở thành hung bạo hơn, gian xảo hơn... tàn nhẫn hơn trong suy nghĩ, trong hành động, trong nếp sống hằng ngày. Bởi con người chiến thắng sẽ khoe khoang, sẽ thành kiêu binh, sẽ tin tưởng vào những xảo trá, quỉ quyệt đã dùng để đánh gục quân thù! Nhưng rồi nó tồn đọng như những món nợ vật chất và tinh thần, trong thể xác và đầu óc con người và xã hội. Đó là những món nợ văn hóa trong lối sống… lối suy nghĩ, mà các thế hệ mai sau không thể nào thanh toán cho hết được. Vì thế mà người xưa, sau chiến thắng, thì đã phải vội ra chính sách "an dân," để cố tẩy xóa ngay lối sống, lối suy nghĩ của chiến tranh, để cho người dân an tâm mà làm ăn… Ta thì sau khi thắng xong, là lại lo áp đảo tinh thần để huy động dân chúng, để phát triển "xã hội chủ nghĩa," rồi tiếp tục cổ vũ hận thù triệt để, để chuẩn bị mở lại chiến tranh!

*(Cũng nhân đây, phải lưu ý rằng ở châu Âu, có hai nước đã coi nhau như kẻ thù truyền kiếp, quyết không đội trời chung là Đức và Pháp. Nhưng những lãnh đạo có trí tuệ, biết nhìn xa, đã hóa giải được mối thù truyền kiếp ấy bằng hòa giải, để rồi Pháp và Đức ngày nay đã trở thành cột trụ của nền hòa bình và thịnh vượng của châu Âu, do châu Âu, chứ không còn là do Mỹ cho châu Âu! Đấy là một kinh nghiệm, là một bài học hòa bình và thịnh vượng, mà chìa khóa là **sự công nhận giá trị của nhau, kính trọng nhau để cộng tác với nhau** mà đi tới!)*

- Vì thế, khi đã có hòa bình mà không cấp bách và tích cực xóa bỏ cho nhanh, cho hết nếp suy tư, nếp ứng xử quá khích, xảo trá thời chiến trong xã hội, xóa sạch hậu quả của những thói quen quá trớn của chiến tranh, để cho dân thay đổi cách nghĩ, cách sống, để cho cuộc sống trở lại lương thiện bình thường… thì rồi sẽ khó tránh được những hậu họa xã hội suy tàn là di sản lâu dài của chiến tranh. Sau chiến tranh mà vẫn duy trì nếp sinh hoạt của thời chiến, vẫn phát triển các chính sách của bạo lực, vẫn quen dùng thủ đoạn tuyên truyền dối gạt của chiến tranh, thì xã hội sẽ mãi mãi sống trong căng thẳng, trong những phản xạ tàn bạo... như vậy là độc tố chiến tranh đã nhiễm sâu vào con người, vào xã hội. Như vậy là di sản chiến tranh vẫn tác hại trong thời bình, giữa chúng ta với nhau. Vậy là những chiến thắng cuối cùng đã đưa tới toàn là tai họa. Chiến thắng như thế cuối cùng là một thất bại. Vì không phải là thắng, và cũng chẳng phải là lợi. Chúng ta cũng nên chú ý rằng nhờ bao tổn thất và hi sinh của ta trong chiến thắng Điện Biên, mà Trung Quốc đã có cơ hội lên mặt kẻ cả của một đại cường quốc ở hội nghị Genève khi bàn về ngưng bắn ở Việt Nam. Bởi Trung Quốc đã từng bị mất mặt khi phải ký kết chấp nhận đình chiến ở Triều Tiên... Thế nên Trung Quốc đã có ý đồ phục thù trong chính sách giúp ta đánh đuổi Pháp, để gỡ danh dự. Cứ xem như việc Mao chủ tịch, vừa mới thắng Tưởng Giới Thạch, vừa mới nắm được chính quyền tại Bắc Kinh năm 1949, thì đã vội xua quân qua chiếm Tây Tạng năm 1950! Rồi sau đó đã thúc Bắc Triều Tiên mở chiến tranh để xóa ảnh hưởng Mỹ ở Nam Triều Tiên. Nhưng rồi Trung Quốc đã thất bại sau khi phải xua quân qua cứu Bắc Triều Tiên, và rồi đã phải ký một cách khiêm tốn hiệp định đình chiến tại Bàn Môn Điếm, phải chấp nhận để Mỹ đóng quân lâu dài ở Nam Triều Tiên... Mà Nam Triều Tiên đứng vững không chỉ do Mỹ, mà còn là do dân ở đó không ưa «cộng sản». Đó là những điều ta phải suy nghĩ cho kỹ để rút kinh nhiệm cho tương lai của ta. Ta phải cân nhắc kỹ lại về việc ký kết và thi hành hiệp định Genève mà ta đã ký năm 1954. Tôi muốn gợi ý ở phần kết luận bài thuyết trình với kinh nghiệm của vùng Đông Nam Á này: chiến tranh không phải là một giải pháp tốt. Mà những hậu quả tai hại của chiến tranh thì không thể lường hết được, mà cũng không thể nào thanh toán hết được.

Vì đã ý thức nỗi lo sợ của dân chúng trước viễn ảnh và nguy cơ mở lại chiến tranh, nên tôi buộc lòng phải nhấn mạnh tới hậu quả tai hại, với hi vọng mỏng manh là nếu không thể ngăn chặn, thì ít ra cũng trì hoãn được thêm một thời gian nữa dự tính mở lại chiến tranh xuống miền Nam. Vì đứng trên quan điểm của con người trong lịch sử mà xét, những tiếng gào khóc của hàng triệu sinh linh trong chiến tranh và sau chiến tranh, dù cho có bao nhiêu bia tượng, đền đài miếu mạo ghi công, tưởng nhớ đến muôn đời sau, thì cũng không thể nào an ủi được những nỗi đau, không thể nào đền bù được những mất mát và tàn phá do chiến tranh gây ra, mà dân chúng đã phải gánh chịu mãi mãi cho tới sau này.

Để chấm dứt bài thuyết trình, tôi đã chậm rãi nói dằn từng chữ:

- Có một sự thật có thể gây tranh cãi, nhưng không thể nào chối cãi được, là **chiến tranh luôn mang theo những hậu quả vô cùng tai hại. Vì nó làm băng hoại xã hội, vì nó phá hoại hạnh phúc con người... Chỉ có hòa bình mới tạo cơ hội xây dựng được no ấm và hạnh phúc, tạo ra được một xã hội có căn bản luân thường đạo đức, trật tự kỷ cương.**

Nghe tới câu ấy, "bác" thay đổi thái độ: đang ngồi nghe một cách vô cảm, với dấu hiệu mệt mỏi, bỗng cau mặt, đứng phắt dậy, mím môi, chau mày, có vẻ không vui ra mặt, rồi vỗ tay sơ sài, lẹt đẹt, làm như thể "bác" chỉ chờ cho tôi chấm dứt. Gần chục người chung quanh, hình như đa số là của «bộ chính trị», cũng phải vội vã đứng dậy vỗ tay hời hợt theo cho phải phép. Rồi "bác" vừa đi ra, vừa ngoảnh mặt nói vọng lại với tôi:

- Chú Thảo nói hay lắm. Cám ơn chú! Bây giờ bác phải về làm việc.

Tôi đã cố quan sát thật kỹ thái độ, dáng điệu lúc bác ngồi nghe. "Bác" đã giữ vẻ mặt trầm tĩnh cho tới lúc đứng dậy, đổi ra mặt cau có, rồi vứt lại một lời cảm ơn, như miễn cưỡng, để vội vã đi ra... bước thật nhanh, không vui chút nào khi rời phòng hội. Những người chung quanh cũng phải vội vã chạy theo... Chỉ có một người bước lại gần, tươi cười nói khẽ và vội một câu, như để an ủi tôi, đó là tướng Giáp:

- Được "bác" khen như thế là tốt lắm. Thế là thành công đấy!

Nhưng tôi thì đứng lại đó, bơ vơ, lo âu, suy nghĩ về câu khen «nói hay lắm!» mà "bác" vứt lại khi bước ra khỏi nơi họp. Tôi cứ băn khoăn ngẫm nghĩ về thái độ của lãnh tụ với câu «khen» ngắn ngủi ấy. Chờ mãi hồi lâu, cho tới khi một cán bộ của phủ chủ tịch bước tới để dẫn tôi ra về bằng cổng sau...

Đấy là thêm một lần, tôi đã có dịp tìm hiểu cách ứng xử của "ông cụ" đối với tôi. Thật sự là cuộc gặp gỡ, buổi thuyết trình ấy đã không làm "ông cụ" vui. Vì nội dung bài thuyết trình đã nhấn mạnh tới những hậu quả vô cùng tai hại của lá bài chiến tranh! Và rồi tôi cũng không vui với lời khen mỉa mai «nói hay lắm!» (nhưng ý không hay?) ấy. Bởi tôi biết việc ký và thi hành hiệp định Genève như thế, là để chuẩn bị mở lại chiến tranh, tức là vĩnh viễn xé bỏ hiệp định! Bởi trong hiệp định, có các khoản cam kết của các nước chủ trì hội nghị dùng để bảo vệ cách thi hành, nhưng chẳng thấy ta dùng tới những cam kết ấy. Ngoài ra, tôi còn nhắc khéo tới ý đồ bành trướng của Trung Quốc trong vụ vội vã "giải phóng" Tây Tạng... Nhất là trong lúc toàn miền bắc ta còn nghèo khổ mà đã lăm le mở lại, mở rộng chiến tranh xuống miền Nam! "Ông cụ," với nét mặt nghiêm trang, lạnh lùng, có vẻ đã mỏi mệt, nên đã không dấu được thái độ bực bội, như là vừa làm một thử nghiệm không vừa ý, với một kẻ "có vấn đề," nên nét mặt đã chuyển ngay sang cau có, khó chịu vào phút chót ấy. Và câu "Chú Thảo nói hay lắm!" đã như một gáo nước lạnh hắt vào mặt tôi. Bởi nếu thật sự đồng ý với tôi, dù là chỉ một phần nhỏ thôi, thì ít ra cũng lại gần tôi mà trao đổi vài câu, và bắt tay để nói lời khen ấy. Nhưng đây lại là một câu nói miễn cưỡng vứt lại phía sau, trong khi vội vã bước ra khỏi phòng hội. Chung quanh tưởng đấy là một lời khen, nhưng kỳ thực chỉ có tôi hiểu đấy là một lời phê phán nặng nề: "Nói thì hay lắm, nhưng ý tứ thì không hay chút nào"! Chỉ có tôi là người trong cuộc, đang sống trong vòng cương tỏa của "Người," mới cảm nhận, mới hiểu rõ ý nghĩa thâm thúy của từng câu, từng chữ của "Người"! Rồi tôi lại nghĩ cho dù «ông cụ» có muốn kéo dài thêm thời gian hòa bình để kiến thiết xứ sở, nhưng còn có uy lực của Mao nó ép phải mở lại chiến tranh thì sao? Vấn đề nó thâm sâu, tàn nhẫn và phức tạp vô cùng!

- Thế sau lần gặp đặc biệt ấy, bác còn được gặp lại cụ Hồ nữa không?

- Cũng còn, nhưng những lần gặp sau này thì thật ra là chỉ thấy «ông cụ» thôi chứ không được tới gần. Bởi những lúc đó, tôi chỉ là kẻ tháp tùng ở vòng ngoài, như một cán bộ tới góp mặt trong một buổi tiếp tân, chứ không phải là tới để có thể trao đổi vài câu với «ông cụ». Vả lại, vì tôi không biết a dua, tâng bốc, nịnh nọt như mọi người, nên không khi nào được bố trí để "ông cụ" tỏ vẻ thân thiện, nói chuyện với tôi. Nhưng tôi cũng đã biết, trong nhiều buổi tiếp tân, lễ hội, lúc "ông cụ" xuất hiện, tươi cười đảo mắt nhìn nhanh mọi người, nhưng cái nhìn ấy bỗng trở thành nghiêm nghị, ngập ngừng, dừng lại đôi chút, rồi quay qua chỗ khác khi thấy tôi. Có lẽ lúc đó "ông cụ" nhận ngay ra "kẻ có vấn đề" là tôi cũng có mặt ở đây. Cảm nhận do kinh nghiệm đã trải qua, tôi biết đối với ban lãnh đạo sau này, do nhận định tôi vẫn là "kẻ có vấn đề," nên các lãnh đạo khác cũng dị ứng, luôn luôn giữ khoảng cách, tránh không tới gần tôi để trò chuyện, dù chỉ là xã giao, khi họ nhận ra tôi ngay trong đám đông. Sở dĩ tôi thường được mời tới dự các buổi họp mặt có tính tuyên truyền và ngoại giao, như vài trí thức khác, vì trung ương cố ý dùng sự có mặt của chúng tôi như một yếu tố trang trí, ra điều có đông đủ các thành phần trí thức. Trong những dịp đó, chỉ có vài vị khách nước ngoài là muốn lại nói chuyện với tôi, vì họ đã biết tôi từ trước...

Đã hơn một lần, tôi được nghe mấy trí thức khoa bảng than rằng "ông cụ" rất cảnh giác với những kẻ có bằng cấp. Chỉ những kẻ khiêm tốn, từng khúm núm vâng lệnh, ngoan ngoãn đi theo phục vụ «bác» từ thủa hàn vi, thì sau này mới được tin dùng, và được đề bạt cất nhắc lên. «Ông cụ» là một mẫu lãnh đạo còn mang nặng tâm thức thời phong kiến phương Đông cổ xưa, cũng y như Mao Trạch Đông, rất tự tin vào tài đa mưu, túc trí của mình, nên coi đám học thức «không bằng một cục phân»! Hơn nữa, «ông cụ» rất ghét cánh Tây học. Trong vòng thân cận «ông cụ», không hề có một chuyên viên trí thức nào có bằng cấp tốt nghiệp đại học cả. Chỉ toàn là những hầu cận, cận vệ ít học được «ông cụ» đào tạo, để phục tùng, thì sau đều được "ông cụ" đề bạt lên thành tướng, thành giám đốc, thành bí thư v.v... Còn giới học thức chỉ được làm việc ở vòng xa bên ngoài. Bởi «tổ chức» muốn bố trí để «ông cụ» nổi bật trong đám người ít học, y như một đại bàng chúa tể, bay lượn trên đỉnh Thái Sơn của quyền lực, ngó xuống chốn sơn lâm chính trị thấp kém bên dưới với con mắt nghi kỵ, khinh mạn, với cái nhìn vô cùng sắc bén, thấu hiểu đầu óc từng người... để dễ phân biệt kẻ cận thần, với những đối thủ tiềm ẩn. "Ông cụ" có tâm thức cảnh giác của một lãnh tụ cách mạng như

Staline, như Mao... Khốn nạn cho kẻ nào bị "tổ chức" đánh giá như là một địch thủ tiềm năng đối với «ông cụ»! Tôi nhận thấy các nhà sử học khi nghiên cứu về "bác Hồ," đã chỉ căn cứ trên những tư liệu của đảng cộng sản, nên không thể nào nhìn rõ sự thật; không thể nào hiểu rõ cái biện chứng duy tâm, duy ý chí của lãnh tụ, nên họ không thể hiểu nổi "ông cụ." Bởi họ chỉ nhìn thấy "lãnh tụ" qua lăng kính đẹp đẽ, sáng chói của bộ máy tuyên truyền. Không biết nên đánh giá như thế nào đối với những bộ óc thông thái, uyên bác «kinh điển» mà cứ trích tư liệu tuyên truyền của đảng cộng sản như là trích ra từ một thứ thánh kinh! Họ chỉ là những ông thầy bói mù được sờ vào, không phải là một con voi, mà là một con khủng long ba đầu, chín đuôi!

Có một điều rất đáng tiếc là các nhà sử học khi tìm hiểu về «cụ Hồ» đã bỏ qua một thứ tư liệu rất chính gốc, rất bộc lộ, rất chân thực, do chính đương sự là tác giả... Đó là ý nghĩa của những biệt hiệu hay những tên giả mà chính "cụ Hồ" đã tự đặt cho mình, qua từng giai đoạn mưu tìm con đường hoạt động, lúc thiếu thời, khao khát tìm cách tiến thân, tìm đường hoạt động chính trị... Có những cái tên theo tiếng nước ngoài khá ngộ nghĩnh! Nhưng đáng chú ý là từ khi tự đổi tên là **Tất Thành** (1911) (với khát vọng khiêm tốn là sẽ là kẻ thành đạt...), rồi cho tới sau này thì bỏ hẳn họ Nguyễn, để thay đổi, lấy lại họ gốc là họ **Hồ,** và chọn cái tên cực kỳ kiêu sa, coi mình là bậc **Chí Minh!** (1945)... Nói chung là với cả trăm tên giả thường là rất tiêu biểu tâm thức như thế đã phản ánh một cách chân thực những bước chuyển biến trong đầu óc của "ông cụ." Mỗi lần thay tên, đổi họ là một bước có ý nghĩa trong hành trình vươn lên, đi tới để trở thành lãnh tụ. Đấy là quá trình diễn biến của sự hình thành một cuồng vọng. Phải phân tích cặn kẽ từng cái biệt danh ấy như là một dấu hiệu tâm lý chính trị, từ lúc chỉ mong có cơ hội thành đạt, cho tới lúc quyết tâm, bằng mọi giá, mọi cách, để đạt tới tột đỉnh của quyền lực như là một ông vua (Vương), là một người yêu nước chân chính ("Ái Quốc"), là một lãnh tụ thông minh bậc nhất trong thiên hạ (Chí Minh)! Thật ra thì trong xã hội phong kiến, những danh hiệu ấy chỉ có thể là do người đời phong tặng cho những nhân vật lịch sử mà được người đời sau công nhận là xuất sắc, là xứng đáng mang những danh hiệu ấy. Nhưng đây lại là do chính «đương sự» ngay trong hiện tại đầy vấp váp, mà đã tự mình "tặng" cho chính mình! Một nhà túc nho, một người trí thức có đầu óc tỉnh táo, có liêm sỉ, một bộ não minh triết thì không bao giờ dám tự ý xưng mình là "Vương," là "Ái Quốc," là "Chí Minh"... như thế. Thật khó mà giải thích một kẻ tự coi mình là «ông vua», là bậc «quân tử» siêu phàm, mà lại có hoài bão làm một nhà cách mạng, một chiến sỹ vô sản, cộng sản! Sự công khai tự tôn vinh mình lên một cách quá trớn như thế cũng không phải là thái độ của một bậc chí nhân, chí thánh...! Đấy chỉ là những biểu hiện của một thứ sở cuồng lộ liễu, lỗ mãng, một thứ bệnh tâm thần đam mê đến mất thăng bằng về mặt lí trí, liêm sỉ, đạo lý... Khi tự xưng tụng mình một cách thượng đỉnh, tối cao như thế thì chỉ có thể là vì đã quá khao khát danh vọng. Đấy rõ ràng là một khát khao hành động của một cuồng vọng. Ngoài ra còn có thể tìm hiểu nội tâm, chí hướng của nhân vật lịch sử này qua một công trình phân tích mang tính phân tâm học của từng chữ, từng câu mang nặng một khát vọng... trong hai tập sách tuyên truyền «Những mẩu chuyện về cuộc đời hoạt động của Hồ chủ tịch» và «Vừa đi đường vừa kể chuyện» để thấy rõ từng bước chuyển biến tâm lý, từ lúc chỉ mong được nhận vào học Trường Thuộc Địa của «mẫu quốc Pháp» với hi vọng được ra làm quan... cho tới lúc quyết tâm trở

293

thành một lãnh tụ cách mạng. Nhờ những phát tiết lỗ mãng của cuồng vọng như thế, mà "ông cụ" đã tạo ra một thời chính trị vô cùng phức tạp, điên đảo, một thời mà mọi người đều thấy rằng phải đạp lên lương tri, đạo lý để «cướp quyền», để thành công, để chiến thắng! Đấy chỉ là bí quyết hành động, trong một đại bi hài kịch của lịch sử! Thành ra qua những cái tên mang mặc cảm tự sùng bái mình như thế, chúng ta có thể hiểu "lãnh tụ" là người có đầu óc, có tâm trí, có đạo lý như thế nào! Napoléon, Hitler cũng đều đã là những lãnh tụ có tâm thức tự cao tự đại, nhưng không gian trá đến mức quá tinh quái như thế! Bởi họ còn thua «bác Hồ» ở chỗ họ không biết tự ngồi viết sách để tự đề cao chính mình! Thật tình, một người hết lòng vì nước vì dân, một chính danh quân tử, một trí thức lương thiện, thì không thể tự khoe mình, tự viết sách để ca tụng mình một cách ngông cuồng lộ liễu như vậy. Không ít người bênh vực nói «nhờ vậy mà «ông cụ» đã làm nên lịch sử». Xét tới tận cùng lý luận trên những cơ sở như thế, cho phép ta giải thích những điều đã định hướng cho những hành động, những chọn lựa «khó hiểu, khó chấp nhận» của «bác Hồ»! Lịch sử đã mang dấu ấn của một tham vọng, một mưu trí tột đỉnh tự tôn như thế. Hậu thế, phải đặt trên cơ sở phân tích thực tại đó, để mà có thể hiểu rõ vấn đề công tội, đạo đức của «ông cụ»...

- Cứu xét như thế, thì bác thấy những chọn lựa nào, những phần quyết định nào của «ông cụ» là thuộc về công, phần nào là thuộc về tội?

- Không thể dễ dàng đưa ngay ra một lời đáp thỏa đáng cho câu hỏi rất quan trọng này. Có lẽ phải nhiều thế hệ sau, có khi phải hàng trăm năm sau, qua những công trình nghiên cứu tập thể nghiêm túc, khách quan thì may ra mới có thể đưa ra một kết luận có giá trị. Nhưng tôi nêu ra vấn đề là muốn mỗi người chúng ta, tự xét xem dân tộc, đất nước đã thụ hưởng những gì, đã chịu đựng như thế nào những di sản, những hậu quả mà sự chọn lựa lịch sử của «cụ Hồ» đã mang lại... rồi từ đó mà tự đưa ra lời giải đáp chân thực cho riêng mình. Khi cân nhắc những chọn lựa, những quyết định có tính lịch sử của «cụ Hồ» thì, về lâu, về dài, sẽ thấy phần lợi, phần hại là như thế nào. Tôi tin chắc rằng mỗi người dân, từng trải nghiệm đầy đủ những hậu quả của những chọn lựa hay quyết định ấy, sẽ có thể rút ra một kết luận công bằng để mà luận công tội cho «ông cụ», mà sẽ không cần phải tranh cãi với ai... Cái đó là tùy mỗi trải nghiệm của mỗi người, tùy theo những vui sướng, những đau khổ hôm qua và hôm nay, của mỗi người.

- Nhưng bác có thể nêu ra chọn lựa nào, quyết định nào đã mang tính lịch sử trọng đại của cụ Hồ được không?

- Thú thật là tôi đã từng có nhận xét phê phán về những chọn lựa và quyết định tốt và xấu có tính lịch sử của «ông cụ» trước vài cán bộ cao cấp trong «đảng», khi nêu ra những thắc mắc lớn như dựa vào ý thức hệ cộng sản để giành độc lập thì là tốt hay xấu, nhất là khi so sánh với những nước đã giành được độc lập quanh ta mà họ đã không dùng tới ý thức hệ ấy... Nhưng chung quanh đã can tôi, đã khuyên tôi không nên đụng tới những điều nguy hiểm nhậy cảm, có thể bị mất mạng đó. Có người đã bỏ chạy không dám ngồi nghe tôi phân tích vì sợ liên lụy... Kể lại chuyện này để cho các anh thấy việc đánh giá công tội ông cụ là việc làm vô cùng nguy hiểm, vô cùng khó khăn. Trong hoàn cảnh hiện nay ở trong nước, đó là điều không thể nào làm được...

- Nhưng ít ra thì bác cũng có thể nêu ra vài thí dụ chứ?

- Như tôi đã nói, đánh giá sự chọn lựa này là tùy theo người, tùy theo hoàn cảnh. Những cán bộ đảng viên nhờ «đảng» mà đã có cuộc sống giàu sang, có và địa vị thì di nhiên họ sẽ nói tốt cho «bác Hồ». Những người phải gánh chịu phần thiệt thòi và đau khổ vì những chính sách của «bác và đảng» thì họ sẽ nói là xấu. Riêng trường hợp của tôi thì lúc đầu tôi cho đó là một chọn lựa tốt, là đúng, nhưng rồi càng về sau, tôi càng nhận ra rằng chọn lựa ấy đã đưa tới tình trạng không thể sửa đổi, không thể thích nghi với xã hội ta, với văn hóa của tổ tiên ta, vì cứ dập khuôn theo đúng mô hình nước ngoài, nhất là của Mao, thì đó thật sự là một chọn lựa xấu, rất xấu, vì nó hoàn toàn sai, sai từ cái gốc học thuyết, sai từ lý luận… Tôi chỉ mới hé mở, nêu ra sơ sơ như thế mà đã bị vĩnh viễn đẩy ra bên lề chính trị. Nhưng vì thế mà ông cụ vẫn muốn theo dõi đầu óc tư tưởng, lý luận của tôi… Nếu cứ bảo lưu cái ý thức hệ «duy nhất đúng» này thì dĩ nhiên sẽ có ngày nó bị đào thải bằng sự đổ vỡ thảm khốc! Và cho tới nay, ở vài nơi, ta đã thấy nhiều lần xẩy ra những đổ vỡ như vậy.

- Thế còn các lãnh đạo khác, sau «bác Hồ», thì họ có chú ý tới tư tưởng của Trần Đức Thảo không?

- Vẫn có chứ! Vì họ lúc nào cũng e ngại, nghi ngờ tôi. Vì tôi lúc nào cũng cố bắc cầu, bắn tiếng, tìm cách truyền đạt những điều hay, lẽ phải của sự thật. Thế nên lúc nào họ cũng muốn theo dõi xem ý kiến của tôi là như thế nào, tuy họ rất e ngại và không ưa những ý kiến ấy. Vì những góp ý của tôi luôn luôn hướng về chân thiện mỹ, nên đôi khi họ cũng đồng ý cho tôi gặp một cách miễn cưỡng. Tôi còn nhớ lần gặp gay go với tổng bí thư Trường Chinh, sau cái vụ tôi vùng lên muốn đấu lý với cố vấn Trung Quốc. Sau này cánh Lê Đức Thọ, Lê Duẩn thì rất gờm tôi, vì biết tôi muốn ngăn cản mở lại chiến tranh. Còn một lần gặp riêng ông Lê Duẩn thì rồi ông ấy cũng không ưa tôi, vì lúc ấy, trong cương vị tổng bí thư, ông ta muốn tôi chấp bút viết hồi ký cho ông ấy. Nhưng sau khi ngồi cả tiếng đồng hồ để nghe ông ta giảng giải tư tưởng của ông, tôi đành trả lời thẳng là tôi nghe ông nói mà không hiểu gì cả! Vì thế sau này ông ấy cũng cay ghét tôi, đến nỗi không muốn sự có mặt của tôi ở những nơi ông đi qua... Lúc tôi vào Sài Gòn thì được nghe những câu chuyện ly kỳ của phe chủ chiến đến cùng, mà đứng đầu là cánh Lê Duẩn và Lê Đức Thọ... Phe này đã gây bè phái, rồi nắm được đa số trong bộ chính trị, đến mức đã chèn ép, cô lập được chính cả «cụ Hồ»... trong giờ phút nghiêm trọng. Bởi lúc ấy «ông cụ» hình như muốn xây dựng một miền bắc xã hội chủ nghĩa cho thật là ấm no trước đã. Võ Nguyên Giáp là người «nhất trí» với «ông cụ». Vì thế mà cánh Lê Duẩn đã phê phán, phao ra lập luận là «Giáp sợ Mỹ»! Chính cánh này còn tìm cách triệt hạ uy tín của Giáp bằng cách tung tư liệu chứng minh, Giáp là con nuôi tên trùm mật thám Marty, Giáp thắng trận Điện Biên là nhờ mấy tướng Trung Quốc «bày binh bố trận»! Trong giới đảng viên cấp cao, có cả một giai thoại ly kỳ về «âm mưu cất cái mũ phớt», vì Giáp là đảng viên duy nhất vẫn ưa đội mũ phớt kiểu công tử Hà Nội khi đi làm cách mạng! Giai thoại này chứng tỏ chung quanh «ông cụ» có nhiều phe cánh kình chống nhau, ngầm hạ uy tín của nhau rất là tàn nhẫn. Và điều đó cho thấy «ông cụ» lúc lên tới đỉnh cao quyền lực thì rồi đã lâm vào hoàn cảnh của một phù thủy không còn điều khiển được đám âm binh hung bạo, tùy tiện, hỗn xược do chính mình đã tạo ra!

Rồi bác Thảo lắc đầu, mỉm cười cay đắng than thở:
- Một lãnh tụ tài ba, mưu trí phi thường đến thế mà rồi cũng có lúc bị đàn em, tay chân nó coi thường, nó lấn át như vậy. Nói chi tới một tên triết học như tôi, tuy mang tiếng đầu óc có kiến thức, nhưng nhiều lúc cũng gặp khó khăn và khổ tâm, khổ não đến khó sống!

297

- Thế còn cái vụ gặp tổng bí thư Trường Chinh hồi đó thì sao?

- Lần gặp ấy xẩy ra sau cái vụ rất căng thẳng, với nguy cơ người ta tính tiêu diệt tôi, do tôi quyết tâm đòi gặp cố vấn Trung Quốc để tranh luận về cái tỷ lệ phải xử tử theo «tỉ lệ năm phần trăm», để làm tiêu chuẩn trong chính sách phát động cải cách ruộng đất. Tôi còn nhớ như in trong đầu cái tối ấy ở Chiêm Hóa...

Tối hôm ấy, đoàn cán bộ cải cách trung ương họp để kiểm điểm công tác, trước khi rời địa phương đi nơi khác. Trưởng đoàn cho biết phiên tòa trong rừng vừa qua đã được trên đánh giá là thành công, là có kết quả tốt. Nghe báo cáo vậy ai cũng mừng. Nhưng khi Thảo giơ tay xin phát biểu thì cả đoàn kinh ngạc, lo ngại vì ai cũng biết Thảo vừa mới qua "cơn rối loạn thần kinh" sau phiên xử ấy. Thảo nói:

- Tôi cũng như các đồng chí đã theo dõi sát cái lối xét xử của tòa án cải cách ruộng đất. Và tôi ghi nhận là trong đồng bào không có sự nhất trí như chúng ta tưởng đâu. Có người nói với tôi rằng cách xử như thế là ác quá! Có người không đồng ý về cách buộc tội, vì ngoài tên lý trưởng ra, thì năm tội nhân kia không phải là phú nông, địa chủ thật sự theo tiêu chuẩn đã đề ra, mà họ đã bị đôn oan lên cho đủ tỉ số «năm phần trăm»...! Như vậy là ta đã bắn oan nhiều rồi đấy. Tôi thấy con số năm phần trăm ấy là không có cơ sở pháp lý, đạo lý và khoa học. Phải lý giải cho tường tận xem cái năm phần trăm phải xử tử ấy là đã căn cứ vào đâu mà đã định rõ ra được con số đó? Có người nói con số đó là do các cố vấn nêu ra. Vì thế tôi đòi gặp cán bộ cố vấn để tìm hiểu giá trị căn bản của con số đó. Làm sáng tỏ thắc mắc này, là giải tỏa được sự căm phẫn, oan ức của bao đồng bào xấu số, nạn nhân của chính sách cải cách ruộng đất này. Riêng tôi thì thấy nó hoàn toàn không có cơ sở pháp lý và đạo lý gì cả. Vì thế mà dân đã mất tin tưởng và thầm oán trách "đảng" và cách mạng. Nhưng bị sống trong một cơ chế khủng bố tinh thần của bạo lực cách mạng, nên dân đành phải câm nín. Đa số thành phần trí thức, trong đó có tôi, đã có thái độ hèn nhát, câm nín như đồng lõa trước những sai lầm và tội ác. Vì vậy mà nay tôi quyết tâm đòi phải lý giải thật rõ cái sai lầm này, để chuộc lại bao nỗi oan ức cho dân... chứ không thể cứ im lặng được nữa.

Nói xong, Thảo ngồi xuống với nét mặt mệt mỏi, u buồn. Cả đoàn cán bộ phát động cải cách đều kinh hoàng, im lặng, ngơ ngác nhìn nhau. Hai cán bộ cao tuổi bỗng vội vã đứng dậy tới bu quanh trưởng đoàn thì thầm bàn tán thật sôi nổi, rồi lớn tiếng đưa ra những nhận xét như đe dọa:

- Thắc mắc như vậy là nguy lắm, vì là phản bác lại chính sách của bên trên!

- Nói thế là phê phán, đả kích lãnh đạo và cách mạng đấy!

- Đòi gặp cán bộ cố vấn là một thách thức gây mâu thuẫn với nước bạn anh em! Nguy hiểm vô cùng! Chính Hồ chủ tịch đã thân chinh căn dặn phải tuyệt đối tránh mâu thuẫn với các cố vấn!

Sau những bàn tán lớn tiếng, lại đến những bàn tán thì thầm, nhưng có vẻ rất gay go và căng thẳng kéo dài...

- Như thế là nó có ý phá hoại đấy!

- Nó muốn gây rối đây!

- Cái đầu ấy điên rồi!

Cán bộ trưởng đoàn gật gật đầu, vẫy vẫy tay ra hiệu can ngăn mọi người, như van lơn không nên bối rối lớn tiếng, rồi nói:

- Mời các đồng chí cứ bình tĩnh về chỗ. Các đồng chí nên giữ trật tự! Tôi ghi nhận những nhận xét, thắc mắc và yêu cầu của đồng chí Thảo. Nhưng những điều ấy đã vượt quá tầm giải quyết của tôi và của đoàn, nên tôi sẽ trình lên trên và sẽ chờ để được giải đáp sau. Trong khi chờ đợi, đoàn ta vẫn tiếp tục công tác theo lịch trình đã định. Bây giờ chúng ta giải tán để nghỉ ngơi. Vì ngày mai đoàn sẽ lên đường đi về phía Nam, là nơi chưa có đợt cải cách ruộng đất nào, tức là sẽ có nhiều việc phải chuẩn bị đấy. Thôi chúng ta cùng nhau hát một bài để lên tinh thần trước khi giải tán! Nào chúng ta cùng hát:

- Kết đoàn… hai, ba… Kết đoàn chúng ta là sức mạnh, kết đoàn chúng ta là thép gang…!

Chưa bao giờ cả đoàn lại vỗ tay làm nhịp để hát bài ca đó một cách rời rạc đến thế! Bởi mỗi người trong đầu đều lo âu về viễn ảnh cơn giông bão đang tới, do Thảo gây ra, sẽ là rất trầm trọng! Nó sẽ tác hại từ trưởng đoàn trở xuống, chứ không riêng cho một mình Thảo.

Mọi người giải tán, họ đi từng nhóm hai, ba người để bàn luận. Có người nhìn Thảo với vẻ hằn học, có người thì mỉm cười như đồng tình... Một thành viên trong đoàn cải cách ruộng đất ghé sát tai Thảo nói:

- Đồng chí đặt vấn đề rất đúng! Nhưng mà nêu ra vấn đề ấy vào lúc này là nguy hiểm vô cùng!

- Nguy hiểm mấy thì tôi cũng xin chịu!

- Nhưng cũng nguy hiểm cả cho chúng tôi nữa ấy chứ!

- Các đồng chí cứ việc phản đối việc tôi làm, để một mình tôi lãnh trách nhiệm.

- Không giản dị như vậy đâu! Khi đồng chí nói một câu bị đánh giá là sai trái, là phản động… thì chúng tôi nghe câu đó tức là cũng đã bị đánh giá là kẻ đã bị đầu độc… nên cũng bị coi là thành phần nguy hiểm vì lập trường đã bị chao đảo, lung lay…   Rồi có thể bị thay đổi công tác, hạ tầng công tác…   Đời sống tập thể trong cách mạng là như vậy đó! Một cá nhân sai phạm thì cả tập thể phải chịu trách nhiệm. Một đứa con sai phạm thì cả bố mẹ, anh em, họ hàng cũng bị vạ lây. Đồng chí mà bị bên trên buộc tội thì ngay cả anh em chúng tôi, cũng sẽ mang vạ lây, không ai dám tới gần nữa đâu!

- Sao lại có suy nghĩ và ứng xử lạ thế? Việc tôi làm thì tôi chịu thôi chứ!

- Đấy không có gì là lạ đâu! Đấy là một khía cạnh của cuộc sống tập thể trong thực tại cách mạng đấy! Rồi đồng chí sẽ thấy!

- Điều đó thì tôi đã thấy rồi! Nhưng có những sai trái không thể chấp nhận nên phải nói ra chứ!

- Thì đồng chí cứ nói ra! Nhưng chỉ khổ cho chúng tôi, những người đang phải làm việc và sống cạnh đồng chí! Thôi chuyện đã xảy ra rồi. Bây giờ chỉ còn chờ giông bão tới thôi! Rồi sẽ kinh khủng lắm đấy!

- Đồng chí buồn lo, nhưng tôi thấy muốn chết đi được! Mà chẳng thà chết chứ không thể im lặng được nữa!

- Đồng chí muốn chết, nhưng chúng tôi muốn sống để mà xem thời thế xoay vần, chuyển biến ra sao! Thôi! Chào đồng chí chúc đồng chí về ngủ ngon để ngày mai còn lên đường!

Hôm sau, giông bão kéo tới nhanh hơn là mọi người chờ đợi: có lệnh yêu cầu đoàn hoãn lên đường đi Thái Bình và ngưng mọi công tác!

Sự thật là tin Thảo phản bác phương pháp cải cách ruộng đất «bằng biện pháp xử bắn năm phần trăm» ấy loan đi rất nhanh. Ngay đêm ấy, một cán bộ trong đoàn, là tai mắt bí mật của ban cố vấn, đã vội vã tới đoàn cố vấn để báo cáo. Lập tức đoàn cố vấn họp lại để «làm việc» về thái độ «phản cách mạng» của Thảo, một đối tượng vốn đã bị đoàn cố vấn chú ý theo dõi sát từ lâu! Rồi sau đó đoàn cố vấn dùng máy vô tuyến liên lạc với trung ương. Chỉ hai giờ sau thì cán bộ trưởng đoàn phát động cải cách, lúc đó đang ngủ, bị đánh thức dậy để nhận công điện khẩn: ngưng ngay mọi công tác và chờ lệnh. Sáng ra, bên đoàn cố vấn sang thông báo cho trưởng đoàn Việt Nam là sẽ phải tổ chức một buổi họp để xem xét về «thái độ và lập trường của đồng chí Thảo»! Thế là các cán bộ trong đoàn trung ương, trừ Thảo, hốt hoảng bàn tán sôi nổi:

- Như vậy là chúng ta bị liên lụy nặng rồi!

- Họp như thế là họp để xét xử như một phiên tòa rồi!

- Đồng chí trưởng đoàn phải tới «làm việc» với đồng chí Thảo để yêu cầu đồng chí ấy thay đổi lập trường, rút lại lời yêu cầu tranh luận với ban cố vấn, thì mới nhẹ tội cho đồng chí ấy và nhẹ phần trách nhiệm của chúng ta!

Cán bộ trưởng đoàn cùng hai cán bộ khác cao tuổi nhất trong đoàn, đã phải vội vã tới lều tranh của bần cố nông Lê Tư để gặp Thảo, để trình bày và giảng giải rõ tầm nghiêm trọng của lệnh ngưng công tác và yêu cầu họp để kiểm điểm của đoàn cố vấn, nhưng Thảo bình tĩnh nói:

- Đúng là vụ việc này rất nghiêm trọng. Và tôi đã suy nghĩ rất kỹ. Vì tôi thấy cái lệnh phải xử bắn bọn phản động theo "tỉ lệ năm phần trăm" như thế là không thể chấp nhận được. Vì nó hoàn toàn phản khoa học, phản đạo lý và công lý. Tôi sẵn sàng mang mạng sống của tôi ra để phản đối phương pháp cải cách như vậy. Các đồng chí đừng lo, tôi sẽ nhận lãnh hết trách nhiệm cho riêng tôi thôi. Tôi đã quyết tâm rồi, thà chết chứ không thể để thi hành một mệnh lệnh tàn ác vô lý, vô ý thức như thế!

Cán bộ trưởng đoàn và hai đồng chí cao tuổi, giàu kinh nghiệm cố giảng giải, thuyết phục nhưng bị Thảo hỏi vặn lại:

- Các đồng chí có thấy biện pháp mang ra xử bắn cả những bà mẹ có con đang ôm súng chiến đấu với quân thù ngoài chiến trường là một biện pháp lô-gích, đúng đạo lý, đúng công lý cách mạng không? Các đồng chí có biết là trong hàng ngũ kháng chiến, ngay cả trong thành phần lãnh đạo có rất nhiều cán bộ có bố mẹ, anh em, họ hàng thuộc thành phần phong kiến, do Pháp đào tạo, đã từng làm việc với phong kiến và thực dân Pháp hay không? Chủ tịch Hồ Chí Minh, Thủ tướng Phạm Văn Đồng có dám mang bố mẹ mình là quan lại của triều Nguyễn, tức là của Bảo Đại, ra mà đấu tố và xử bắn hay không?

- Thôi chúng tôi không muốn tranh luận lôi thôi với đồng chí đâu, chúng tôi chỉ biết vấn đề trước mắt là đồng chí đã gây mâu thuẫn với ban cố vấn. Đó là điều tuyệt đối phải tránh vì đã có lệnh của chính Hồ chủ tịch là phải tuyệt đối tránh để xảy ra điều đó. Vì sao thì đồng chí chắc chắn đã biết. Nay chúng tôi chỉ yêu cầu đồng chí tạm thời rút lại lời yêu cầu tranh luận với ban cố vấn, để cho tình hình được lắng dịu xuống, rồi sau chờ bên trên quyết định, đồng chí nghĩ sao?

- Tôi biết các đồng chí cần và sợ ban cố vấn, kháng chiến ta cần Trung Quốc, nhưng không thể cần tới mức có ngày chính các đồng chí phải mang thân nhân của các đồng chí ra xử bắn theo tiêu chuẩn và theo chỉ tiêu do ban cố vấn đề ra! Tôi cũng đã nghĩ tới việc các đồng chí sẽ yêu cầu tôi tạm thời hoãn tranh luận với ban cố vấn, tạm thời nhường nhịn, để xin lỗi ban cố vấn, để cho mọi việc được tiến hành bình thường, nghĩa là sẽ còn nhiều người tiếp tục bị xử oan, bắn oan, và sau đó có thể chính tôi cũng sẽ bị xử bắn... như vậy thì sự nhượng bộ của tôi có ích gì? Các đồng chí cứ bình tĩnh, tôi quyết tâm tranh luận cho ra lẽ với ban cố vấn để làm sáng tỏ vấn đề trên căn bản đạo lý, công lý và cả trên căn bản tư tưởng của

Mác nữa. Điều tôi phải xin lỗi là xin lỗi các đồng chí, vì việc tôi làm này, rồi thế nào các đồng chí cũng sẽ bị liên lụy. Nhưng xin các đồng chí hiểu cho tôi là việc tôi làm không phải vì tôi, mà là vì nhân dân, vì tổ quốc, vì chính các đồng chí nữa. Lịch sử sẽ phán xét và sẽ nguyền rủa phương pháp cải cách ruộng đất như chúng ta đang làm. Tôi thà chết chứ không thể cúi đầu đồng lõa thi hành một chính sách cải cách dã man như thế!

Thủ trưởng phái đoàn cùng hai đồng chí cao tuổi thấy mọi cố gắng thuyết phục, giảng giải với Thảo đều vô hiệu, nên bực bội ra về.

Nhưng một cán bộ thông ngôn bên đoàn cố vấn đã hốt hoảng lén sang cho biết đoàn cố vấn đã bố trí kế hoạch để biến cuộc họp tranh luận thành một phiên tòa để xét xử và trừng trị Thảo, sau đó là sẽ mang tội nhân ra xử bắn ngay «cho tuyệt nọc phản động!»

Thế là trưởng đoàn lại vội vã trở lại tìm Thảo để thông báo tin tức động trời ấy:

- Như vậy thì tính mạng đồng chí đã bị đe dọa tối đa rồi đó! Đồng chí phải suy nghĩ lại đi! Nếu thật sự đồng chí tin tưởng vào lý tưởng của đồng chí, thì đồng chí phải sống mà thực hiện lý tưởng đó, chứ chết bây giờ thì uổng quá!

- Tại sao đồng chí lại cho rằng lý tưởng ấy là của riêng tôi? Đồng chí không mong muốn thực hiện một cuộc cách mạng nhân đạo trên đất nước ta, với đồng bào ruột thịt của ta?

- Đồng chí ngoan cố quá! Đồng chí tưởng cái mạng đồng chí to, vì đồng chí có tài cao, học rộng nên muốn nói gì thì nói, không ai dám đụng tới đồng chí à? Đồng chí không sợ chết sao? Tôi nói thật, chết lúc này thì chỉ là thiệt thòi cho đồng chí thôi. Rồi sẽ chẳng ai biết đồng chí là ai. Cái chết của đồng chí sẽ chìm trong quên lãng. Thật sự là một cái chết vô ích thôi!

- Tôi biết thân tôi chẳng là một cái gì cả! Và tôi cũng không sợ chết, vì khi tôi đã quyết định về đây, là về vùng chiến tranh, có thể chết dễ dàng bởi một viên đạn lạc, vì một vết muỗi đốt, vì một làn nước suối nhiễm vi trùng, vì bất một cứ trở ngại nhỏ nào. Về đây là tôi đã chọn một cách sống và một cách chết vô danh. Không cần ai biết tới tôi, như hồi tôi sống ở bên Tây. Và tôi đã quyết định về để sống ở đây, cũng để chết ở đây, chẳng mưu cầu lợi lộc hay công danh gì cho tôi cả. Nhưng nếu tôi chết ở đây, trong lúc này thì chỉ có dân tộc và cách mạng là sẽ mất đi một đứa con có kiến thức mà nó chưa làm được một cái gì với khả năng trí tuệ của nó! Vậy thôi. Tôi chỉ muốn thành thực tranh luận với ban cố vấn để nêu rõ vấn đề, quyết tâm nêu rõ sai lầm, để rồi nếu không phải là ngay lúc này thì sau này, "đảng" và cách mạng sẽ hiểu vấn đề, mà sửa sai. Chết như thế là một cái chết có ích. Còn nếu người ta đã quyết định diệt tôi thì trước sau gì tôi cũng chết. Chứ xin lỗi, nhượng bộ rồi cũng không thoát được cái chết mà người ta đã dành cho tôi, chết mà chưa nêu ra được sự thật như thế mới thật là vô ích, là dại. Vì vậy tôi xin được chết sau khi đã làm cho ra lẽ cái vấn đề đã đưa tôi tới cái chết.

- Đồng chí đã quyết như vậy thì tôi không còn gì để nói với đồng chí nữa!

- Tôi xin cám ơn đồng chí về lời khuyên tôi nên cố sống! Và một lần nữa, tôi cũng thành thật xin lỗi, vì tôi mà các đồng chí bị liên lụy, rồi sẽ khốn khổ vì thái độ và lập trường của tôi! Nhưng chúng ta phải kiên quyết bảo vệ danh dự của cách mạng và của «đảng».

Việc Thảo bày tỏ lý lẽ, quyết tâm chọn cách sống và cách chết của mình làm cho cả đoàn suy nghĩ và lo sợ.

Lệnh chính thức là sẽ phải tổ chức một phiên họp tranh luận giữa ban cố vấn với «đồng chí Thảo», đúng bảy ngày sau đó. Tin này loan đi rất nhanh. Lan rộng ra cả một vùng! Kẻ biết chuyện thì bồn chồn bàn tán, chờ đợi buổi họp mà ai cũng biết nó sẽ biến thành một phiên tòa. Mà kẻ sẽ bị xử tử lần này chính là một trí thức thành viên trong đoàn đi phát động «cải cách»! Người ta hồi hộp đếm từng ngày, cái ngày mà một trí thức "ở bên Tây mới về" và sẽ phải mất mạng vì lý tưởng!

Sự bàn tán căng thẳng đến tột đỉnh vì chỉ còn một ngày nữa, là sẽ mở ra phiên họp của đoàn để xét về hành vi phản kháng của Thảo. Nhưng bỗng một nhân vật cấp cao, của «ban lãnh đạo», từ trung ương tới, nên đã gây chú ý đặc biệt. Ai cũng cố theo dõi xem nhân vật này tới thì làm được gì! Phải chăng để chính thức thay mặt trung ương chủ tọa vụ xử một trí thức có danh để làm gương? Ngay đến như ân nhân của cách mạng là bà Nguyễn Thị Năm mà còn bị mang ra xử bắn không thương tiếc thì cái mạng "tên trí thức bên Tây về" này có đáng gì đâu! Vì cả ban cố vấn và chính «bị can» cũng đã quyết tâm chọn cái chết của tên Thảo để khép lại vấn đề!

Ngay khi tới nơi, cán bộ trung ương ấy đã tới gặp Thảo. Hai người đã ôm lấy nhau rất cảm động như hai người thân trong gia đình. Cả hai đã chảy nước mắt nghẹn ngào không nói nên lời…

- Tại sao đồng chí lại lâm vào hoàn cảnh như thế này?

- Tại đầu óc tôi, tại con tim tôi không chịu nổi những gì vừa xảy ra ở đây! Tôi thấy tôi đã đương nhiên là tòng phạm với tội ác. Từ khi về nước đến nay, tôi chưa làm được việc gì giúp ích cho nhân dân, mà chỉ là cúi đầu, nhúng tay vào những việc gây đau khổ cho nhân dân thôi. Bây giờ tôi cương quyết chấm dứt tình trạng này, dù

306

người ta sẽ mang tôi ra xử bắn như những nạn nhân mà tôi đã thấy tận mắt!

- Đồng chí đừng bi quan quá. Việc có bất đồng ý kiến, có mâu thuẫn với người khác, dù thế nào thì cũng sẽ được cách mạng giải quyết. Bên trên đã được báo cáo đầy đủ những gì vừa xảy ra ở đây, kể cả việc đồng chí có mâu thuẫn với ban cố vấn, nên trên mới khẩn cấp phái tôi tới đây. Tôi cam kết với đồng chí là sẽ không thể có quyết định gì có hại cho đồng chí đâu, đừng có sợ!

- Tôi không sợ! Vì tôi đã chấp nhận cái chết thì còn điều gì để mà sợ nữa! Tôi chỉ muốn làm sáng tỏ một điều cực kỳ vô lý, cực kỳ vô nhân đạo, mà tôi cho là nó rất phản cách mạng, rất tai hại cho uy danh, uy tín của "đảng" sau này trong lịch sử. Cho dù tôi sẽ bị xử tử thì tôi cũng chấp nhận, chứ không thể im lặng như đồng lõa can dự vào một chính sách sai lầm, một trường hợp hình sự độc ác và phản công lý như thế!

- Ai đe dọa sẽ xử tử đồng chí?

- Ban cố vấn chứ còn ai ở đây! Tôi biết cái mạng tôi không đáng gì, vì trung ương cần ban cố vấn, cần Trung Quốc chứ không cần tôi!

- Đồng chí nghĩ nhầm rồi. Cách mạng cần Trung Quốc mà cũng cần cả đồng chí nữa. Nhưng mỗi cái cần ấy mỗi khác nhau. Chứ không phải vì cần cái này mà phải bỏ cái cần thiết kia đâu.

- Tại đồng chí mới tới, nên chưa rõ đấy thôi. Ban cố vấn đã nói thẳng ra là sẽ biến buổi tranh luận với tôi thành một phiên tòa để tuyên án, và xử tử tôi.

- Không có chuyện giản dị dễ dàng như thế đâu. Tôi nói đây là vì bên trên đã hiểu tình hình nên mới yêu cầu tôi phải cấp tốc tới đây để giải quyết mọi việc cho êm thấm. Và chắc chắn là nó sẽ được giải quyết êm thấm thôi.

Phái viên của ban lãnh đạo ghé sát tai Thảo nói thì thầm khá lâu, nhưng Thảo tỏ vẻ không tin nên hỏi lại:

- Bên trên là ai? Hay là đồng chí lừa dối tôi để tôi nhượng bộ cho xong chuyện?

- Bên trên là chính "bác Hồ"! Chính «Người» đã bảo tôi phải đi ngay để giải quyết vụ này. Tôi không lừa dối đồng chí đâu! Vì việc mời đồng chí về nó quan trọng gấp bội, so với việc mở tranh luận với ban cố vấn! Đồng chí nghĩ kỹ xem, việc nào sẽ có ảnh hưởng nhiều hơn cho tương lai của quê hương và của chính đồng chí?

- Còn một vấn đề nữa của tôi, khi tôi đã từ chối lên án bố mẹ tôi lúc phải làm bản tự khai hồi ở Nam Ninh, bên Trung Quốc, trước khi được về quê hương, tôi cũng muốn nhân dịp này làm cho sáng tỏ...

- Ồ! Việc đó thì tôi đã biết và đã xếp lại rồi. Đồng chí từ nay sẽ không phải làm lại bản tự khai như thế nữa. Trừ ra khi đồng chí muốn làm đơn xin vào đảng. Nhưng việc ấy chắc sẽ không cần thiết đâu. Đồng chí cũng dư biết tại sao, tôi nói toạc hết ra như vậy thì đồng chí đã tin tôi chưa?

- Thế thì tôi tin.

- Vậy đồng chí chuẩn bị cùng tôi về trung ương ngay bây giờ. Tôi sẽ qua ban cố vấn nói chuyện vài câu rồi sẽ quay lại đây.

Nhưng sau khi về Trung Ương, tức là về ATK, thì do tình hình các mặt trận đang chuyển biến mạnh, nên lời hứa gặp gỡ lãnh đạo phải gác lại! Vả lại lúc đó bỗng có lệnh tạm hoãn thi hành chính sách cải cách ruộng đất. Thảo cho rằng cái lệnh gọi Thảo về ATK chỉ là để tránh việc đấu lý với ban cố vấn thôi. Nào ngờ có lệnh tạm hoãn ấy, nên Thảo tưởng là do ảnh hưởng của mình... Nhưng sự thật đấy chỉ là một lời hứa của cách mạng để làm dịu một mối căng thẳng. Chỉ có vậy thôi. Vì sau đó lại có lệnh tiếp tục phát động cải cách ruộng đất xuống cho tới khu tư...!

Rồi sau chiến thắng, khi tiếp thu Hà Nội đã được hơn một năm, và đúng hai tuần sau khi tổng bí thư Trường Chinh đọc bài báo cáo tổng kết chính sách cải cách ruộng đất đã thành công rất thắng lợi! Thảo được gọi tới gặp đồng chí tổng bí thư nhân dịp khai mạc một cuộc triển lãm. Nơi gặp là tại phòng triển lãm ở phố Tràng Tiền. Và Thảo được lệnh chuẩn bị chỉ được phát biểu không quá nửa tiếng đồng hồ.

Sau chương trình khánh thành phòng triển lãm «Thắng lợi của chính sách cải cách ruộng đất», Thảo được đưa vào một phòng đọc sách nhỏ phía sau phòng tiển lãm. Đợi Sông Trường ra ngoài, đóng cửa lại, ông Tổng Bí Thư tiến lại, đưa tay ra cho Thảo bắt tay và nói:

- Đồng chí Thảo! Trước hết, tôi cám ơn đồng chí đã bỏ công dịch bản «Đề cương văn hóa, văn nghệ cách mạng» của tôi. Bác Hồ và tôi rất quan tâm tới đồng chí ngay từ khi đồng chí về với kháng chiến, với cách mạng. Tôi biết đồng chí là người có kiến thức, đã có công nghiên cứu tư tưởng của Marx từ những văn bản chính qui, chứ không lõm bõm như mấy ông cán bộ cách mạng mà đồng chí đã gặp. Tôi cũng hiểu, qua những báo cáo viết tay hay bằng miệng về những tâm tư của đồng chí kể từ khi về nước đến nay. Tôi cũng đã được nghe báo cáo là từ khi về Hà Nội thì đồng chí đã có một hướng mới để triển khai tư tưởng cách mạng cũng như một phương pháp tư duy mới để đánh giá tư tưởng cho đúng với thực tại... Có phải vậy không, hay là những báo cáo ấy là sai?

- Dạ thưa ông Tổng Bí Thư, những báo cáo quá tỉ mỉ như vậy là đúng đấy ạ!

- Như vậy thì để tiết kiệm thời giờ, đồng chí không cần phải trình bầy về nội dung của mấy cái nghiên cứu mới ấy. Tôi chỉ hỏi đồng chí về một vấn đề đang nổi cộm trước mắt là vần đề tiếp tục khai triển chính sách cải cách ruộng đất, đồng chí có nhận xét hay suy nghĩ gì về chính sách cải cách này? Tôi biết rõ là đồng chí đã có những phản ứng sôi nổi trong kinh nghiệm ở Chiêm Hoá, vậy thì đồng chí cứ thẳng thắn mà trả lời tôi! Chính sách ấy được ở điểm nào, hỏng ở điểm nào? Có nên tiếp tục khai triển nữa không? Đồng chí phải trả lời vắn tắt chứ đừng nói dông dài làm gì! Tôi có rất ít thời giờ!

- Dạ thưa ông Tổng Bí Thư đã ra lệnh cho tôi phải thẳng thắn và vắn tắt thì tôi xin thành thật nói ngay rằng chính sách cải cách ruộng đất có thể coi là được về mặt chính trị và quân sự vì nó đã gây sự sợ hãi, nó đã tạo uy lực tinh thần cho chuyên chính vô sản, nó là đòn cân não đánh vào tâm lý quần chúng, để cả nước phải tham gia vào chiến tranh. Nhưng về mặt pháp trị và đạo đức, nó đã tác hại vô cùng, vì nó có tính phản công lý, phản đạo lý nên không có sức thuyết phục, cũng không có sức thần phục. Nó cũng không có ảnh hưởng tích cực về mặt sản xuất nông nghiệp. Bởi nó đã gây xáo trộn lớn ở nông thôn. Vì thế mà nó không tạo ra được sự phấn khởi ở nông thôn, và cả trong toàn bộ nhân dân. Tôi đã đau lòng theo dõi và chứng kiến tận mắt phương pháp tận dụng bạo lực thúc đẩy thành phần bần cố nông đứng dậy tiêu diệt tàn dư phong kiến và thực dân tại nông thôn của ta. Phương pháp thúc đẩy như vậy là một sai lầm lớn. Nó sai ở điểm đấy không phải là phương pháp giáo dục hay huấn luyện tốt để gây dựng và nâng cao ý thức làm chủ đất nước cho giới vô sản. **Thành thực mà nói, tôi thấy đó là phương pháp côn đồ hóa, lưu manh hóa nông thôn.** (Trường Chinh, mím môi, đổi nét mặt) Phương pháp ấy trong thực tế và về lâu về dài đã hạ thấp vai trò của thành phần bần cố nông, hậu quả là chính quyền rồi sẽ khó mà xử lý được cái tính tùy tiện vô kỷ luật đã thành thói quen ở nông thôn. Xét rộng ra thì tôi thấy dùng bạo lực cách mạng như vậy là tạo ra bầu không khí khủng bố tinh thần dân chúng, là bắt con người phải sống thường xuyên trong sự sợ hãi, nên dân phải giả dối cúi đầu tuân lệnh. Một xã hội như vậy không phải là để phát triển con người, không phải là giải phóng con người, mà chỉ là hạ thấp, là biến con người thành giả dối, qui quyệt, thành một thứ dụng cụ thô bạo! Một xã hội như vậy thì cuối cùng chỉ đưa tới hỗn loạn, mất trật tự, kỷ cương, đạo lý, rồi sẽ bế tắc về mọi mặt!

Cả thế giới bên ngoài khối xã hội chủ nghĩa đã nhìn thấy chính sách tận dụng khủng bố tinh thần của Staline bằng sự sợ hãi và đàn áp. Nó đã là sai lầm, là tội ác ngay từ thời triệt để phát triển cách mạng tháng mười ở Nga, vậy mà mãi sau này đồng chí Khrutchev mới thấy đó là sai lầm. Một chính sách sai lầm ngay từ đầu, nghĩa là từ 1917 mà tới 1955 mới bị phát giác, tức cả mấy thế hệ sau mới nhận ra đã là quá trễ. Thật là không thể tha thứ. Xét kỹ thì thấy quả là tư duy như vậy và phương pháp như thế là không đúng. Tại sao guồng máy lãnh đạo cách mạng không thấy được những sai lầm ấy sớm hơn? Bởi bọn nịnh thần, sùng bái đã bao vây lãnh tụ quá mức? Điều đó chứng tỏ chế độ xã hội chủ nghĩa đã có vấn đề rất trầm trọng!

Chót hết, và là một nguy cơ lớn trong tương lai gần, vì chính sách cải cách ruộng đất đã triệt để đánh phá, tiêu diệt thành phần dân chúng có lý lịch dính líu tới phong kiến, thực dân. Mà chính thành phần đa số này đã tạo ra cái thế thắng lợi khi toàn dân tham gia đấu tranh trong cuộc Cách Mạng Tháng Tám, cùng nhau nổi dậy cướp chính quyền từ tay thực dân phong kiến phát-xít, và cho tới nay, thành phần ấy vẫn đang là động lực chính để đẩy mạnh kháng chiến! Loại trừ những thành phần có gốc gác dính đến phong kiến, thực dân ra khỏi chính quyền, ra khỏi «đảng», đẩy họ ra bên lề xã hội, tôi e ở nước ta rồi sẽ chỉ còn một "đảng" cầm quyền mà cấp lãnh đạo sẽ toàn là những người chịu ảnh hưởng của đảng cộng sản Trung Quốc. Tôi còn một ý kiến này không mấy liên quan tới cải cách ruộng đất cũng xin nói vắn tắt luôn: bây giờ dù sao ta cũng đã có hòa bình. Đây là thời gian thuận lợi để xây dựng lại đất nước và xây dựng lại tư tưởng xã hội chủ nghĩa một cách hợp với đạo lý và truyền thống nhân bản của tổ tiên, để vững mạnh xây dựng tương lai. Vì trong những năm kháng chiến vừa qua, ta đã đi trên con đường cách mạng đầy những vấp váp, đầy sai trái về nhiều mặt. Nay phải sửa sai những vấp váp ấy, phải uốn nắn lại thứ tư duy tùy tiện bất chấp công lý và đạo lý. Vì vậy mà tôi thấy cần phải đi tìm một phương pháp tư duy mới để tạo ra con đường xây dựng tương lai không vấp váp, không sai lầm, không xúc phạm tới quyền sống của mỗi con người. Nay ta đã có hòa bình, nay thì «đảng» nên xây dựng lại một nền luật pháp trong sáng và bền vững của thời bình, trong mọi sinh hoạt của người dân. Xin chấm dứt phần trình bày chân thành của tôi. Và xin cảm ơn ông Tổng Bí Thư đã bỏ thời giờ để cho tôi được gặp hôm nay.

- Tôi ghi nhận những ý kiến của đồng chí. Nhưng đồng chí cũng phải hiểu rằng chúng ta đã vượt qua muôn vàn khó khăn, từ những cây gậy tầm vông mà đã đi tới chiến thắng Điện Biên. Đó không phải là một bước nhảy vọt tới chiến thắng đã làm rung chuyển địa cầu, mà là phải qua từng bước gian nan, vất vả, phải qua giai đoạn khủng bố đỏ để nắm vững chuyên chính vô sản, phải nhẫn nhục đi xin từng khẩu súng, từng viên đạn, để từ chiến thắng nhỏ rồi sau tới chiến thắng lớn hơn trước. Hết chiến thắng này lại nối tiếp chiến thắng khác. Phải chấp nhận mọi hi sinh, mất mát. Tất cả là phát xuất từ một tư duy chủ chốt, từ một chiến lược duy nhất. Nhưng với chiến thắng Điện Biên ta chưa giải quyết xong mục tiêu: còn cả một miền Nam bị kìm kẹp vô cùng đói khổ, đang trông chờ chúng ta, còn thằng Diệm ở trong Nam đang cản trở ta. Còn bao nhiêu chuyện phải làm, nhưng rồi ta sẽ làm được, trong đà tất thắng này. Tại sao ta lại phải tính thay đổi tư duy khi ta đang đi trên con đường đầy vinh quang và thắng lợi. Ta còn phải đấu tranh, còn phải thanh toán nhiều kẻ thù, còn phải làm nhiều hơn nữa trong công tác tư tưởng để nắm vững quần chúng... Đối với một đảng đấu tranh cách mạng, không bao giờ có hòa bình, bởi lúc nào ta cũng phải cảnh giác, lúc nào cũng phải ý thức rằng ta đang có kẻ thù vây quanh, lúc nào chiến tranh cũng rình rập, nên lúc nào cũng phải chuẩn bị chiến tranh... Vì lúc nào cũng vẫn có thù trong, giặc ngoài mưu tính lật đổ chuyên chính vô sản. Kẻ thù luôn luôn hiện diện chung quanh ta và ngay cả trong mỗi chúng ta nữa. Vì thế mà «đảng» phải nắm vững chuyên chính, nắm vững kỷ luật. Vì thế mà phải triệt để giáo dục và tuyên truyền để vạch mặt, chỉ tên nhận diện kẻ thù...! Phải xây dựng mỗi người dân là một chiến sĩ, toàn dân là một đạo binh... Đồng chí cũng phải là một chiến sĩ. Cả nước phải là một đoàn quân, trong một mặt trận duy nhất về mặt tuyên truyền tư tưởng, cả trong hòa bình, hàng ngày vẫn phải sinh hoạt như trong chiến đấu vũ trang...

Bỗng cửa mở, Sông Trường bước vào, nhưng thấy ông Tổng Bí Thư đang thao thao nói rất hào hứng nên phải ngồi xuống nghe! Thảo nhìn Sông Trường như ra dấu làm sao cho ông Tổng ngưng lại! Nhưng ông Tổng cứ nhìn lên trên trần nhà để theo đuổi giòng suy tư đầy hứng khởi của ông. Ông giải thích sự thành công về nhiều mặt, không chối cãi được, của cải cách ruộng đất, mà ông cho biết là nó chỉ mới được thử nghiệm ở một số địa phương. Mai đây khi các điều kiện cho phép thì nó sẽ phải được thực thi một cách đại qui mô trên toàn lãnh thổ của ta. Ông tổng bí thư còn đưa ra bảo đảm rằng lý tưởng cách mạng vô sản quốc tế của Mao chủ tịch là thành thật, là vô tư… Ông vạch ra một tương lai tươi sáng khi cách mạng chẳng những sẽ đạt chiến thắng hoàn toàn ở nước ta… mà là ở cả trên toàn thế giới, với chiến lược vô địch của Mao lãnh tụ là lấy nông thôn bao vây thành thị, lấy nước nghèo bao vây nước giàu! Nhưng bỗng ông nhìn đồng hồ ở cổ tay rồi nói:

- Chết thật, đã hơn tám giờ rồi. Thôi! Đồng chí Thảo ạ, ta trao đổi với nhau hôm nay như vậy cũng là tạm đủ. Đồng chí cứ tiếp tục những tìm tòi, nghiên cứu của đồng chí, nhưng cũng đừng quên nhiệm vụ của một cán bộ cách mạng vẫn đang trong thời chiến. Biết đâu sau này những suy nghĩ tìm tòi của đồng chí cũng sẽ có cái sẽ dùng được. Chúng ta về thôi.

Bên ngoài phòng thông tin đã đóng cửa. Phố Tràng Tiền vắng hoe. Chỉ có chiếc xe «Traction» đen, có màn che kín phía sau chờ bên vìa hè, trong đó có một lái xe và một bảo vệ ngồi chờ ở băng trước. Ông Tổng bước ra, bảo vệ vội xuống mở cửa xe, nhưng ông Tổng thấy Thảo lủi thủi và vội vã đi bộ về phía Nhà Hát Lớn nên gọi lớn:

- Đồng chí Thảo! Lên đây ta đưa về!

Thảo khước từ. Nhưng ông Tổng cứ đứng chờ ở cửa xe còn mở và nói:

- Lên đây! Lên đây! Sẵn xe thì để ta đưa về!

Chẳng đặng đừng, Thảo đành bẽn lẽn theo sau ông Tổng leo lên xe, nhưng giữ ý ngồi nép vào một góc. Xe rồ máy. Chỉ chưa tới năm phút sau là tới, vì phố Hàng Chuối cũng gần đấy thôi. Trên xe, ông Tổng và Thảo nhìn nhau, quan sát nhau. Thấy cái trán hơi hói của Thảo, ông Tổng bí thư mỉm cười khen xã giao:

- Tôi biết đồng chí là người suy nghĩ giỏi, có kiến thức triết học, như vậy cũng là tốt thôi! À mà tôi hỏi thật, đồng chí không thấy rằng ta đã chiến thắng là đã nhờ vào sức mạnh ý thức hệ đấu tranh giai cấp của chủ nghĩa Mác-Lê sao?

- Vâng thưa ông tổng bí thư, ý thức hệ ấy có ích trong thời chiến, vì nó đã tạo phương pháp đưa cả nước vào chiến tranh, biến cả nước thành trại binh. Cả nước cùng một lòng căm thù thực dân. Và ta đã thắng trận Điện Biên. Rồi nhân dân ta được ca ngợi là dân tộc anh hùng. Nhưng trong thời bình, sau hiệp định Genève, thì tôi thấy trong xã hội, vì còn quá nhiều thiếu thốn, nhân dân ta đã phải xoay sở rất tùy tiện, thành ra cuộc sống trong thực tại rất vô kỷ luật, không còn tôn trọng những cấm ky tối thiểu về mặt lương thiện: ngay trong mậu dịch mà cũng là cân gian, bán điêu rất là phổ biến. Về mặt vệ sinh thì vẫn lén vứt rác ra đường, ia đái bừa bãi, ngay cả chỗ có bảng cấm ia đái! Về mặt an ninh, trật tự công cộng thì nạn trộm cắp, đĩ điếm vẫn ngầm phát triển mạnh... Càng túng thiếu thì những tệ nạn gian xảo càng tăng. Thành ra tôi nghĩ ta phải xét lại cách đánh giá tình trạng sống của nhân dân ta hiện nay. Rõ ràng là chế độ ta đã tạo ra một lớp người ngu tín, vừa quá khích, vừa giả dối. Xấu nói là tốt, gian nói là ngay, làm thì láo, báo cáo thì hay. Khắp nơi, cán bộ thì ươn hèn, ỉ lại vào tập thể, gian lận của công để mà sống no đủ trên đầu trên cổ nhân dân! Một dân tộc anh hùng không thể sống như vậy. Vì một dân tộc anh hùng thì ít ra cũng phải biết tự trọng mà không quen thói làm những điều xấu xa, gian dối hằng ngày như thế. Bởi vậy cần thời gian để nghĩ tới cái cần phải làm là phát triển tính lương thiện, tính nhân bản, tính chăm chỉ và sức sáng tạo, để xây dựng phúc lợi cho nhân dân... trong chủ nghĩa Mác-Lénine. Vì trong thời bình, đất nước cần nhiều con người sản xuất giỏi, chứ không cần nhiều cái đầu đầy thủ đoạn, đầy lòng căm thù, đầy gian dối! Thời bình cần đào tạo thật nhiều người thông minh, sáng tạo, sản xuất giỏi, hơn là thứ người chỉ biết hăng say lừa địch, giết thù, quen thói nói một đàng, làm một nẻo. Tôi luôn luôn suy nghĩ tới các vấn đề của thời bình, vì đó là thời kỳ xây dựng bền vững cho xã hội, xây dựng hạnh phúc, ấm no cho con người. Ngoài lối suy nghĩ cho thời bình ra, tôi không tin chút nào vào con đường và thành quả của chiến tranh!

- Vậy là sai! Nhân loại tiến bộ là nhờ có chiến tranh, nhưng thạo về suy nghĩ cho thời bình cũng là tốt thôi! Nhưng chưa đủ đâu. Vì cách mạng luôn luôn phải là ở trong vị thế của thời của chiến tranh, cách mạng phải luôn luôn cần thấy rõ thù trong, giặc ngoài để mà chiến đấu!

Rồi cả hai bên cùng mỉm cười, một bên là nụ cười của quyền lực mỉa mai, khinh mạn, bên kia là nụ cười miễn cưỡng, không chấp nhận lý lẽ của lãnh đạo, nụ cười cay đắng của kẻ bị chà đạp, rất thất vọng vì thấy hai lập trường cai trị và bị trị không thể thỏa hiệp với nhau! Xe mở cửa, Thảo vừa bước ra, ấp úng nói lời cảm ơn. Xe rồ máy đi ngay.

Sau cuộc gặp gỡ này, Thảo ghi nhận thêm một lần nữa, rằng giữa lãnh đạo và mình, có một khác biệt cơ bản về cách suy tư và ý thức làm cách mạng, ý thức làm chiến tranh. Một bên là kẻ cầm quyền cai trị với tâm thức muốn thường xuyên duy trì tình trạng chiến tranh trong xã hội, luôn luôn phải sống trong mối đe dọa của thù trong, giặc ngoài. Còn nhân dân thì phải sẵn sàng chấp nhận cuộc sống kham khổ, chấp nhận mọi hi sinh! Thảo thì chỉ nghĩ tới tình trạng đã có hòa bình rồi mà người dân vẫn chưa có tự do, vẫn bị cai trị tàn nhẫn, vẫn cô thế khi phải gánh vác mọi hậu quả của chiến tranh, phải chịu sự khủng bố tinh thần thường xuyên của cách mạng. Vì thế nên Thảo lúc nào cũng nghĩ tới các điều kiện cần phải có trong hòa bình, mong sao tránh được những đau khổ không cần thiết, để người dân được sống trong an bình, nghĩa là được sống thanh thản, không căng thẳng, để xây dựng ấm no, hạnh phúc. Trong khi lãnh đạo chỉ hăng say trước những viễn ảnh chiến thắng vinh quang... Thảo thì chỉ lo nghĩ tới những hậu quả tiêu cực của chiến tranh mà dân sẽ còn phải chịu đựng dài dài. Nhưng đối với lãnh đạo, thì những gian khổ, mất mát do cách mạng và chiến tranh chỉ là những chi tiết nhỏ. Người dân phải chấp nhận tất cả để tiến tới! «Cả dân tộc phải nhất trí trong kỷ luật của một đạo quân, cả nước phải là một trại lính khổng lồ! Và chiến thắng vinh quang huy hoàng đang chờ đạo quân cách mạng ấy! Chấp nhận hi sinh để chiến thắng là một chủ nghĩa, là một mệnh lệnh tối cao!»

Lúc ấy, Thảo thấy rõ rằng giữa chính quyền cách mạng và mình, có một vực thẳm tư tưởng không thể nào lấp đi được nữa. Bởi một bên chỉ tin vào bạo lực, quyết tâm chấp nhận mọi giá để đi tới chiến thắng, còn mình thì chỉ tin vào chân lý, để đi tới mục tiêu tối hậu là thật sự giải phóng con người, để con người được tự do xây dựng no ấm và hạnh phúc...

Lúc Thảo đi vào nhà, có vài người đang đứng hóng mát ở vỉa hè. Họ thấy xe đưa Thảo về là loại ô tô đen bóng loáng, lại có màn che kín phía sau, tức là xe của cán bộ cao cấp. Nhờ một chi tiết nhỏ ấy mà hàng xóm đồn ầm lên rằng xe ông lớn đã đưa Thảo về tới tận cửa. Từ đấy anh chàng công an trẻ ở phường không dám tới gõ cửa đòi «vào chơi» lúc khuya khoắt, thực ra là để kiểm soát bất chợt.

Nghe kể tới đó, tôi thắc mắc hỏi:

- Trong tình trạng số phận mình như vậy, thì cảm nghĩ của bác lúc ấy về «cụ Hồ», về lãnh tụ là như thế nào?

- Cụ Hồ là một nhân vật vô cùng phức tạp, vô cùng thông minh, rất mưu trí, một con người sắt đá đến mức vô cảm, vô tình, sẵn sàng chụp bắt mọi cơ hội để thành đạt. Một ý chí thành đạt không gì lay chuyển. Đấy là một Tào Tháo muôn mặt của muôn đời, một con người không có tình bạn, không có tình yêu gia đình, tình yêu con cái, một bộ óc nung đúc một cuồng vọng, với một ưu tư duy nhất là phải leo lên đến tột đỉnh quyền lực để đạt tới mục tiêu của mình... Vì thế ông cụ không chấp nhận một ai trong đám chung quanh là ngang mình. Vì thế mà không cần tới trợ lý, cố vấn, vì thế không lắng nghe một ai! Bởi lãnh tụ chỉ chăm chú tìm chiến thắng vinh quang, của giấc mơ thế giới đại đồng, chứ không cảm nhận được nỗi đau đầy máu và nước mắt của dân trong thực tại. Một con người chỉ nghĩ và sống với khát vọng chiến thắng, chứ không muốn sống bình thường như mọi người. Riêng đối với tôi, thì cái nhìn đầu tiên của lãnh tụ là để đánh giá tôi trong tương quan chiến thắng ấy, và cách đánh giá ấy là một bản án không nơi kháng cáo. Vì thế mà tôi đã suy nghĩ nhiều về nhân vật lịch sử này! Bởi «Người» là một cái bóng ma quyền lực đã đè nặng lên thân phận tôi.

- Những nhận xét ấy có phải là một sự oán trách...

- Ấy không phải thế! Những điều tôi nói đây không phải là để oán trách «ông cụ», bởi tôi biết đấy là một nhân vật bi thảm, luôn luôn bị chi phối bởi nhiều thế lực trong và ngoài. Nào là cuồng vọng của một lãnh tụ chính trị, nào là sức ép của Mao... nào là những ý đồ phức tạp trong bộ chính trị với nhiều phe phái kình chống nhau... Những sức ép bên ngoài và bên trong ấy đã tiêu diệt hết tình cảm của con người bình thường nơi «ông cụ». Và «ông cụ» đã bị đưa vào thế phải chấp nhận sống cô đơn, phải thủ vai ông thánh, ông thần, giữa bao thế lực quỉ quái, quá khích, lúc tả khuynh, lúc hữu khuynh... để đạt tới, để nắm vững đỉnh cao quyền lực. Cũng chỉ vì cuồng vọng thực hiện giấc mơ ấy, mà «ông cụ» đã phải hi sinh từ bỏ cả vợ con. Tôi nói nhiều về «ông cụ» là tôi muốn phân tích một thân phận. Thân phận ấy đã chi phối cả một dân tộc. Đặc biệt là cái cuồng vọng lãnh tụ ấy là một đam mê đã tác động mãnh liệt như là một thứ thuốc phiện. Nó có sức mạnh tàn phá ghê gớm tâm trí con người. Nó làm cho con người mất hết nhân tính, tình cảm, mất hết đức tính nhân bản, mất cả những đạo đức thông thường như liêm sỉ, lương tri... Nó đã khiến «ông cụ» sống thản nhiên trước bạo lực của hận thù của cách mạng. Vì cuồng vọng quyền lực, mà «ông cụ» đã không ngần ngại công khai, lộ liễu viết sách, dù đã ký với những cái tên khác, để tự ca ngợi, tự tôn vinh chính mình. Tự chọn lựa từng chi tiết nhỏ nhặt nhất để đề cao, để sùng bái lãnh tụ là... chính mình! Để làm công việc có tính vô cảm đó, «ông cụ» đã rất xét nét với mọi người, rất tỉ mỉ trong mọi việc, nhưng lại cố làm ra vẻ như không chú ý tới những gì có vẻ là tầm thường. Thực ra thì không một cái gì mà «ông cụ» không để ý tới. Chung quanh biết rõ như vậy, nên lại càng e nể, hết lòng chiều theo ý «ông cụ». Trong mọi sinh hoạt, họ đều nhất mực sùng bái, tôn thờ, họ phong thánh, phong thần cho «ông cụ». «Ông cụ» đã biến họ thành một lũ nịnh thần chuyên nghiệp. Xét như thế để thấy cái sự đam mê của cuồng vọng quyền lực đã tạo ra một chủ nghĩa mù quáng. Tham vọng làm lịch sử đã xóa đi mất tính người, rút cuộc là đã làm khổ mọi người và làm khổ cả chính mình. Cuồng vọng quyền lực đã khiến không còn thấy việc bỏ rơi gia đình, việc mình tự tôn vinh mình là «ái quốc», là «vương», là «chí minh» như thế... là những việc làm trơ trẽn, quá kiêu ngạo, không lương thiện, không trí thức! Cuồng vọng quyền lực đã tạo ra cảnh giác buộc đám quần thần cứ thẳng tay tiêu diệt những kẻ có tài, có thể cản bước quyền uy của mình, thẳng tay đàn áp những kẻ có tiềm năng là đối thủ của mình! Tôi thấy đối với một nhân vật phức tạp, đầy mây mù huyền thoại bao quanh như thế thì cần phải nghiên cứu kỹ, phải phân tích cho sâu, để hiểu được những việc làm, những động lực đã đưa tới quyết định của «ông cụ»… Phân tích như thế để tìm hiểu chứ không phải là để tỏ thái độ oán ghét, căm thù… Bởi sự đam mê quyền lực làm cho không còn thấy một số điều tai hại… Hiểu ông cụ như thế, nên tôi thấy cũng nên, như bên Thiên Chúa giáo, có thái độ tha thứ của đấng Ki-tô đã xin Chúa Cha tha thứ cho những kẻ đã đóng đinh Ngài trên thập giá "vì chúng không biết rõ những việc chúng làm"! Vì thế mà tôi thấy phải hiểu rằng «ông cụ» đã không làm chủ được trọn vẹn những quyết định của mình. Một đằng do cuồng vọng, một đằng là do đám tay chân phe phái, cực kỳ bảo thủ, cực kỳ cuồng tín mà Mao đã cài chung quanh ông cụ! Thế nên sự kiện «ông cụ» loại bỏ tôi, nó nằm trong cái lô gích của «cảnh giác cách mạng» trong đầu «ông cụ», mà cũng còn là do ảnh hưởng của đám cố vấn Trung Quốc! Khi đã thành lãnh tụ đầy uy quyền thì đương nhiên dễ có có lý luận chính trị cao ngạo, độc đoán, độc tài. «Ông cụ» dư biết rằng tôi cũng có lý luận triết học của tôi, khiến «ông cụ» ngán ngẩm tôi. Sự thật là «ông cụ» luôn luôn bị cuồng vọng lãnh tụ lôi đi, còn tôi thì cũng bị thôi thúc bởi một thứ cuồng vọng đi tìm một mẫu mực cách mạng nhân bản trong sáng, hợp chân lý, hợp đạo lý, hợp khát vọng con người! Lãnh tụ chủ trương sẵn sàng dùng mọi phương tiện, không trừ, không tránh bất cứ cái gì… miễn là để đạt tới mục tiêu, miễn là chiến thắng, cho dù phải hi sinh tới giọt máu cuối cùng, của người dân... cuối cùng! Trái lại, tôi thì chủ trương phải chọn con đường nhân bản, ít hao tốn xương máu, để có thể đưa tới một thành công bền vững, tốt đẹp, không di hại lâu dài về sau… để cố tránh đau khổ cho dân. Hai lập trường ấy dĩ nhiên xung khắc nhau, nhưng đồng thời cứ rình rập, theo dõi nhau, tìm hiểu nhau, để biết rõ suy nghĩ của nhau. Có điều này cần phải nhấn mạnh là trong việc làm của tôi, cũng như khi tôi kể chuyện cho các anh nghe, là tôi muốn đi tới tương lai tốt đẹp, bằng cách gột rửa những di sản tiêu cực của quá khứ. **Ta chỉ có thể thanh toán những điều xấu của quá khứ bằng cách thẳng thắn lôi nó ra ánh sáng của hiện tại, để cùng nhau nhận diện nó, lên án nó, để vĩnh viễn không cho nó tái diễn. Mà quá khứ cách mạng của ta thì đã tích tụ quá nặng nề những di sản xấu ấy.** Những điều tốt đẹp, những gì là vinh quang của quá khứ, thì chúng chỉ tốt đẹp, chỉ vinh quang khi đã được rửa sạch những vết tích dơ bẩn sai trái, tội lỗi, độc ác mà chúng đã gây ra trong quá khứ. Vì những sai trái, những tội lỗi ấy, chẳng những chúng đã làm hoen ố quá khứ và làm mất hết hào quang đã có của quá khứ, mà tai hại hơn nữa là chúng vẫn là thứ nọc độc, vì được coi là mẫu mực, là phương pháp để giữ vững thứ chuyên chính ấy trong hiện tại và trong tương lai! Tôi nhấn mạnh điều này để các anh hiểu mà không nghĩ những cái xấu mà tôi nêu ra là để gây thêm oán, thêm thù, thêm hận. Nghĩ như thế là nuôi dưỡng những điều tiêu cực. Cũng vì đã không hiểu rằng tôi muốn xóa tiêu cực của quá khứ, nên «ông cụ» đã không ưa tôi… Chính vì muốn đưa ra một phương hướng giải quyết các vấn đề xấu của quá khứ, để giải phóng hiện tại khỏi những di sản độc hại của quá khứ… mà tôi đang gấp rút biên soạn một cuốn sách. Tôi mong nó sẽ mở ra một hướng giải thoát khỏi bế tắc của hận thù, đề ra một phương cách giải phóng khỏi chuyên chế… Chỉ như thế mới hoàn thành được mục tiêu thống nhất tinh thần và tâm trí dân tộc. Tôi đã nói với cấp lãnh đạo rằng thật sự là

321

ta chưa thống nhất được lòng dân đâu. Vì bạo lực và súng đạn không thể nào làm được việc đó. Mà không làm được việc đó thì chính quyền và dân sẽ cứ bị vấp váp trong những vấn đề của một nền dân chủ chân chính. Mà cứ luẩn quẩn mãi như thế thì sẽ có ngày đi tới đổ vỡ thảm khốc...!

Rồi bác Thảo lắc đầu kết luận:

- Do vậy mà những lần gặp gỡ với những lãnh đạo sau này từ Lê Duẩn tới Đỗ Mười, tôi thấy họ cũng vẫn nhìn tôi với nhãn quan của «ông cụ». Nghĩa là họ vẫn nghi ky tôi như là kẻ nguy hiểm, cần phải cảnh giác tối đa! Cho dù nhiều lần, tôi đã cố phá tan cái cảnh giác ấy, nhưng vô hiệu. Tôi đã không thể bắc được một nhịp cầu thông cảm với những con người cách mạng cuồng tín, nghi ky đến mức bệnh hoạn như thế. Do vậy, mà mãi về sau, tôi vẫn cứ tiếp tục bị cai quản thật chặt chẽ như một kẻ "có vấn đề" với cách mạng, có tiền án với «nhân dân», nghĩa là với đảng!

- Ai đã trực tiếp cai quản bác khe khắt như vậy? Lãnh đạo có chú ý tới đời sống khốn khó trong thực tại của bác không?

- Thì còn ai nữa! Trong thực tại gian nan ấy, tôi thấy rõ từng giờ, từng phút, là lúc nào tôi cũng bị cái bóng lãnh tụ bao phủ, đè nặng. Toàn là những bố trí, những mệnh lệnh từ cấp cao nhất. Điều này tôi đã phát hiện rõ ràng nhờ một bức thư.

Rồi bác Thảo lấy trong túi ra một tờ giấy đã nhàu nát là ảnh sao một bức thư và kể tiếp:

- Mấy năm sau đợt đàn áp nhóm Nhân Văn - Giai Phẩm, tôi lâm cảnh túng quẫn, khó khăn trong đời sống vật chất, bữa no bữa đói, tôi nài nỉ xin đi dạy học trở lại. Chỉ xin dạy các môn phụ như tiếng Pháp, văn hóa Pháp, họ cũng không cho. Chính Đặng Thai Mai đã nói thẳng với tôi rằng "cụ Hồ không muốn để cho anh đi dạy học nữa đâu"...! Từ đó khó khăn trong đời sống cứ chồng chất đến nỗi gia đình tan nát, sống vất vưởng vì không được biên chế vững vàng vào cơ quan nào cả. Do vậy sau này, tôi phải nài nỉ nhờ một người có giao thiệp rộng trong «đảng», để xin cho tôi vào làm cán bộ tại một cơ quan không có quyền thế gì về mặt chính trị là Viện Bảo Tàng Lịch Sử, thuộc bộ Văn Hóa, để có đồng lương đều mỗi tháng mà sống. Người giao thiệp rộng ấy là nhà thơ Huy Cận, cũng từng là bộ trưởng, ông ta tỏ ra rất quan tâm, ái ngại tới sự túng quẫn khốn khổ của tôi, nên đã gặp tất cả các vai vế cao cấp nhất liên quan tới việc mà tôi xin làm, từ bộ trưởng bộ Văn Hóa tới thủ tướng Phạm Văn Đồng. Nhưng rồi lời thỉnh cầu của tôi đã không được chấp nhận, dù trước đó tôi đã dò ý trực tiếp với bộ trưởng bộ văn hóa Nguyễn Văn Huyên một cách thuận lợi. Cuối cùng Huy Cận đã gửi cho tôi bức thư này, nêu rõ lý do cái việc tôi xin về Bảo Tàng Lịch Sử là không thể được. Vì thủ tướng Phạm Văn Đồng đã thỉnh ý «bác»! Và «bác» nói "chỗ của Trần Đức Thảo là tại một cơ quan nghiên cứu triết học thì hợp hơn." Rút cuộc, chẳng nơi nào dám nhận tôi cả. Các anh thấy không, một kẻ đã vĩnh viễn bị gạt ra bên lề chính trị, chỉ cho chầu rìa cuộc cách mạng, nay bị sống đói khổ, thất nghiệp, chỉ muốn xin một chân cạo giấy thấp hèn, trong một cơ quan không có tí quyền hành chính trị nào, vậy mà cũng phải thỉnh ý và để "bác" ban ý kiến! Như tôi đã kể, chỉ vì tôi đã phạm một vụng về từ khi gặp «Bác» lần đầu tiên ở Paris. Sự vụng dại đó đã thành một tội tổ tông (péché originel) không bao giờ chuộc lại được. Và từ đó tôi đã phải gánh cái tội tổ tông ấy cho đến nay, tội ấy, án ấy tôi sẽ còn phải gánh vác cho đến mãn đời. Nhiều lúc tôi nghĩ lại, nếu «bác Hồ» có lòng nhân đạo, không có tính nghi kỵ tới mức bệnh hoạn, thì tôi đã không lâm vào nông nỗi

323

phải sống đọa đầy như vậy. Xét cho cùng, cái cách dùng người vô cùng tàn nhẫn và phức tạp đã làm cho "Người" cứ như một bóng ma theo dõi tôi, đè nặng lên cuộc đời tôi! Lúc đó tôi mới hiểu lãnh tụ là thế, chế độ là thế, vùng vẫy mấy cũng không thể nào thay đổi được. Vì thay đổi được thì sẽ không còn vai trò lãnh tụ độc tôn, sẽ không còn chuyên chính, không còn độc đảng... Bởi cái nguyên tắc «cảnh giác cách mạng» ấy, cái giáo điều «duy nhất đúng» ấy đã tạo ra bi kịch cho tôi và cho cả đất nước!

- Vậy mà bác vẫn không oán hận gì «ông cụ» thật sao?

- Khi muốn tìm hiểu một đối tượng, thì trước hết là phải khách quan. Để cho thù hận dẫn đường thì làm sao hiểu rõ được «ông cụ». Khi biết «ông cụ» là như vậy, khó có thể thay đổi được, thì tôi đã phải ngậm đắng, nuốt cay, cứ cố tìm cách bắc một nhịp cầu thông cảm, coi như đã không có chuyện gì xảy ra giữa "ông cụ" và tôi. Nhưng rồi cũng vô hiệu. Rồi tôi nghĩ dù con người có siêu phàm đến đâu thì cũng vẫn có thể còn tính hẹp hòi, đố kỵ của một kẻ tầm thường, tránh sao khỏi có những tính xấu tự nhiên ấy. Lý do thứ nhì là con đường «ông cụ» đi là con đường vòng vo, đầy thủ đoạn của chính trị, còn đường tôi đi là con đường ngay thẳng của triết học, của chân lý... Làm chính trị thường là tàn nhẫn nên không tin dùng triết học thì cũng là lẽ thường tình.

- Nói vậy là bác ghét chính trị lắm phải không?

- Không có vấn đề thương hay ghét chính trị. Vì thật ra môn chính trị là vô tội. Cũng như khoa học, cũng như nghệ thuật, và cũng như tôn giáo, tất cả đều là những phương cách, những con đường phục vụ con người. Nhưng khi nói tới tội ác của chính trị, của khoa học, của tôn giáo là nói tới những con người trong chính trị, trong khoa học, trong tôn giáo, đã sử dụng chúng một cách sai trái. Triết học cũng vậy. Triết học luôn luôn phải đi theo con đường chân thật của trí tuệ, con đường tôn trọng đạo lý, tôn trọng chân lý. Nhưng khi triết học mà ngả theo con đường của quyền lực thì nó không còn là triết học nữa, mà nó trở thành một thứ tà thuyết, một vũ khí của phát xít, của ma quỉ. Bởi thế, khi một bộ môn tư tưởng mà mang mầu sắc chính trị, hoặc tôn giáo, thì sẽ có nguy cơ vô cùng tai hại vì những người chủ trì lãnh vực ấy. Mầu sắc chính trị sẽ dẫn đi loanh quanh vào những ngõ ngách dối trá và sai lầm, nghĩa là nó tiến thì ít, nó lùi thì nhiều. Triết học là đi tìm phương pháp suy tư đi tới sự thật, là để dẫn con người tới những giá trị bền vững của cuộc sống, tức là để con người bớt đau khổ, để đạt tới hạnh phúc. Bài học lớn của triết học là giàn xếp bằng con đường trí tuệ, mọi mâu thuẫn, mọi xung đột, bằng tình thương giữa người với người, người với thiên nhiên, người với bao la vũ trụ... Nhưng cho tới nay, con người vẫn chưa mấy lắng nghe, chưa mấy ai hiểu thấu bài học lớn ấy. Vì thế mà kẻ làm chính trị thường sai lầm khi bất chấp sự thật, khi không tôn trọng con người, không tôn trọng thiên nhiên... Trong lịch sử đầy rẫy những con người vì cuồng vọng lãnh đạo, tức là có cái đầu điên rồ, nên làm hỏng chính trị, tàn phá con người, tàn phá thiên nhiên. Thế nên đa số loài người cứ sống quẩn quanh trong đau khổ, trong sự tàn phá trái đất đến nỗi con người nay không thấy còn nơi nào có thể sống an bình trong ấm no, tự do, hạnh phúc. Bi hài ở chỗ con người luôn luôn ưa thích đến cuồng nhiệt để được làm con rối trong trò chơi phá phách xã hội, phá phách thiên nhiên và phá phách chính mình! Ha! Ha! Ha! Vì thế nên khi làm chính trị, «ông cụ» cứ phải cảnh giác đối với mọi người, nhất là với kẻ có khả năng nhìn ra sai trái của mình.

- Theo bác thì điều gì đã chi phối cách dùng người của cụ Hồ?

- Theo tôi quan sát thì một kẻ nắm bắt mọi cơ hội thì không nhắm tới lý tưởng mà chỉ nhắm tới thành đạt. «Ông cụ», do ảnh hưởng các cơ hội đã trải qua, nên đã có nhiều cách dùng người theo nhiều thứ hạng, nhiều phương án khác nhau. Chẳng hạn như đối với trí thức, có tài đức, có ảnh hưởng đối với chung quanh, hoặc có uy thế trong xã hội, thì «ông cụ» có thái độ rất cảnh giác, chỉ miễn cưỡng thỏa hiệp với họ, và chỉ dùng họ trong từng giai đoạn nhất định, chứ không tin dùng họ lâu dài. Đấy là cách dùng những ai do guồng máy cai trị của phong kiến, thực dân đào tạo. Những người này sẽ bị thay thế nhanh chóng, hoặc cho ra chầu rìa như những đồ trang trí, như những cây cảnh. Hạng thứ hai là những người có khả năng chuyên môn cao và có khả năng chính trị, thì cũng chỉ được dùng cho tới khi «đảng» đào tạo được người ra thay thế họ. Hạng thứ ba là những người do chính «ông cụ» trực tiếp thuần hóa để trở thành dễ sai bảo, một mực trung thành, một mực sùng bái «ông cụ» thì mới tin dùng lâu dài. «Ông cụ» không bao giờ tin dùng những kẻ có khả năng lãnh đạo độc lập, nghĩa là có thể thay thế «ông cụ». Mà những người được tin dùng này cũng luôn luôn bị các cục bảo vệ canh chừng để không có thể tạo liên hệ mật thiết với nhau… Nỗi ám ảnh của các lãnh tụ cách mạng là lo sợ kẻ có âm mưu muốn thay thế mình, muốn gạt bỏ hoặc lật đổ mình!

- Tại sao cứ bị kẹt trong cách nhìn hẹp hòi, thiển cận thế?

- Tại vì đấy là nguyên tắc cơ bản của «cảnh giác cách mạng», trong cách tổ chức và điều hành trong các đảng cộng sản, do nguyên tắc này mà các lãnh tụ cách mạng đã tỏ ra vô cùng nghi kỵ đối với mọi người, dù là ở trong đảng. Họ kỵ nhất là những kẻ có thể là đối thủ tiềm ẩn sau này. Có thể quan sát điều này qua sơ đồ tổ chức và vận hành của các cơ quan chuyên môn, các cục «bảo vệ».

Tất cả đều hiện diện cạnh nhau rất độc lập với nhau. Một thí dụ điển hình là các phương án bảo vệ thủ đô Hà Nội, tức là cách tổ chức phòng vệ gần và xa chung quanh «phủ chủ tịch», chung quanh Trung ương đảng». Phải nghiên cứu nguyên tắc «bảo vệ» mà «canh chừng» nhau này thì mới hiểu nổi tại sao công việc phòng vệ thủ đô không do các đơn vị bộ đội và các đơn vị công an thông thường, mà lại nằm trong tay các binh chủng chuyên môn đặc biệt, với giới hạn hoạt động rất hạn hẹp, nhưng xen kẽ nhau, rất độc lập với nhau, để rình rập, canh chừng nhau... để «bảo vệ» nhau. «Bảo vệ» là một nhiệm vụ chính trị nặng tính vừa chế ngự, vừa ngăn cản mọi ý đồ chao đảo lập trường, muốn có thay đổi chính trị! Từ «ông cụ» trở xuống, đều nằm trong guồng máy bảo vệ như thế của hệ thống. Cách tổ chức này đã chặn đứng mọi hành động tùy tiện cá nhân có phương tiện chi phối để mưu toan lật đổ nhau... Cũng vì thế nên việc sửa sai trở thành rất phức tạp. Chỉ vì sợ thay đổi, thay thế. Vì vậy mà nó gạt bỏ mọi phản ứng sửa sai kịp thời, nó dập tắt chất tố sáng tạo, xóa bỏ mọi ý hướng dân chủ khai phóng của lương tri. Bởi thế, để triệt để giới hạn tư tưởng và hành động phản biện, nên mới có mệnh lệnh: «Phải nói và làm theo cách mạng». Mọi nghiên cứu, mọi tìm tòi đều phải có sự chỉ đạo và kiểm soát của «đảng»! Vì vậy mà luôn luôn có sự canh chừng, kìm kẹp lẫn nhau. Từ người dân cho tới lãnh tụ đều biết phải sống theo nhiều mặt: bề ngoài thì tuân thủ, nhưng trong đầu là những mưu tính chui luồn, qua mặt cả lương tri và pháp luật. Về mặt tư tưởng thì vừa có suy tư độc lập thầm kín trong nội tâm, vừa phải lớn tiếng cao rao «nói và làm theo cách mạng, sống theo lời 'bác' dạy»! Chính vì vậy mà nhiều lúc, tôi phải tự bảo vệ tôi, bằng chấp nhận thủ vai trò một con rối, cứ làm ra vẻ ngớ ngẩn sống như một thằng khùng, thằng hề, để dễ sống sót. Ha! Ha! Ha!

Chưa bao giờ thấy bác Thảo u buồn mà lại tự giễu như thế, chúng tôi ngạc nhiên nhìn nhau hỏi:

- Sao hôm nay bác vui thế?

- Ấy! Có nhiều lúc nghĩ lại những gì đã xảy ra trong đời mà tôi không nhịn được cười. Có lúc cứ bật cười như điên... Người Pháp gọi là «*fou-rire*», cười điên thật đấy. Có lúc giữa đêm thức giấc, bỗng thấy mình đang sống ngớ ngẩn y như một con rối của thời cuộc, một thằng hề của xã hội cách mạng, nên phát cười. Cười đến chảy nước mắt. Chung quanh không hiểu nên cứ cho là Trần Đức Thảo này điên thật rồi! Ha! Ha! Ha!

- Bộ có lúc bác cũng tự giễu chính bác sao? Có thật vậy không bác?

- Nhiều lúc bỗng tôi thấy tôi cứ phải sống lăng xăng vơ vẩn như những con rối, cứ như thằng hề để mua vui cho thiên hạ. Mang tiếng là kẻ có học, có bằng cấp cao, mà cứ phải đi theo đuôi mấy ông cán bộ i tờ. Có lúc bị nông dân hỏi một câu mà mình lúng túng không trả lời được. Vì không lẽ mang triết học Mác-Lê ra để giải thích! Mà giải thích sao được khi từ lãnh đạo tới ông nông hội, mở miệng ra đều «Mác đã nói thế này, thế nọ»! Cái học của các «đồng chí» ấy, do vậy nó «cao» hơn mình rất nhiều. Có lúc thấy cái nỗi túng đói của mình, mà suy ra là chỉ tại mình: ai bảo cứ cố học làm cái anh có ý thức, cái anh chạy theo cách mạng vô sản... nên nghèo túng là phải quá rồi! Còn than thân nỗi gì. Càng suy nghĩ về cái chế độ mình đang sống, càng thấy đây là di sản khủng khiếp của Marx, của Lénine, của Staline, của Mao, và nay là của «cụ Hồ»... trong đó sự gian dối xảo trá đã trà trộn vào sự thật đến nỗi mình không còn biết phân biệt nổi đâu là thật, đâu là giả! Đến nỗi kẻ đi tìm chân lý như tôi, nay cũng chỉ còn là một thằng hề! Ha! Ha! Ha!

13
Thân phận những con rối!

Rồi bỗng bác Thảo tự giễu chính mình:

- Lúc ấy tôi tự mắng tôi: "Mày muốn làm cái anh vô sản chính cống nên bây giờ túng quẫn, còn than khổ, than đói nỗi gì nữa?" Thật sự là cảm thấy chính mình đang là thằng ngớ ngẩn. Bị mấy ông nhà văn, nhà thơ chế giễu là tên ngớ ngẩn! Vì hắn không biết noi gương «bác Hồ», nên bị thằng lớn nó đì, thằng nhỏ nó giỡn mặt. Thế là nổi lên tiếng tăm của anh gàn, anh bướng, anh khùng. Lúc nào cũng sống như một anh hề ngơ ngác để chung quanh giễu cợt. Nhưng khổ nỗi là không được no đủ như anh hề trong gánh hát mà chỉ là anh hề đói khổ trong cuộc đời! Bỗng thấy anh hề Trần Đức Thảo sống sao mà ngu si, đần độn quá, nên nhịn cười không được. Phải bật phá lên cười, cứ cười như người... điên. Mà điên thật! Cười đến phát khóc! Ha! Ha! Ha! Bố mẹ nuôi nấng, cho sang Tây ăn học, nay trở thành thằng điên, thằng khùng trong xã hội! Ha! Ha! Ha!

Kể tới đó, bác Thảo ngưng cười, thở dài, lắc đầu, nhưng rồi bỗng lại bật tiếng cười rũ rượi, hồn nhiên, cười đến chảy nước mắt, phải lấy tay áo chậm mắt mà vẫn còn cười sặc sụa! Chúng tôi kinh ngạc, đầy thắc mắc vì cơn cười lạ lùng ấy. Đấy là cơn cười đậm nét cay đắng, đau khổ, chứ không phải vì vui. Nhưng bác lại có vẻ tự đắc vì chính nỗi gian truân, khổ ải của mình. Bác hãnh diện giải bày cái khốn khổ ấy như nêu một thành tích của một trí thức! Chúng tôi nhìn cảnh ấy mà không cười theo được, vì thấy thảm quá.

Đã hơn một lần, chúng tôi ngồi bàn với nhau về nụ cười Trần Đức Thảo! Bởi thật sự là trong những lời tâm sự ấy, chẳng có gì vui để cười. Cảm tưởng là con người này không phải sinh ra để vui sống, để làm một thằng hề, mà chỉ có thể là một thân phận bị lưu đầy, trong một đại bi kịch.

- Tại sao bác lại có thể bật cười như vậy? Bác không thấy sống như thế thì là bi thảm sao?

- Tại tôi bỗng nhớ lại một mẩu chuyện cười, nó khơi dậy cả một giai đoạn bi hài trong cuộc chiến tranh được gọi là «chống Mỹ cứu nước».

Lúc đó dân chúng đã kể cho nhau nghe để mà cười cay đắng với nhau. Đó là vào đầu năm 1973, khi vừa ký kết hiệp định Paris để kết thúc việc Mỹ tham chiến ở Việt Nam. «Đảng» rầm rộ tuyên truyền là ta đã buộc được Mỹ phải ký kết hiệp định để rút hết quân ra khỏi miền nam Việt Nam. Đảng nói đấy là cuộc đấu trí «thần kỳ» giữa hai bộ óc được coi là mưu trí nhất của thời đại! Phe ta là đồng chí Lê Đức Thọ, phe Mỹ là Henry Kissinger. Tại Hà Nội, một số trí thức bên ngoài «đảng» và tôi đã hết sức tò mò, theo dõi, tìm hiểu các điều khoản bí mật đã được thỏa thuận ngầm với nhau của hiệp định tái lập hòa bình tại Việt Nam đã được ký kết ở Paris năm 1973. Có một số bí mật của phía ta, thì rồi chúng tôi cũng đã biết phần lớn. Về phía Mỹ thì dĩ nhiên là phải dựa trên những tiết lộ rất phong phú của báo chí Mỹ và thế giới. Chúng tôi có hai thắc mắc lớn trong chính sách của Mỹ lúc ấy. Một là tại sao cuộc tổng tấn công nổi dậy do ta bí mật phát động thật là bất ngờ, hồi Tết Mậu Thân 1968, ở miền nam, nhưng ta đã hoàn toàn thất bại, lực lượng của ta tại miền nam bị kiệt quệ, bị tổn thất nặng nề vì nhân dân miền nam không nổi dậy tiếp tay với ta như ta đã trù liệu. Vậy mà Mỹ lại nhương bộ, chấp nhận các điều kiện của ta, đặc biệt là điều kiện phải để cho Mặt Trận Dân Tộc Giải Phóng do ta chủ động ở miền nam được tham dự hội nghị ngang hàng với chính quyền Nguyễn Văn Thiệu, gọi là Việt Nam Cộng Hòa. Thắc mắc lớn thứ nhì là cuộc oanh tạc của Mỹ vào miền bắc ta năm 1972, lúc đó ta vô cùng bối rối, đến mức nếu nó đánh bom kéo dài thêm vài tháng nữa thì ta sẽ phải nhượng bộ trong bất cứ điều kiện nào. Vậy mà bỗng Mỹ ngưng ném bom, để cho cuộc thương thảo ở Paris bước vào giai đoạn kết thúc, mà cả thế giới đều thấy là có lợi cho ta. Phía ta thì khoe đó là do tài trí của trưởng đoàn Lê Đức Thọ.

Bác Thảo kể thêm:

- Trong dân gian lúc đó, có giai thoại được phổ biến rất rộng rãi, rằng đồng chí Lê Đức Thọ đã tiết lộ với vài nhà báo thân cận một thành tích đấu trí với Kissinger, khiến hắn từ đó phải nể mặt đồng chí Thọ. Mẩu chuyện đấu trí vui ấy đã được phổ biến trong các tầng lớp nhân dân, như một thành tích «thắng lợi vẻ vang» của «ta»!

Chuyện kể rằng lần đầu tiên bí mật gặp riêng Kissinger ở vùng ngoại ô Paris, Lê Đức Thọ chìa tay trước để bắt tay Kissinger, tên này cũng vui vẻ chìa tay ra và hai bên xiết tay nhau. Sau đó, Kissinger chơi trò khinh bỉ ta, y thò tay vào túi lấy khăn «mù-xoa» lau bàn tay vừa bắt tay Lê Đức Thọ, rồi bỏ lại khăn tay vào túi quần! Đồng chí Lê Đức Thọ liền có phản ứng tức thì, đồng chí cũng rút khăn ra lau tay, nhưng sau đó vứt bỏ luôn khăn tay xuống đất chứ không bỏ lại vào túi! «Kissinger từ đấy về sau không dám giở trò gì nữa».

Kể xong câu chuyện «đấu trí» kiểu trẻ con ấy, bác Thảo nói:

- Sự khoe thành tích đấu trí như vậy, đã làm anh em trí thức Hà Nội nực cười. Trí tuệ gì, ngoại giao quốc tế gì cái trò láu cá vặt đó! Vì sự thật, ở bên lề hội nghị, toàn là những nhân nhượng quan trọng rất bí mật trong cuộc

331

thương thảo giữa hai bên, mà phần quyết định trọng điểm là do thỏa hiệp giữa Trung Quốc với Mỹ! Sau này có lần gặp riêng nhà báo cộng sản người Úc Winfred Burchett, ông này giải thích tận tình cho tôi hiểu về chính sách thực dụng rất nguy hiểm của Mỹ trong việc giải quyết «vấn đề» Việt Nam. Theo Burchett thì Mỹ nhúng tay vào miền Nam Việt Nam vì coi đó là một thị trường của khối tư bản, và tuyên bố quyết tâm bảo vệ Nam Việt Nam, vì đấy là một «tiền đồn của thế giới tự do». Điều này có nghĩa là Mỹ muốn giữ vùng ấy không để nó lọt vào trong bức màn sắt của khối cộng sản. Nhưng Mỹ cũng dứt khoát không tính diệt «Bắc Việt Cộng Sản» để tiến tới thống nhất Việt Nam bằng cách này hay cách khác. **Bởi chiến tranh đối với Mỹ luôn luôn nằm trong sách lược của kinh tế thị trường toàn cầu.** Cuộc chiến tranh bảo vệ thị trường Nam Việt Nam đã bị sa lầy vì tốn kém và bị dư luận nhân dân Mỹ chán ghét. Thế nên các nhà chiến lược Mỹ, đứng đầu là Kissinger, đã đề ra một giải pháp khác. Vì đã không bảo vệ được thị trường miền nam Việt Nam bằng chiến tranh, thì phải quay qua giải pháp tìm thị trường thay thế bằng con đường hòa bình: cách này ít tốn kém mà bền vững hơn. Bởi Mỹ, trên nguyên tắc, không hề tính tiêu diệt chế độ cộng sản ở miền bắc Việt Nam, nên khi thấy cuộc tổng tiến công nổi dậy hồi Tết Mậu Thân, 1968, đã làm cho «cộng sản» kiệt sức, thì đó là lúc tốt nhất để đưa «địch» ngồi vào bàn hội nghị. Cũng như khi thấy cuộc oanh tạc miền bắc Việt Nam hồi 1972, đã đủ cho Hà Nội thấm đòn, thì Mỹ liền ngưng ném bom, rồi đưa ra những điều kiện thuận lợi cụ thể, để Hà Nội chịu ký kết chấm dứt chiến tranh, để Mỹ rút chân ra khỏi miền nam Việt Nam. Tất cả là dùng lá bài hòa bình thay thế cho lá bài chiến tranh. Cũng để tỏ rõ chính sách của Mỹ như thế, nên hạm đội 7 rất hùng hậu của Mỹ, lúc đó có mặt đông đảo ở ngoài khơi Việt Nam, vậy mà lực lượng hùng hậu ấy đã đứng ngoài nhìn hải quân Trung Quốc đánh chiếm đảo Hoàng Sa (Paracels) của Nam Việt, hồi 1974. Sự án binh bất động này có nghĩa rõ là Mỹ không coi Nam Việt Nam là tiền đồn nữa. Ngay từ khi đại quân Mỹ đổ bộ vào miền Nam Việt Nam, Mỹ đã chỉ đánh cầm chừng để giữ đất, để dung hòa chứ không hề có ý đẩy chiến tranh đến tận cùng ra miền bắc, để tiêu diệt chế độ cộng sản ở miền bắc. Dù là đã oanh tạc miền bắc, nhưng chiến lược của Mỹ là chỉ chờ lúc địch kiệt quệ để áp dụng lá bài hòa bình, nhằm đánh địch bằng kinh tế hậu chiến. Và quả thật ván bài đó sau này đã làm cho Hà Nội hoàn toàn kiệt quệ về kinh tế. Để rồi tới lúc Hà Nội, tuy đạt chiến thắng, nhưng lại phải chấp nhận mọi điều kiện để Mỹ nó bỏ cấm vận. Rồi sau đó là Hà Nội lại trải thảm đỏ long trọng đón rước lãnh đạo Mỹ trở lại. Từ đó, chính thức mở cửa cho vốn của khối tư bản tràn vào tự do tung hoành trên toàn bộ nước Việt Nam thống nhất dưới chế độ xã hội chủ nghĩa. Trong chế độ này không chấp nhận các cuộc đình công đòi quyền lợi của các công đoàn thợ thuyền. Một chế độ như thế thật là lý tưởng cho sự khai thác lâu dài của tư bản Mỹ, có lợi hơn hẳn dưới thời chế độ Việt Nam Cộng Hòa ở miền nam. Bây giờ thì kết cuộc đã rõ rệt của ván bài «ai thắng ai» trong cuộc đấu trí ấy. Bây giờ đã lộ rõ ai là mưu trí, ai là trí tuệ. Nực cười và bi thảm là như thế.

Kể tới đó, tâm sự tới đó, bác Thảo bật cười, nhưng rồi lại nghiêm nét mặt, thở dài chán nản:

- Công cuộc phát triển cách mạng vô sản, với giấc mơ xây dựng thế giới đại đồng… như vậy là đã hoàn toàn tan vỡ, sau khi đã hi sinh tính mạng của hàng bao nhiêu vạn bộ đội! Bây giờ thì không còn phải chống Mỹ cứu nước nữa. Giờ đây là phải tìm lối thoát ra khỏi chế độ bao cấp, dẹp bỏ mục tiêu tự túc tự cường, phải bám theo Mỹ để cứu nước! Cả một nền kinh tế toàn cầu dưới sự áp đảo của đồng đô-la Mỹ, cả một nền văn hóa sống cuồng, sống vội, hừng hực sinh lực thực dụng của văn hóa Mỹ, nay nó tự do tràn vào như thác đổ, nhận chìm một xứ sở đã bị kiệt quệ đến xương tủy vì chiến tranh và cách mạng. Một nền văn hóa nông nghiệp rệu rạo đã bị kiệt sức đến trống rỗng, sau bao năm chiến đấu «tự lực tự cường», chỉ biết hi sinh và chịu đựng, nay làm sao cưỡng lại lối sống no nê, phè phỡn kiểu Mỹ như thế! Tương quan lực lượng giữa một nền kinh tế lạc hậu với nền văn hóa nghèo túng và kìm kẹp như vậy thì làm sao cưỡng lại trước sức tràn ngập của nền kinh tế dư thừa và của nền văn hóa tự do sống cuồng, sống vội của Mỹ! Tới đây ta sẽ thấy tuổi trẻ nông thôn cũng thi đua «quần bò, áo phong», cũng son, cũng phấn lòe loẹt như ở bên Mỹ thôi!

Giờ đây cả nước đều «phấn khởi hồ hởi» vì được «hòa nhập»! Cửa đã rộng mở để cho vốn kinh tế thị trường tư bản tràn vào! Giờ đây, trước mắt mọi người, tên Thảo này bỗng chỉ còn là thân phận của một con rối, đã lỗi thời về tư tưởng, đã quá cổ hủ vì không biết làm «con phe, con phẩy» để «kinh doanh»! Tôi nay chỉ mang thân phận một con rối đau đớn. Bởi đã thấy rõ trước tất cả nguy cơ tai hại của sự phát triển quá trớn, không giới hạn của khối tư bản. Giờ đây quê hương ta đang cuồng nhiệt lao vào đà phát triển xổi thì theo ý hướng của đồng USD, của những thế lực siêu đẳng về phương pháp bóc lột tinh vi. Sự thật là đằng sau các đại công ty mang danh hiệu là của Đài Loan, của Đại Hàn, của Singapore thì đều là của đồng đô-la Mỹ! Thế là thiên nhiên giàu, đẹp của ta đã và đang bị tàn phá không thương tiếc. Tôi rất đau lòng đứng nhìn sức mạnh tung hoành của đô-la Mỹ trên đất nước ta. Dân ta nay mừng rỡ được hội nhập kinh tế tư bản. Các nước quanh ta, cùng khởi sự tranh đấu giành độc lập sau thế chiến thứ hai cùng với ta, nhưng do họ

334

không có thứ «lãnh đạo thần thánh», nên họ không phải hi sinh như ta, không phải đổ ra nhiều xương máu như ta. Và họ đã giành được độc lập và ấm no trước ta cả nửa thế kỷ... Như vậy cái công lao, cái tài lãnh đạo thần thánh ấy, sự thật chúng là công hay là tội? Rút cuộc, nay thì đã phải trải thảm đỏ đón mời Mỹ trở lại! Trong khi đó Tàu đang ức hiếp ta, đang gậm nhấm vùng đất, vùng biển của ta, vẫn đang công khai tiếp tục trắng trợn lấn chiếm một số hải đảo ở vùng Trường Sa, Hoàng Sa của ta! Và ta vẫn cứ kiêu hãnh hát vang bài ca «đại thắng»! Đại thắng gì mà giang sơn gấm vóc tổ tiên để lại nay đã bị tiêu hao vào tay mấy «đồng chí vĩ đại» như thế? Đau lòng lắm! Đau lòng lắm!

- Còn một thắc mắc này nữa muốn hỏi bác, có phải Mỹ vẫn đang duy trì ván bài lá cờ vàng ở Mỹ để sau này tìm cách đánh phá, lật đổ ta phải không?

- Tôi tin chắc là không phải vậy. Vì nước ta nay hoàn toàn là một thị trường vững chắc của phe tư bản rồi, thì nó tính đánh phá ta làm gì cho phí công sức, cho xáo trộn thị trường của nó. Vấn đề lá cờ vàng là một phản ứng hoàn toàn do ta gây ra. Phải nhớ rằng lúc đầu, cuộc cách mạng tháng tám đã thành công hoàn toàn, thì lúc đó đã làm gì có lá cờ vàng. Lúc đó cả nước đều vui mừng trưng lên cờ đỏ sao vàng. Đó là giai đoạn cả nước đồng lòng đứng lên cướp chính quyền để giành độc lập... Nhưng sau đó là giai đoạn tiến hành cách mạng xã hội chủ nghĩa, bắt đầu trưng cờ đỏ búa liềm tràn lan ra ở khắp nơi. Bắt đầu chính sách loại trừ thành phần «con đẻ của thực dân phong kiến», loại trừ «các đảng phái phản động». Chính từ lúc này là bắt đầu triệt để phân loại, phân chia dân tộc ra làm nhiều thành phần... vì cuồng tín chủ nghĩa đã đẩy ra bên ngoài xã hội một số đông người yêu nước nhưng không yêu xã hội chủ nghĩa! Và lá cờ vàng đã phát sinh ra từ đó, rồi đã trở thành một biểu tượng «quốc gia» để đối đầu với lá cờ đỏ sao vàng «của cộng sản»! Sự chia rẽ dân tộc, sự đối đầu ấy là do đâu? Tại ai? Ngày nay vấn đề nhậy cảm này, thực chất là rất dễ thấy và rất dễ hiểu. Việc cả triệu người di tản vào miền nam năm 1954, rồi sau ngày 30 tháng tư, 1975 là cuộc tháo chạy của cả triệu người liều chết lao ra biển, và đã trở thành phong trào «thuyền nhân» đã làm cả thế giới xúc động. Những hình ảnh cho thấy đấy là một thảm họa của dân tộc mà mỗi người chúng ta trực tiếp có trách nhiệm. Nói rõ ra thì đau đớn lắm… Vấn đề lá cờ vàng này không ai có thể giải quyết ngoài những người Việt chúng ta với nhau. Nhưng là phải giải quyết hết sức trí tuệ, chứ không thể dùng mưu kế dối gạt, cũng không thể giải quyết bằng bạo lực và hận thù. Phức tạp và khổ tâm lắm! Đau lòng lắm!

- Bác nói ngoài chúng ta ra không ai có thể giải quyết vấn đề lá cờ vàng, là sao?

- Thì như tôi đã nói, chỉ có chúng ta mới hiểu rõ vấn đề ấy. Vì thế mà đã tới chính sách «hòa giải, hòa hợp dân tộc»… Nhưng chỉ là nói thôi chứ chưa hề làm, thực tế là chưa hề có nỗ lực hành động «hòa giải» nào cả! «Hòa hợp» thì lại càng không có! Chỉ toàn là những cú phá hòa giải, phá hòa hợp thôi! Hòa giải là phải nhìn nhận nhau, tôn trọng nhau. Ngay sau tháng tư 1975, cách mạng đã khẳng định bằng lời tuyên truyền rằng trong cuộc chiến tranh giành độc lập, thống nhất đất nước của đại gia đình dân tộc ta, giữa chúng ta không có kẻ thắng, người thua, chỉ có nước Mỹ thua thôi. Tổng thống Dương Văn Minh của miền nam đã ra lệnh cho quân lính của miền nam buông súng để tiết kiệm xương máu. Tuy vậy trong thực tế cho tới nay, người của chế độ cũ ở miền nam vẫn bị đối xử như là địch, là thù, là ngụy… với biện pháp giam giữ hàng loạt… trong một chính sách trả thù đại trà, với kế hoạch «học tập cải tạo tập trung»! Bao nhiêu vạn công chức và sĩ quan của miền nam đã bị giam giữ vô hạn định rất tàn nhẫn, trong nhiều năm, trong các trại tập trung bị che giấu trong các vùng rừng sâu, nước độc như vậy thì làm sao coi đó là hòa giải, hay là hòa hợp được! Tây Đức đã thống nhất với Đông Đức, có xảy ra cảnh tù đày hàng loạt như thế đâu! Gần ta hơn thì việc Trung Quốc, sau khi cố dùng sức ép của vũ lực để đánh phá triệt hạ Đài Loan, làm mãi mà không được, nay thì họ đành có chính sách thật sự hòa giải, hòa hợp với Đài Loan bằng sự công nhận, sự tôn trọng Đài Loan rồi đó! Cờ «thanh thiên bạch nhật» trên các phi cơ thương mại Đài Loan đã tự do bay vào Trung Quốc đấy! Bài học tốt đẹp ấy, sao chúng ta không học hỏi? Tại sao ta cứ cố duy trì tình trạng thù hận, rất trái với tinh thần thống nhất dân tộc như vậy? Đây là thảm kịch nan giải của người Việt Nam chúng ta! Mà tôi coi đó như là thảm kịch của riêng những người ưa suy tư như tôi và dĩ nhiên là của cả đám môn đệ «bác Hồ»!

Nói tới đó, rồi bác Thảo im lặng hồi lâu. Lúc này chúng tôi thấy bác Thảo nổi bật như một người, lúc cuối đời, đầu óc trĩu nặng tâm tư, đầy ân hận, hối hận rất u buồn, đau đớn, và đang tìm cách gì đó để giải tỏa thảm kịch của chính mình!

Mà bác Thảo khi nói tới bi kịch Việt Nam, thảm kịch Việt Nam thì thường liên tưởng tới «bác Hồ». Thấy cứ nhắc hoài tới «bác Hồ», nên tôi hỏi:

- Nghe bác nói thế, tôi vẫn có cảm tưởng là bác mang tâm tư oán trách «cụ Hồ» và đám đàn em lắm phải không?

- Tôi đã nói rồi. Nêu ra thảm kịch này không phải là để gây thêm oán, thêm thù. Khi kể ra những trải nghiệm vui, buồn của của dân tộc, của hôm qua và hôm nay, thì không thể không nhắc tới «ông cụ». Khi nhắc tới những «thắng lợi vẻ vang», không thể quên được những mất

337

mát, những đau đớn mà nhân dân vẫn còn phải gánh chịu dài dài như không bao giờ kết thúc. Rõ ràng là trong bi kịch của đất nước ta, chiến thắng là công, nhưng chiến tranh là tội. Công và tội gắn liền với nhau. Đối với một thời đau khổ, đối với một lãnh tụ có trách nhiệm, thì nói tới công lao của lãnh tụ, thì đương nhiên cũng phải nhắc tới tội lỗi của lãnh tụ. Vì vậy mà phải phân tích, tìm hiểu cho cặn kẽ đâu là công, đâu là tội đích thực của lãnh tụ, để tìm hiểu giới hạn trách nhiệm của những quyết định nặng nề hậu quả nghiêm trọng trong lịch sử cận đại. Vì thế nên phải tìm hiểu cặn kẽ «ông cụ», phải nghiên cứu, phân tách những chuyển biến tư tưởng qua từng bước thay đổi, từ những giai đoạn đổi tên, đổi họ, từ những tính toán khởi nghiệp, từ lúc đã tự chọn cho mình những cái tên như «Tất Thành», rồi là «Vương», rồi là «Ái Quốc», chót hết là «Chí Minh»...! Nội việc bỏ họ Nguyễn, lấy lại họ gốc là Hồ cũng là cả một chứng nghiệm tâm lý chính trị cần được nghiên cứu. Phải chỉ ra cho dân, cho chế độ, cho cả «đảng», thấy rõ, hiểu rõ «ông cụ» là người thế nào, đã bị tham vọng đam mê chi phối từ trong nội tâm, tới ở bề ngoài ra sao... để từ đó nhận ra những giá trị tương đối, hiểu rõ trách nhiệm hạn chế của «ông cụ»...

- Như thế là bác muốn đả phá tham vọng của "bác Hồ" phải không?

- Tôi không đả phá, nhưng tôi chỉ ra đấy là do tham vọng, do cuồng vọng không gì lay chuyển nổi của «ông cụ». Bởi đã sống trong nỗi đau của dân tộc, đã có trăn trở của con người triết học trong sự triển khai bạo lực cách mạng, nhất là sau kinh nghiệm tàn nhẫn của cải cách ruộng đất, nên tôi đã ý thức được rằng chính ông cụ đã phải cố ý sa vào sai lầm lớn khi tuyệt đối tuân theo sự thúc đẩy của Mao, nên tôi thấy phải can đảm, phải thẳng thắn, phải có tham vọng nêu ra tất cả sự thật lịch sử rất tàn nhẫn liên quan tới «ông cụ»!

- Trời đất! Bác mà cũng có tham vọng thật sao? Tham vọng ấy có lớn không? Có sánh được với tham vọng của «bác Hồ» không?

- Nói về tham vọng của tôi thì thật sự là tham vọng của «bác Hồ» không thấm vào đâu cả!

- Bác giỡn đùa hay lắm! Như vậy là bác cũng là bậc tổ sư kiêu ngạo đấy!

- Tôi không giỡn, tôi không kiêu ngạo, nhưng sự thật là tôi có tham vọng cao hơn của "bác Hồ" nhiều lắm!

- Bác giễu còn hay hơn cả chú hề trong rạp xiếc rồi đấy!

- Tôi không giễu! Đây là tôi nói thật. Mà thằng hề cũng có tham vọng của nó chứ.

- Thế tham vọng của bác là cái gì? Là bác sẽ làm gì?

- Là tôi sẽ xây dựng tại Việt Nam một ngôi lâu đài.

- Lâu đài ấy bao lớn?

- Phải nói đó là một lâu đài vô cùng vĩ đại. Sống ở đâu cũng thấy nó.

- Ai sẽ sống trong lâu đài ấy?

- Ai cũng có quyền sống trong lâu đài ấy. Cả nhân loại đều có thể tới sống trong lâu đài ấy. Tham vọng của tôi là lo tìm hạnh phúc đích thực cho toàn thể nhân loại!

- Trời đất! Bác định xây lâu đài ấy ở đâu?

- Ở ngay trong đầu mỗi con người. Đó là một lâu đài tư tưởng. Cho tới nay, không một người Việt Nam nào đã có một tham vọng toàn diện như vậy, kể cả "bác Hồ." Mưu đồ phát triển một cuộc cách mạng mà cả nhân loại mong chờ thì đấy không phải là một tham vọng vĩ đại sao? Cuộc sống gian khổ của dân ta và của tôi đã chuẩn bị vật liệu để tôi xây cất ngôi lâu đài ấy. Đấy là một ngôi lâu đài của tinh thần và lý tưởng dân chủ, của một nền công bằng xã hội chân chính, nền móng của lâu đài ấy là công lý nghiêm minh, thắp sáng bởi đạo lý. Ngôi lâu đài ấy sẽ không chấp chứa những gì thuộc về xảo trá, hận thù, thủ đoạn ma quỉ. Sống trong lâu đài ấy, con người sẽ khai triển một cuộc cách mạng lý tưởng bằng lương tri, trí tuệ, bằng luật pháp nghiêm minh, với sức mạnh của công lý, công bằng, chứ không phải bằng bạo lực của hận thù. Trong lịch sử loài người, chưa có ai xây được một ngôi lâu đài như vậy. Đã có vài nhà lãnh đạo nỗ lực xây dựng một vài lâu đài kiểu ấy. Nhưng khi xây, thì đã dùng tới những động lực của hận thù, dùng tới phương pháp của sự độc ác, gian xảo, nên đã làm hư hỏng hết cả. Bởi trong một xã hội lạc hậu, con người tốt thì hiếm, nhưng con người xấu xa, hư hỏng thì nhiều. Những lâu đài kiểu ấy, khi xây dựng xong thì luật pháp của nó đã bị biến thành luật rừng, xã hội của nó chỉ là gian trá, qui quyệt... Những thứ lâu đài ấy chỉ làm cho con người thêm khổ, xã hội thêm loạn. Lâu đài của Trần Đức Thảo sẽ là thứ lâu đài trong đó toàn thể nhân loại đều thể hiện rõ quyền sống của mình, quyền dân chủ bằng lá phiếu của mình... Một lâu đài như vậy không phải là vĩ đại sao? Ha! Ha! Đấy không phải là một cuồng vọng cao hơn, lớn hơn, đẹp hơn, trong sáng hơn là cuồng vọng của "bác Hồ" rất nhiều hay sao? Các anh thử trả lời tôi đi!

- Chỉ có thể hỏi lại bác là lâu đài ấy có phải là cũng không tưởng, cũng là quá duy tâm, quá siêu hình hay không?

- Không hề có gì là không tưởng hay duy tâm, siêu hình gì đâu. Nền tảng của ngôi lâu đài ấy toàn là những đòi hỏi của tình trạng thực tế xã hội đen tối, bế tắc của cách mạng hiện nay. Những gì tôi quan sát hằng ngày, trong cái hiện thực đau đớn của cuộc cách mạng trước mắt, thì tất cả những cái đó đã chất vấn tôi, đã qui trách nhiệm cho tôi. Tôi không thể thờ ơ trước những nhức nhối của con người, của xã hội. Những chất vấn ấy, những thôi thúc ấy bắt tôi phải hành động theo khả năng lương tri và trí tuệ của tôi. Do đó lâu đài của tôi là do hiện thực xã hội đòi hỏi và đặt nền tảng. Nghiệm sinh thực tại tàn nhẫn đã đặt nền móng cho cuồng vọng của tôi, để cho lâu đài ấy thật sự là có nền tảng duy vật sử quan. Còn tham vọng của "bác Hồ" thì khác hẳn. Tham vọng của "bác Hồ" thì một phần do học thuyết sách vở chưa đọc kỹ, tư duy sổi thì chưa tiêu hóa được, một phần còn là do mưu trí chính trị cực kỳ cơ hội mà ra... Đấy là tôi nói và làm sự thật. Không có ngôi lâu đài ấy thì loài người còn khổ, còn lâu mới tìm được hạnh phúc... Tôi đã nghiền ngẫm, thiết kế cho ngôi lâu đài ấy từ lâu rồi. Bởi hàng ngày trong đầu luôn luôn có cuộc xung đột giữa cái tôi khao khát hành động với cái tôi lo sợ sẽ bị xử tiêu nếu lộ ra ý hướng phản biện. Một bên là quyết phải làm một cái gì cho đất nước và dân tộc, chẳng lẽ cứ im lặng như đầu hàng… một bên là sự khôn ngoan muốn bảo vệ tính mạng, nói thẳng ra là cái sự hèn vì sợ. Trong suốt bốn chục năm qua, tôi không sợ sống vất vả về điều kiện vật chất, mà tôi đã sống rất căng thẳng vì trong đầu tôi luôn luôn có một cuộc xung đột với chính tôi giữa cái tôi triết học với cái tôi khôn ngoan sống hèn trong chế độ đầy sai trái này. Cuộc xung đột ấy đã bước tới phần kết thúc khi tôi được vào sống ở Sài Gòn, chịu ảnh hưởng của người Sài Gòn…

- Khi nhìn nhận có một cuộc xung đột như vậy, với mộng ước xây dựng một tòa lâu đài như vậy, thì có phải là bác đã quá không tưởng và kiêu ngạo không thua gì cụ Hồ hay không?

- Tôi cũng xin thành thật trả lời rằng mỗi khi nghĩ tới công việc của một nhà triết học, thì tầm cỡ của mộng ước là rất cao, rất sâu, rất rộng… nên nó dễ bị hiểu lầm là một thứ kiêu ngạo, ngông cuồng không tưởng. Tôi vì triết học mà nghĩ, mà làm, chứ không phải vì kiêu ngạo! Nếu kiêu ngạo thì đã không bị cái sợ chi phối gần cả đời người!

- Nhưng một lâu đài như thế thì nó có tính khả thi hay không?

- Nó rất có tính khả thi!

- Trong thực tế thì bác sẽ xây dựng nó bằng cách nào?

- Bằng một cuốn sách(!!!). Và tôi đang hoàn thành cuốn sách ấy. Marx cũng đã xây dựng một lâu đài như thế, và cũng bằng một cuốn sách. Chỉ tiếc là có nhiều người từ cuốn sách, từ trong lâu đài ấy của Marx, khi bước ra, thì họ đã trở thành ác quỉ. Cuốn sách của tôi là một món nợ mà tôi phải trả cho triết học, cho nhân loại, chẳng những thế mà còn là món nợ mà tôi phải trả cho dân tộc, vì cái mộng về nước lúc đó của tôi của tôi là xây dựng một mẫu mực, một mô hình cách mạng mà dân ta mong đợi. Bởi thế mà lâu đài của tôi, tức là cuốn sách của tôi, trong đó, nhân danh chân lý, tôi sẽ đặt nặng những vấn đề nhân bản, công lý và dân chủ, bằng những cơ chế ưu tiên kiểm soát quyền lực, với những cơ sở lý luận và pháp lý, để những ai từ đó đi ra sẽ không thể trở thành ác quỉ. Chính vì lâu đài tư tưởng của Marx, mà từ đó đi ra, những lãnh tụ đã đã thành những ác quỉ tùy tiện, lộng hành quyền lực, khiến hàng vạn chiến sĩ cộng sản đã bị hi sinh một cách oan uổng, vô ích… và ở nước ta đã có hàng triệu người bỏ làng mạc, bỏ mồ mả tổ tiên để di tản vào Nam năm 1954, và rồi cũng đã có hàng triệu người đã liều chết bỏ nhà bỏ cửa chạy ra biển gây thảm cảnh "thuyền nhân" sau năm 1975 … làm cả thế giới rơi lệ. Thành phần dân chúng khốn khổ ấy, vì đã hiểu, đã nếm mùi lâu đài "thế giới đại đồng" của Marx, nên họ đã liều chết bỏ chạy! Là vì họ muốn đi tìm nơi có công bằng, bác ái, có tự do và hạnh phúc thật sự!

- Bộ bác cũng băn khoăn với khát vọng đi tìm tự do và hạnh phúc sao?

- Ai mà không có khát vọng đi tìm tự do và hạnh phúc! Khổ nỗi là con người không biết làm sao tìm. Và đã có bao dân tộc, đã bị lãnh tụ, theo chỉ dẫn của Marx, mà đã dẫn dân vào con đường bế tắc chứ không hề tới được thế giới đại đồng!

- Theo bác thì có thể tìm tự do hạnh phúc ở đâu?

- Tìm ở nơi không có con quỉ quyền lực và con quỉ chiến tranh nó ám. Tìm ở nơi có nhà nước biết dùng phần lớn ngân sách để lo cho phúc lợi của nhân dân, chứ không dùng ngân sách nhà nước để củng cố đảng cầm quyền, để chuẩn bị những cuộc chiến tranh phiêu lưu, để làm những điều không tưởng để củng cố cho một "đảng" được vĩnh viễn cầm quyền, để phát triển triệt để guồng máy đàn áp để đảng tồn tại, mà coi nhẹ việc tạo phúc lợi cho nhân dân! Người ta bỏ đi vì họ không muốn bị hi sinh, mà là họ muốn tìm tự do hạnh phúc, ở nơi công an không canh chừng dân chúng như canh tù, không làm khổ nhân dân vì thủ đoạn vu khống, chụp mũ. Phải biết rằng: chỉ có quỉ mới kiêu căng, mới vui khi làm khổ, làm nhục con người. Kẻ vênh váo, cảm thấy vui khi làm khổ, làm nhục con người thì không phải là người mà là quỉ, là kẻ bị con quỉ quyền lực nó ám trong đầu. Mà quỉ ấy là ai? Là gì? Quỉ ấy là thứ đầu óc đầy ý đồ gian xảo, hung bạo của quyền lực. Quỉ ấy là ý thức đấu tranh giai cấp, là thứ cuồng tín của bạo lực và hận thù, là những khái niệm sai trái, độc ác ở trong đầu con người, nó thúc đẩy con người lao vào đam mê tìm thắng lợi bằng mọi thủ đoạn của tội ác, bằng đủ thứ quỉ kế, để mưu đồ củng cố cho chế độ độc tài, độc đảng. Những vinh quang độc tài, độc đảng ấy đều là phù phiếm, vì chúng đã làm khổ con người! Xét như vậy là thấy rõ là quỉ nó vẫn ở với người, vẫn ở trong trong con người lãnh đạo. Bàn sâu vào thực tại của quỉ ở

343

quanh mình thì bi thảm lắm! Vì chính trị và chiến tranh cách mạng là cơ hội thao túng của quỉ. Quỉ nó quậy trong đầu những người nắm quyền lực để làm chính trị, làm chiến tranh. Quỉ lộng hành vì không cơ chế nào kiểm soát được nó! Nó bảo đảm với con người chính trị, con người chiến tranh là mưu trí của nó sẽ mang lại chiến thắng để tồn tại lâu dài. Bi kịch của ta là do nó đã tạo ra niềm tin tất thắng khi tận dụng bạo lực và hận thù! Chính cái niềm tin tất thắng ấy đã đầy đọa con người, đã xóa đi tính nhân bản trong chính sách! Có lúc phải mở chiến tranh, như để giành độc lập, là đúng. Nhưng dùng con đường chiến tranh cách mạng một cách trường kỳ, vô hạn... để bành trướng chủ nghĩa, để giải quyết các vấn đề, để mưu tìm thế độc quyền, độc tôn cho ý thức hệ, tức là cho đảng nắm toàn quyền yêu nước, toàn quyền ban phát tự do hạnh phúc cho con người là sai. Vì đó là con đường của thảm họa, của tội ác...

Khi thấy bác Thảo đang trong cơn phẫn uất, thao thao giải thích gay go, sôi nổi như thế, tôi muốn lái qua những đề tài khác có tính bình tĩnh hơn, liên quan tới bản thân bác hơn, nên tôi hỏi:

- Bác nghĩ sao khi bị chung quanh chê bai, chế giễu bác là người khùng, cứ như kẻ sống ngơ ngác trước cuộc đời?

- Tôi đã nói rồi, chẳng thà làm thằng khùng hơn là làm thằng đểu, thằng ác, thằng lưu manh, thằng gian dối. Tôi làm thằng hề ngơ ngác trước cuộc đời vì không hiểu nổi tại sao có nhiều kẻ sống gian dối, lưu manh, độc ác, quỉ quyệt mà họ cứ vênh váo tự đắc? Và tại sao chung quanh biết thế là sai, là ác, mà không dám có phản ứng, lại còn hùa nhau vào nịnh nọt, tâng bốc cho cái ác, cái gian dối cứ tiếp tục? Nịnh nọt như thế là đồng lõa với cái gian ác. Tôi nghĩ đã không thể làm thằng nịnh nọt, thì chẳng thà cứ làm thằng khùng, thằng hề thì ít tội hơn... Vả lại thằng khùng, thằng hề cũng dễ thoát chết hơn dưới bàn tay của kẻ ác.

- Nghe nói có lúc bác bị "đi thực tế" để cải tạo tư tưởng, bằng cách phải đi cắt cỏ, đi chăn bò, rồi lại còn đánh mất bò nữa, phải không?

Nghe câu hỏi, nét mặt bác Thảo biến sắc, má ửng đỏ lên, như bị nhắc tới một điều làm bác xấu hổ! Có vẻ như bác không muốn nhắc tới những chuyện như thế. Ngần ngừ, im lặng, như nhớ lại điều gì. Rồi bác đáp với giọng bực bội:

- Hừ! Giai thoại Trần Đức Thảo bị đi chăn bò ở nông trường Ba Vì đã được loan truyền rộng rãi. Đấy thật là một điều đáng xấu hổ! Mà không phải là xấu hổ cho Trần Đức Thảo đâu. Xấu hổ là xấu hổ cho cả nước ấy chứ! Làm nhục một trí thức như thế, là lối hành xử của một nước man rợ, không có văn minh văn hóa! Đấy chung qui chỉ là sự ganh tức của đám người, vì ít học, nên căm thù trí thức, coi trí thức toàn là con đẻ của giai cấp bóc lột, của bất công xã hội... Họ đã thuộc lòng câu "trí thức không bằng một cục phân," thì làm sao họ đối xử tốt với tôi được! Mà một con bò lúc ấy là quí hiếm, đắt tiền lắm! Ai có bò mà dám để cho Trần Đức Thảo chăn! Mà có nơi nào có nhiều bò đâu mà đánh mất dễ dàng như thế được. Cứ y như cái anh ăn mày rêu rao bị mất của! Có thể là mấy ông cán bộ báo cáo lên trên như vậy để có cơ hội mà ngả bò đánh chén với nhau thôi. Ha! Ha! Ha! Các anh không thể ngờ rằng ở nông thôn lúc ấy, người ta chỉ rình trong chăn nuôi của tập thể có dấu hiệu dịch gà, dịch heo để vội giết cả chuồng cho không gây lây truyền. Thế là cả vùng bỗng vui lên vì có thịt mà ăn, mà lại rẻ! Ha! Ha! Ha! Khốn khổ và vui thế đấy!

Vẫn với một nụ cười nhạt nhẽo, bạc phếch, cay đắng, không chứa một chút gì vui. Thật sự là mỗi lần thấy bác

Thảo cười, tôi lại cảm thấy đau lòng, thấy bác thật là đáng thương hại… Vì đấy chỉ là thứ cười đau đớn!

- Còn chuyện này nữa: Phạm Huy Thông, hồi ở Pháp cũng là bạn thân của bác phải không? Sao trong vụ Nhân Văn - Giai Phẩm, ông ta đấu tố bác nặng quá vậy?

- Anh chàng ấy hồi ở Pháp thì tôi có biết nhưng không thân. Có khi y còn ganh ghét tôi nữa. Vì lúc tôi được bầu làm Đại Diện Kiều Dân Đông Dương, để đọc diễn văn bênh vực quyền lợi cho dân mình, thì có nhiều kẻ, nhiều phe ganh tị lắm. Có phe cộng sản đệ tứ trốt-kít, có phe cộng sản đệ tam, có cả phe thân Đức, thân Nhật nữa… Trong khi đó thì Thảo này không thuộc phe cánh nào, mà lại được bầu. Thế nên sau này, nhân vụ đấu tố nhóm «Nhân Văn - Giai Phẩm» thì Phạm Huy Thông đã ngả theo phe Tố Hữu để tố khổ tôi một cách hằn học thật là tồi tệ bất ngờ. Cách thức tố cáo, buộc tội tôi như thế đã làm cho y sau này bị xấu mặt, chứ tôi thì chẳng hề gì. Có thể nói là những lời lẽ đấu tố nhóm Nhân Văn - Giai Phẩm đã làm xấu mặt cả đám văn nghệ sĩ cán bộ. Bởi lúc ấy, những gì mà mỗi trí thức đã viết ra, thì đều phơi bày cái mặt trái, mặt thật xấu xa, hèn kém của nó. Sau này Thông còn bị khinh bỉ và bị chụp lên đầu tội làm gián điệp cho Nhật. Bởi bị qui cho tội là đã viết báo cáo tình hình cách mạng Việt Nam gửi qua Tokyo, cho thằng cháu ở bên ấy. Rồi thằng cháu ấy gửi tiền về cho. Nghe nói Nhật bản nó gửi nhiều tiền đến nỗi bị cướp vào nhà nên đã mất mạng…

- Vậy là bác nói xấu Phạm Huy Thông rồi đấy!

- Con người đã có hành động như thế thì làm sao nói tốt cho được, phải không?

- Bây giờ xin lỗi bác để hỏi về một chuyện tế nhị và không vui, là tại sao gia đình bác bị tan vỡ? Có phải là đã có sự bạc tình, phụ nghĩa bỏ nơi bị túng quẫn, để về nơi có ấm no phải không?

- Chuyện buồn đó cũng đã gây nhiều thắc mắc. Thật ra thì chúng tôi quen nhau và đã hứa hôn với nhau từ hồi còn trẻ ở Paris. Đấy là mối tình trong sáng giữa chúng tôi. Rồi khi có hòa bình ở Bắc bộ, thì cô ấy tự động về, và cứ nằng nặc đòi cưới ngay. Bất chấp điều kiện sống của cả hai đứa lúc đó đang bị đối xử rất miệt thị như là kẻ thân Pháp. Vì thế mà phải sống trong những hoàn cảnh rất vất vả, chật chội, túng thiếu, khổ sở. Bởi lúc Nhất về thì trong xã hội vẫn đang kỳ thị rất tồi tệ với những ai bị coi là kẻ dính líu đến Pháp, từ Pháp về, do Pháp đào tạo! Lúc đó cái gì mang màu sắc của Pháp đều bị tẩy chay nặng. Chính tôi lúc đó cũng đang bị xua đuổi, kiềm chế rất khốn khổ. Thế mà cô ta cứ nằng nặc đòi làm đám cưới... Nên kết hôn với nhau xong là rất khó sống. Đến khi Nhất xin đứa con nuôi về thì như giọt nước tràn li. Vì đã khó khăn, chung đụng, chật chội, nay với đứa con nuôi ốm yếu khóc lóc cả đêm, nên lại càng khốn khổ. Do vậy đã khiến Nhất phải mang con ra ở riêng. Rồi vì thương tôi mà đòi li dị.

- Sao lạ vậy? Vì thương mà lại đòi li dị à?

- Nhất đã phân trần, giải thích trong nước nở nghẹn ngào là do đã chia sẻ và đã hiểu rõ lý tưởng của tôi. Rằng sự trở về quê hương của tôi là vì tự do hạnh phúc của dân tộc, của nhân loại, chứ không phải vì tự do hạnh phúc của riêng tôi. Sự thật là Nhất ra đi và đòi li dị, là muốn trả tự do cho tôi, để tôi tiếp tục đi cho trọn con đường lý tưởng của tôi, để tránh cho tôi cái gánh nặng gia đình. Bị gia đình tan vỡ như vậy tôi rất buồn. Nhưng cuộc li hôn của chúng tôi mang tinh thần lý tưởng mà người bên ngoài không thể hiểu. Bởi chúng tôi đã chia tay nhau không do phụ tình, phụ nghĩa gì cả. Sau này thì Nguyễn Khắc Viện ở Pháp về, có điều kiện gia đình may mắn hơn tôi, nên đã tìm gặp lại Nhất. Vì là hai người cũng đã từng biết nhau ở Paris. Khi hai người quyết định lấy nhau, thì Viện có lại nói chuyện với tôi. Tôi đã cám ơn Viện là người có điều kiện để lo cho Nhất. Và tôi chúc Viện và Nhất sẽ được hạnh phúc. Nếu phải qui trách nhiệm về sự đổ vỡ này, thì hoàn toàn là do tôi. Tôi đã không có khả năng làm nhiệm vụ một chủ gia đình... Đấy là một đổ vỡ, một thất bại lớn trong đời tôi. Do sự kém cỏi không biết tháo vát, xoay sở trong cái xã hội này. Bởi khi đã hiến thân cho một lý tưởng thì gánh nặng gia đình là một trở ngại lớn. Và biết vậy nên sau này tôi vĩnh viễn chọn cảnh sống cô đơn. Trở ngại ấy thì chính "cụ Hồ" cũng đã gặp, nhưng cách trút bỏ gánh nặng gia đình của «ông cụ» thì khác với trường hợp của tôi...

- Khác là như thế nào?

- Thì mọi người đều dư biết là «ông cụ» đã lần lượt ăn ở với nhiều phụ nữ một cách nghiêm túc, từng đã chính thức lập gia đình, từng đã có con ở Âu, ở Á. Nhưng «ông cụ» đã vì cuồng vọng chính trị, mà phải chứng tỏ mình là người thanh khiết thanh cao, có đức độ «cách mạng» (cách mạng có cấm ai lấy vợ đâu!...) nên «ông cụ» đã phải phủi tay từ bỏ tất cả vợ con! Dù vào lúc đỉnh cao quyền lực cho phép, thì «ông cụ» cũng đã từ bỏ việc tìm kiếm, không muốn nhìn nhận lại gia đình vợ con đã có! Do đấy mà đã sinh ra bi kịch của bản thân «ông cụ». Vì buộc phải chấp nhận thân phận sống cô đơn cho tới chết. Chỉ vì muốn tự tạo ra huyền thoại của một lãnh tụ thần thánh, nên «ông cụ» đã bị tai tiếng vì đã phạm ba tội: một là mạo nhận mình là bậc chân nhân chỉ biết nói thật và làm thật, điều này không một nhà chính trị nào có thể giữ được. Hai là «ông cụ» đã tự coi mình là một thứ quân tử của thời phong kiến, chứ không phải là một chiến sĩ cách mạng vô sản thời hiện đại! Ba là muốn đội lốt một thánh nhân để nêu gương sống thanh cao khắc khổ như tu hành, đã biết hi sinh hạnh phúc gia đình! Những sự thần thánh hóa giả tạo đó là do tâm thức vẫn mang nặng ảnh hưởng của thời phong kiến, nó vừa lạc hậu, vừa dối trá. Chính vì vậy mà «ông cụ» thường dặn đám cán bộ thân cận rằng: **"bác làm gì kệ bác!"** Và do đó mà việc hô hào "sống theo gương bác Hồ!" là một việc làm sai trái rất ngớ ngẩn. Vì cuộc sống muôn mặt của "bác" không thể là một tấm gương. Nhưng sự thật là cả «đảng» và cả dân, cho tới nay, chưa hề có ai sống thanh cao theo tấm gương giả tạo ấy. Mà họ chỉ chọn cách sống như con người xoay sở muôn mặt, muôn hướng, của "bác Hồ"!

- Bác nói về cụ Hồ như vậy, thì là bác muốn bênh hay bác muốn chống?

- Ấy đấy, các anh lại muốn hiểu lầm tôi! Thì tôi đã nói rõ nhiều lần rồi! Khổ lắm! Tôi đã kể nhiều về «ông cụ», đấy chính là muốn phân tích khía cạnh số phận bi thảm của lãnh tụ chính trị trong con người "ông cụ." Dĩ nhiên là tôi không nói nhiều thêm về những gì người ta đã nói quá mức để tâng bốc "ông cụ." Còn tôi thì muốn nhấn mạnh tới những khía cạnh bi thảm, tiêu cực đã bị che giấu trong những quyết định, chọn lựa của "ông cụ." Những khía cạnh ấy là thuộc về mặt trái, lề trái. Khi nhắc lại những vụ việc huy hoàng, vĩ đại thì họ đều nói "đấy là nhờ có công lao của "ông cụ»!" Tâm thức cuồng tín, ngu tín thường ưa nghe kể về những huyền thoại đã thần thánh hóa "ông cụ." Nhưng khi ôn lại bao di sản, hậu quả tai hại, gian nan, khổ ải của chiến tranh mà nhân dân phải gánh chịu, thì họ không dám chỉ ra rằng những cái ấy cũng đều phát xuất từ những chọn lựa, những tính toán rất quỉ quái của «ông cụ». Bởi đấy toàn là những hành động trí trá, muôn mặt của «ông cụ». Những sự chọn lựa ấy đã gây ra nhiều thống khổ... Thế nên bây giờ mà bàn luận về công và tội của "cụ Hồ" thì sẽ dễ biến thành tranh cãi, có thể đi tới xung đột. Tình trạng đó không phải là do lỗi của bên bênh lẫn bên chống.

- Vậy thì là lỗi do đâu?

- Ta phải hiểu hoàn cảnh kẻ sùng bái cũng như kẻ oán hận. Vì cả hai đều là nạn nhân đáng thương hại của những bài toán lịch sử, của sự chia cắt đất nước do chính lãnh đạo đã ký kết với ngoại bang. Như tôi đã nói: là trên thân phận "bác Thảo," thì có cái bóng ma của "bác Hồ," nhưng trên thân phận "bác Hồ" lại có bóng ma của các bác Lénine, bác Staline, và nhất là của bác Mao. Mà trên thân phận bác Mao, lại còn có cái bóng ma vĩ đại rất ám ảnh, rất thúc đẩy của cụ tổ Marx...! Nói riêng về thân phận nước ta, thì ngoài bắc đã bị hai cái bóng ma bao chùm, là hai anh cả đỏ Liên Xô và Trung Quốc, chúng thúc bách chế độ chuyên chế phải tận lực phát triển xa hội chủ nghĩa để đi giải phóng miền nam, dù là cả miền bắc còn đang chìm trong tình trạng nghèo đói! (Sự thật là khi bộ đội miền bắc ta đánh chiếm được miền nam, thì là ta đã nuốt vào bụng «con ngựa thành Troa» của khối tư bản... để rồi khi ta kiệt quệ nên lâm cảnh tự diễn biến thành chư hầu của khối tư bản!) Còn ở miền nam thì cũng bị cái bóng ma kinh khủng của bàn tay lông lá Mỹ... Nó đã khuynh đảo toàn diện, nó giết lãnh tụ, nó liên tiếp thay đổi lãnh đạo, gây ra hỗn loạn đến mức tan rã chính trị, rồi thì nó nản chí, phủi tay, bỏ đi. Nhưng rồi ta đã phải khổ công điều đình xin «hội nhập», để mời nó quay lại làm ông chủ toàn diện...! Đấy là thảm cảnh của ta, của cả hai miền đất nước ta, của dân tộc ta. Tất cả đất nước ta nay đã trở thành con mồi cho đế quốc nước lớn xúm vào căn rỉa, gậm nhấm, trước thì bằng cách chia cắt lãnh thổ ta chia rẽ dân tộc ta, nay thì bằng cách biến ta thành một thứ thuộc địa của khối tư bản của các nước lớn. Suốt trong thời chúng ta đánh nhau, thì mấy đế quốc lớn ấy đã trắng trợn họp mật vui vẻ với nhau để mặc cả, để chia vùng ảnh hưởng trên đầu chúng ta. Tựu trung thì chúng ta đã phải chịu toàn là những giải pháp, những chọn lựa ngoài ý muốn của dân tộc ta, nhưng hoàn toàn là theo ý muốn của mấy thế lực nước lớn! Nêu ra thảm kịch này, không phải là để gây thêm thù oán nước lớn, mà là để hiểu rõ hoàn cảnh và vấn đề giữ vững chủ quyền, bảo vệ quyền lợi của ta, một nước nhược tiểu, trước các thế lực nước lớn. Bởi dĩ nhiên những nước lớn luôn luôn lo phát triển quyền lợi của họ.

Ngưng lại, im lặng một hồi, như để dằn cơn xúc động xuống, bác Thảo lại tiếp:

- Chúng ta phải hiểu rằng thời thế đã ép chúng ta phải chấp nhận như thế. Nhưng khi xét tội, thì tất cả những kẻ có trách nhiệm đều ẩn mặt. Cách làm việc, cách sống, cách hành động của chế độ, kể cả của bàn tay tham lam các nước lớn đã luôn luôn được hóa trang rất kín đáo, chúng chỉ phô ra bộ mặt thật hào phóng thật là tốt lành, đẹp đẽ... Cách hành xử của mấy đế quốc là như vậy. Tất cả những trách nhiệm ẩn mặt đó đã tạo ra những hoàn cảnh lịch sử tàn nhẫn mà lãnh đạo đã chấp nhận, để rồi chúng ta chỉ là những nạn nhân. Chính họ đã làm hỏng lịch sử và đã làm khổ chúng ta. Có những nhà lãnh đạo chính trị, trong đó dĩ nhiên là có cả "ông cụ," cứ tưởng mình tài giỏi, cứ tưởng mình đã tạo ra những trang sử oai hùng cho dân tộc, cứ tưởng mình có tài khuynh đảo các nước lớn, tưởng rằng mình đã xoay vần được lịch sử... theo ý mình, nhưng cuối cùng mới nhận ra là nước mình vẫn nằm trong vòng cương tỏa của mấy thế lực nước lớn. Và chính lãnh đạo ta cũng chỉ là con rối trong tay các nước lớn ấy. Các nước lớn «đàn anh» đã tuôn súng đạn cho chúng ta đánh nhau. Họ đã bố trí, giàn dựng cho mỗi phe một lý tưởng, một chính nghĩa, để mỗi người chúng ta cứ nhắm mắt cầm súng để diệt kẻ thù đối diện... quên hẳn kẻ thù ấy chỉ là anh em một nhà! Lãnh đạo ra lệnh «tất cả phải là một đạo binh, toàn dân kháng chiến, toàn diện kháng chiến!» Cả nước phải là một trại lính. Tất cả phải sẵn sàng chấp nhận hi sinh... vì tổ quốc xã hội chủ nghĩa...! Bên đối diện cũng hô hào tất cả phải vì lý tưởng tự do dân chủ! Rút cuộc, mỗi người, mỗi bên đều tự giam mình trong mỗi lý tưởng, mỗi hoàn cảnh. Hà Nội muốn là anh hùng của xã hội chủ nghĩa. Sài Gòn cũng muốn là anh hùng của chính nghĩa quốc gia tự do! Đấy thật sự toàn là những anh hùng bi thảm. Bởi với cái nhìn khách quan, thấu suốt những hoàn cảnh lịch sử như thế, thì thấy rõ mình và «kẻ thù» đối diện, ở bên chiến tuyến, cũng chỉ là những nạn nhân. Và những lãnh đạo tài giỏi rút cuộc đều là kẻ đã làm hỏng lịch sử! Những sự nghiệp, dù vinh quang, thì cũng chỉ nhất thời, nhưng thực ra di sản lâu dài của sự nghiệp ấy chỉ là làm khổ dân... Sự nghiệp được coi là vĩ đại của Napoléon, của Hitler, của Staline, của Mao, của «bác Hồ»... trong thực chất đều là những sự nghiệp đã mang lại muôn vàn đau khổ cho nhân dân, dù cho họ đã tạo ra những giờ phút vinh quang huy hoàng. Thực chất đấy chỉ là thứ vinh quang phù phiếm, nhất thời, nhưng đau khổ thì lâu dài... Trường hợp tâm tư "ông cụ" thì cũng thê thảm lắm chứ không vinh quang gì đâu. Tin tưởng mình là tay phù thủy thần thánh, mưu trí vượt bậc, qua mặt được đám đàn em, qua mặt và đánh thắng được những nước lớn, nào ngờ rồi chính mình lại là tay phù thủy đã bị đám âm binh đàn em cô lập trong thân phận ngồi trên đỉnh cao quyền lực mà bị tước mất quyền làm người có hạnh phúc gia đình, có vợ con như mọi người! Cứ tưởng lợi dụng được các nước lớn, nào ngờ các nước lớn đã dùng mình làm con bài để mặc cả, chia chác ảnh hưởng và quyền lợi giữa chúng với nhau. Cuối cùng ngày nay để lại cho dân một di sản phong kiến kiểu mới, một đảng độc tài tham nhũng, thối nát vô phương cứu vãn. Vậy mà vẫn cứ có thái độ kiêu binh, tự đắc, tưởng mình là thần thánh, là trí tuệ, là anh hùng! Thế nên khi nói tới lãnh đạo, tới chế độ, nếu chỉ bênh hay chống thôi, thì đấy chỉ là cái nhìn nông cạn, một chiều. Lịch sử luôn luôn là muôn mặt, muôn chiều, luôn luôn là một sự cộng sinh của nhiều xu hướng tốt-xấu, thiện-ác. Lịch sử đã tạo ra thời cuộc, với những cá nhân lãnh đạo, với những mưu đồ của những thế lực chính trị quốc tế, với những chọn lựa vị kỷ, những tính toán tàn nhẫn... Thật ra là tôi rất khiếp phục sự thông minh quá sắc bén, tôi rất ngán ngẩm những «mưu thần chước quỉ», rất cơ hội, của «ông cụ». Vì thế mà nay về già rồi, qua bao trải nghiệm đau đớn, tôi đã thấy phải tự giải thoát mình khỏi căn bệnh ngu tín, cuồng tín băng cách giải mã những mảng tối bí ẩn của lịch sử, giải mã lãnh đạo với những hành động phức tạp, đã phá tan lương tri và đạo lý... Xét cho cùng thì đàng sau những chiến thắng vang dội, là biết bao nhiêu sai lầm và tội ác đã bị che giấu. Bởi thế, tôi thấy nay cần phải can đảm, thẳng thắn giải mã chính «ông cụ». Vì «ông cụ» là người luôn luôn ẩn mặt sau những đường lối, chính sách, quyết định tai hại như chọn thể chế xã hội chủ nghĩa Mác-Lê, như chọn lối cải cách ruộng đất của Mao, như quyết định dùng chiến tranh xé bỏ cả hai hiệp định hòa bình... Ngay trong bản thân và trong cuộc đời tư và đời công, «ông cụ» đã từng bước, qua mặt, loại bỏ được tất cả các đối thủ tiềm năng cạnh tranh, có thể đối đầu với «ông cụ», để gạt họ ra khỏi địa bàn chính trị ở quốc nội và quốc tế. «Ông cụ» đã từ vị trí lu mờ ở trong nước, từ tình trạng đã bị Đệ Tam Quốc Tế dứt khoát loại bỏ ra bên lề, không cho phép giữ vai trò lãnh đạo trong phong trào cộng sản Đông Dương. Vậy mà «ông cụ» đã lật ngược lại mọi tình huống, qua mặt tất cả những «trở ngại» trong đảng như Trần Phú, Lê Hồng Phong, Hà Huy Tập, Nguyễn Văn Cừ, kể cả Trường

Chinh... để rồi vẻ vang vươn lên làm tổng bí thư kiêm chủ tịch nước năm 1945! Đây là một sự kiện lịch sử, cho tới nay, chưa có tư liệu nào làm sáng tỏ những phương cách mà ông cụ đã dùng để qua mặt tất cả các đối thủ từng có hậu thuẫn của Đệ Tam Quốc Tế... để vươn lên đỉnh cao quyền lực như vậy. Có khá nhiều giai thoại về những quỉ kế của ông cụ, để qua mặt những lãnh đạo các phong trào. Họ là kẻ đã cả đời vào tù ra khám ở trong nước, đã từng được đào tạo chính qui, với hậu thuẫn của Đệ Tam Quốc Tế... vậy mà cuối cùng họ cũng bị đẩy vào hàng thứ yếu, chôn vùi vào quên lãng, như trường hợp cay đắng của Trần Văn Giàu. Tôi đã gặp được vài cán bộ lão thành đã từng sống và làm việc ở Trung Quốc lúc ấy. Và họ đã kể ra những điều cạnh tranh, thanh toán bí ẩn này.

- Bí ẩn là như thế nào?

- Đại khái họ kể rằng khi biết mình đã bị Đệ Tam Quốc Tế, tức là phía Liên Xô loại ra, "ông cụ" đã khôn khéo mưu tìm sự tiến cử mình bằng cách khác, nghĩa là tạo cơ hội cho mình được chính thức đưa về bởi một thế lực tại chỗ, tức là bởi «Mao lãnh tụ». Bởi ông cụ biết Mao có đầu óc muốn làm thủ lãnh các phong trào cộng sản của châu Á. "Ông cụ" bắt đầu bằng bước nhẫn nhục vào làm việc cho Bát Lộ Quân của đảng cs Trung Quốc, để rồi từ đó tạo điều kiện được phong trào cộng sản Trung Quốc tấn phong, ủng hộ đưa trở về, để ép các khu ủy, xứ ủy từ trong nước ra, phải chấp nhận «ông cụ» làm lãnh đạo duy nhất của phong trào cách mạng Việt Nam sau các đại hội ở Ma Cao và Hồng Kông... Cho dù bước tiến thân thực tế này đã gặp phản ứng gay gắt từ phía «Đệ Tam». Nhưng rồi do Mao giàn xếp, nên đã qua mặt những sự phản đối này. Bởi các cấp lãnh đạo phong trào ở trong nước thì đa số đều là những kẻ từng được đào tạo, từng sống trong một thời gian dài nhờ sự nâng đỡ của đảng cộng sản Trung Quốc. Đấy là một bằng chứng cho thấy «ông cụ» là một nhà chính trị "thần sầu, quỉ khốc." Về mặt tư tưởng, thì do ảnh hưởng của thời nho học lúc trẻ, nó đã ăn sâu vào tiềm thức, nên «ông cụ» luôn luôn chứng tỏ phong cách, hành động, mang nặng tư tưởng phong kiến nho giáo nhiều hơn là tư tưởng cách mạng Mác-Lê. «Ông cụ», tuy ca ngợi tư tưởng Mác-Lê, chưa bao giờ thấy «ông cụ» bàn sâu về lý luận và tư tưởng Mác-Lê. Vậy mà ông cụ lại nổi danh và được sùng bái như một lãnh tụ cách mạng mác-xít! Bởi ông cụ luôn luôn là người biết chụp bắt đúng cơ hội. Nhiều người không hiểu được điều này, nên họ cứ tưởng rằng «ông cụ» luôn luôn đi trên con đường chính đạo, chính qui! Vì thế mà họ đã tin vào công đức liêm khiết của "ông cụ," để rồi phong thánh, phong thần cho «ông cụ»! Họ cứ lẫn lộn mưu kế, quỉ kế chính trị với trí tuệ, với đạo lý. Họ còn cổ võ dân chúng lập đền thờ "bác Hồ" để cúng bái, khói hương cứ y như đối với một ông bụt! Việc thần thánh hóa này thật sự là một việc làm có tính duy tâm phong kiến vừa ngu tín, vừa phản cách mạng. Phải lưu ý rằng «ông cụ» là một nhà chính trị đã làm những điều mà không một người cộng sản nào dám làm là đã dám chính thức xoá tên "Đảng Cộng Sản," để đổi thành "Đảng Lao Động"… không một nhà tranh đấu giành độc lập nào dám ký hiệp định "sơ bộ" chấp nhận để cho binh lính Pháp chính thức được trở lại Bắc bộ, để êm thấm đuổi được đám quân Tưởng ra khỏi Bắc bộ. Vì quân Tưởng lúc ấy là lực lượng của Đồng Minh sang giải giới quân Nhật, nhưng có ý đồ hậu thuẫn cho cánh Nguyễn Hải Thần, Nguyễn Tường Tam, Vũ Hồng Khanh của Việt Cách, Việt Quốc... Hành động này đã làm cho nhân dân cả nước kinh ngạc. "Bác Hồ" còn mưu trí công khai cho lập thêm hai đảng chính trị khác là đảng Xã Hội và đảng Dân Chủ... Đấy chỉ là quỉ kế che mắt dư luận thế giới, để

355

tạo hình thức đa nguyên, đa đảng, cứ như thật sự có tự do dân chủ. Thực tế thì khác. Vụ này đã làm cho chính Staline bực mình sửng sốt, nhưng nhờ đó mà đã lừa được một vài lãnh đạo của khối «Đồng Minh», lừa được đám trí thức, quan lại ngây thơ ở trong nước, làm cho họ lầm tưởng rằng "cụ Hồ" chỉ mưu tính thành lập một chế độ dân chủ đa đảng thật sự như kiểu của phương Tây!

Phải ghi nhận rằng lãnh tụ Hồ Chí Minh là một nhà chính trị "mưu thần chước quỷ," chuyên hành động muôn hướng, muôn mặt, trí trá còn hơn cả huyền thoại Tào Tháo trong cổ sử Trung Quốc! Một bậc chân nhân, quân tử không ai dám có những hành động trái sự thật một cách nham hiểm như thế! Nhưng đấy lại là những thứ mưu trí cao siêu về chính trị! Đạo đức không phải là vấn đề được đặt ra trong chính trường. Nhưng những người cộng sản ít học thì không hiểu, nên lại muốn nêu giá trị đạo đức ra để thần thánh hóa «ông cụ», nên họ đã làm "ông cụ" bị bêu xấu, lật tẩy! Những ca ngợi thần thánh ấy đã gây ra một hiểu lầm tai hại về di sản đạo đức thuần hình thức "của ông cụ." Bởi người dân ai cũng biết giá trị đạo đức của «ông cụ» rất là hạn chế. Ai cũng nghĩ rằng những đòn chính trị muôn mặt độc đáo của "bác Hồ" như thế là một nhu cầu để thành công! "Bác" từng đánh lừa được dư luận Âu-Mỹ, khi chép lại câu mở đầu bản tuyên bố độc lập của nước Mỹ, rồi ngay sau khi cướp được chính quyền lúc đầu, thì đã cho thành lập một chính phủ đại đoàn kết quốc gia rất đẹp mắt, gồm đại diện của phong kiến, của các đảng phái đối lập và mời cựu hoàng đế Bảo Đại làm cố vấn… Nhưng chính phủ đại đoàn kết ấy chỉ là cái vỏ, và cũng chỉ tồn tại được có vài tháng. Bởi sau đó thì đã có lệnh ngầm cho bộ trưởng bộ nội vụ Võ Nguyên Giáp thẳng tay dẹp bỏ các đảng phái, coi họ như những «đảng phản động». Bảo Đại thì bị lừa đưa sang Côn Minh rồi bị vứt lại ở đó v.v… Tất cả những đòn chính trị xảo trá vô cùng nham hiểm ấy, cuối cùng thì đã thu quyền lực vào trong tay một người, một đảng, khiến thiên hạ phải khiếp phục. Nay thì "đảng" cứ gượng ép dạy dân về thứ "đạo đức Hồ Chí Minh"! Từ kinh nghiệm cực kỳ cơ hội, cực kỳ muôn mặt đó, người dân rút ra bài học rằng muốn sống, muốn thành công như "bác Hồ" thì phải biết sống muôn mặt: vừa nói đạo đức, vừa làm thủ đoạn, để thành đạt. Đấy là lối «đạo đức» thực tiễn của cách mạng, xu hướng ấy nay cũng vẫn còn rất phổ biến và rất phát triển trong chế độ xã hội chủ nghĩa theo định hướng kinh tế thị trường! Kết quả là người dân cũng nói năng, lý luận thật có vẻ là đạo đức cách mạng, nhưng đồng thời lại cứ hành động với đủ thứ mưu mẹo gian xảo kiểu «tư bản man rợ», trong mọi ngành, đặc biệt là trong giáo dục, trong y tế, cả trong khoa học và xây dựng...! Thế nên nay chỗ nào cũng "có vấn đề," cũng hỏng! Vì thế mà ngày nay mọi giá trị đều suy đồi. Phân tích kỹ về cách làm lịch sử của "bác Hồ" thì thấy có sự hiểu lầm trầm trọng về bài học "đạo đức" của "bác." Và từ đó mới nhận ra do đâu mà có tình trạng nhân tình thế thái suy đồi tồi tệ như ngày nay. Bởi "bác Hồ" chỉ có thể coi như một mẫu mực thành đạt về chính trị, chứ thật sự là "bác" không thể nào là một mẫu mực về mặt đạo đức. Sự tôn sùng «ông cụ» như thánh nhân đã tạo ra thứ đạo đức giả, rất tai hại cho hậu thế. Bởi «ông cụ» là một nhà ảo thuật chính trị đại tài: lúc thì biến có thành không, lúc thì biến không thành có.

Với cái nhìn của ý thức hệ, chúng ta đã quên hẳn rằng tiềm lực của mỗi quốc gia, là ở trong ý thức thuộc về cùng một dân tộc, cùng một lịch sử, cùng một ngôn ngữ, cùng một đất nước. Không thể quên rằng nội lực một dân tộc là nền tảng đạo lý ngay thẳng do tổ tiên để lại. Nhưng lịch sử nước ta thì đã trải qua những giai đoạn đau buồn dẹp bỏ di sản đạo đức của tổ tiên để đón nhận thứ «đạo đức cách mạng mác-xít». Chấp nhận việc chia cắt lãnh thổ dù chỉ là tạm thời, nhưng việc đó thực sự đã chia rẽ dân tộc, đã tạo ra sự phân biệt đối xử vì khác «ý thức hệ» mà coi nhau như kẻ thù. Rồi thời gian qua đi, ta mới nhận ra rằng cả hai bên thù địch nhau ấy đều là cùng chung giống nòi, cùng chung một truyền thống văn hóa. Xưa kia, theo Trịnh hay Nguyễn, theo đàng Trong hay đàng Ngoài, theo Nguyễn Huệ hay Gia Long gì thì bây giờ cũng đều là cùng là con dân, đồng bào đất Việt cả. Bây giờ ai cũng thấy xấu hổ vì những mâu thuẫn nhau, thù địch nhau một cách ngu xuẩn, tồi tệ của thời ấy. Ai lại đào mả nhau, mang sọ nhau ra làm bình nước tiểu để trả thù! Thật là thô bạo, thấp hèn, dã man quá. Kể ra những hành động độc ác như thế thì chẳng khác nào tự tố giác sự thấp kém của dân tộc, giống nòi của mình. Rồi thời nay thì cái sự chia cắt, chia rẽ do ý thức hệ xã hội chủ nghĩa nó còn ghê gớm hơn gấp bội thời phân ranh Trịnh Nguyễn khi xưa. Thế nên, tuy nay đã hết chiến tranh rồi, đã có hòa bình rồi, những nước lớn thù địch đã bắt tay nhau, để cộng tác phát triển… vậy mà ta vẫn cứ luẩn quẩn trong sự thù hận nhau, quyết không đội trời chung… Chế độ cách mạng, sau khi chiến thắng, đã dung túng sự thẳng tay đập phá hết di sản có giá trị của "ngụy quân ngụy quyền" của miền Nam trong mọi lãnh vực… Ta lại còn trả thù cả người chết khi ra lệnh đập phá, nhục mạ cả những nghĩa trang của quân đội "ngụy," ta làm vậy chính là ta tự sỉ nhục chính nghĩa và danh dự của ta, ta đã nêu gương thấp hèn để dạy dân cách sống, cách nhìn như của lũ côn đồ thô bạo… Ta đã vẽ ra hình ảnh "ngụy" với nét mặt của ác quỉ. Ta đã quên hẳn rằng "ngụy" ấy là cùng một chủng tộc, cũng là anh em trong huyết thống của một đại gia đình dân tộc! Sự độc ác luôn luôn hiện diện trong thái độ thù địch, đối địch. Sự thật cho thấy khi đã coi nhau là kẻ thù thì rất dễ phạm tội ác. Có lô-gích của chiến tranh nào, của cách mạng nào mà không hề gây tội ác? Lén lút ném lựu đạn, ám sát nhau ở thành thị và nông thôn không phải là tội ác sao? Đấu tố, chụp mũ những tội danh mơ hồ như «tội phản cách mạng» không phải là tội ác sao? Vậy mà nay, «đảng» đã công khai khoe thành tích ám sát, ném lựu đạn ở vùng địch, khoe lén lút đưa đại quân, len lỏi rừng già Trường Sơn vào nam, để xé hiệp định Genève, xé hiệp định Paris... Để rồi bị mưa bom, trải chất độc da cam vv...! Hành động như thế là gây họa lên đầu dân, vậy mà coi đó là những thành tích vinh quang! Khi đã chấp nhận con đường chiến tranh thì đừng oán than cái ác mà chính mình đã chọn và dân đã phải gánh chịu. Người ta bảo chiến tranh cũng có những qui luật quốc tế của nó. Chỉ có những kẻ dại khờ mới tin vào những qui luật ấy. Như khi «đảng» ký hiệp định Genève, là biết sẽ chẳng thể tôn trọng nó. Vì thế «đảng» chỉ rút ra bắc một phần lực lượng, phần còn lại, để mai phục sẵn ở miền nam, chờ cơ hội ra tay mở lại... chiến tranh. Lúc ký hiệp định Paris cũng vậy, «đảng» đã ra tay trước, bằng cách lén lút ngầm tuôn vũ khí và bộ đội vào Nam bằng mọi cách. Hai hiệp định Genève và Paris, theo định nghĩa là để chấm dứt chiến tranh, là để duy trì hòa bình, nhưng «đảng» đã ký để dùng chúng chuẩn bị mở lại chiến tranh cho rộng hơn, ác liệt hơn! Tôi đã nhìn thấy những bước mưu trí quá trớn ấy rất là độc hại. Vì là quá tham lam nguy hiểm, nên tôi đã cố bám theo "bác" và "đảng" để chỉ ra những hậu quả vô cùng tiêu cực của việc tái phát động chiến tranh như thế. Chung quanh ta, ở khắp vùng Đông Nam Á, chẳng có một nước nào đi theo con đường chiến tranh trường kỳ và triệt để như thế. Họ đã cố tránh hiểm họa của chiến tranh.

Chiến tranh bao giờ cũng là giải pháp tồi tệ nhất để giải quyết vấn đề. Giải pháp chiến tranh chỉ là cơ hội để thi thố mưu mẹo lừa gạt. Giải pháp hòa bình mới là cơ hội để triển khai trí tuệ, xây dựng những cái tốt đẹp, vững bền. Hậu quả của hai giải pháp chiến tranh và hòa bình là rất khác nhau. Lúc thấy "bác và đảng" quá kiêu căng tin vào chiến tranh, tin vào bạo lực, tôi đã tìm cách nói thẳng ra rằng trong nhiều lãnh vực, do chiến tranh, chúng ta đã không thật sự làm chủ tình thế mà chỉ là những con rối, những thằng hề đáng thương hại trên bàn cờ quốc tế!

- Làm như vậy, là đã cản đường của "bác Hồ" mà không sợ bị trừ khử sao?

- Tôi biết lúc ấy lãnh đạo rất hiếu thắng, rất cuồng tín, vì đã nhiệt liệt cam kết sẽ mang lại chiến thắng để kích thích tinh thần chiến đấu, để vận dụng lòng yêu nước. Trong lúc ấy thì dân chúng đang rất lo ngại "đảng" sẽ mở lại chiến tranh. Vì ai cũng đã thấy sức tàn phá của bom đạn Mỹ trong cuộc chiến tranh ở Triều Tiên. Xứ sở ấy đã từng bị sự tham chiến của Mỹ san thành bình địa... Không dân tộc nào muốn có chiến tranh, không muốn có những chiến thắng hao tốn xương máu như thế. Chẳng có dân tộc nào muốn có chiến tranh để trở thành anh hùng. Dân lúc ấy chỉ âm thầm cầu mong cho có hòa bình. Nhưng lãnh đạo cách mạng thì tin tưởng rằng phải dùng bạo lực cách mạng để khống chế, áp đảo tinh thần, để ép cả nước phải chấp nhận chiến tranh, biến cả nước thành trại lính, cả trẻ con, phụ nữ cũng phải là những tay súng! Trước nguy cơ sẽ mở lại chiến tranh ở miền Nam, tức là sẽ phải nếm trải chiến tranh ở mức độ thảm khốc như đã thấy bên Triều Tiên ấy, nên tôi đã liều mình chỉ cho giới trí thức và thành phần đảng viên cao cấp thấy rằng phải coi chừng: lãnh đạo cũng có thể sai lầm vì tham vọng. Mà mưu tính mở lại chiến tranh trong điều kiện phải nhờ vả hoàn toàn vào Trung Quốc là một cuộc phiêu lưu vô cùng nguy hại… Chọn lựa tiếp tục đi theo con đường chiến tranh như thế thì không thể lên án kẻ thù là độc ác. Bởi như thế là không biết tự xét trách nhiệm của chính mình. Sự chọn lựa con đường chiến tranh, mà lại là thứ chiến tranh trong mục đích bành trướng cách mạng, mà mãi sau này tôi mới nhận ra là chính con đường đó đã đưa tới thảm họa! **Đẩy lý luận cho tới tận cùng của trải nghiệm, càng về lâu về dài, càng thấy rõ có ba chọn lựa của «cụ Hồ» mang tính sinh tử đối với đất nước và dân tộc, bởi nó đã để lại di sản vô cùng trầm trọng, lợi bất cập hại.** Đó là chọn chủ nghĩa xã hội của Marx để xây dựng chế độ, chọn chiến tranh xóa hiệp định hòa bình để bành trướng xã hội chủ nghĩa và thống nhất đất nước, chọn Mao và đảng cộng sản Trung Quốc làm đồng minh, đồng chí… Vì nhận thấy như thế mà tôi nguyện sẽ không tiếp tay để gây chiến tranh trường kỳ, để gây oán thù triền miên, với nguy cơ làm gẫy đổ nền tảng đạo đức và lương tri trong xã hội. Vì thế mà tôi phải cố tỉnh táo để giữ vững bản chất trí tuệ. Khai triển sự thù hận để hành động thì dễ, nhưng đấy là con đường đầy hậu quả bi thảm! Nêu ra tội lỗi, độc ác của đối phương thì dễ, những nhìn ra tội lỗi, sai lầm của chính mình thì rất khó. Vì thế mà tôi phải cố phân tích cái hại của chiến tranh, nhất là những hậu quả trầm trọng khôn lường của thời hậu chiến là lúc phải đương đầu với tình trạng mất lương tri, mất đức hạnh, mất nhân phẩm của con người. Cái đó mới là những vấn đề nan giải, tác hại lâu dài. Vì như vậy là xã hội sẽ loạn! Bởi cho tới nay, tổ quốc "đã sạch bóng quân thù," nhưng cái nếp dùng thủ đoạn gian xảo độc ác vẫn được duy trì, tồn tại trong sinh hoạt của xã hội. Vẫn dùng những thủ đoạn gian xảo, trí trá để tiếp tục đàn áp, hành hạ anh em, chỉ vì bất đồng chính kiến… Càng sống trong thứ hòa bình nuôi dưỡng căm thù và bạo lực với quá nhiều thủ đoạn gian xảo như thế, "đảng" ngày càng bị suy yếu đi, càng bị dân oán ghét. Xã hội tiếp tục hỗn loạn, tiếp tục suy đổi đạo đức chính là vì thế. Còn lâu ta mới rũ bỏ được nếp sống thủ đoạn gian xảo, trí trá mà ta đã tích cực khai triển trong chiến tranh. Trong hòa bình, nếp sống đầy thủ đoạn ấy đã làm xã hội ta loạn, dân ta điêu linh khốn khổ, nước ta bị tai tiếng là thiếu ngay thẳng, thiếu đạo đức trước quốc tế là do vậy…

- Bác suy nghĩ thế là có quá bi quan không?

- Không có gì là quá bi quan cả! Đấy không phải là những lời tiên tri của tôi. Đấy chỉ là những ghi nhận hiện tượng đã và đang diễn ra trước mắt. Sự thật là ngày nay, ta đang thấy tình trạng suy vi tinh thần, đạo lý như thế. Từ hồi trở về nước, tôi đã tâm nguyện làm cách mạng là sẽ phải tìm cách cố tránh những sai lầm bi thảm của cuộc cách mạng ở Nga. Rồi khi Staline chết, tội ác của ông ta bị tố cáo, tôi lại càng kiên trì với lập trường là phải làm sao cho cuộc cách mạng ở nước ta sạch sẽ hơn, lương thiện, khác hẳn với cuộc cách mạng của Nga, khác với cuộc cách mạng của Trung Quốc của Mao. Tôi đã không ngừng gợi ý là phải cố tránh chiến tranh để củng cố hòa bình cho miền Bắc thật sự được có đời sống ổn định, thật sự ấm no, hạnh phúc trước đã… Vì thế mà tôi lại càng bị phe cánh hiếu chiến nghi ngờ, ghét bỏ!

- Vậy là bác cũng là kẻ phản chiến hay sao?

- Thực ra ai biết suy nghĩ sâu và xa thì rồi cũng sẽ phải là người phản chiến. Vì biết rằng sau mỗi cuộc chiến tranh, tuy con người sẽ khôn hơn, nhưng chắc chắn là nó cũng sẽ quỉ quyệt, gian xảo hơn. Nó sẽ coi nhẹ lương tri, đức hạnh, mà coi nặng phần mưu trí, thủ đoạn. Vì mưu trí và thủ đoạn đã đưa tới chiến thắng. Xã hội do tin vào mưu trí và thủ đoạn nên nó sẽ suy đồi. Đó là qui luật tâm lý xã hội. Tôi muốn tránh việc gây thù, gây oán là vì vậy. Công việc của tôi phải là công việc của trí tuệ, không thể dùng thủ đoạn, dùng mưu trí! Tôi không đi tìm chiến thắng, tôi đi tìm con đường đưa tới gần sự thật và công lý. Triển khai bạo lực thù hận lẫn nhau thì luôn luôn là một bi kịch. Đạt tới sự thật và công lý mới là thắng lợi bền vững. Người ta làm công tác hồi tưởng những đau khổ của chiến tranh là để tránh cho chiến tranh không tái diễn, chứ không phải để hâm nóng lại tâm thức thù hận, để dùng nó làm ngòi nổ cho một cuộc chiến tranh khác, sẽ bùng lên, ác liệt hơn, tàn nhẫn hơn. Ở ta, tình hình thù hận cho tới nay thì vẫn phức tạp, nặng nề lắm. Vẫn có nhiều người cứ như tin rằng chỉ có thể tồn tại, chỉ có thể sống còn nhờ biết... thù hận, biết nhận diện kẻ thù. Họ luôn luôn thấy mình bị bao vây bởi đủ thứ kẻ thù! Họ tin rằng kẻ thù nào họ cũng có thể đánh thắng. Họ tin rằng muốn tiến tới, thì phải đánh thắng những kẻ thù. Nhưng có một thứ kẻ thù mà họ không bao giờ thắng nổi, đó là tâm thức tự giam chính mình trong vòng thù hận, thù địch, cứ để con quỉ thù hận làm chủ trong đầu. Mỹ đã coi ý thức hệ cộng sản là kẻ thù. Nhưng Mỹ đã biết ngưng những hành động tàn phá của chiến tranh đúng lúc. Dù còn dư dã sức mạnh tàn phá để chiến thắng, nhưng Mỹ đã không tìm thắng lợi bằng cách tận diệt chế độ cộng sản ở Việt Nam, mà Mỹ đã đổi chiến lược là sẽ tìm thắng lợi trong hòa bình, khi nước ta bước tới giai đoạn kiệt quệ về kinh tế. Rồi từ đó, sẽ ép ta phải mở cửa mời Mỹ trở lại... Mưu trí khác với Trí tuệ là ở chỗ đó. Khi ta xé hai cái hiệp định đã ký, thì ta khoe là đã dùng sự mập mờ của chữ nghĩa, "phong ba bão táp, không bằng ngữ pháp Việt Nam," dùng hiệp định để chuẩn bị mở rộng chiến tranh! Tôi thấy lối suy nghĩ ấy là trò chơi không thông minh chút nào, mà còn là rất có hại cho tương lai của đất nước và dân tộc. Chơi trò nuôi oán, nuôi thù để lúc nào cũng thấy thù trong, giặc ngoài... Tưởng đó là sự khôn ngoan, sáng suốt! Duy trì một tâm thức phản hòa bình bằng chữ

363

nghĩa là tự gieo họa trong đầu mình, tự phá hoại trong tâm hồn của mình. Nguy hại là như vậy. Nay thì đất nước mang đầy thương tích, lãnh thổ bị gậm nhấm một phần đáng kể, xã hội thì cứ ngày càng hỗn loạn vì kỷ cương, đạo đức cứ suy đồi như tuột dốc! Dân nay thụ động trong nếp sống gian xảo, thấp hèn, chỉ cố chạy theo đồng đô-la. Chính quyền thì luôn luôn hô hoán, phải cảnh giác trước cái sợ "diễn biến hòa bình" mà Trung Quốc đã cài vào đầu ta! Rút cuộc là ta đã làm được một việc mà Trung Quốc muốn, nhưng Trung Quốc đã không làm được ở Triều Tiên, đó là muốn đẩy Mỹ ra khỏi Đông Dương! Khi có ký hiệp định Paris thì tôi biết rồi Trung Quốc nó sẽ tiếp thêm vũ khí để thúc ta tiếp tục đánh để đẩy Mỹ ra khỏi Nam Việt Nam để trả thù Mỹ như nó muốn...! Và ta đã làm theo nó, nhưng rồi sau vì quá kiệt quệ nên ta đã phải mở cửa mời cả Pháp lẫn Mỹ trở lại... Với bao máu xương đã đổ ra cho chiến thắng, rút cuộc là ta chỉ làm trò múa rối mang danh, mang lợi về cho Trung Quốc! Giải quyết vấn đề bằng chiến tranh như thế chỉ là mắc mưu, mắc bẫy của Trung Quốc! Các nước quanh ta đã không chấp nhận chơi cái trò tai hại ấy của Trung Quốc. Và nay thì ta đang cố chạy theo để bắt kịp những thành tựu no ấm, thịnh vượng của các nước quanh ta!

Nói tới đó, bác Thảo, với nét mặt buồn thảm, lắc đầu nhìn chúng tôi, vẫn mỉm cười, thật tê tái:

- Bao nhiêu phân tích tình hình một cách sâu và xa của tôi đã không được lãnh đạo lắng nghe. Bởi lãnh tụ và «đảng» chỉ đam mê tìm thắng lợi trước mắt, mà không nghĩ tới những hậu quả của tình trạng đất nước bị tàn phá, con người bị tàn phế vì bom đạn, bị nhiễm độc bởi thuốc khai quang... Nêu ra những nguy cơ ấy, tôi bị coi là kẻ bi quan vì đã «đọc nhiều sách vở của phương Tây», đã chạy theo xu hướng triết học của thực dân! Bởi lãnh tụ và «đảng» chỉ tin thờ, sùng bái mấy cái ông thày mác-xít như Staline, như Mao... «Ông cụ» không hiểu rằng giá trị căn bản của con người nói chung, của chân lý nói chung, thì ở đâu cũng vậy, ở thời nào cũng vậy. Thật ra thì những danh nhân triết học với các hệ tư tưởng chỉ là đề tài để tôi nghiên cứu và giảng dạy. Kể cả đối với Marx cũng vậy. Đó là ngành nghiên cứu của tôi. Còn tư tưởng của tôi, thì đã được hoàn cảnh thực tại của đất nước, đã từng bước mở tâm, mở trí cho tôi, để tôi cải đổi tư tưởng ấy, trong nỗ lực phân biệt đâu là mưu trí, đâu là trí tuệ. Tôi không mác-xít, tôi không giáo điều, mà tôi cũng chẳng xét đi, xét lại gì cả. Bởi thực tại đã định hướng, đã nung đúc tôi thành người có ý thức tôn trọng sự thật. Những gì tôi nói ra với lãnh đạo chỉ là những tiếng nói của sự thật, của lương tri. Vậy mà họ vẫn cứ kiêu căng khoe chiến thắng, nhưng trong thực tế, họ chưa hề biết xoa dịu được những nỗi thống khổ của chiến tranh mà nhân dân phải gánh chịu. Thế mà nay họ vẫn tiếp tục gây oán, nuôi thù và kể lể công lao chiến thắng! Cái tâm lý trong xã hội ta bây giờ nó quá tàn nhẫn thế đấy! Vì sao? Vì chúng ta vẫn mang nặng quá nhiều mặc cảm trong tâm trí. Mỗi người chúng ta đều đã bị giam hãm trong những hoàn cảnh lịch sử riêng biệt của chính mình, vẫn chưa tìm ra lối thoát khỏi tâm trạng bị giam hãm trong hoàn cảnh đó. Vì thế, kẻ nọ, người kia vẫn cứ nhìn nhau như kẻ thù, như "cộng sản," như "quốc gia"...! Mối nguy là kẻ thù vô cùng tham lam độc ác đứng ngay trước mặt, mà chúng ta không thấy! Chỉ thấy kẻ thù ngay trong đám anh em với nhau thôi! Khổ thế đấy! Ở trong nước hiện nay, chính quyền, đặc biệt là cánh công an, vẫn là dùng thủ đoạn chụp mũ, vu oan, để gây thêm kẻ thù trong dân. Thù hận là do đó. Tội ác là do đó! Tình trạng nay là bế tắc hoàn toàn! Và chính tôi cũng đã từng là một đồng lõa gây ra sự bế tắc ấy. Làm sao gỡ bỏ được gông cùm của sự chia rẽ, chia cắt? Đấy là một thử thách nan giải, vì chúng ta chưa hiểu rõ những uẩn khúc tàn nhẫn của thời cuộc, của lịch sử và thân phận nhược tiểu của chính dân tộc ta. Vì thế mà tôi đã không thể trốn mình trong những than thở, trăn trở vụn vặt như mọi người, mà là tôi phải đứng dậy, phải phẫn nộ, mà là tôi phải phản đối, phản kháng, phải tìm ra lối thoát. Trước những sai lầm quá trầm trọng, tôi không thể quên nhiệm vụ sống còn của người trí thức. Ngay từ hồi ấy, chỉ có luật sư Nguyễn Mạnh Tường và tôi là đã dám công khai lên án, đã dám phản đối lãnh đạo. Bởi thế, cái đám cán bộ tuyên huấn, tuyên giáo lếu láo, bảo hoàng hơn vua, đã làm đủ cách để đàn áp tinh thần tôi, và còn mưu tính sẵn sàng tiêu diệt tôi. Nhưng chúng còn chờ lệnh.

Nghe câu kết luận buồn thảm như vậy, chúng tôi không khỏi suy nghĩ về thân phận của chính mình. Chúng tôi muốn đưa bác trở về sớm, vì hôm sau, bác còn phải chuẩn bị thuyết trình tiếp một chương khác trong cuốn sách của bác. Nhưng không ngờ rằng chiều thứ ba ấy lại là thêm một khúc rẽ vô cùng bi thảm trong cuộc đời của bác.

Vào buổi chiều thứ ba 12 tháng tư, năm 1993, bác Thảo mang bài thuyết trình đã in bằng sao ảnh (photo-copie) tới nơi thuyết trình là Nhà Việt Nam, để bán. Ít ai biết được rằng bác Thảo lúc ấy đang vô cùng lạc quan tin tưởng vào những gì bác sắp sửa công bố qua các buổi thuyết trình này. Bác từng vui vẻ tâm sự với chúng tôi rằng đây là những bước kết thúc cuộc hành trình đi tìm sự thật. Vì kể như bác đã truy ra thủ phạm của cái sai, cái ác trong cách mạng, trong ý thức hệ. Đấy «sẽ là một thành tựu trong cuộc đời và sự nghiệp triết học của Trần Đức Thảo».

Nhưng bất ngờ thay! Vừa bước tới trước "Nhà Việt Nam," thì một nghịch cảnh quá tàn nhẫn đang chờ đợi bác! Tại đây anh Dũng, người trực phiên, nhưng lại đứng ở ngoài đường, chỉ vào hai cánh cửa cũ kỹ bị khoá bằng xích sắt để báo tin buồn: sứ quán ra lệnh đóng cửa Nhà Việt Nam để từ nay không cho bác Thảo tổ chức diễn thuyết ở đó nữa. Thính giả đành bỏ về. Nhưng một số bực tức đứng lại tranh luận, như muốn gây gổ, đấu khẩu với anh Dũng. Rồi vợ chồng bà Bình và ông Jacques tới. Đây là hai thính giả Việt kiều trung thành mà cũng là có vai vế kỳ cựu của Liên Hiệp Việt kiều, khi thấy cửa khóa, đã nổi nóng bẻ khoá, mở rộng cửa, lớn tiếng mời mọi người vào:

- Nhà Việt Nam này là của Liên Hiệp Việt kiều, chứ có phải là của sứ quán đâu mà sứ quán có quyền ra lệnh đóng cửa.

Bác Thảo lắc đầu, chán nản rồi tỏ ra rất phẫn nộ. Bác cho biết vì đa số thính giả đã bỏ về, nên bác không còn hứng để thuyết trình nữa. Bác mím môi, mặt tái mét, trông rất bi thảm. Thấy vậy, anh Lê Tiến, một trong những người sáng lập hội thân hữu Trần Đức Thảo, kéo bác và tôi vào ngồi cạnh chiếc bàn nhỏ, trong gian phòng nhỏ sau hội trường để tìm lời an ủi. Trong căn phòng nhỏ ấy, tất cả trăn trở, nghiền ngẫm được giữ kín bấy lâu nay trong đầu, giờ đây, được bung trải ra minh bạch và thẳng thắn. Rất may là tôi đã kịp thời ghi âm được một phần của đoạn chót[2]. Bác Thảo lúc thì nói gay gắt, lúc thì đập tay xuống bàn để nhấn mạnh.

---

[2] Xin coi mục Phụ lục ở phần cuối, chép lại nguyên văn, từ băng ghi âm, những lời tâm sự, y như những lời trăn trối của Trần Đức Thảo, lúc phẫn nộ vì bỗng bị cấm không cho mượn nơi thuyết trình để giới thiệu cuốn sách đang được hình thành, để nói về sai lầm của Marx đã đưa tới sai lầm và bế tắc của lý thuyết "đấu tranh giai cấp."

14
Nêu đích danh thủ phạm!

Bực bội nói ra những lời trăn trối, trong đó tóm gọn sơ đồ cuốn sách đang trong nguy cơ không thể hoàn thành, bác Thảo giải thích:

- Trong cuốn sách đó, tôi thẳng thắn đánh giá lại tư tưởng Marx khi soạn ra phương pháp cách mạng đấu tranh giai cấp, dùng hận thù giai cấp đánh gục giai cấp tư sản, để xây dựng thế giới đại đồng với một xã hội không còn giai cấp bóc lột. Lénine, Staline, Mao, rồi Hồ Chí Minh, Kim Nhật Thành, Fidel Castro cho tới Pol Pot… mỗi con người ấy, ở vị trí lãnh đạo, đã tùy tiện khai triển cách mạng theo lời dạy của Marx. Qua những kinh nghiệm lịch sử ấy, cùng những di sản thảm khốc của nó, tôi đã giải mã Marx, Lénine, Mao, Hồ, Kim, Pol… để chỉ ra rằng ý thức cách mạng đã sai từ gốc, nghĩa là từ Marx!

Đặc biệt là bác Thảo đã nhắc đi nhắc lại câu **"Chính ông Marx sai"**!

- Chính tôi, trong những bước đầu nghiên cứu, đã thấy giai đoạn mình tự nguyện làm môn đệ của Marx, sùng bái Marx với tất cả lòng nhiệt thành của tuổi trẻ, là giai đoạn cuồng tín, cứ nghĩ mình phải một lòng đi theo Marx như một tín đồ tin theo vị chúa cứu thế trên con đường giải phóng con người khỏi sự bóc lột của giai cấp tư sản, tư bản. Bởi cuộc cách mạng này đã dựng lên cả một hệ thống chính trị chuyên quyền giam hãm, kìm kẹp con người. Hệ thống chính trị ấy lại còn bóc lột giai cấp lao động gấp bội phần so với sự bóc lột của giai cấp tư sản, tư bản. Mà quyền lực chuyên chính lại không cho phép công nông phản đối sự bóc lột ấy. Tại sao kỳ lạ vậy?

- Nay già rồi tôi mới nhận ra là tất cả những sai trái ấy đều là do sự cuồng tín vào lý thuyết, vào ý thức hệ nên đã dẫn lối tới những bước quá trớn... Thế rồi các lãnh tụ, từ Lénine trở đi, đều đã tùy tiện theo cảm hứng mà suy diễn, mà đề ra nhưng chính sách, những phương pháp triệt để, những hành động tuyệt đối, để rồi gây ra những tội ác của cách mạng!

Khởi đầu, nhà tư tưởng đã tung ra một học thuyết thật hấp dẫn, thật là cuốn hút nhân loại, nhất là thành phần nhân loại lao động nghèo khổ... Nhưng rồi học thuyết ấy, ý thức hệ ấy đã làm khổ con người, đã nô dịch con người, đã phản bội con người và đã không hề giải phóng con người!

- Cuốn sách của tôi chứng minh rõ rằng chính cái phần xây dựng mô hình thế giới đại đồng của Marx đã làm hỏng học thuyết. Trừ ra khi phê phán chủ nghĩa tư bản, Marx đã sử dụng những sự kiện đã xảy ra trong lịch sử đương đại, trong xã hội đương thời, để đả kích xã hội tư bản. Cách phê phán này có tính biện chứng duy vật sử quan không thể bắt bẻ. Nhưng bước qua phần lý luận căn bản để xây dựng xã hội mới bằng cách nêu mô hình thế giới đại đồng mà mọi người mơ ước, thì Marx bắt đầu lúng túng trong biện chứng. Vì cái mô hình thế giới đại đồng ấy là không có giai cấp, không có bóc lột. Nó được coi là nền tảng của khái niệm, của ý thức "đấu tranh giai cấp"! Cái mô hình ấy, thật ra là chưa hề thấy, chưa hề có ở đâu đó trong lịch sử. Nó chỉ là một ảo tưởng, một mong ước sẽ có trong tương lai! Làm như vậy trong lý luận là Marx đã mang cái tương lai ảo ấy, đặt nó lên trước hiện tại để dùng nó như một kinh nghiệm đã có, đã thấy...! Đấy là lối lý luận với một nền tảng siêu hình, đúng là thứ biện chứng của Hegel! Biện chứng đó không còn có chút gì là duy vật sử quan nữa.

Từ khái niệm thế giới đại đồng tốt đẹp theo dự báo, do mong ước ấy, Marx đã biến nó thành ý thức cách mạng đấu tranh giai cấp, để hành động, để đạt tới thắng lợi, để xóa bỏ giai cấp bóc lột, để hoàn thành một xã hội không còn giai cấp! Viễn ảnh quá đẹp ấy là một kinh nghiệm ảo, một ý niệm siêu hình của một thứ thiên đường ảo chưa hề có trên trái đất. Trong mô hình ảo ấy, giới công nông được giải phóng, được làm chủ chính mình! Từ kinh nghiệm ảo mơ ước ấy, Lénine khai triển một chủ nghĩa xã hội mới, bằng cách khơi dậy hận thù giai cấp để làm động lực đấu tranh của giai cấp vô sản, làm đòn bẩy để hoàn thành cuộc cách mạng, tạo ra sự đổi đời với một hệ thống giá trị mới của giai cấp công nông! Với một đảng cầm quyền «là đại diện cho giai cấp công nông», tức là «đảng cộng sản». Vậy là cách mạng đạt tới một chế độ mới, một nhà nước mới theo một chủ nghĩa xã hội mới. Trong chế độ mới ấy, "sẽ" không còn cảnh người bóc lột người vì quyền tư hữu đã bị bãi bỏ, thay thế nó bằng quyền sở hữu tập thể. Đặc điểm là tập thể sở hữu tư liệu sản xuất! Nghe lý luận như vậy, công nông nào mà không mê!

Như vậy là khi cách mạng thành công, giai cấp công nông sẽ sống và làm việc một cách sung sướng: vì mình sẽ không còn bị bóc lột, mình sẽ làm chủ! Con người từ đây được giải phóng! Sung sướng thay! Phấn khởi thay cái xã hội không còn giai cấp "sẽ" thành hình trong tương lai! Lời hô hào «vô sản thế giới hãy đoàn kết lại!» đã vang dậy khắp trái đất. Rồi vang lên khúc ca: «Vùng lên hỡi các nô lệ ở thế gian»! Nó đã thôi thúc giai cấp bị bóc lột đứng dậy, quyết tâm vùng lên tiêu diệt giai cấp tư sản! Hoan hô con người mới xã hội chủ nghĩa, là con người vô sản chân chính! Lúc đó, các dân tộc đều là anh em một nhà. Và toàn thế giới sẽ là một tổ quốc vô sản duy nhất! Hoan hô tinh thần vô sản quốc tế! Hoan hô xã hội mới trong đó «mọi người sẽ làm việc theo khả năng và hưởng thụ theo nhu cầu»! Sáng kiến của Marx lập tức bùng lên như một ngọn đuốc trong đầu mọi giới lao động. Nhiều nhà tư tưởng tiến bộ đã náo nức ủng hộ, đã sùng bái Marx. Đây là bình minh của một kỷ nguyên quyền lực chuyên chính của giai cấp lao động! Đây chính là con đường vinh quang, con đường cứu rỗi của cả nhân loại.

Cả thế giới đã bị lung lạc vì luồng tư tưởng mới đầy hứa hẹn này, với niềm hi vọng tràn trề của nhân dân lao động, với lòng căm thù «giai cấp bóc lột» sôi sục trong đầu. Người người đều muốn đứng lên phá tan xiềng xích của xã hội tư bản!

Rồi bác Thảo lắc đầu giải thích, trong nước mắt:

- Biến khái niệm, biến học thuyết «đấu tranh giai cấp» chống bóc lột thành ý thức cách mạng. Lấy hận thù giai cấp làm nền tảng phát động một cuộc cách mạng xã hội chủ nghĩa trên toàn cầu. Đấy là một phát minh ý thức hệ vô cùng sắc bén và tinh vi! Bởi nó có một sức bùng phát phi thường, nhờ đánh thức dậy trong con người bản năng bạo lực của thời còn là muông thú, khi khơi dậy tâm lý hận thù! Lý thuyết cách mạng lấy hận thù giai cấp làm động lực, lấy ý chí tiêu diệt giai cấp bóc lột làm vũ khí! Không cần lý luận sâu xa, chỉ nghe sơ qua lý thuyết ấy, bất cứ người dân cùng khổ nào cũng tin như thế là đúng, như thế là sẽ thắng, sẽ là đại thắng!

Với niềm tin tất thắng, ai cũng có thể tưởng tượng ra đủ thứ kết quả tốt đẹp… Để rồi cuồng tín đến độ sùng bái ý thức hệ ấy như là một thứ thánh kinh, "đảng" trở thành linh hồn của cách mạng, là "hội thánh," lãnh tụ là vị giáo hoàng! Khát vọng phát triển cuộc cách mạng xã hội theo ý thức hệ ấy làm cho con người sẵn sàng hi sinh tất cả cho nó! Vì nó!

Thế nhưng cho tới nay, những ai, đã từng sống cả cuộc đời trong sự vận hành cách mạng do Lénine phát động, do Staline triệt để khai thác, do Mao hò hét vận động... đều đã thấy rõ kết quả tồi tệ của một tổ chức mang danh «đảng của giai cấp công nông», là một nhà nước chuyên chính vô sản cầm quyền... Tất cả mọi người đã được thấy tận mắt, đã được tận tay tham dự vào công cuộc xây dựng «con người mới xã hội chủ nghĩa» là như thế nào! Thực tế là tất cả đã nhận ra một cách khách quan và đau đớn rằng việc xây dựng xã hội mới ấy gây ra quá nhiều vấp váp, phạm quá nhiều tội ác, vì đã trắng trợn dẫm lên quyền sống của con người, đã trói buộc, giam hãm con người. Kết quả là con người trong công cuộc đấu tranh giai cấp, khi kết thúc, thì nó đã không hề được giải phóng! Đau đớn hơn hết là trong thực tại, con người lao động vẫn còn bị bóc lột! Trong xã hội mới này, thành phần công nông vẫn chỉ là thành phần thiệt thòi nhất!

Kết quả là "thế giới đại đồng" ấy đã không hiển hiện trong một chế độ xã hội chủ nghĩa nào cả! Sau này thì «cuộc cách mạng long trời lở đất ấy» đã lộ ra cái bản chất vừa ngu tín, vừa cuồng tín! Và bộ mặt thật của ý thức hệ ấy là đã dụng cụ hóa, đã nô lệ hóa con người bởi đủ thứ kìm kẹp, giam hãm, tuyên truyền xảo trá, chứ chẳng phải là đã giải phóng con người! Con người lao động đã chẳng hề được làm chủ, kể cả làm chủ bản thân mình. Vì mình cũng là của... «đảng»!

Vì trong thực tại của xã hội chủ nghĩa mới, vẫn còn giai cấp bóc lột. Đó là giai cấp chuyên chính, chuyên quyền của đảng cộng sản cầm quyền! Đó là giai cấp tư sản đỏ phát sinh từ tinh thần vô sản vùng lên đấu tranh cướp lại quyền lực trong tay giai cấp tư sản thống trị! Lớp người vô sản vùng lên cướp đoạt chính quyền, đồng thời nó cũng đã cướp đoạt tài sản của giai cấp tư sản để tự nó trở thành một nhà nước tham lam sở hữu toàn bộ đất đai, toàn bộ tư liệu sản xuất, nắm toàn bộ guồng máy quản lý xã hội, vừa nặng tính chuyên quyền, vừa toàn quyền lũng đoạn kinh tế! Trước mắt giờ đây, là một nhà nước tư bản đỏ độc quyền bóc lột kiểu mới, mang danh hiệu là «chế độ dân chủ nhân dân», được quảng bá là «dân chủ gấp ngàn lần dân chủ tư sản»! Mà rồi mãi sau này người ta đặt cho chế độ ấy, cho thời ấy một cái tên có tính khinh thị là «Chế độ bao cấp! Thời bao cấp!»

Đặc biệt là ngay ở trong chế độ «vô sản» mới này, con người vô sản ở khắp nơi, đều tỏ ra vẫn giữ nguyên bản năng hữu sản! Họ gậm nhấm, xâm chiếm của công, cướp đoạt tài sản của tập thể, của kẻ yếu, cướp đoạt đất đai của nông dân... làm của riêng. Tư hữu kiểu cũ do làm ăn cần cù, do tích lũy lâu dài mà có được, nay đã bị xóa bỏ. Thay thế nó nay là tư hữu kiểu mới do chiếm đoạt bằng chữ ký của quyền lực, hoặc do móc ngoặc với quyền lực. Con người vô sản cầm quyền nay tha hồ bòn mót của công, cướp đoạt của tư, để tạo cho mình một tài sản vừa nhiều, vừa nhanh! Vì cái gì cũng là của chung, đặc biệt là «đất đai là sở hữu của toàn dân», nên ai cũng nghĩ rằng toàn dân có quyền nhúng tay vào cái sở hữu chung ấy! Bởi là của chung nên, trong thực tế, nó không được bảo vệ như của riêng. Rừng, núi, sông ngòi, ao hồ... bị con người mới trong xã hội vô sản mới ấy phá phách, lấn chiếm vô tội vạ! Con người vô sản đã tỏ ra là con người tham lam, phá phách, gậm nhấm, xâm chiếm những gì là của chung bất kể luật pháp! Vì là của chung nên ai cũng nghĩ là mình cũng có quyền xâm phạm, nhưng không thấy ai có nhiệm vụ phải bảo vệ, bảo trì! Trong thực tế trước mắt, con người vô sản có quyền hành, luôn luôn phấn đấu để chiếm hữu một cách rất tự nhiên của cải của xã hội, để trở thành nhà tư sản kiểu mới. Đấy là thứ tư sản đỏ, do tham nhũng, do hối mại quyền thế mà có: họ chia chác tài sản tập thể của xã hội cho gia đình, họ hàng, cho đồng chí, đảng viên, bằng chữ ký của quyền lực trong tay họ!

Khi thấy của công, của tập thể bị xâm phạm, người ta không có phản ứng quyết liệt và nghiêm chỉnh như khi thấy sự xâm phạm của tư! Thói thường của xã hội, và nay đã thành một thứ tư duy phổ biến, một suy nghĩ tự nhiên rằng «lấy của tập thể, lấy của nhà nước không phải là ăn cắp»! Vì đấy là của chung!

Marx đã không ngờ rằng một giai cấp tư bản đỏ sẽ ra đời ngay trong xã hội xã hội chủ nghĩa như thế. Giai cấp tư bản đỏ ấy đã phát triển một cách lộng hành, nó xâm chiếm, nó cướp đoạt vừa nhiều, vừa trắng trợn, gấp bội lần thứ tư bản tư sản cổ điển! Một điều khủng khiếp nữa mà Marx không thể ngờ là bởi tham lam quyền lực và quyền lợi, chính các lãnh đạo trong "đảng," cũng đã trắng trợn triệt hạ nhau, qui chụp cho nhau những tội lỗi tày trời để diệt nhau, để tranh nhau địa vị, để được sống để vương trên đầu nhân dân, để rồi tìm cách truyền ngôi, truyền gia tài cho con cái!

Thực tại cho thấy trong xã hội mới «xã hội chủ nghĩa», các phe cánh vô sản kình chống nhau. Trong khi đó, giai cấp công nông vẫn còn bị bóc lột, thật là trái ngược với biện chứng và hứa hẹn của Marx! Và kẻ bóc lột đây lại là những người của «đảng», của nhà nước, một nhà nước nắm toàn bộ vốn liếng, tư liệu sản xuất và mọi hình thức sinh hoạt khác trong xã hội, nhất là về mặt kinh tế! Trong thực tế, tất cả mọi thứ, từ đất đai cho đến con người, tất cả đều là «của đảng»! Các cá nhân, hội đoàn, các thành viên của nhà nước, các định chế như tòa án, viện kiểm soát, các tổ chức tập thể… tất tật cả đều phải thề trung thành với «đảng»! Trong chế độ vô sản nay có một ông chủ toàn quyền, toàn năng! Bởi nay «đảng» là ông chủ lớn nhất, duy nhất, sở hữu tất cả, từ vật chất tới tinh thần! «Đảng» đứng trên hết mọi quyền lực, trên cả công lý! Và «đảng» tự tuyên xưng «đảng» là nhân dân! Những ai chống lại "đảng" là chống lại nhân dân! Cụm từ «nhân dân» từ đây là nhãn hiệu độc quyền của nhà nước cộng sản!

«Đảng» còn ngang nhiên tuyên bố: «Yêu xã hội chủ nghĩa là yêu nước»!

Quan sát những hiện tượng đã xẩy ra trước mắt, ngay tại Hà Nội sau 1954, và nhất là tại Sài Gòn sau năm 1975, là những nơi chế độ tư bản, tư hữu kiểu cũ đã bị đánh gục bằng bạo lực cách mạng, người dân bừng tỉnh và kinh ngạc trước hiện tượng phát sinh và bành trướng một tư bản đỏ: chưa bao giờ thấy xuất hiện những đảng viên cao cấp, cùng phe cánh, đã trở thành những nhà giàu mới, vơ vét nhiều và nhanh đến thế. Những cơ ngơi bất động sản khổng lồ đã lọt vào tay «giai cấp tư sản đỏ», nó thống trị một cách trắng trợn, như chưa từng thấy ở đất nước nghèo nàn, lạc hậu này. Mà những cơ ngơi và vốn liếng của giai cấp mới ấy đã được đánh giá hàng bao nhiêu tỉ đô-la Mỹ!

Đó là những hiện tượng kinh khủng mà Marx đã không hề tiên liệu.

Sai lầm cơ bản của lối lý luận ấy là **đã mang cái mô hình ảo của tương lai, đặt nó lên trước hiện tại, coi nó như là kinh nghiệm lịch sử.** Thế là từ một học thuyết mơ hồ, siêu hình ấy, Lénine muốn suy diễn ra sao cũng được, Staline cũng mặc sức tùy tiện khai triển nó, rồi đến Pol Pot lại càng tùy tiện khủng khiếp hơn nữa!

Rồi bác Thảo nhấn mạnh:

- Tôi ra đi kỳ này, là với dự tính qua Paris để công bố, trong cuốn sách, những lý luận chứng minh sự sai lầm bắt đầu từ lý luận siêu hình của Marx, rồi từ đó bước tới sai lầm trong phương pháp hành động dùng hận thù làm đòn bẩy, để từ đó tùy tiện xúc phạm quyền sống của con người.

Thế nhưng trong sáu tháng vừa qua tại Paris, sau những trao đổi với vài nhà tư tưởng tiến bộ hiện đại, trong đó đáng kể nhất là những góp ý của giáo sư Boudarel, thì tôi đã đẩy lý luận truy lùng thủ phạm gây ra "sai lầm và tội ác" ấy tới điểm tột cùng: chẳng những sai lầm do lý luận, do phương pháp hành động, mà trước cả những điểm đó là sai lầm của khái niệm, của học thuyết, của ý thức «đấu tranh giai cấp»! Đó là cái gốc của mọi sai lầm, cái gốc của mọi hành động quá trớn, cái gốc của bế tắc. Vì đấu tranh giai cấp để xóa bỏ giai cấp bóc lột, nhưng rồi lại nảy sinh một giai cấp bóc lột mới. Chính cái học thuyết, cái ý thức «đấu tranh giai cấp» ấy đã dẫn tới tình trạng con người vẫn bị bóc lột. Và con người không hề được «cách mạng» giải phóng.

Ý thức đã sai vì nó kìm kẹp con người, dụng cụ hóa con người. "Con người mới" ấy đã bị chủ nghĩa cuồng tín (fanatisme) và chủ nghĩa ngu tín (obscurantisme) xỏ mũi lôi vào con đường của giáo điều, theo một thứ «tín ngưỡng cộng sản… Vì thế trên đường đấu tranh giai cấp để đi tới tương lai và hạnh phúc, nhưng cứ đi hoài mà không bao giờ tới đích! Đấy là thảm kịch lớn nhất của thế kỉ 20, tức là của chính chúng ta. Tác giả của học thuyết, của ý thức hệ ấy chính là ông Marx. Chính Marx là thủ phạm đã gây ra mọi sai lầm và tội ác!

Diễn giải như vậy rồi bác Thảo than thở:

- Tôi tính ít ra cũng phải bốn tháng nữa thì mới có thể hoàn thành cuốn sách với kết luận hoàn toàn mới mẻ và khách quan về mặt triết học. Vì cũng phải lướt qua những bước biến đổi của xã hội, thông qua các giai đoạn phát triển của vật chất, của vũ trụ, trải nghiệm vấn đề môi trường bị tàn phá do phát triển... chứ không thể nhảy ngay tới kết luận giản dị là mọi sự xấu xa đã xẩy đến là do học thuyết sai lạc của Marx.

- Thật là bi thảm cho một nhà triết học như tôi, khi đã quyết tâm cống hiến cả đời mình cho lý tưởng cách mạng vô sản. Nhưng rồi cuối cuộc đời, tôi mới khám phá ra rằng mình đã bị lạc hướng vào con đường cách mạng không tưởng, con đường độc ác, không lối thoát, mà Marx đã vạch ra.

Để gò ép con người phải chấp nhận cái phương pháp xây dựng không tưởng này, các đảng cộng sản cầm quyền đã phải dùng tới chính sách tuyên truyền dối trá: «cứ nói hoài thì người ta phải tin!» Rồi dùng những phương pháp khủng bố tinh thần bằng cái sợ trước bạo lực, trước những trừng trị, tù đày và tử hình hàng loạt mà không cần xét xử bằng tòa án... Vì «cái sợ sẽ chi phối cả suy tư lẫn hành động»!

Xét cho cùng thì thủ phạm gây sai lầm cơ bản ấy không phải là Lénine, không phải Staline, hay là Mao. Cũng không phải là Pol Pot... vì tất cả những nhà "lãnh đạo dân tộc" ấy, đều do ý thức hệ mác-xít dẫn lối, do «đảng» nhào nặn ra... tất cả đều do một "thiện ý"(!) muốn xây dựng một xã hội không giai cấp như Marx đã chỉ ra, để cho loài người được hưởng thứ thiên đường không giai cấp của giới vô sản trên trái đất!

Phải thẳng thắn mà ghi nhận rằng cho tới nay, chỉ có một cuộc cách mạng duy nhất đã thực hiện được đúng một hình thức xã hội không giai cấp mà Marx mơ ước. Đó là một chế độ vô sản, một xã hội không có tư hữu, không có tiền tệ để dùng làm dụng cụ bóc lột. Đó chính là cuộc cách mạng mà Pol Pot đã xây dựng tại Cambốt, sau năm 1970. Trong suốt những năm tồn tại của chế độ Pol Pot, các chế độ xã hội chủ nghĩa khác đã im lặng đồng tình, đồng ý, vì tin là trong chế độ Pol Pot ấy thật sự là chỉ có giai cấp vô sản. Vì thế lúc ấy, không một nước

377

xã hội chủ nghĩa nào đã dám lên tiếng phê phán, bắt bẻ để phản biện lại cuộc cách mạng của Pol Pot! Kể cả Liên Xô, Trung Quốc, đặc biệt là Trung Quốc đã ủng hộ nó triệt để, và cả Việt Nam cũng đã nhìn nhận chế độ ấy! Tất cả khối xã hội chủ nghĩa và nhiều nước trên thế giới, kể cả Liên Hiệp Quốc, cũng đã nhìn nhận chế độ của Pol Pot, trong suốt mấy năm nó tồn tại! Đấy là một thử nghiệm cụ thể cao nhất của tư tưởng Marx trong công cuộc cách mạng vô sản. Nhưng…

Nhưng cho tới cuối năm 1977, khi Pol Pot bắt đầu công khai gây căm thù mang tính chủng tộc với Việt Nam, coi người Việt là kẻ thù của người Khmer, và bắt đầu thực thi chính sách phân biệt chủng tộc để bài xích, rồi sau là gây xung đột ở biên giới với Việt Nam, thì chính quyền xã hội chủ nghĩa ở Hà Nội mới xua quân đánh chiếm thủ đô Phnom Penh, và áp đặt ở đó một chế độ xã hội chủ nghĩa theo kiểu thông thường của khối «xã hội chủ nghĩa», mà ở đó vẫn còn mâu thuẫn giai cấp, vẫn còn mầm mống tư sản bóc lột… Lúc đó người ta mới dám phát giác chế độ Khmer đỏ của Pol Pot là chế độ diệt chủng đẫm máu. Dù sao thì đấy cũng là chế độ thuần túy vô sản duy nhất đã thành hình trên trái đất! Tuy nó đã là một chế độ của tội ác không thể tha thứ!

Thủ phạm, kẻ gợi ý, kẻ chuyển lửa của niềm tin đấu tranh giai cấp cho các nhà lãnh đạo, trong đó có cả Pol Pot, để đi vào con đường cuồng tín đến đẫm máu ấy chính là Marx! Lời tiên tri sẽ «xóa bỏ giai cấp» của Marx đã mê hoặc nhiều thế hệ. Và họ đã lao mình vào tội ác! Tại những nước đã có chính quyền vô sản triệt để «của giai cấp công nông» (Sự thực là của «đảng» cầm quyền, của nhà nước do đảng cộng sản nắm giữ), chính giai cấp công nông trong thực tại các chế độ ấy đã bị bóc lột và đàn áp một cách vô tội vạ! Vì đã không còn được ai bảo vệ, nên giai cấp công nông đã ngậm ngùi nguyền rủa

Marx, coi Marx là một nhà tiên tri khốn nạn, đã lừa đảo, lấy cái khát vọng thế giới đại đồng không có bóc lột làm bả lừa dối công nông!

Cách mạng ta đã hứa với dân rằng: "đảng" là đày tớ của nhân dân, lo trước, vui sau dân." Nhưng mặt trái của lời hứa ấy là «đày tớ» nay đã giành hết đặc quyền, đặc lợi, ngang nhiên vui sướng trên đầu nhân dân! Tình trạng này vẫn còn kéo dài dài cho tới nay. Đó là một chính sách hết sức trơ trẽn, chướng mắt, công khai, trong thời buổi khó khăn, mà «đảng» giành hết đặc quyền, đặc lợi cho cán bộ đảng viên cấp cao, cho các "diện" thuộc "gia đình cách mạng"! Người trong gia đình của «đảng», của quan chức cách mạng thì được ưu tiên sống no ấm, được mua hàng tốt, hàng ngon ở cửa hàng riêng (Nổi tiếng đã đi vào ca dao là chợ Tôn Đản ở Hà Nội). Chết thì được chôn tại nghĩa địa riêng! (Nghĩa trang Mai Dịch). Con cái của «đảng» đi thi được ưu tiên cho điểm cao, được ưu tiên vào học trong các trường tốt... Được ưu tiên nhận học bổng du học nước ngoài!

Thực tế là nhà nước vô sản cứ tùy tiện tiêu xài công quĩ, cấp phát bừa bãi đất đai để phục vụ riêng cho phe, cánh của «đảng», cứ thực thi chính sách tiêu xài hoang phí ấy rất tự nhiên, coi đấy là "công bằng xã hội"! Vì bao công lao đi tới chiến thắng là do «đảng»! Khi dân chúng tỏ ra công phẫn thì «đảng» hứa sẽ sửa sai, sẽ đọc lại Marx để sửa sai... Nhưng rồi vẫn cứ mang ông Marx ra làm bình phong...

Đến nay tôi phải thành thật thú nhận là mình đã một thời đam mê, mù quáng coi Marx là người dẫn đường không bao giờ sai lầm! Giờ đây thì phải thoát ra khỏi sự u mê, bằng cách chứng minh, lý giải, theo phương pháp triết học, qua một «lô-gích vừa biện chứng, vừa hình thức», để hiểu rõ tại sao sai, sai lầm đã bắt đầu từ đâu, từ khâu nào, vào lúc nào và do ai!

- Thật là nhục nhã cho sự ngu tín ấy, vì trong thế giới ngày nay, phần lớn nhân loại đã biết sống theo ý thức sinh tồn, theo lương tri của trực giác, với khả năng thực tế nghiệm sinh, biết phân biệt thiện ác, đúng sai. Con người đã biết sống theo luân thường đạo lý tự nhiên do truyền thống tổ tiên, ông bà truyền dạy, mà không cần học tập, lý luận theo một chủ nghĩa hay một ý thức hệ chuyên chính nào cả.

Thực tại cho thấy **không một ai muốn phấn đấu để trở thành con người vô sản**, không một ai bằng lòng với cuộc sống trong chế độ kinh tế nhà nước độc quyền, qua sự phân phối hách dịch như bố thí bởi tập thể. Phải xếp hàng cả ngày để mua những thứ hàng rất tồi về phẩm chất, rất hạn chế về số lượng, thường thiếu hụt về cân, đo, tại các cơ quan «mậu dịch» nhà nước. Vậy mà cứ tuyên truyền đề cao «mậu dịch là bà nội trợ đảm đang của xã hội», coi đấy là công ơn nuôi dân của "bác và đảng"! Thật ra là ai cũng muốn phấn đấu để thoát ra hoàn cảnh vô sản túng thiếu như thế, để trở thành con người hữu sản, có quyền tư hữu, quyền sống, quyền tự do sản xuất, tự do kinh doanh! Dân giễu gọi chế độ bao cấp và hạn chế đó là chế độ **Xếp Hàng Cả Ngày**!

Vả lại chính lãnh tụ các đảng cộng sản cầm quyền, cũng sống theo bản năng của những con người đại tư sản, với sự hưởng thụ những đặc quyền, đặc lợi. Họ dẫm lên chủ nghĩa tập thể mà sống, nhưng họ bắt dân phải tôn thờ chủ nghĩa ấy! Tư duy cách mạng đâu phải là làm như vậy! Vô sản gì cái lũ gian dối, tham lam ấy! Công nông gì cái lũ cán bộ mang ban chất nhà giàu kếch sù, ưa sống xa hoa hỗn xược ấy! Chúng chỉ là những tay chính trị gian tà quỉ quái, tận dùng thủ đoạn dối trá, đội lốt công nông, để giữ chuyên quyền chính trị cho phe, cho «đảng» và cho chính chúng mà thôi.

Rồi Thảo thành thật thú nhận:

- Phát động hận thù giai cấp là đã đẩy lùi con người trở về với bản năng muông thú, phải cắn nhau để giành ăn ở thời nguyên thủy, dù là nói «để tạo niềm tin tất thắng»! Lý thuyết đấu tranh giai cấp ấy trong thực tế là một sự phản tiến bộ, phản văn minh, văn hóa. Trước đây, vì tuyệt đối tin vào Marx mà tôi cứ lúng túng, cứ luẩn quẩn trong lý luận, cứ lẫn lộn trong mấy bậc phủ định, để tránh phủ định ông Marx! Vì tin rằng nếu có sai lầm là do mình, chứ ông Marx không thể nào sai! Nay tôi thấy phải can đảm, phải khách quan mà phân tích kỹ lại tất cả, qua sự hiểu biết về vận động của sự kiện thời gian hóa (mouvement de la temporisation), bằng cách soạn ra một cuốn sách, để cho thấy con người và xã hội đã biến thái tồi tệ như thế nào trong ý thức «đấu tranh giai cấp». Và rồi sau này còn cần có nhiều công trình nghiên cứu, đánh giá thật khách quan, vô tư khác nữa về những tiết lộ của lịch sử, từ các hồ sơ mật, cất giấu kỹ trong các kho lưu trữ của các đảng cộng sản cầm quyền nữa, để cho nhân loại thấy rõ cái tầm tác hại vô cùng, vô tận của ý thức hệ «đấu tranh giai cấp» ấy.

Với vẻ mặt buồn bã, sầu thảm, vì thấy rõ rằng mình đã là kẻ đồng lõa, là kẻ đã đồng hành với tội ác trong một thời gian quá dài, đã gây quá nhiều đau khổ cho con người, bác Thảo lắc đầu thở dài:

- Khổ thế đấy! Làm cách mạng dân tộc để giành độc lập là đúng quá rồi, là đẹp quá rồi! Nhưng lại đem ông Marx vào! Chỉ vì muốn xây dựng cho bằng được cái thế giới đại đồng không tưởng ấy mà các đảng cộng sản và các môn đệ của Marx đã phải dùng đủ thứ phương cách, đủ thứ thủ đoạn nham hiểm, tồi tệ... Bởi biết rằng dùng thủ đoạn là xấu, là ác, là tội nên cứ phải che giấu, cứ phải bóp méo sự thật để tô hồng, rồi từ đó rất sợ phản biện, rất sợ đối lập, rất sợ tự do báo chí, nghĩa là rất sợ những định chế bảo vệ sự thật, sợ tất cả những ai đã nhìn thấy và muốn nói ra sự thật! Người lãnh đạo ngay thẳng, một chế độ trong sạch, tôn trọng sự thật, tôn trọng công lý thì đâu có lý do gì mà sợ những quyền dân chủ tối thiểu ấy.

- Giờ đây, «đảng» đành phải ngả hẳn sang kinh tế thị trường của khối tư bản. Chính sách ấy thật ra là mang tố chất phản cách mạng xã hội. Làm như vậy chỉ cốt để chế độ và «đảng» tồn tại… «Đảng» vẫn phải nói vớt vát rằng đó là «nền kinh tế thị trường theo định hướng xã hội chủ nghĩa», tức là vẫn còn phải mang ông Marx ra làm bình phong! Nhưng khốn nỗi chính ông Marx cũng đã sai! Tôn thờ ý thức hệ mác-xít là duy trì tư duy sai lầm từ cái gốc tổ tông của cách mạng, nghĩa là từ Marx! Nói kinh tế thị trường theo định hướng xã hội chủ nghĩa là nói dối, là vẫn mang thứ biện chứng không tưởng, siêu hình của Marx ra để bảo vệ chính sách «đổi mới», một chính sách đã bước ra ngoài hệ thống tư tưởng mác-xít…

Sự thực ở ta, nay không phải là đang áp dụng chính sách «kinh tế thị trường theo định hướng xã hội chủ nghĩa», mà thực tế là ta đang thi hành thứ "chủ nghĩa xã hội theo định hướng kinh tế thị trường"! Nghĩa là ngày nay «đảng» vẫn duy trì hình thức cai trị của chế độ chuyên chính, nhưng là theo một thứ chủ nghĩa tư bản mới rất tàn nhẫn, nhưng vẫn là thứ lý luận của xã hội chủ nghĩa. Thứ chủ nghĩa tư bản mới dã man này ở Mỹ không có. Vì ở đó dân có quyền của dân, dân được phép phê phán, thay đổi đảng cai trị không vừa ý dân, bằng lá phiếu. Còn ở nước ta, thực sự là sự «đổi mới» này, là đang theo một thứ chủ nghĩa tư bản rất mới so với thời bao cấp trước đây, nghĩa là nay cái gì cũng bị coi là hàng hóa, cái gì cũng có thể rao bán: từ lý thuyết, nghĩa vụ, từ con người, từ trẻ thơ tới thanh niên, phụ nữ, cái gì cũng có thể bán, bán cả tài nguyên, cả đất đai, lãnh thổ, cả sức lao động cho nước ngoài, cốt để thu đô-la về!… Vì tất cả đối tượng đều được coi là hàng hóa để kinh doanh buôn bán, để sinh lợi nhuận... Vì thế mà trong thực tế, nay đồng đô-la Mỹ đang làm chủ nước ta! Độc hại của sự định hướng theo kinh tế thị trường này là đã coi các nghĩa vụ cao quí, thiêng liêng nhất như giáo dục để phát triển con người, như y tế để cứu chữa con người... thì nay những nghĩa vũ đó cũng đều là hàng hóa, cũng phải chịu luật hạch toán kinh tế, cũng phải tính lời, tính lỗ. Do vậy mà nghĩa vụ chức năng thiêng liêng, thuần túy phục vụ con người, nay đã hoàn toàn bị phá sản. Phát triển xã hội chủ nghĩa theo định hướng kinh tế thị trường như hiện nay là sự thống trị của tư bản man rợ, là một sự phá hoại tinh thần về mọi mặt, từ lương tri tới lý tưởng, từ trật tự kỷ cương tới truyền thống văn minh, văn hóa của tổ tiên... Tất cả nay đều bị đồng đô-la lũng đoạn, hoạch định, xỏ mũi lôi đi vào một cuộc sống cuồng nhiệt quá trớn. Bây giờ là thời tự do sa đọa, tự do chui luồn luật lệ. Để cho giới trẻ mặc sức bị cuốn hút theo lối sống phù phiếm, sống cuồng, sống vội, sống giả. Và cứ tưởng thế là văn minh, là hiện đại, ai ngờ đó chỉ là thứ phản văn minh, là đi tụt lùi, là thứ phản văn hóa vì nó mất gốc, mất lý tưởng, mất trật tự kỷ cương mà tổ tiên đã dày công xây dựng... Tại các nước dân chủ như ngay tại nước Mỹ, chính sách kinh tế thị trường luôn luôn bị quyền tự do dân chủ kiềm chế, bị tự do báo chí canh chừng, nên nó không thể tự do tung hoành phá phách được, vì ở đó có sức phản bác của người dân. Vì dân ở đó có quyền dùng lá phiếu của mình để lật đổ một chính phủ không tôn trọng và bảo vệ quyền dân. Ở nước ta cho tới nay, lá phiếu chỉ là trò đùa dân chủ của «đảng», để tô đẹp bề ngoài cho chế độ. Thực tế là chế độ ta nay đã không hề bảo vệ dân. Thực chất của lá phiếu ở ta là nó không có quyền lực gì cả. Nó chẳng thể đào thải được một chính quyền tham nhũng thối nát đã bị dân chúng oán ghét, nguyền rủa.

383

-Giờ đây phải làm sao cho mọi người thấy rõ sự thật là như vậy. Vì chỉ có sự thật ấy mới giải thoát, giải phóng được con người khỏi những «giấc mơ vô sản không tưởng», với tất cả đam mê cuồng tín và ngu tín của nó! Nếu không dám khui ra những sai trái lịch sử của «ông cụ», không dám đưa ra ánh sáng tội lỗi của Marx thì không bao giờ thoát ra được tình trạng bế tắc chính trị độc hại như hiện nay ở nước ta.

Rồi bác Thảo lại thú nhận một cách đau đớn:

- Nay tôi già rồi mới nhận ra điều ấy. Gần đất xa trời rồi mới có cơ hội để nói ra. Khổ thế đấy! Vì vậy mà quyền lực đã muốn bịt miệng tôi, đã xua đuổi tôi ra khỏi quê hương... Tôi đã chấp nhận ra đi, dù là vào lúc tuổi già, sức yếu, để có cơ hội thét lớn cùng thế giới rằng: **«Thủ phạm gây ra đại bi kịch này cho nhân loại, chính là Marx!»**

Từ lúc tôi khám phá ra là tôi đã sai lầm, đã một thời đứng trong hàng ngũ của tội ác, đã mù quáng cả tin vào ý thức đấu tranh giai cấp của Marx, thì sự tỉnh thức ấy làm tôi thấy sung sướng. Bởi như thế là tôi đã tự giải thoát chính tôi, đã tự giải phóng tôi. Tôi đã trở lại thành con người tự do! Tôi đã đạt tới tâm trí thanh thản, trong sáng của con người tự do, tư tưởng không còn bị gông cùm của ý thức hệ! **Và nay dĩ nhiên là tôi phải phủ nhận tất cả những gì đã viết lúc đang sùng bái Marx!»** Những gì đã viết mà dựa vào Marx, thì vẫn bao hàm một định kiến, một ngộ nhận, một căn bản không tưởng, từ đó có thể dẫn đến những sai lầm khác, có thể phạm vào tội ác. Bởi một phần tư tưởng tranh đấu của Marx, lúc nào cũng như cái bóng ma quái, muốn thúc đẩy con người lao vào các hành động quá trớn, quá khích, do hận thù và bạo lực cách mạng, để giải quyết các vấn đề cơ bản của xã hội, của con người. **Thật sự là trong chiều dài lịch sử nhân loại, bạo lực cách mạng xã hội chủ nghĩa đã không hề**

giải quyết được vấn đề bất công trong xã hội loài người! Và cũng chưa hề giải phóng được ai! Trong thực tế, chính Milovan Djilas, nhà lãnh đạo và cũng là nhà văn của Nam Tư (cũ), đã tố cáo sự tồn tại của giai cấp thống trị trong những cuốn như «Giai cấp mới», «Đất đai không công lý». Djilas là cây viết cộng sản đầu tiên đã mạnh mẽ nêu ra sai lầm và tội lỗi của chế độ xã hội chủ nghĩa trong tất cả các tác phẩm của ông, tuy ông ta chưa chứng minh được những sai lầm ấy về mặt triết học! Nhưng ông ta đã thấy chúng là sai lầm, là tội ác trong thực tại.

Còn tôi, vì đã sống trong thời suy mạt của «xã hội chủ nghĩa», nên đã thấy rõ, về mặt triết học, kể từ khi chiến tranh Việt Nam chấm dứt, thì tất cả những gì xảy ra trên thế giới sau ngày 30 tháng tư năm 1975, đều đã làm chứng cho một sự thật đã bừng sáng. Vì hòa bình ở Việt Nam là một mốc thời gian, đưa tới giai đoạn mà sự thật đã chứng minh rằng, dù đã phá tan cơ cấu kinh tế tư bản, nhưng rồi đã không thể hình thành một xã hội chủ nghĩa vô sản nào, một chính quyền vô sản nào cả! Vì thế mà nay cái gọi là Đệ Tam Quốc Tế nay đã sụp đổ hoàn toàn, từ căn bản tư tưởng, từ bên trong xương tủy của nó! Cái gọi là tinh thần, là nghĩa vụ quốc tế vô sản, là Đệ Tam Quốc Tế ấy chỉ là cái vỏ bề ngoài, là một tấm màn che mắt, là một con số không. Đệ Tam Quốc Tế chỉ là công thức giúp đế quốc sô-viết giữ lại toàn thể di sản đế quốc do các Sa hoàng để lại. Toàn thể khối Liên-xô tại Đông Âu đã sụp đổ từ bên trong vì sự trống rỗng tư tưởng giải phóng của nó. Cuộc cách mạng vô sản của Pol Pot đã bị bộ đội cộng sản Việt Nam dẹp tan, cuộc chiến tranh ngắn ngày do đảng cộng sản Trung Quốc phát động chống chế độ cộng sản ở Việt Nam năm 1979… tất cả các cuộc chiến tranh ấy chỉ là hành động của thực dân đế quốc bành trướng kiểu mới! Về mặt kinh tế, sự đứng dậy ngoạn mục của Trung Quốc, của Việt Nam… cũng là do thành phần tư sản, tư bản đỏ đã bùng lên cấu kết mạnh mẽ với tư bản man rợ nước ngoài, rất lấn át, rất tàn nhẫn, rất vô luật lệ… để tung hoành. Vì thế nó đã phát triển rất nhanh, rất ngoạn mục, những cũng vô cùng tai hại! Chân lý của sự mở mang, phát triển ngoạn mục ở Trung Quốc, ở Việt Nam là sự phát triển của chủ nghĩa tư bản mà nhân dân lao động đã phải trả giá: thợ thuyền vẫn bị bóc lột sức lao động với đồng lương rẻ mạt, nông dân bị bóc lột bằng hành động cướp đất, đuổi nhà! Nhà nước tư bản đỏ đã bóc lột bằng cách tận thu, tích lũy vốn tư bản để phát triển một sự phồn vinh giả tạo «hoành tráng» bề ngoài, mà không lo gì cho đời sống khổ cực của đám dân nghèo khổ ở nông thôn, ở vùng sâu, vùng xa. Tại Trung Quốc, dân lao động bị bóc lột rất dã man: lương rẻ mạt, lao động không an toàn. Con số tai nạn lao động ở TQ là cao nhất thế giới.

Thật là tội nghiệp cho thành phần cùng dân lao động bây giờ bị bóc lột mà không có ai bênh vực. Trước các vụ oan ức chồng chất vì bị bóc lột, bị mất đất, mất ruộng, mất nhà! Lao động trong điều kiện tính mạng luôn luôn bị đe dọa! Và mỉa mai thay: cái bóng ma của Marx nay lại hiện ra để kêu gào «Ở đâu có bóc lột, ở đó phải có đấu tranh!», nhưng đấu tranh để bị đàn áp, tù đày… bởi vì đây là một nhà nước của chuyên chính tư bản chủ nghĩa đỏ! Nó nhân danh «nhân dân», nó có trong tay một guồng máy công an cực kỳ thủ đoạn và thô bạo! Sai lầm, tội lỗi của Marx, chính là cái vòng luẩn quẩn của ý thức «đấu tranh giai cấp» như thế. Dẹp bỏ giai cấp mà vẫn còn giai cấp! Dẹp bỏ bóc lột này thì lại mọc ra thứ bóc lột khác, tàn nhẫn hơn, kinh khủng hơn bao giờ! Bởi sự bùng phát tư bản đỏ là một tội hình của «đảng», phát xuất từ gợi ý của Marx. Mà «đảng» sai thì bất trị, không có một cơ chế nào hay một đạo luật nào trừng trị được «đảng». Nay người ta nói tới tư bản chủ nghĩa man rợ, nhưng người ta quên rằng cái gốc của nó, chính là do cái xã hội chủ nghĩa ấy, là do cái ý thức thô bạo của «đấu tranh giai cấp» ấy!

Rồi bác Thảo lắc đầu than một cách thất vọng:

- Bây giờ thì tôi thấy nhiệm vụ là phải nêu ra sự thật, phải lật ra cái mặt trái, mặt thật của «đấu tranh giai cấp», phải chỉ cho rõ đấy là thứ vi-rút vô cùng độc hại! Vì đấy là thứ xã hội chủ nghĩa phản nhân đạo. Vì vậy mà nay, các cuộc thuyết trình của tôi đã bị áp lực, bị đe dọa phải ngưng lại. Nay thì tôi không còn diễn đàn để công bố sự thật ấy! Và thế là cuốn sách có xu hướng giải thoát, giải phóng của tôi đã bị bóp chết trong trứng nước!

Anh Lê Tiến tới lúc này thì thúc giục:

-Bây giờ có lẽ bác phải làm sao hoàn thành cuốn sách cho được nhanh lẹ, cho nóng hổi… phải giản dị nội dung để cuốn sách sớm được xuất bản, vì thời gian không còn nhiều, bởi sức khoẻ của bác cũng không còn nhiều!

- Tôi biết! Tôi biết hoàn cảnh của tôi chứ! Vì vậy mà tôi tính sẽ phải lướt sơ qua một số luận chứng về vận động của thời gian hóa như đã dự trù. Nhưng dù thế nào, thì cũng phải nêu ra một số vấn đề liên quan tới quyền dân để bảo vệ ba thực thể của cuộc sống là con người, là xã hội, là môi trường thiên nhiên… để cho cuốn sách có đủ sức lý luận thuyết phục về mặt triết học... Nhưng cũng phải vài tháng nữa! Không thể sớm hơn được!

Lúc chia tay, tôi hỏi thêm:

- Một khi cuốn sách được hoàn thành và xuất bản thì như vậy là bác đã đặt xong nền tảng để giải quyết tất cả các vấn đề của cách mạng ta chưa?

- Cuốn sách của tôi chỉ là mới giải quyết xong vấn đề tư tưởng. Còn các vấn đề thực tế hơn, như các hậu quả tai hại của những cơ chế, những phương pháp, những di sản độc hại do chủ nghĩa xã hội để lại, như cách thức tổ chức và điều hành guồng máy đàn áp, là ngành công an, mật vụ, như chính sách chia rẽ dân tộc vì ý thức hệ, và nhất là của các món nợ, các vết thương mà cách mạng và chiến tranh để lại như tâm thức dùng thủ đoạn, dùng bạo lực, như tù nhân lương tri (objecteur de conscience), như phế binh, như nạn nhân «da cam»... thì những cái đó dù lâu dài cũng không thể nào thanh toán được. Nhưng để giải quyết tốt các vấn đề do chiến tranh và cách mạng đã gây ra, thì trước hết phải dựa trên những phân tích biện chứng lịch sử trong cuốn sách của tôi. Đây là một công trình có tính khai thông bế tắc tư tưởng, mổ xẻ các khía cạnh bi thảm của cách mạng, tình trạng thiếu luật pháp, thiếu kiểm soát, thiếu chế tài đối với «đảng» và chính quyền cách mạng.

- Thú thực với bác là chúng tôi vẫn chưa hiểu hết tầm vóc và ý nghĩa của «lý thuyết hiện tại sống động» mà bác đang bận tâm khai triển.Và chúng tôi cũng chẳng muốn tới nghe bác để đi sâu vào vấn đề ấy. Điều chúng tôi muốn biết, như đã nói với bác nhiều lần, là tại sao bác phải đánh giá lại tư tưởng của Marx, tại sao cho tới lúc này vẫn cứ phải lôi Marx ra? Thế giới hiện nay đã chôn Marx sâu vào dĩ vãng rồi, trừ ra vài lý thuyết gia cộng sản trong mấy nước độc đảng toàn trị như Trung Quốc, Cuba, Bắc Triều Tiên và Việt Nam ta thôi. Ông Marx đã hết thời rồi. Bác có thấy vấn đề cơ bản và cấp bách nhất hiện nay của ta là vấn đề gì khác không?

- Tại ở nhà bây giờ, họ vẫn cứ lôi ông Marx ra làm bình phong để tự bào chữa, nên tôi phải lôi ông ấy ra để dứt khoát chứng minh, bằng lý luận vừa biện chứng, vừa hình thức, để thấy rằng ông ấy là nguồn cội của mọi sai lầm, tội lỗi, bế tắc của các cuộc cách mạng mà Lénine, Staline, Mao, Hồ và cả Pol Pot nữa... đã phát động. Và từ chứng minh cơ bản ấy, để đi tới kết luận là những gì đã xây dựng dựa trên tư tưởng Marx một cách tùy tiện như thế là phải vĩnh viễn đào thải hẳn. Không thể sửa sai, sửa lại, đổi mới, cách tân nó mà dùng lại. Vấn đề cơ bản và cấp bách nhất của ta hiện nay là nhất định không sửa sai, không sửa đổi, không đổi mới những gì đã dùng và đã thất bại... để rồi dùng lại. Vấn đề cấp bách, cơ bản và lớn nhất của ta hiện nay là phải biết hoàn toàn thay thế hẳn nó, từ cơ sở lý luận tới phương cách tổ chức, cách hành động quá tùy tiện trong đảng, trong những định chế, trong các cơ quan, hội đoàn, nghĩa là trong nhà nước và trong toàn chế độ. Bởi những cái cũ đó đều mang trong nó bản chất sai lầm, dối trá, gian xảo, giấu giếm. Những tội lỗi đó đều là tội ác của «đấu tranh giai cấp». Ở Trung Quốc, Đặng Tiểu Bình đã nhận ra điều đó khi đưa ra lý luận «không cần phân biệt mèo trắng hay mèo đen, miễn là mèo biết bắt chuột». Đấy là lãnh tụ họ Đặng đã can đảm thay thế hẳn quan điểm cơ bản của đảng cộng sản là «Hồng hơn Chuyên». Bây giờ người ta mới chịu nhìn nhận, không thể nào lấy «hồng» thay «chuyên». Bởi «hồng» mà dốt, mà gian thì hỏng hết! Điều này tuyệt đại đa số nhân loại đã biết. Chỉ có mấy lãnh đạo các đảng cộng sản đang cầm quyền và mấy tay lý luận mác-xít là ù lì, vì tham quyền, tham lợi, nên chưa chịu nhận tội và thú tội! Một số lãnh đạo còn muốn đề bạt con cái lên nối ngôi lãnh đạo cứ y như dưới thời phong kiến! Lý do là vì họ đang có trong tay cả một guồng máy lộng quyền cai trị nên họ cứ tùy tiện dẫm lên luật pháp, cứ mưu tính tuyên truyền gian dối, cứ dùng bạo lực để kiềm chế, đàn áp. Họ nghĩ với thứ quyền lực không bị kiểm soát ấy, họ có thể làm bất cứ điều gì họ muốn, bất chấp sự phẫn nộ của dân!

- Trong một chế độ chính trị như vậy, bây giờ bác có ân hận, hối tiếc là đã uổng công, uổng thời giờ trong những hoạt động triết học của bác hay không?

- Dĩ nhiên là tôi rất ân hận vì đã im lặng đồng lõa, mãi tới lúc cuối đời mới thấy tường tận, cội nguồn những sai lầm là bắt nguồn từ Marx, và cũng là từ thái độ, cúi đầu cam chịu của chính tôi. Ân hận vì đã chứng kiến, đã im lặng trước biết bao nhiêu tội ác trong quá trình khai triển cách mạng!

Lúc cùng với bác Thảo buồn rầu bước ra khỏi «Nhà Việt Nam», tôi nói nửa đùa, nửa an ủi:

- Thôi bác ạ, bác nên tạm gác qua một bên cái công việc viết sách ấy đi để nghỉ ngơi, cho khỏe cái thân già. Cả đời bác đã đa mang nhiều quá rồi.

- Không phải là tôi ưa đa mang đâu, sự thật là mình đã tự thân bước vào con đường của sai lầm, bế tắc. Nỗi khổ tâm là mình cũng đã làm cho nhiều người cùng với mình sa vào sai lầm và bế tắc. Nay mình đã tìm ra được lối thoát, nên rất ân hận, phải sám hối, phải chuộc tội bằng hành động. Vào lúc hoàng hôn, thấy một ngày bị lãng phí đã là đáng tiếc, đáng buồn, huống chi bây giờ là hoàng hôn của cả một cuộc đời, một cuộc đời đã bị lãng phí! Nỗi ân hận, hối hận đang ngùn ngụt thiêu đốt tâm trí tôi. Thế nên tôi phải tìm cách chuộc tội, phải chỉ ra cho mọi người cùng thấy cái sai lầm của mình, cái lối thoát của mình. Bây giờ tôi chỉ thấy tội lỗi của cái thời câm nín của mình, đã biến mình thành một tên trí thức đồng lõa khốn nạn, đáng nguyền rủa. Đấy là món nợ phải trả cho dân tộc, cho triết học... Mà thực sự bây giờ chỉ còn một cách chuộc tội là gấp rút hoàn thành cuốn sách... này. Có lẽ đây là cơ hội duy nhất và cuối cùng để tôi chuộc tội trước mọi người. Chứ tôi có muốn đa mang gì đâu! Không đền được tội, không trả được món nợ này, thì đến chết mình vẫn còn ân hận… Chết mà chưa truyền lại cho người đi sau những trải nghiệm đau đớn, để mà thấy cái sự độc hại vô cùng của con đường «đấu tranh giai cấp»…! Không làm được việc này, thì chết cũng không thể yên nghỉ! Vì thế việc biên soạn cuốn sách của tôi là điều bắt buộc phải làm cho bằng được. Phải điểm mặt từ gốc, cái thứ «vi-rút» tư tưởng đã phá hoại xã hội, phá hoại con người. Vì thế mà tôi phải cố hoàn thành cuốn sách... Chính vì thế mà nay chúng nó muốn đè đầu tôi, ngăn cản tôi, không muốn để cho sống!

- Bộ bác thật tâm thấy mình đã phạm tội hay sao mà phải tìm cách chuộc tội?

- Sống trong thời cách mạng, chạy theo cách mạng như thế... thì làm sao mà không phạm tội! Riêng tôi thì còn phạm tội nặng hơn mọi người nữa ấy chứ! Người ta phạm tội mà không biết mình phạm tội, không biết tội ấy nặng nhẹ ra sao. Còn tôi, đã bao phen biết mình phải nói một câu trái với lương tâm, làm một cử chỉ a dua, ca ngợi tội ác, lúc đó tôi đã ý thức ngay là mình đã phạm tội, tội giả dối, tội a dua hoan hô cái xấu, cái ác, tội hèn nhát đã phản bội lý tưởng của mình, phản bội chính mình... Đã biết là tội là như vậy, mà vẫn cứ nói, cứ làm!

- Nghe bác than thở tôi cũng thấy nhột. Tôi cũng từng nhiều phen, cùng đám người chung quanh, phải vỗ tay hoan hô cái xấu, cái ác. Không vỗ tay là khó sống, vì sợ bị chụp ngay lên đầu cái tội phản động. Trong những lần học tập chính trị, tôi cũng đã bao phen mạnh miệng hô: "Nhất trí! Nhất trí!" để đi với cái xấu, cái ác. Cứ nghĩ nói thế cho xong chuyện, cốt để được yên thân. Bây giờ nghe bác phân tích cái tội của bác, cái hèn của bác làm tôi cũng thấy cái tội, cái hèn của tôi...

- Anh có nói như vậy, có làm như vậy, cũng là thường thôi, vì không ai coi anh là mẫu mực, là nêu gương... Còn tôi thì khác, đi đâu, tới đâu cũng đã được trịnh trọng giới thiệu là thạc sĩ triết, là trí thức ở bên tây về ủng hộ cách mạng... thì nói một câu, làm một cử chỉ như thế, là như cấp chứng minh thư cho những cái sai, cái ác. Tội của tôi nặng nề là như vậy. Nay càng nghĩ lại càng thấy cái sự giả dối, cái sự hèn hạ khốn kiếp của mình mà hối hận, không thể tha thứ. Mỗi trí thức hèn một tí, thì cánh bảo thủ, cánh ít học, ít suy nghĩ, lại lấn tới một tí, rồi cứ thế mà làm cho cách mạng vấp váp thêm, làm cho xã hội sống quen trong gian dối thêm, thêm... mãi. Nhìn lại quá khứ, biết bao trí thức cũng hèn như tôi, chỉ biết theo đuôi ca ngợi lãnh tụ và đảng như vậy, thì nhân dân và tổ quốc còn biết trông cậy vào ai? Tội ác cứ tiếp tục phát triển, xã hội cứ tiếp tục suy đồi vì giả dối, vì tội lỗi. Tất cả là do đám trí thức hèn như tôi. Buồn lắm! Hèn lắm! Nhục lắm! Đau lòng lắm!

Nghe những lời thú tội rơm rớm nước mắt ấy, tôi không còn biết nói gì để an ủi bác. Mà an ủi bác thì khác nào như tôi cũng muốn chạy tội cho tôi. Nhìn bác Thảo buồn rầu thú nhận «cái sự hèn khốn nạn, khốn kiếp» của mình, tôi bỗng thấy vóc dáng bác trong sáng hơn lên, cao cả hơn lên. Thật không thể ngờ cuộc đời trí thức Trần Đức Thảo đột nhiên đi tới giai đoạn hối hận dằn vặt bi thảm nặng nề đến như thế. Nghe những tâm sự khe khắt với chính mình như vậy, bỗng cũng thấy mình phải có cái nhìn khác đối với mọi sự, tức là phải biết chân thành nhìn lại chính mình. Sau mỗi lần gặp bác Thảo, lúc nào về cũng thấy trong lòng thêm căng thẳng, trĩu nặng ưu tư. Quả thật những ưu tư trăn trở trong đầu bác Thảo, cứ như một khối nham thạch đang sôi sục bùng cháy ở độ áp xuất loãng lỏng *fusion*, với sức ép ở một nhiệt độ kinh khủng sắp nổ tung ra, sắp phun ra ngoài vòng khí quyển như một núi lửa. Nỗi niềm tâm sự ưu tư, dằn vặt về thời thế, là một căn bệnh rất truyền nhiễm. Bởi nó bắt người nghe cũng phải thành khẩn nhìn lại chính mình..

Rồi thì một loạt tin khủng khiếp ập tới. Từ bế tắc tuyệt vọng vì mất diễn đàn, tới bị xua đuổi khỏi nơi đang trú ngụ, với nguy cơ bị cưỡng bách phải trở về nơi lặng câm cũ... Lúc ấy bác Thảo nói mà mắt tập trung như đang nhìn vào chính mình, như đang thấy trong nội tâm ngọn lửa trăn trở, phẫn uất đang ngùn ngụt bùng cháy! Chúng tôi ngậm ngùi đề nghị đưa bác ra về... nhưng bác từ chối một cách buồn bực:

- Thôi! Các anh cứ để tôi về một mình, tôi muốn được đi một mình trong lúc này!

Nói rồi bác Thảo lặng lẽ, lủi thủi rời Nhà Việt Nam. Nhìn bác cô đơn đi về phía trạm xe điện ngầm, y như bác không muốn chia xẻ với ai tất cả nỗi đau, nỗi tuyệt vọng đang hành hạ tâm trí!

Nhưng rồi sau đó, bỗng nhiên ùa tới toàn là tin vui mừng lạc quan vượt quá mong đợi: một diễn đàn mới khang trang đã sẵn sàng. Một khoản trợ cấp rất khả quan và lâu dài đã được chấp thuận. Đấy là tất cả điều kiện khả dĩ đảm bảo bền vững cho một cuộc sống độc lập về kinh tế, tự do về tư tưởng! Không thể mong ước gì hơn!

Nhưng niềm vui mừng bỗng vụt tắt. Một đột biến đã kết thúc số mệnh thật là nghiệt ngã.

Mấy ngày đầu, sau khi bị mất diễn đàn, bác tỏ ra vô cùng chán nản, bi quan... làm chúng tôi áy náy thương bác vô cùng. Bác nói với chúng tôi:

- Có lẽ tôi sẽ phải qua tạm trú ở Đức hoặc ở Bỉ. Vì hai nơi ấy vừa trả lời mấy bức thư của tôi, họ ngỏ ý bằng lòng đón tiếp tôi, sẵn sàng chu cấp nơi ăn ở để cho tôi tiếp tục hoàn thành cuốn sách. Nhưng tôi vẫn cứ luyến tiếc Paris, bởi nơi đây, anh em, bạn bè đã quá thân quá tốt với tôi. Và ai cũng muốn níu kéo tôi ở lại với Paris. Thật sự là ngoài quê hương ra, không có nơi nào tôi thấy thân thuộc, tình nghĩa bằng cái đất Paris này. Vì thế tôi chưa có quyết định chọn lựa rời bỏ Paris.

Canh và tôi cũng nhiệt liệt muốn giữ bác ở lại Paris với chúng tôi. Nhưng tình hình trở nên đen tối, phức tạp, khi sứ quán đã dứt khoát thúc bách, ép buộc bác phải trở về lại Việt Nam!

Thế rồi một buổi chiều Canh điện thoại cho tôi với giọng hốt hoảng:

- Này, đã biết tin động trời chưa?

- Tin gì mà động trời?

- Chuẩn bị đi nghe bác Thảo họp báo chính thức ly khai, để tuyên bố chọn tự do!

- Trời đất quỉ thần ơi! Thật không? Nói giỡn chơi đấy chứ?

- Tin thật nghiêm túc đấy. Chỉ còn đang chọn nơi và ngày để họp báo thôi. Chính bác gọi điện thoại cho tôi, nhờ huy động anh em sẵn sàng tới dự cuộc họp báo cho thật đông. Ông nghĩ sao về tin dự tính họp báo này?

- Thật sự là tin này làm tôi chới với, không thể ngờ… Một người như bác Thảo đâu đến nỗi phải họp báo để tuyên bố chọn tự do ngay giữa Paris này! Tuy bác Thảo đã cho biết trong mấy ngày qua, ở số 2 Le Verrier «chúng nó» đã gây căng thẳng, thúc bách bác quá… làm bác hết kiên nhẫn, chịu không nổi. Nên nay đã đi tới quyết định phải chọn con đường chính thức công bố ly khai… Nếu có họp báo, thì anh có đi dự không?

- Phải dự chứ! Một biến cố như vậy mà không tới chứng kiến thì thật là một thiếu sót không thể tha thứ. Nhưng tôi vẫn không tin nổi là sự việc sẽ phải đi tới chỗ đó. Bao nhiêu đầu óc, trí tuệ ở chung quanh mà để xảy ra sự việc tai tiếng động trời như vậy sao! Mà giận dữ đến mức nào thì cũng thủng thẳng mà đối phó chứ. Cần gì phải dùng tới biện pháp li khai, chọn tự do như những người cùng đường phải xin tỵ nạn chính trị như vậy.

- Bác cho biết vấn đề là ngay sau khi họp báo thì dĩ nhiên là bác sẽ không thể về lại căn nhà số 2 đường Le Verrier được nữa. Nhưng nay bác vẫn chưa quyết định được là sẽ dọn về đâu. Bởi đã có vài gia đình tỏ ý sẵn sàng mời bác về tá túc tạm thời, đợi khi tìm ra chỗ ở đàng hoàng. Nhưng bác bảo, tất cả các nơi sẵn sàng mở cửa đón bác đều hơi chật chội, bác sợ làm phiền gia đình người ta, nên còn do dự... Ông có quen gia đình nào có nhà cửa rộng rãi, thì thử tìm giúp xem...

- Việc tới ở nhờ một gia đình nào ở vùng Paris này cũng khó, vì ở đây nhà nào cũng chỉ đủ ở, ít có gia đình nào khá giả, có phòng dành cho bạn bè từ phương xa lúc ghé thăm... Nhưng tôi có quen bác sĩ Quyền, có phòng mạch riêng khá rộng ở vùng ngoại ô Cachan, có phòng dư để đó. Thỉnh thoảng nhiều bạn bè tôi qua đông để thăm Paris, thì tôi vẫn mượn phòng ở đấy... Để tôi dọ ý xem sao. Ông «tu-bíp» này là một Việt kiều chính cống, sống ở đây từ nhỏ, nhưng lại rất thương quí người Việt tị nạn, nên ông ta được họ coi là một ân nhân.

- Vậy thì ông hỏi thử xem sao, có gì thì cho biết kết quả gấp. Vì Bác Thảo đang nóng ruột bồn chồn lắm.

Tôi gọi điện thoại ngay cho ông bạn bác sĩ ấy. Ông ta rất ngạc nhiên khi tôi nói Trần Đức Thảo sắp họp báo tuyên bố chọn tự do... rồi ông la lớn:

- Trời ơi! Sao vậy? Sao mà đến nông nỗi bi thảm như thế?

Tôi kể sơ qua lý do. Ông bạn bảo:

- Với ai thì tôi còn phải suy nghĩ, chứ với Trần Đức Thảo, thì tôi rất sẵn sàng. Bởi chỗ phòng mạch của tôi là một căn hộ, còn một phòng lớn và một phòng nhỏ, định cho một bác sĩ khác thuê cùng làm phòng mạch và phòng thư ký, nhưng sau thấy hành nghề chung đụng như vậy cũng bất tiện. Vậy thì ông trả lời ngay đi. Tôi sẵn sàng cho Trần Đức Thảo mượn phòng lớn để ở, phòng nhỏ làm việc, mà đấy là một căn hộ đã có đầy đủ tiện nghi cho một gia đình, sẵn nhà bếp, nhà tắm, cứ việc dọn tới là sống thoải mái.

Tôi vội gọi Canh để báo tin mừng là đã tìm được nơi tạm trú cho bác Thảo. Nhưng Canh đã đi ra ngoài. Lát sau, bs Quyền lại gọi tôi và tỏ vẻ lo ngại, một cách am hiểu:

- Này ông ơi! Tin ấy làm tôi suy nghĩ và đâm lo cho ông ta. Nếu ông thân với Trần Đức Thảo, thì bảo ông ta "zọt" ngay cho lẹ! Bởi khi họ biết dự tính sắp họp báo để chọn tự do, thì coi chừng không đủ thời giờ mà họp báo nữa đâu. Nguy lắm đấy! Phải thúc ông ta thoát ra khỏi nơi ấy ngay đi, kẻo quá trễ mà nguy tới tính mạng đấy. Với những con người của chế độ ấy thì không thể coi thường!

Tôi cười và trấn tĩnh anh bạn:

- Không đến nỗi như vậy đâu! Ngay giữa Paris chứ có phải bên ta, bên tầu hay bên châu Phi đâu! Nhưng mà tôi sẽ cố tìm ông ta để nói rõ sự lo lắng của anh. Cảm ơn anh.

Rồi cả ngày hôm sau nữa, dù cố công đi tìm, tôi không gặp được Canh, mà gọi trực tiếp cho bác Thảo ở nhà số 2 đường Le Verrier, thì ở đấy trả lời như quát tháo:

- Đồng chí Thảo đi vắng từ mấy bữa nay chưa thấy về. Chắc còn lâu ông ấy mới về. Ở đây không biết ông ấy đi đâu. Từ sáng tới giờ toàn phải trả lời điện thoại cho ông ấy. Chúng tôi không rảnh để trực điện thoại đâu. Đừng gọi lại nữa nghe không!

Cả gần tuần sau, tôi mới gọi được Canh, thì được biết mọi căng thẳng đã lắng dịu, mọi sự nay trở thành tốt đẹp. Vì có nhiều tin mừng. Thứ nhất là vợ chồng bà Bình và ông Jacques, đã vận động và vừa lập ra ra được một một diễn đàn mới là Nhà Văn Hóa Việt Nam, ở đường Rue des Ecoles, cũng quận 5, Paris, ở ngay mặt tiền một đường phố lớn, rất sầm uất. Cơ ngơi sang trọng, rộng rãi gấp bội lần Nhà Việt Nam ở đường Cardinal Lemoine.

Bác Thảo đã được mời tới đó xem và tỏ ý rất hài lòng. Vậy là bác đã có một diễn đàn mới để nối lại được nguồn hi vọng. Mọi người đều mừng vì đã có nơi hoạt động văn hóa đẹp đẽ sang trọng mới này. Tin mừng thứ nhì là hội «Les Amis des Sciences» (Những người bạn của khoa học), đã gửi thư báo cho bác Thảo biết là hội đã chấp thuận từ nay, thường xuyên chu cấp cho bác mỗi tháng, một số tiền là mười ngàn francs (10.000 frs) để tiếp tục hoàn thành cuốn sách. Cùng với thư ấy là một tấm ngân phiếu đầu tiên đề tên Trần Đức Thảo. Đây là một khoản trợ cấp hàng tháng đáng kể, vì lương tháng tối thiểu cho một công nhân viên chức ở Pháp lúc ấy là một ngàn năm trăm francs.

Vậy là từ nay bác Thảo vừa có diễn đàn khang trang, vừa dư sức «độc lập về kinh tế», để thuê nhà ra ở riêng, và sẽ yên trí lớn mà tiếp tục lo viết và xuất bản cuốn sách.

Nhưng rồi hôm ấy là thứ năm, 22 tháng tư 1993, một buổi sáng đẹp trời, ông bạn Việt kiều Mặc Lâm đã tới đưa bác ra một ngân hàng gần nhà ga Montparnasse, để bảo lãnh cho bác mở một chương mục, rồi ký thác tấm ngân phiếu do hội khoa học tài trợ vào chương mục ấy. Ngân hàng trao cho bác cuốn ngân phiếu để sử dụng khi tiêu dùng. Vậy là từ nay, bác không còn lo sợ bị thiếu tiền, thiếu diễn đàn nữa. Rồi bác Thảo hãnh diện và hào hứng thông báo cho sứ quán biết là sẽ dọn đi trong một tương lai thật gần.

Những thân hữu của bác, nghe tin này, ai cũng mừng. Phải vậy chứ! Cuộc đời bác Thảo cũng phải có lúc được sống đầy đủ về vật chất, thoải mái, tự do về tinh thần chứ!

15
Đột tử trước thềm chân lý... !

Nhưng rồi bỗng bác Thảo không cần tới những may mắn đến dồn dập ấy nữa...!

Chiều hôm sau đó, tôi đang lái xe trên đường về nhà thì nghe đài "France Info," mà tôi có thói quen mở nghe tin tức trong khi lái. Bỗng đài này loan tin giáo sư Trần Đức Thảo, nhà triết học Việt Nam vừa qua đời! Tin đột ngột ấy làm tôi lạnh người và buột miệng:

- Ôi! Thế là cuốn sách không còn cơ hội chào đời! Phải chăng tên đao phủ đã ra tay?

Việc đầu tiên là tôi tìm gặp ngay bà Bích Hồng để được nghe bà kể thật chi tiết.

Thật là quá bất ngờ! Bác Thảo hằng ngày vẫn có nếp ăn uống rất tinh khiết, không bao giờ ăn thức ăn cũ. Vậy mà ngay xẩm tối hôm thứ năm ấy, bỗng bác bị «thượng thổ, hạ tả» như bị trúng độc: vừa nôn mửa, vừa đại tiện tràn lan đến mệt lả đi. May là lúc đó bà Bích Hồng đang có mặt. Bà vội dìu bác vào nhà tắm, tắm rửa bằng nước nóng cho sạch sẽ, rồi lấy quần áo sạch thay cho. Sau đó đưa bác vào nằm tạm trong một căn phòng ở ngay tầng dưới ấy. Đấy là phòng của một cán bộ của sứ quán, lúc đó đi vắng xa. Bác Thảo dần dần tỉnh táo lại, nằm nghỉ và không hiểu tại sao, đã ăn phải thứ gì mà bị ngộ độc như thế. Bà Bích Hồng vào hỏi thăm. Bác cảm ơn sự săn sóc của bà, rồi bác tâm sự một cách rất lạc quan và tự tin:

- Này bà Bích Hồng này! Mai mốt, tôi thuê nhà ra ở riêng, bà về làm cho tôi. Mỗi tháng tôi biếu bà năm trăm.

Như vậy chúng ta sẽ sống thoải mái, tự do hơn là sống ở đây.

Câu nói ấy chứng tỏ bác Thảo vẫn không có ý thức gì về tình hình giá cả trong đời sống: vì số tiền lương đề nghị ấy là quá nhỏ, không đáng kể.

Bà Bích Hồng tới đặt tay lên trán bác, thấy vẫn có nhiệt độ cao, tức là vẫn còn đang bị sốt.

Đêm ấy, bác chỉ uống một ly sữa nóng rồi nằm nghỉ. Sau thấy nhức đầu quá nên được cho uống một viên Aspirine. Cả đêm bác rên rỉ vì cơn sốt vẫn cao. Đến gần trưa hôm sau, thứ sáu, cơn sốt tăng đến mê sảng, chốc chốc lại giật mình la hét lên. Bà Bích Hồng chạy vào lay gọi cho tỉnh lại để bớt rên la. Bỗng bác ngồi nhổm dậy, mặt đỏ gay vì mê sảng, hốt hoảng, tay nắm thật chặt lấy cánh tay phải bà Bích Hồng miệng la lớn:

- Nó kiểm điểm! Nó kiểm điểm!

Bà Bích Hồng lay gọi:

- Bác Thảo! Bác Thảo! Bác buông tay tôi ra! Bác làm tôi sợ quá! Buông tay tôi ra!

Bị lắc người thật mạnh, bác Thảo buông tay bà Bích Hồng ra, rồi nằm vật mình xuống. Nhưng yên được một lúc thì lại lên cơn mê sảng, rồi ngồi phắt dậy, mặt vẫn đỏ gay, hoảng hốt rồi thét lên như đang trong cơn ác mộng:

- Đông Âu đấy! Đông Âu đấy!

Nói rồi lại nằm xuống, xuội lơ, duỗi thẳng tay chân, không còn biết gì nữa… Bà Bích Hồng sợ quá vội kêu la cầu cứu ầm ĩ. Cán bộ Hào từ trên tầng lầu xuống, tới gần quan sát, rồi chạy ra gọi điện thoại cho sứ quán.

Một lát sau, đại sứ Trịnh Ngọc Thái tới, ông quyết định gọi xe cấp cứu của hệ thống cấp cứu công cộng SAMU.

Bác sĩ của toán cấp cứu hỏi:

- Trước đó bệnh nhân đã làm gì để rồi rơi vào hôn mê?

- Ông ta trước đó, đã bị ngất xỉu rồi bị té ở cầu thang!

- Bị ngất xỉu đến té ngã như vậy, sao không thấy thương tích gì trên người?

- Cái đó thì tôi không rõ, nhưng ông ta cũng đã cao tuổi rồi và rất yếu…

Bác sĩ cấp cứu quyết định cấp tốc đưa bệnh nhân vào nhà thương. Nơi gần nhất và thích hợp cho trường hợp này là bệnh viện đa khoa Les Broussais, cách đó chỉ vài phút xe hơi. Tới nơi, bác sĩ cấp cứu trực của bệnh viện chích cho bác Thảo một mũi thuốc an thần, và giữ lại tại phòng hồi sinh để theo dõi. Đêm ấy bác Thảo vẫn sốt, nằm bất tỉnh, ngủ li bì. Đến khoảng năm giờ rưỡi sáng ngày 24 tháng tư, năm 1993, bác sĩ trực phòng hồi sinh ghi nhận bác Thảo đã trút hơi thở cuối cùng! Ngay sau đó, bệnh viện làm thủ tục đưa người quá cố xuống nhà xác.

Khi được tin, tôi tìm tới nhà xác của bệnh viện. Nhìn bác nằm đấy, vẻ mặt đăm chiêu như vẫn còn đang suy nghĩ, sắp xếp những chương mục cho cuốn sách, tôi không khỏi ngậm ngùi thương cảm cho số phận nghiệt ngã của bác.

Than ôi! Thế là một cuộc đời khổ ải đi tìm chân lý, đi làm cách mạng… đã vụt tắt. Một cuồng vọng nói lên sự thật, bất chấp bao đe dọa, cuối cùng đã bị chặn lại bởi một cái chết đột biến, tức tưởi. Hành trình đầy triển vọng, với mộng ước thực hiện một cuộc cách mạng huy hoàng cho dân tộc và cho cả nhân loại, với phát minh một "lý thuyết hiện tại sống động," với một "lô-gích vừa biện chứng, vừa hình thức" từ nay bị dang dở! Cả một sự nghiệp triết học trải nghiệm công cuộc cách mạng Việt Nam rồi đây sẽ chìm vào quên lãng…

Và cuốn sách mang hi vọng "giải mã, giải tà quá khứ để giải thoát, giải phóng hiện tại và tương lai… để chuộc tội" mà bác nóng lòng hoàn thành, nay đã vĩnh viễn chìm vào im lặng!

Một cuộc đời thanh bạch, chân thật, không hạnh phúc, không danh vọng đã kết thúc thật oan nghiệt!

Nghĩ lại những giây phút vui mừng, lạc quan, tràn đầy hi vọng, tưởng như cuối cùng, may mắn và hạnh phúc đã đến với bác Thảo. Nhưng chúng đã bị tan biến thật phi lý.

Nhìn bác khiêm tốn nằm đấy, ai cũng nghẹn ngào. Không cầm được nước mắt, khóc thương cho một kiếp người tận tụy với lý tưởng, với chân lý, nhưng rồi giấc mộng đã không thành...

Chỉ còn biết nguyện cầu cho vong linh bác được an nghỉ từ đây!

Sáng hôm chủ nhật 25 tháng tư, Canh rủ tôi vào thăm lại bác lần cuối. Tới nơi thì thấy đã có mấy người thân với bác lúc cuối đời đang ngậm ngùi chung quanh bác. Tôi chỉ nhận ra bà Bích Hồng, bà Hồng Hạnh là hai người đang sụt sùi khóc, giáo sư Boudarel, và một nữ ký giả Pháp, và vài người nữa tôi không nhớ tên... Nhờ anh LT lúc đó có mang theo máy chụp hình nên đã ghi lại được giây phút cảm động này.

Trong nhà xác của bệnh viện, lúc ấy, bác Thảo tạm nằm đó, trên một giường sắt cũ kỹ giản dị như cuộc đời bác: một tấm vải drap cũ trắng ngà của bệnh viện che phủ cao lên tới tận cổ, chỉ để hở phần mặt. Trên bụng bác, ai đó đã đặt một bó hoa cúc trắng. Bác nhắm mắt đăm chiêu, nhưng nét mặt vẫn cau có, tập trung, như trong đầu, tư tưởng, tinh thần, nghị lực vẫn đang sôi sục vận hành, như vẫn đang suy nghĩ về những vấn đề trọng đại của triết học, của con người... Vậy mà bộ óc cất giữ cả một kho tàng trải nghiệm về chiến tranh, về cách mạng ấy, nay đã tan vào... hư vô!

Nhìn bác cô đơn, khiêm tốn nằm đấy, tôi cảm thấy thật là hụt hẫng, như vừa mất một cái gì cần thiết cho cuộc sống tinh thần của chính tôi, như cuộc đời bỗng mất hết ý nghĩa! Cái chết của người đang nằm đây làm cho kẻ tầm thường như tôi phải băn khoăn tự hỏi: cuối cùng, sống lặng câm, vất vả, ngược xuôi, chịu đựng bao dằn vặt, cặm cụi làm việc suốt cả đời như thế để làm gì? Để cho ai? Để còn lại gì? Tôi chỉ ghi nhận một điều này: lúc cuối đời, bác Thảo đã hăng say, hào hứng, hăm hở hoàn thành một cuốn sách "để đời," "để trả nợ đời"... nhưng chưa viết xong phần mở đầu thì đã bị cái chết chặn lại. Cái chết đã tàn nhẫn chấm dứt sự bắt đầu của một công trình lớn! Thật là tiếc, vì bao người đang bồn chồn, nóng lòng chờ đón cuốn sách mang thông điệp "giải thoát, giải phóng" mà bác Thảo đã hứa: "Khi cuốn sách này được xuất bản thì các anh sẽ thấy mọi nút thắt, mọi trói buộc, mọi sức ép sẽ được tháo gỡ ra cho bằng hết... để minh bạch vấn đề công tội trong lịch sử... Công của ai, tội của ai? Đấy là cách chuộc tội của Trần Đức Thảo này!" Nay thì điều mong ước ấy đã tiêu tan. Đây không phải lần đầu tiên tôi thấy kẻ nhận trách nhiệm và tỏ hối hận khi đã quá trễ. Nhưng trường hợp hối hận và muốn chuộc tội bằng một công trình triết học mà bác Thảo đang làm, như tôi thấy, thì đấy thật là một bi kịch lớn. Bởi đấy là một sám hối chân thành, căng thẳng, bồn chồn vội vã, sau gần cả một đời im lặng tư duy về mối tương quan giữa chân lý và cách mạng, chứ không phải chỉ là cách nói vớt vát đãi bôi lúc cuối đời của nhiều nhà chính trị...

Đến bản tin buổi trưa, đài phát thanh "France Info," (Pháp quốc tin tức) là đài đầu tiên loan báo: "Nhà triết học Việt Nam, Trần Đức Thảo, vừa qua đời tại bệnh viện Les Broussais, lúc 7 giờ sáng ngày 23 tháng tư vừa qua ở tuổi 76. Trước năm 1951, ông nổi tiếng ở Paris là một nhà hiện tượng học. Sau đó ông trở về Việt Nam và đã rơi vào im lặng trong suốt bốn mươi năm. Ông mới trở lại Paris năm 1991."

Nhật báo Le Monde phát hành vào chiều thứ hai nhưng để là ngày 27 tháng tư, nơi trang trong chuyên đăng tin cáo phó của tờ báo, người ta đọc được lời cáo phó nguyên văn như sau:

« Phòng hộ tịch lãnh sự quán Việt Nam tại Paris đau buồn loan báo: cựu giáo sư triết học Trần Đức Thảo của đại học Hà Nội, đã tạ thế ngày 24 tháng tư năm 1993, thọ 77 tuổi. » (Le Monde ngày 27 tháng tư)

Tuy không được thông báo rộng rãi ngày giờ làm lễ hỏa táng, nhưng ngay từ lúc tin bác Thảo qua đời, từng nhóm thân hữu đã tới bệnh viện Les Broussais để nghiêng mình tiễn chào trước linh cữu của bác.

Rồi gần trưa ngày 29 tháng tư, cũng là vào ngày thứ năm, đã có mặt ở khu hỏa táng của nghĩa trang Père Lachaise của thành phố Paris, khoảng bốn chục người, đa số là những người có đôi chút thân tình với bác Thảo từ khi bác trở lại Paris. Họ đợi khá lâu, tới lúc gần trưa thì xe nhà đòn chở quan tài bác đến. Theo sau không có xe thân nhân gia đình, điều đó dễ hiểu. Nhân viên nhà đòn đưa ngay quan tài xuống phòng lễ tang, để chờ được đưa vào lò thiêu. Tại tầng hầm rất rộng ấy, có ba phòng lễ tang như vậy. Quan tài bác Thảo được đặt giữa một phòng lễ-tang. Hai bên đầu quan tài là hai vòng hoa cỡ lớn: một của «Mặt Trận Tổ Quốc» do Sứ quán đặt theo lệnh từ Hà Nội, một của «Amicale Trần Đức Thảo» do tiền còn lại từ những đóng góp để bác chi tiêu lúc sống. Và vài bó hoa cầm tay lẻ tẻ của người không thuộc nhóm thân hữu Trần Đức Thảo. Nhưng nghi thức hỏa thiêu chưa bắt đầu, mọi người bỏ lên sân chờ đợi cho thoáng mát, vì đây là một buổi sáng chớm có nắng đầu xuân. Tất cả chờ. Họ tụm nhau ở góc sân bên trái, để thì thầm bàn tán về cái chết đột ngột có quá nhiều nghi vấn của bác Thảo. Thông lệ là kiều bào ở đây rất hiếm cơ hội gặp nhau, nên chỉ có thể nói chuyện, trao đổi thăm hỏi, tin tức trong những dịp ma chay, như thế này.

Bỗng một xe Mercedes đen lớn, bóng loáng mang biển số màu xanh của ngoại giao đoàn lao tới. Xe ngưng ngay cạnh góc phải của sân, một vệ sĩ cao lớn mà người Pháp thường gọi với tiếng bình dân là «đười ươi» từ phía cạnh tài xế, vội tung cửa nhào nhanh ra để trịnh trọng mở cửa cho đại sứ Trịnh Ngọc Thái bước ra khỏi xe. Ông đại sứ nhìn thấy đám đông ở góc trái, thay vì tiến lại bắt tay trò chuyện với kiều bào của ông, ông lại ngần ngại, tránh né, bước qua góc phải đứng một mình một góc xa họ. Vài nhân viên sứ quán bỏ phía chúng tôi từ từ, khúm núm tới đứng quanh ông đại sứ.

Sau đó đại sứ Trịnh Ngọc Thái đi xuống phòng tang lễ, mọi người xuống theo. Đợi mọi người vào hết, đại sứ Trịnh Ngọc Thái chậm rãi rút ra từ túi áo vét, một tờ giấy, để chuẩn bị đọc. Ai cũng nóng lòng chờ đợi xem «đảng» và nhà nước tỏ thái độ ra sao qua bài điếu tang sắp được đọc để vĩnh biệt người quá cố một thời nổi tiếng ngay tại Paris này.

Rồi ông đại sứ đọc. Hoá ra đây không phải là một bài điếu văn, mà chỉ là một bức điện tín vô cảm, ngắn gọn chỉ có vài dòng. Bức điện cho biết giáo sư Trần Đức Thảo được truy tặng huân chương Độc Lập. Chỉ có vậy thôi. Không một câu chữ lịch sự tối thiểu ca ngợi hay thương tiếc dành cho người quá cố. Đọc xong mẩu điện tín ngắn ngủi ấy, quan tài được chuyển vào lò thiêu. Ông đại sứ ra về ngay sau đó. Mọi người xì xào bình luận về bài điếu tang vắn tắt, vô cảm như thế. Một cụ cao tuổi lắc đầu, buồn rầu nói:

- Chắc bác Thảo nằm trong quan tài, cũng phải giật nẩy mình khi nghe thấy mình được gắn huân chương Độc Lập. Thật là không thể ngờ có một lối ứng xử hai mặt trái ngược nhau lúc sống, lúc chết, như thế!

Vậy là chấm dứt một cuộc đời gian nan đầy ngang trái. Cầu cho vong linh nhà bác được vĩnh viễn... an nghỉ từ đây.

16
Chết rồi vẫn… gian nan!

Nhưng rồi sau cái chết, vong linh bác vẫn chưa được an nghỉ!

Bởi sau đó, Thiên hạ lại bàn tán ồn lên về một tin buồn thảm: bình tro của bác đã được gửi về Hà Nội, nhưng bị bỏ vô thừa nhận dưới gầm cầu thang của một nhà đòn đám ma… ở ngay giữa thủ đô của nước Cộng Hòa Xã Hội Chủ Nghĩa Việt Nam!

Rồi nghe nói tình trạng này đến tai bà Nhất, người bạn đời đứt quãng của bác Thảo, làm cho bà trăn trở. Bà quyết định xin được đứng ra lo mồ mả cho bác. Và mấy người thân của bác ở Hà Nội đã cố vận động để xây cho bác một mộ phần ở trong Nghĩa Trang Liệt Sĩ Mai Dịch, nơi dành cho các bậc có công với đất nước. Vì bác đã được ghi công bằng tấm huân chương Độc Lập. Nhưng sự vận động xin đất ấy đã bị chính quyền từ chối. Một cuộc tranh cãi và phản kháng nhỏ đã diễn ra. Chính quyền giải thích: nghĩa trang liệt sĩ Mai Dịch chỉ dành cho các bậc có công lao với đất nước. Còn với huân chương Độc Lập không thôi, thì Trần Đức Thảo chưa đủ tiêu chuẩn. Chẳng lẽ coi mấy cái nghiên cứu thuần sách vở ấy là công lao với đất nước… sao? (!)

Cuối cùng thì nắm tro tàn ấy đành phải mang về để trong một ngôi mộ do bà Nhất lo xây cất tại nghĩa địa của thường dân ở Văn Điển… Nhưng «người ta» đã đặc cách cho phép xây ngôi mộ ấy ở một đầu dãy! Thôi như thế cũng là một cách đối xử, tuy vẫn là một sự phân biệt giai cấp, nhưng cũng là tương đối tử tế. Chuyện phân biệt giai cấp, công lao kia cũng chỉ là thứ phù phiếm, chắc người như bác Thảo chẳng thèm khát thứ danh vọng ấy.

Nhưng rồi đến năm 2000, hương hồn bác Thảo lại bị phiền hà thêm lần nữa. Bởi được nhà nước lại lôi vong linh bác ra để nhận lãnh thêm Giải Thưởng Hồ Chí Minh!

Nhưng rồi vong linh ấy vẫn chưa hết gian nan, vẫn còn bị sách nhiễu thêm nhiều nữa chứ chưa hẳn là đã được yên nghỉ! Vì cho tới nay vẫn cứ lai rai còn những bài báo "lề phải," khi thì nêu ra những nghiên cứu vơ vẩn của bác để ca ngợi, để bày tỏ bác là người được chế độ quí trọng. Khi thì để đề cao bác là kẻ có tư tưởng rất trùng hợp với «tư tưởng Hồ Chí Minh»!!! Người ta tiếp tục tô hồng, đánh bóng lại một vóc dáng tiều tụy, uốn nắn lại một Trần Đức Thảo, không phải là cô đơn, mà là rất gần gũi, thân thiết với lãnh đạo!

Thực ra thì trong dư luận, đã có một phản ứng mỉa mai cay đắng ngay sau khi bác vừa về với cát bụi: hàng loạt bài báo ngậm ngùi tố cáo cách đối xử tàn nhẫn đối với một bộ óc hiếm có của dân tộc! Họ đã tả thực bằng cách giễu cợt cuộc sống gian khổ của một nhà triết học "từng tranh luận với Giăng Pôn Sác," mà nay trở thành một kẻ ngớ ngẩn, túng quẫn, đói khổ, lúc nào cũng như ngơ ngác không biết thích nghi với cuộc đời và xã hội. Chỉ cần đọc lại mấy mẩu hí họa rất thản nhiên, rất «vô cảm» như thường thấy của một nhà văn lớn của «đảng» là Tô Hoài, trong hai cuốn "Chiều Chiều" và "Cát bụi chân ai…," khi ông kể lể về một Trần Đức Thảo tiều tụy, đang cố tập ăn mặc nâu sồng, tập chịu đựng sốt rét… để bắt kịp "đà tiến bộ của các cậu," nghĩa là của những người như Tô Hoài! Không hề thấy ai nói tới một sự chăm sóc, quí mến của lãnh đạo đối với "nhà triết học lừng danh và được kính trọng" ấy.

Câu chuyện dài về một trí thức lớn, một nhà triết học quí hiếm của một dân tộc nhược tiểu, từ nơi quê hương kém mở mang, lạc hậu, nhưng luôn luôn tự hào là một đất nước có mấy ngàn năm văn hiến, và đang chuyển mình thành một «con rồng» của châu Á, câu chuyện ấy đã không thể chấm dứt bằng một cái chết. Càng về sau, càng có nhiều bài báo giới thiệu, giải thích, ca ngợi về những gì nhà trí thức ấy đã nghiên cứu, đã viết, đã được công bố, đã được dịch ra nhiều thứ tiếng… Tuy ở chính đất nước có ngàn năm văn hiến ấy, nhà trí thức ấy đã sống một kiếp đọa đầy, không thấy một ai dám bênh vực, không thấy một hội đoàn, một cơ quan văn hóa, văn minh nào dám gióng lên một tiếng kêu cứu, để giúp nhà triết học có thể sống đàng hoàng, để che chở ông lúc bị đám đông "trí thức" xúm vào đánh đòn hội chợ. Vậy mà nay ông chết rồi, thì ông lại được huân chương, giải thưởng cao quí, lại được học trò cũ lao xao ca ngợi. Nay không ít người hãnh diện tự khoe từng là người thân cận, từng là bạn, là đồng chí, là học trò của nhà triết học ấy! Không thể hiểu thời đại này là thời gì mà lại lắm "thân thích" với nhà triết học như thế!

Điều đáng tiếc, đáng buồn là ít ai biết được rằng lúc cuối đời, chính con người, một thời từng chân thành tự nhận mình là người mác-xít ấy, đã giác ngộ, đã can đảm nhìn nhận thái độ a dua hèn hạ, đã thú nhận sai lầm của mình, để bác bỏ, phủ nhận những gì đã viết trong cái thời sai lầm vì cuồng tín ấy. Và từ đó, nêu ra nhận thức mới, để đánh giá lại tư tưởng, sự nghiệp, với vấn đề công tội của Marx! Rồi nhà triết học ấy đã vội vã lao mình vào một công trình biên soạn một cuốn sách, "để chuộc lại những tội lỗi, sai lầm" của mình!

Mấy người đã chứng kiến rõ sự việc này, tới nay vẫn còn im lặng. Không biết là họ vẫn muốn bảo vệ ông Marx hay để bảo vệ chính họ? Hay là họ còn e ngại, sợ sệt… trước quyền lực ma quái vẫn đang bao trùm lên thân phận họ và lên xã hội mà họ đang sống?

Dù thế nào, thì việc đánh giá cuộc đời và sự nghiệp Trần Đức Thảo sẽ là một công việc khó khăn. Bởi việc trả lại công lý cho Trần Đức Thảo cần tới lòng dũng cảm, cần có tinh thần lương thiện trí thức (mà không biết có hay không?), cần tới trí tuệ. Bởi con người ấy đã sống, đã nghiên cứu, đã trải nghiệm trong bối cảnh đầy nhiễu loạn tư tưởng, đầy diễn biến đau đớn, sôi động, phức tạp, trong cái thời lương tri con người bị lu mờ vì chiến tranh, vì cách mạng, tức là cái thời tràn đầy những thủ đoạn chính trị, những mưu kế gian xảo, vừa ngu tín, vừa cuồng tín, khi thì đòi xét đi, khi thì phải "xét lại," rồi là lại "chống xét lại"…!

Dù sao thì nhà triết học ấy đã tự bào chữa bằng sự can đảm thú nhận cái hèn, cái sai của chính mình, bằng sự kiên trì giữ vững lập trường chân thật của mình cho tới cùng.

Không ít người cho rằng cuộc đời ấy là một thất bại, vì đã không biết thỏa hiệp với quyền lực đương thời, không biết thích nghi dù chỉ là trong một giai đoạn tạm thời, để "đi với Bụt thì mặc áo cà-sa, đi với ma thì mặc áo giấy"! Nhưng cũng chính nhờ vậy mà nay những gì nhà triết học để lại đều thuộc về một sự nghiệp khả tín, chân thật.

Không rõ sự thất bại trong chính trị của nhà triết học, cuối cùng có được coi là một thành tựu có ích cho triết học? Dù thế nào thì cuộc đời ấy cũng là sự trải nghiệm tuy đau đớn nhưng quí hiếm trong hiện thực khai triển cách mạng, chứ không phải trong sách vở. Đây là một bài học về sự vận động của thời gian, do con người, cho con người và cho xã hội, trong lịch sử cận đại…

Có người cho rằng nhà triết học Trần Đức Thảo đã thất bại vì cái tội ngông cuồng muốn làm một việc không thể làm, là trở về quê hương cộng tác với "cụ Hồ" xây dựng một mô hình cách mạng mới mẻ mà loài người mơ ước! Và ông đã chết vì tội thứ nhì là lúc cuối đời ông đã cố chứng minh cái gốc của mọi sai lầm và tội ác là do cụ tổ Marx, trong khi cung đình vẫn sùng bái, vẫn quả quyết bảo lưu rằng Marx "đúng," "duy nhất đúng"! Nhưng đối với tôi cả hai tội vừa kể đều không thể coi là tội, bởi mơ ước và hành động sám hối chuộc tội đều là quyền cơ bản cao quí của con người trí thức chân chính.

Tôi tin rằng trước ông đã có, rồi sau ông sẽ còn có, những người tiếp tục những công trình đội đá vá trời như thế. Nên sự ra đi đột ngột của ông tuy có thể là một dang dở, một tổn thất, nhưng không thể là một chấm dứt, một mất hẳn, một thất bại của triết học. Vì chứng tích của sự nghiệp ấy còn đó, cái "hiện tại sống động" mà ông đang hào hứng khai triển vẫn còn đó. Hậu thế vẫn có thể tiếp tục nghiên cứu nó để tìm hiểu nó thật cặn kẽ…

Nay thì những năm tháng cứ tiếp tục trôi đi, sự chờ đợi trở thành vô vọng. Lớp bụi thời gian cứ phủ lên mỗi lúc mỗi thêm dầy! Quái ác hơn nữa, theo sau sự quên lãng ấy, là những lớp bụi bậm, những lớp rác rưởi đã, vô tình hay cố ý, bao phủ, che khuất, như muốn lấp kín mọi sắc thái tư tưởng đích thực của ông!

Trần Đức Thảo đã cố làm sáng tỏ chân lý bằng cách sống và cách làm việc của ông. Đó là vì tôn trọng sự thật, tôn trọng con người, chứ không vì danh lợi, không vì địa vị. Vì vậy, việc truy tặng huân chương và trao giải thưởng, dù là cao quí, dù là một cách chuộc lại những gì còn có thể chuộc của một thời lịch sử đã bị ô nhiễm vì gian dối. Thế nhưng hành động ấy có thể lại gây thêm một ngộ nhận, một sự phản bội lại tư tưởng độc lập của nhà triết học. Bởi Trần Đức Thảo đã có nhận xét về một thời lịch sử đã bị làm hỏng, làm bẩn, mà người ta khéo léo gọi đó là một thời đầy những "mảng tối"! Hi vọng rồi đây, sẽ tới một thời trong sáng, sạch sẽ, liêm khiết, một thời dũng cảm, để làm công việc giải tà, dọn rác cho lịch sử, chứ không phải để cố duy trì những cái "duy nhất đúng." Bởi những "cái duy nhất đúng" ấy đã làm ô danh cả lãnh tụ, cả "đảng" lẫn cả cách mạng.

Sau này, chừng nào hậu thế có đầy đủ điều kiện lương thiện trí thức, để mở lại vụ án «Nhân Văn - Giai Phẩm», để có thể trả lại công lý cho cái phong trào tư tưởng tiến bộ ấy, cho lớp người thực sự là "tiên tiến" như Trương Tửu, như Nguyễn Hữu Đang... như cả Trần Đức Thảo... thì lúc đó mới có thể làm sáng tỏ để đánh giá tầm vóc cuộc đời và sự nghiệp, và cả về cái chết đột ngột, của Trần Đức Thảo.

Chỉ lúc ấy, hậu thế mới có thể biết rõ được giá trị sự nghiệp mà Trần Đức Thảo đã hết lòng mơ ước và đã dầy công tạo dựng là như thế nào.

Đấy là một Trần Đức Thảo bi thảm, như tôi đã thấy, đã gặp và đã được nghe ông trải bầy tâm sự.

Đấy là một con người tàn tạ trong gian nan, hối hận. Đấy là một cuộc đời bi thảm... mang đầy thương tích thối tha của hận thù và bạo lực. Nhưng bộ óc ấy vẫn trong sáng, không oán thù ai, mà chỉ hối hận về sai lầm, về sự im lặng của chính mình, tự thấy mình mang tội đồng lõa với sai lầm trong một thời gian quá dài. Đấy là công, tội của một kẻ tôn thờ chân lý. Không ít người cho đấy là một nỗi đau, một thất bại của nhà triết học khi đã dại khờ lao mình vào đống rác của lịch sử... với giấc mộng cuối cùng, là sẽ mang công sức và trí tuệ của mình ra để làm sạch lịch sử, làm sạch cách mạng!

Tuy vô tài, bất tướng, văn dốt, vũ dát, tôi cũng muốn gắng làm chứng cho bộ óc thông thái vô cùng bi thảm ấy. Bi thảm vì thấy mình đã uổng phí cuộc đời: lúc có thể, lúc nên nói, nên vùng dậy để bênh vực con người và những giá trị văn minh văn hóa, để dũng cảm ngăn chặn tội ác, để uốn nắn cách mạng theo hướng thiện, thì ông đã không làm. Nay thấy cái sự im lặng trong suốt mấy chục năm qua là đã đồng lõa với cái sai, với cái dối, cái ác. Bi thảm vì vào lúc hoàng hôn cuộc đời, nỗi hối hận đã thiêu đốt ông, đã hối thúc ông phải vùng dậy để hành động, để chuộc tội. Nhưng than ôi, đã quá trễ! Cái chết không cho ông chuộc lại tội đã uổng phí cuộc đời, uổng phí bao nhiêu năm ăn học, uổng phí bao nhiêu năm nghiền ngẫm suy tư... về cách mạng!

Với bài học của đám trẻ nghèo khổ phải kiếm sống trên những bãi rác bao la, nhưng chúng có con mắt tinh anh, bén nhạy, nhanh tay bới tìm ra từ đống rác đó những gì còn dùng được, tôi cũng muốn cố bới tìm trong đống rác lịch sử đương đại, để nhặt nhạnh, từ cuộc đời và sự nghiệp dang dở Trần Đức Thảo, một chút gì còn dùng được. Chẳng lẽ một cuộc đời đầy ắp tư duy thông thái ấy đã không để lại được chút gì hữu ích cho hậu thế? Chẳng lẽ tôi cứ thản nhiên, vô cảm, đứng nhìn cái đống rác thối rữa vĩ đại ấy vĩnh viễn vùi lấp ông sâu vào thối tha và quên lãng? Như vậy thì cuộc đời bi thảm ấy thật là lãng phí. Bởi thế, tôi cố kể lại, để chia sẻ cùng bạn đọc, cái sự may mắn của tôi vì đã được triết gia Trần Đức Thảo coi như người thân, để ông tâm sự, nỗi niềm. Tôi đã lắng nghe ông vì đời ông tuy bi thảm, nhưng đã tích lũy nhiều điều thật hay, cũng hữu ích cho người nghe, là... tôi.

Phụ lục

Chép lại từ cuốn băng ghi âm mấy lời tâm sự của gs Trần Đức Thảo mười hai ngày trước khi ông lìa đời

(Hôm ấy, là thứ Ba 12 tháng Tư năm 1993, vào khoảng gần 6 giờ chiều, mấy anh em chúng tôi tới "Nhà Việt Nam" ở đường Cardinal Lemoine, quận 5, Paris, để nghe gs Trần Đức Thảo thuyết trình tiếp như thường lệ mấy phần đầu của một cuốn sách đang được ông soạn thảo, thì bất ngờ thấy nhiều người có vẻ bực tức, lục tục bỏ ra về. Khi chúng tôi vừa tới, họ mách bảo: "Buổi thuyết trình bị cấm rồi"... Nhưng sau đó, chúng tôi cũng vào được để tìm hiểu lý do. Lúc đó gs Thảo đang thầm thì với anh Dũng, bên cạnh có anh Lê Tiến (LT), trong phòng hội của «Nhà Việt Nam». Anh LT cùng gs Thảo kéo tôi bước sang một phòng nhỏ phía sau để nói chuyện cho kín đáo tránh những cái nhìn đang rất thắc mắc tại sao bỗng nhiên lại có lệnh cấm buổi nói chuyện đã được loan báo từ trước. Chính trong căn phòng nhỏ này, tôi đã ghi âm lại những lời tâm sự mà nay nó trở thành những lời trăng trối quan trọng và rất cảm động).

Và sau đây là bản chép ra từ phần ghi âm ấy.

Như những lời trăng trối

Trước sự thất vọng vì buổi thuyết trình dự trù đã bị cấm quá đột ngột, gs Thảo đã bực bội nói ra những gì bác cất giấu trong đầu lúc đó. Bác lớn tiếng, tay đập xuống bàn, dằn từng tiếng mà nói:

- **Chỉ tại tôi muốn nói ra là chính Marx sai.**

Tôi hỏi:

- Tại sao bây giờ bác mới nói là Marx sai?

Bác Thảo lại đập mạnh tay trên bàn một cách giận dữ:

- **Bây giờ tôi nhận ra là chính ông Marx sai. Chứ không phải là ông Marx nói đúng rồi học trò học sai. Chính ông Marx cũng sai.**

- Nhưng bây giờ thì có phong trào đòi "phải đọc lại kinh điển"...

- **Đấy! Thì mấy cái thằng đòi đọc lại kinh điển, rồi chúng nó vẫn cứ thế... Đến lúc có gì kiểm thảo thì lại bảo: sai là chúng tôi sai, chúng tôi sẽ đọc lại Marx. Nhưng mà chính ông Marx cũng sai. Rồi cứ luẩn quẩn mãi thế...**

- Bác phải chỉ cho họ thấy chứ!

- **Thì hiện nay tôi đang chỉ, vì thế mà chúng nó muốn đè đầu tôi. Nếu mà không nhận ra là ông Marx sai thì không thể nào thoát ra khỏi chỗ này được.**

- Nhưng mà "lần này" là còn phải bao lâu nữa bác mới chỉ rõ cho họ biết được?

- **Còn độ vài tháng nữa thôi. Có lẽ tôi cũng phải làm sớm hơn, có lẽ cũng chỉ hai ba tháng nữa thôi. Tại vì để lâu quá rồi. Vì chúng nó vẫn cố giữ địa vị. Hiện nay thất bại như thế rồi nhưng vẫn cố giữ địa vị, cố giữ cái món ăn tiền... cứ bảo vệ ông Marx. Bảo sai là**

414

chúng tôi sai, nhưng mà ông Marx ông ấy đúng. Cứ bảo vệ ông Marx.

- Bây giờ có mấy cái nghị quyết mới muốn xiết lại...

- Tai hại nhất là cái thằng Balibar ấy, Cái thằng ấy là nó lại là siêu Marx! Nó giả vờ đứng về phía Marx để nịnh mấy cái thằng kia vốn đã đội Marx lên trời... Nhưng nó lại còn quá nữa, nó còn siêu hơn cả Marx nữa...

- Tức là thứ ultra đấy...

- Ừ tức là lũ ultra đấy. Thế là cứ loanh quanh mãi, lại cứ ông Marx mãi... Rồi nói là chúng ta học sai. Rồi lại cứ ông Marx mãi.

- Nếu vậy thì bác phải kịp thời chỉ ra cho họ thấy chứ!

- Thì tôi đang chỉ cho họ thấy, thì cũng độ sáu tháng nữa... vì thế mà chúng nó đàn áp tôi. Nếu mà không rời ông Marx ra thì cứ luẩn quẩn mãi...

Anh LT chặn lại:

- Bác nói ai sai cũng được, nhưng mà cũng phải khiêm tốn một chút... Cũng như khi Euclide viết ra cái định đề toán học, cũng có người nói ông này sai, nhưng...

- Không! Cái này không thể chỉ như toán học được...

-Nhưng mà bây giờ muốn hỏi bác, bác nhận thấy Marx sai từ lúc nào?

- Từ cuối năm ngoái (Tức cuối năm 1992). Tôi nhận ra rằng ông Hegel ông ấy sai, rồi ông Marx lấy lại cái phương pháp của ông Hegel. Chính cái phương pháp ấy sai. Ông Marx bảo phương pháp ấy đúng, ta cứ lấy lại... nhưng thực ra là phương pháp ấy sai...

- Bác phải chỉ ra cho rõ cái điều đó chứ...

- Ừ thì đấy, tôi đã chỉ ra trong cái bài đầu. Bài đầu và bài thứ hai. Chính là phương pháp ấy sai, ông Marx lại lấy lại phương pháp ấy...

- Nếu thế thì bác phải phủ nhận những gì đã viết từ trước tới giờ?

Bác Thảo (gõ mạnh xuống bàn):

- **Tất nhiên rồi. Tôi nói rõ ra như vậy, tất nhiên là phải phủ nhận. Tất nhiên là phải phủ nhận!** (Chúng tôi nghe và im lặng hồi lâu như bị sốc!) **Ông Marx tưởng là ông Hegel đúng, ông Marx lấy lại phương pháp của ông Hegel, khổ thế! Chính là ông Hegel cũng sai.**

- Bác phải làm sao chỉ ra như vậy chứ.

- **Thì trong hai cái bài đầu, tôi chỉ ra là ông Hegel sai...**

- Nhưng mà chưa rõ lắm.

- **Nếu mà không vạch ra được cái chỗ ấy thì cứ luẩn quẩn mãi. Cái bi kịch của cách mạng ta là cứ bảo Marx đúng, nhưng mà ta không hiểu, nên ta vận dụng sai, rồi cứ luẩn quẩn đi học Marx mãi.**

Anh LT:

- Cái bi kịch của cách mạng ta, dù sao đi nữa thì cũng có hai giai đoạn, một giai đoạn cách mạng dân tộc giành lại độc lập cho đất nước...

- **Đấy không phải là giai đoạn cách mạng vô sản, sau rồi nó mới làm cách mạng vô sản, rồi nó mới chia ruộng, mới đấu tố... Còn cách mạng dân tộc thì đúng quá rồi! Cách mạng dân tộc thì đúng quá rồi! Nhưng mà cái mà đưa ông Marx vào ấy, bảo rằng cách mạng dân tộc chưa ăn thua gì hết, phải theo đường lối: của nhà nước là của chung ấy... chiếm công vi tư theo cái kiểu nhà nho ...**

Anh LT:

- Dù sao thì trong giai đoạn đầu...

Bác Thảo chặn lại:

- **Giai đoạn đầu ấy thì chưa thò ông Marx ra...**

- Nhưng mà ở nhà bây giờ người ta lại nêu ra tư tưởng Hồ Chí Minh...

- **Nói tư tưởng Hồ Chí minh thì cũng lại là lời ông Marx ra...** (Tay đập bàn) **Mà vận dụng Marx là nó sai từ gốc! Ở nhà chúng nó cứ bảo tôi: cứ giữ danh nghĩa ông Marx thì ăn tiền. Chúng nó biết tôi nghiên cứu về Marx thì nói thế. Chính mấy cái anh học mót về Marx ấy cứ bảo: "Sai là chúng tôi sai vì chúng tôi dốt nên chúng tôi sai, bây giờ chúng tôi học lại Marx..."**

Anh LT:

- Nhưng giờ đây người ta nói tới tư tưởng Hồ Chí Minh nhiều hơn...

- **Thì Hồ chí Minh thì vẫn là Marx, tất nhiên ông ấy cũng khôn hơn, ông ấy nói ra một cách đại chúng... nhưng cũng vẫn là Marx, nghĩa là vẫn sai tận gốc...**

- Như cải cách ruộng đất thì có phải là Marx không?

- **Cải cách ruộng đất chính là theo tinh thần Marx. Vì thế mà nó sai. Nó sai vì ông Marx, chứ không phải nó sai vì hiểu lầm.**

Anh LT:

- Từ trước tới giờ không có ai nói là Marx sai...

- **Ông Marx sai trước hết là vì ông Marx lấy lại phương pháp của ông Hegel, mà chính là Hegel sai, sai vì phương pháp. Lại thêm một điểm nữa là vì ông Hegel nói trên trời thì không đến nỗi tai hại quá... Marx lấy lại phương pháp tư tưởng của Hegel làm cho cái học thuyết nó sai... Như là trong cái chính sách kinh tế mới của Lénine ấy...**

Anh LT tiếp tục chặn lại:

- Cái kinh tế mới ấy là đúng nhưng con người thi hành kinh tế mới ấy chưa phải là con người mới xã hội chủ nghĩa...

417

- Kinh tế mới ấy là đúng, nhưng có người nói theo Marx thế là nó sai, thế nên Lênine thua. Mà chính là do Marx sai nên mới dẹp nó đi...

- Dù thế nào thì bác cũng chưa nói thật rõ...

- Thì trong hai cái bài đầu, tôi chứng minh là cái dialectique của Hegel là sai, mà ông Marx lấy lại cái dialectique ấy thì lại càng sai. Vì sao? Vì Marx đưa từ trên trời xuống đất.

- Sao bác không nói thẳng ra như vậy...

- Không thể nói thẳng, nói rõ ngay ra tất cả như thế được. Vì chúng nó đang đả tôi như thế, chúng nó đánh cho vỡ đầu ra... Nhưng nay đã là quá lắm rồi, đã sai lầm như thế rồi mà chúng nó cứ lại mác-xít mãi, chúng nó vẫn cứ vin vào bảo Marx đúng, sai là chúng tôi sai... Nhưng thật là đã sai từ gốc...

Anh LT lại nói:

- Cháu chưa thấy ai đã nói ra như vậy.

- Ở nhà không có ai dám nói ra như vậy. Mà ở đây cũng không có ai nói ra như vậy. Nhưng mà tôi nhận thấy nếu mà không nói ra như vậy thì cứ luẩn quẩn mãi, đã thất bại như thế, lại cứ ông Marx mãi... cứ đọc lại kinh điển...

Anh LT:

- Bác không dùng marxisme nữa thì dùng cái gì?

- Thì phải dùng cái khác!

- Cái khác là cái gì?

- Là cái mà tôi đang xây dựng. Cái mà tôi đang xây dựng bước đầu, là hoàn toàn mới. Chứ mà cứ theo Marx mãi thì không được...

Anh LT:

- Theo trong lịch sử triết học thì phương đông kể từ Khổng Tử, Mạnh Tử rồi Lão Tử, còn phương tây thì là từ Aristote tới Descartes...

- Tất cả những cái đó thì nó sai rồi...

Anh LT:

- Bác nói như thế thì từ khi con người xa rời cái thế cầm thú mà bác nói nó sai thì...

- **Những cái của thời đó thì nó có thể thử nghiệm được, nhưng nay thì nó không còn dùng được...**

(...Cuộc tranh luận giữa gs Thảo và Anh T trở nên gay go và lộn xộn rất khó nghe rõ nên xin gác qua đoạn này để chỉ chú ý tới những lời lẽ của gs Thảo sau đó).

Anh LT:

- Cháu thấy bác dù sao thì cũng nên thận trọng...

- **Thì nay mới bước sang phần thứ tư, còn trong ba cái phần đầu, chúng nó có nói gì nổi đâu. Nếu chúng nó mà phá được, thì tôi chết rồi... Tôi không còn ngồi đây nữa. Nhưng mà đánh vào quyền lợi của nó thì tuy nó không làm gì được, nhưng nó bịt đầu, bịt đuôi, không cho sống. Nếu mà nó đánh được thì chết ấy chứ.**

- Nhưng bác phải chỉ rõ ra cái đường hướng mới ấy chứ.

- **Thì những cái mà tôi đã viết, nhất là trong ba cái bài đầu ấy, chính chúng nó không bẻ được thì tôi mới còn sống...**

Anh LT:

- Cháu nói cái này cũng là để information thôi, để mà thấy chuyện chung thôi, chứ không phải là phê bình bác. Nhiều người, trong đó có những người đã viết thư cho bác... Thì người ta nói những điều bác viết, những điều bác nghĩ cũng như mấy cái propositions của bác, thì... (mấy từ tiếng Pháp này nghe không rõ...), nhưng mà tới bây giờ trên phương diện trao đổi giữa người với người, xưa tới nay chưa có ai nói những cái như bác viết...

- **Thì cho tới nay tôi chưa đưa ra được những điểm cần thiết... Làm thì không thể nào trong bốn**

tháng mà làm xong được... Cái mà tôi nhận ra thì mới trong sáu tháng thôi.

Anh LT:

- Mà bây giờ thì thời gian cũng không có, vấn đề sức khỏe của bác rất là giới hạn, rồi chương trình công tác nó đòi hỏi nóng hổi, phải nhanh phải lẹ. Mà với điều kiện sinh sống của bác như thế này, với phương tiện vật chất của bác như thế này, thì cũng phải làm cho lẹ...

- Những cái tôi làm, không thể đi thẳng vào vấn đề, vào con người và xã hội hiện nay... Mà xã hội hiện nay nó xuất phát từ cả một lịch sử xã hội... Mà lịch sử xã hội nó xuất phát từ cả một cái lịch sử động vật... Tất cả những cái đó là cần thiết phải thông qua... Thì đấy tôi cũng đã nói rất là đơn giản, nhưng mà cũng phải nói, mà cũng mất công... Mà công thì không thể nào bốn tháng mà làm xong được. Làm xong thì cũng chỉ năm hay nói chậm ra cũng chỉ sáu tháng thôi... Mà hiện nay tôi tới tuổi già rồi mới nhận ra, mà tới tuổi già rồi mới có điều kiện nhận ra, chứ trước có ai dám động tới cụ Marx đâu.

*(Mấy câu này do gs Trần Đức Thảo nói ra **để phác họa mấy chương của cuốn sách** mà ông đang hình thành, nhưng không kịp nữa.)*

Trở lại với cuộc đối thoại, Anh T lại nói:

- Cái đó là thói quen của bác ở trong nước, chứ ở đây nó đụng tơi bời...

- Nó đụng nhưng mà nó không có một chính truyền... Tôi là người đầu tiên dám đụng tới Hegel. Ở ngoài không ai dám đụng tới Hegel, cứ nghe ông Hegel như là thánh, còn thì là do không hiểu, nên không ai đụng tới Hegel...

Anh LT:

420

- Ở đây thì họ vẫn đụng tơi bời...

- **Nhưng không ai đi vào cái gốc tức là cái phương pháp.** - Tức là logique và dialectique...?

- **Thì đấy! Thì cái ấy đấy, chưa ai đụng đến. Nếu đụng tới thì anh phải có một cái mới... Nếu mà không có một cái mới thì anh không dám làm gì...**

Anh LT:

-Có thể là từ Marx tới bây giờ thì chỉ có một Trần Đức Thảo dám đặt lại vấn đề...

- **Tôi không phải là người đầu tiên, mà có từ ấy... Nhưng mà tôi là tôi nói cho nó rõ, rồi tôi phát triển được... những cái đó thì mới lắm... chưa bao giờ... Mới bắt đầu có từ những năm ba mươi, thì tôi phát triển được... Ông Husserl thì nói từ những năm ba mươi, nhưng mà ông ấy theo phe duy tâm...**

Anh LT:

- Bây giờ lại nói Marx là học trò của ông Hegel... thì bây giờ...

- **Không! Bây giờ thì phải làm lại... Lần đầu tiên tôi làm đến nay, nghĩa là những cái mà tôi làm rồi thì chưa ai bẻ được. Mà không thể nào bẻ được. Thì nó là lần đầu tiên có một phương pháp mới, chưa bao giờ có cái phương pháp ấy... Trước đây ấy, có hai qui trình: qui trình vin vào dĩ vãng... rồi cứ nhớ lại di vãng... Rồi nó lý tưởng hóa dĩ vãng, thần thánh nó... lấy nó làm gốc. Thế rồi có những cái nó lại đi trước, nó thiên về tương lai... khổ nhất là Marx... ông ấy đã đặt cái tương lai lên trước cái hiện tại... để bảo rằng: "Sau này thì sẽ tiến lên chủ nghĩa cộng sản... thì sẽ gì, gì đấy..."**

Đến đây vì cuốn băng bị hết nên không ghi âm được đầy đủ phần chứng minh của gs Thảo nói về vấn đề "chính Marx đã sai... "

Cũng xin nói thêm cho rõ: đáng lẽ ra gs Thảo tới Nhà Việt Nam hôm ấy là để diễn thuyết về đề tài "La Théorie du Présent vivant comme Théorie de l'Associativité (Lý thuyết Hiện tại sống động như là lý thuyết của liên hợp tính)." Nhưng anh Dũng người trực phiên tại Nhà Việt Nam hôm ấy cho biết có lệnh thôi không cho tổ chức các buổi thuyết trình như vậy nữa. Hôm ấy gs Thảo cầm tới một số tập tư liệu sao ra bằng photocopie về các đề tài đã thuyết trình bằng tiếng Pháp để bán. Trong đó có đề tài của buổi thuyết trình hôm ấy, nhưng rồi bị cấm. Tập tư liệu bằng tiếng Pháp ấy bác ghi rõ là "Edité par l'auteur (Do tác giả ấn hành)" và có ghi ngày in là 12-4-1993.

Rồi có tin bác giận dữ tính họp báo để tuyên bố chọn tự do!

Nhưng tiếc thay, đến ngày 24-4-1993 thì bác Thảo đột ngột qua đời.

Cũng xin nói thêm là cuốn băng ghi âm này và vài cuốn băng ghi âm mấy buổi nói chuyện khác của bác, tôi sẵn sàng trao lại cho những ai muốn nghiên cứu về bác Thảo, đặc biệt là nếu có thư viện nào muốn lưu trữ tư liệu của chính Trần Đức Thảo.

* * *

Dưới đây là "link" để dẫn quý vị đến nghe trực tiếp giọng nói chính thức của giáo sư Trần Đức Thảo:
http://bit.ly/Xe2fTC

CHỈ DẪN: 1. Mở bất kỳ một Internet browser nào và đánh vào đó "http://bit.ly/Xe2fTC" chính xác như được ghi ở đây (nhưng không có dấu ngoặc kép.) 2. Click vào nút Download để tải về tài liệu -Enhanced.mp3 giọng Trần Đức Thảo. 3. Xong click hai lần vào tài liệu đó để nghe MP3.

BẠT

Trần Đức Thảo đã ra đi và Việt-nam mất đi một triết-gia. Song điều đó có nghĩa gì đối với một đất nước có quá nhiều mất mát, ở một nơi mà do cuồng-vọng của lãnh-đạo hàng triệu gia-đình đã mất cha mất con, mất vợ mất chồng, đôi khi mất cả hai ba thế-hệ, mất cả không ít trẻ thơ là mầm non của đất nước?

Song ta có thấu hiểu về sự mất mát của chỉ một người như Trần Đức Thảo, ta mới trông ra hết cả cái thảm-kịch của một dân-tộc bất hạnh như dân-tộc Việt-nam.

Từ nhỏ, ông đã học giỏi. Song điều đó không lạ, không hiếm ở một nước có truyền-thống hiếu học. Lớn lên, ông vẫn nổi bật giữa chúng bạn, trong một ngành mà không mấy người Việt-nam đi vào, mà còn ở ngay một môi-trường không phải là của ta.

Người ta bảo người Việt không thích triết bởi cái tính thực-tiễn, thiết thực ở nơi ta. Với loại triết-lý "thằng Bờm," ta sẵn sàng để những vấn-đề nhức đầu nhức óc cho người khác. Chẳng thế mà người ta bảo người Việt bình-thường chỉ có loại triết-lý vụn chứ không có triết-học.

Vì sao?

Vì triết-học đích-thực đòi hỏi những tư duy tập trung, sâu sắc, dài hơi và dài hạn, để cho cái nhìn của ta trở thành hệ-thống. Dựng nên một hệ-thống triết-học liền lạc, do đó, không phải là ai cũng làm được mà không làm được thì làm sao ta có thể sánh với những bộ óc lớn của nhân-loại?

Chính vì thế mà cái học lên đến cỡ của một Trần Đức Thảo hay Nguyễn Mạnh Tường thời tiền-chiến không phải là dễ, đạt đến mức của một Nguyễn Xuân Vinh hay Trịnh Xuân Thuận, Ngô Bảo Châu đời nay là đã thành những bảo-vật mà xã-hội cần gìn giữ, cưu mang. Bởi những con người như vậy không tự-nhiên sinh ra mà xuất chúng. Cái giỏi của họ là kết-quả của bao nhiêu tu luyện, để một ngày kia họ có thể trở lại đền đáp cái xã-hội đã nuôi dưỡng tài-năng của họ.

Những con người như vậy sẽ đem lại vinh-quang cho xã-hội sản sinh ra họ và họ càng đóng góp được cho nhân-loại bao nhiêu thì họ càng làm vẻ vang cho cái nguồn gốc của họ bấy nhiêu.

Vùi dập những tài-năng như vậy, do đó mà thành một trọng-tội. Không phải chỉ chúng ta nghĩ như vậy. Ngay một người đi theo "Đảng và Bác" bao năm như nhà thơ Huy Cận mà cũng trông ra cái mất mát to lớn của một người như Trần Đức Thảo.

Sau khi được tin ông chết, có lẽ qua con ông là Cù Huy Hà Vũ lúc bấy giờ đang học ở Paris, Huy Cận ở tận Hà-nội đã phải thốt lên:

NHÀ TRIẾT HỌC
Tặng hương hồn Trần Đức Thảo

Anh sinh ra ở miền Kinh Bắc
Đất nước thâm trầm nuôi dưỡng anh
Cha ông sông lắng dòng sâu sắc
Suy ngẫm nhân sinh tập đại thành.

Cổ kim suy tưởng ôm hành động
Chân lý rèn trong lửa cuộc đời
Thế kỷ hai mươi hồn mở rộng
Gốc xưa nhựa ấm bật cành tươi.

Chao ôi dao động, lòng chao đảo
Ai héo nhân văn, xấu kiếp người!
Đã có giữa đời Trần Đức Thảo
Người ơi vững gót[1] *trụ đất trời.*

Triết nhân tản mẩn như con trẻ
Từ tiếng u ơ tìm lại nguồn
Ngôn ngữ lắng trầm nghìn thế hệ
Giọng người đâu phải tiếng chim muông.

Triết nhân có phải tăng nguồn sống
Cho mỗi hồn ta, cho thế nhân
Vất vả đường ai, nhưng gió lộng
Nâng chân muôn dặm bước hài văn.

Huy Cận
5 giờ sáng ngày 11-7-93

[1] Ngạn ngữ xưa: "Biết cắn môi để chịu thiệt, Đứng vững gót mà làm người."

Trong bài thơ, Huy Cận nhắc đến một tác-phẩm lớn của Trần Đức Thảo, cuốn *Recherche sur l'Origine du Langage et de la Conscience* (mà đã được Đoàn Văn Chúc dịch sang tiếng Việt là *Tìm Cội Nguồn của Ngôn Ngữ và Ý Thức*), một trong những tác-phẩm chính làm nên sự-nghiệp triết-học của Trần Đức Thảo--cũng như đã xây dựng tên ông thành một triết-gia của nhân-loại trong thế-kỷ 20.

Theo Cù Huy Chữ thì từ năm 1991 Huy Cận tuy không hiểu lắm định nghĩa của Trần Đức Thảo về học-thuyết của ông là "hiện tượng học - Mác-xít, đúng hơn nên gọi tôi là nhà duy vật biện chứng nhân bản," song nhà thơ vẫn công-nhận ông là "một nhà khoa học vĩ đại đang cần mẫn sống và làm việc cho đất nước, cho dân tộc, cho sự phát triển tự do của con người."

425

Như vậy thì dù như Trần Đức Thảo bị CSVN bao vây hàng mấy chục năm từ khi "héo nhân văn" (1956), không cho làm gì ngoại-trừ ngồi dịch mấy cuốn sách Pháp (một cách dùng người thật lạ kỳ, tương-tự như dùng một ông giáo làm việc của học trò), ở ngay trong chế-độ (Huy Cận đã có một thời-gian dài làm bộ-trưởng Văn-hóa ở miền Bắc) vẫn có người nhìn ra chân-giá-trị của ông.

Song cũng phải tinh lắm thì mới nhìn được ra như thế. Chứ bề ngoài thì triết-gia Trần Đức Thảo, sau bao năm bị chế-độ trù dập, có thể nói là không "ấn-tượng" lắm. Khi ông được sang Pháp vào cuối đời (tháng 3/1991 đến 21/4/1993), ban đầu ông đã gây được sự chú ý nhờ tiếng tăm của ông từ 40 năm trước. Nhưng khi người ta tò mò đến nghe ông thì chỉ thấy một ông già nhếch nhác, lại còn bị thối tai, mà xem chừng rất dè dặt, kín đáo (đâu mấy ai biết ông bị bao vây bởi các "đồng chí" ở Sứ-quán) nên trước công-chúng không dám nói thật mà phải nói quanh co, nói triết-học xem chừng rất khó khăn. Chẳng bao lâu, ông mất dần thính-chúng... để đi đến chỗ lèo tèo với đôi ba người là có can đảm ở lại với ông đến cùng.

Nhưng đằng sau cái bề ngoài không mấy ấn-tượng đó là cả một khối tinh ròng suy nghĩ ấp ủ một đời mà may mắn chúng ta có nhà văn Tri Vũ Phan Ngọc Khuê nhờ thiện-duyên đã làm thân được với ông để ghi lại những lời cuối, những lời xem như trăng trối của Trần Đức Thảo.

Cuộc đời Trần Đức Thảo xem như một cuộc đời tan nát vì "cách mạng" mà ông chọn phục-vụ vào năm 1951 nên mọi sự trở nên lỡ dở. Cuộc đời đó có thể xem như một bài học--"an object lesson"--đối với những ai để cho tình-cảm, lý-tưởng che mờ đi lý-trí, kinh-nghiệm. Không những ông mất vợ, không có đời sống gia-đình, không có cả tự do trong bóng tối làm những việc ông muốn làm--

426

cho quê hương đất nước của ông. Sự-nghiệp triết-học của ông là một sự-nghiệp dang dở.

Cuối đời, dù được cho đi Pháp ông vẫn bị bao vây nếu không muốn nói là ám-hại. Cũng may là bên ông còn có một số người thân đi lại chăm sóc cho ông, trong đó có thể kể vợ chồng Cù Huy Hà Vũ lúc bấy giờ đang học ở Pháp. Theo lời kể của Luật-sư Dương Hà, lúc ông Trần Đức Thảo mới được sang Pháp thì Cù Huy Hà Vũ còn đang thực-tập ở Sénégal (Tây-Phi-châu) nhưng sau khi ở đó về, vợ chồng chị thường đến thăm ông Trần Đức Thảo vào cuối tuần. Vì ông không có thu nhập gì đáng kể nên vợ chồng chị hay đi mua nước đến cho ông, và trong khi Cù Huy Hà Vũ chuyện trò trao đổi với ông thì chị dọn dẹp chung quanh phòng cho ông.

Mãi gần vào những ngày chót, mới có tin vui là Giáo-sư Jean Dupèbe dạy ở Paris VII (khuôn-viên Sorbonne ở Quận 5 Paris) vận-động được cho Trần Đức Thảo một món tiền hưu để bảo đảm cuộc sống cho ông ở Pháp. Song ngân-phiếu đầu tiên là 3000 francs mới đến, ông chưa kịp tiêu thì đã mất. Theo lời kể của một nhân-chứng thuộc Sứ-quán, vào phút chót ông chỉ biết kêu: "Vũ... Vũ..."

Ký-ức cuối cùng mà triết-gia Trần Đức Thảo để lại nơi một số người quen ông là một hình ảnh khá vô nghĩa: ông thích đội mũ len!

NGUYỄN NGỌC BÍCH
Springfield, Virginia
Mùa Giáng Sinh 2013

THƯ MỤC TẠM THỜI
TRẦN ĐỨC THẢO
(1917-1993)

«Thư mục Trần Đức Thảo» này đã được thực hiện, và các văn bản được sao chụp, nhờ sự trợ giúp của nhiều tấm lòng. Chúng tôi thành thật cám ơn ông Hoàng Khoa Khôi đã gửi tặng bản sao quyển Triết Lý Đã Đi Đến Đâu?*, bạn Phan Huy Đường đã cho mượn các bản thảo cuối cùng của tác giả, bà Nguyễn Thị Xuân Sương đã sao chụp giúp những tài liệu ở Thư Viện Quốc Gia Pháp, và nhất là quý ông Phạm Thế Khang, Nguyễn Xuân Dũng, Chương Thâu trong nước đã cung cấp bản sao các bài biên khảo bằng tiếng Việt thuộc thời kỳ Trần Đức Thảo còn sinh sống và công tác ở Việt Nam. Dù vậy, chúng tôi vẫn tin chắc rằng thư mục còn rất nhiều thiếu sót, nhất là về loại quy chiếu viết bằng những sinh ngữ ngoài 3 thứ tiếng Việt, Anh và Pháp; ở đây, chúng tôi mong được sự trợ giúp của tất cả mọi độc giả quan tâm đến triết học và Trần Đức Thảo, hầu có thể cập nhật thường xuyên thư mục tạm thời này.*

Phạm Trọng Luật
Cập nhật ngày 1/11/2005

A - Biên Khảo Triết Học:

Thời Kỳ Ở Pháp:

01) *La Méthode Phénoménologique chez Husserl* [*Phương Pháp Hiện Tượng Học ở Husserl*]. Khóa luận tốt nghiệp Cao Học Triết

[Diplôme d'Etudes Supérieures, Sorbonne], dưới sự hướng dẫn của Jean Cavaillès (1903-1944). Paris: 1941-1942.

02a) *Marxisme et Phénoménologie* [*Chủ Nghĩa Marx và Hiện Tượng Học*]. Revue Internationale = ISSN 0338-4314, số 2, 1946. Tr. 168-174. Địa chỉ truy cập: http://www.vietstudies.info/TDThao

02b) *Chủ Nghĩa Marx và Hiện Tượng Học*. Bản dịch của Phạm Trọng Luật. Địa chỉ truy cập: http://www.vietstudies.info/TDThao & http://amvc.free.fr

03) *Existentialisme et Matérialisme Dialectique* [*Chủ Nghĩa Tồn Tại và Chủ Nghĩa Duy Vật Biện Chứng*]. Revue de Métaphysique et de Morale = ISSN 0035-1571, tập 58, số 3-4, 1949. Tr. 317-329.

04a) *«La Phénoménologie de l'Esprit» et Son Contenu Réel* [*Nội Dung Thực Chất của «Hiện Tượng Luận Tinh Thần»*] Les Temps Modernes = ISSN 1149-4026, số 36, 1948. Tr. 492-519.

04b) *El materialismo de Hegel* [*Chủ Nghĩa Duy Vật ở Hegel*]. Bản dịch của Juan José Sebreli. Buenos Aires: Siglo Veinte, 1965.

04c) *The «Phenomenology of Mind» and Its Real Content* [*Nội Dung Thực Chất của «Hiện Tượng Luận Tinh Thần»*]. Telos = ISSN 0090-6514, số 8, 1971.

04d) *Hiện Tượng Luận và Thực Chất của Trí Năng*. Bản dịch của Nguyễn Hữu Liêm.

05a) *Alexandre Kojève et Trần Đức Thảo: Correspondance Inédite* [*Alexandre Kojève và Trần Đức Thảo: Cuộc Trao Đổi Thư Chưa Công Bố*] (1948). Présentation de Gwendoline Jarczyk et Pierre-Jean Labarrière. Genèse = ISSN 1155-3219, số 2, 1990. Tr. 131-137.

05b) Jarczyk, Gwendoline & Labarrière, Pierre-Jean. *De Kojève à Hegel: 150 Ans de Pensée Hégélienne en France.* [*Từ Kojève đến Hegel: Tư Tưởng Hegel 150 Năm Qua ở Pháp*]. Paris: Albin Michel, 1996. Tr. 61-68.

05c) *Trao Đổi Thư giữa Kojève và Trần Đức Thảo*. Chân Phương chuyển ngữ. Hợp Lưu = ISSN 1065-9323, số 79, 10-11/ 2004. Tr.

32-37. Địa chỉ truy cập: http://www.hopluu.net &http://www.viet-studies.info/TDThao & http://amvc.free.fr

06) *Les Origines de la Réduction Phénoménologique chez Husserl* [*Nguồn Gốc của Sự Quy Giản Hiện Tượng Học ở Husserl*]. Deucalion = ISSN 1282-8505, số 3, 1950. Tr. 128-142.

07) *Triết Lý Đã Đi Đến Đâu?* [*Where Are We Today with Philosophy? = Où en Est-On Aujourd'hui avec la Philosophie?*]. Paris: Minh Tân, 1950.

08a) *Phénoménologie et Matérialisme Dialectique.* Paris: Minh Tân, 1951. In lần thứ hai: *Phénoménologie et Matérialisme Dialectique.* New York: Gordon & Breach, 1971. In lần thứ ba:*Phénoménologie et Matérialisme Dialectique.* Paris: Ed. des Archives Contemporaines, 1992.
08b) *Fenomenologia e Materialismo Dialettico.* Bản dịch của Roberta Tomassini. Milan: Lampugnani Nigri, 1970.
08c) *Fenomenología y Materialismo Dialéctico.* Buenos Aires: Editorial Lautaro, 1959. Tái bản: *Fenomenología y Materialismo Dialéctico.* Buenos Aires: Nueva Visión, 1971.
08d) *Genshōgaku to Benshōhō-teki Yuibutsuron.* Bản dịch của Takeuchi Yoshitomo. Tokyo: Gōdō Shuppan, 1971.
08e) *Phenomenology and Dialectical Materialism.* Bản dịch của Daniel J. Herman và Donald V. Morano. Dordrecht: D. Reidel, 1986.
08f) *Hiện Tượng Học và Chủ Nghĩa Duy Vật Biện Chứng.* Bản dịch của Đinh Chân. Hà Nội: Nxb Đại Học Quốc Gia, 2004.

Thời Kỳ Ở Việt Nam:

09) *Lực Lượng Sản Xuất và Quan Hệ Sản Xuất trong Cuộc Khủng Hoảng của Xã Hội Phong Kiến Việt Nam* [*Productive Forces and Relations of Production in the Crisis of the Feudal Society in Việt Nam = Forces Productives et Rapports de Production dans la*

431

Crise de la Société Féodale du Viêt Nam]. Tạp Chí Nghiên Cứu Văn Sử Địa, số 1, 1954. Tr. 35-49.

10) *Tìm Hiểu Giá Trị Văn Chương Cũ* [*On the Value of Some Ancient Poems = Sur la Valeur de Quelques Poèmes Anciens*]. Tạp Chí Nghiên Cứu Văn Sử Địa, số 3, 1954. Tr. 27-39.

11a) *Bài «Hịch Tướng Sĩ» của Trần Hưng Đạo và Xã Hội Việt Nam trong Thời Kỳ Thịnh của Chế Độ Phong Kiến* [*The «Hịch Tướng Sĩ» of Trần Hưng Đạo and Viêtnamese Society at the Apex of the Feudal Regime = Le «Hịch Tướng Sĩ» de Trân Hưng Đạo et la Société Viêtnamienne à l'Apogée du Régime Féodal*]. Tạp Chí Nghiên Cứu Văn Sử Địa, số 5, 1955. Tr. 31-39.

11b) *Bài «Hịch Tướng Sĩ» và Anh Hùng Dân Tộc* [*The «Hịch Tướng Sĩ» and Our National Heroes = Le «Hịch Tướng Sĩ» et Nos Héros Nationaux*] (được thông báo ở cuối bài trên, nhưng cuối cùng không thấy công bố = announced, but not published = annoncé, non publié).

12a) *Nguồn Gốc Ý Thức trong Cuộc Tiến Hoá của Hệ Thần Kinh* [*The Origin of Conscience in the Evolution of the Nervous System = L'Origine de la Conscience dans l'Evolution du Système Nerveux*]. Tập San Đại Học Sư Phạm, số 1, 1955. Tr. 7-26.

12b) *Biện Chứng Pháp của Hệ Thần Kinh* [*The Dialectics of the Nervous System = La Dialectique du Système Nerveux*]. Tập San Đại Học Sư Phạm, số 2, 1955. Tr. 59-75.

12c) *Quá Trình Tập Trung Tổ Chức Thần Kinh và Phát Triển Vỏ Óc* [*The Process of Concentration in the Organization of the Nervous System and the Evolution of the Brain = Le Processus de Concentration de l'Organisation du Système Nerveux et L'Évolution du Cerveau*] (được thông báo ở cuối bài trên, nhưng cuối cùng không thấy công bố = announced, but not published = annoncé, non publié).

13a) *Lịch Sử Tư Tưởng trước Marx* [*The History of Thought before Marx = L'Histoire de la Pensée avant Marx*]. Phạm Hoàng Gia và

Đức Mộc ghi lại từ các bài giảng tại Đại Học Tổng Hợp Hà Nội, 1955-1956. Ấn bản ronéo.

13b) *Lịch Sử Tư Tưởng trước Marx* [*The History of Thought before Marx* = *L'Histoire de la Pensée avant Marx*]. Theo vở ghi bài giảng của Phạm Hoàng Gia. Lưu Đức Mộc đọc lại bản ghi. Hà Nội: Nxb Khoa Học Xã Hội, 1995.

14) <u>*Nội Dung Xã Hội "Truyện Kiều"*</u> [*The Social Content of "Truyện Kiêu"* = *Le Contenu Social du «Truyện Kiêu»*]. Tập San Đại Học Sư Phạm, số 5, 1956. Tr. 11-40.

15a) <u>*«Hạt Nhân Duy Lý» trong Triết Học Hê-Ghen*</u>. Tập San Đại Học (Văn Khoa), số 6-7, 1956. Tr. 18-36.
15b) *Le «Noyau Rationel» de la Dialectique Hégélienne*. La Pensée = ISSN 0031-4773, số 119, 1965. Tr. 3-23.
15c) *The «Rational Kernel» in the Hegelian Dialectic*. Telos = ISSN 0090-6514, số 6, 1970.

16) *Le Mouvement de l'Indication comme Forme Originaire de la Conscience* [*Động Tác Chỉ Dẫn như Hình Thức Gốc của Ý Thức Cảm Quan*]. La Pensée = ISSN 0031-4773, số 128, 1966. Tr. 3-24.

17a) *Du Geste de l'Index à l'Image Typique* [*Từ Động Tác Định Hướng đến Hình Ảnh Điển Hình*] *(1)*. La Pensée = ISSN 0031-4773, số 147, 1969. Tr. 3-46.
17b) *Du Geste de l'Index à l'Image Typique* [*Từ Động Tác Định Hướng đến Hình Ảnh Điển Hình*] *(2)*. La Pensée = ISSN 0031-4773, số 148, 1969. Tr. 71-111.
17c) *Du Geste de l'Index à l'Image Typique* [*Từ Động Tác Định Hướng đến Hình Ảnh Điển Hình*] *(3)*. La Pensée = ISSN 0031-4773, số 149, 1970. Tr. 93-106.

18a) *Recherche sur L'Origine du Langage et de la Conscience*. Paris: Les Editions Sociales, 1973.
18b) *Gengo to Ishiki no Kigen*. Bản dịch của Hanazaki Kōhei. Tokyo: Iwanami Shoten, 1979.

18c) *Investigation into the Origin of Language and Consciousness.* Bản dịch của Daniel J. Herman và Robert L. Armstrong. Dordrecht: D. Reidel, 1984.
18d) *Tìm Cội Nguồn của Ngôn Ngữ và Ý Thức.* Bản dịch của Đoàn Văn Chúc. Hà Nội: Nxb Văn Hoá Thông Tin, 1996.

19a) *De la Phénoménologie à la Dialectique Matérialiste de la Conscience [Từ Hiện Tượng Học đến Biện Chứng Duy Vật của Ý Thức] (1).* La Nouvelle Critique = ISSN 0029-4721, số 79-80, 1974. Tr. 37-42 .
19b) *De la Phénoménologie à la Dialectique Matérialiste de la Conscience [Từ Hiện Tượng Học đến Biện Chứng Duy Vật của Ý Thức] (2).* La Nouvelle Critique = ISSN 0029-4721, số 86, 1975. Tr. 23-29.

20) *Le Mouvement de l'Indication comme Constitution de la Certitude Sensible [Động Tác Chỉ Dẫn như Hình Thức Gốc của Xác Thực Cảm Quan].* La Pensée = ISSN 0031-4773, số 220, 1981. Tr. 17-31.

21) *La Dialectique Logique dans la Genèse du «Capital» [Luận Lý Biện Chứng trong Sự Tạo Tác «Tư Bản Luận»].* La Pensée = ISSN 0031-4773, số 240, 1984. Tr. 77-91.

22a) *La Formation de l'Homme [Sự Hình Thành Con Người].* (01/09/1986, 42 tờ). Lưu trữ tại Thư Viện Quốc Gia Pháp BnF, ký hiệu xếp giá 4-R-21642, Tolbiac, Rez-de-Jardin, Magasin.
22b) *Sự Hình Thành Con Người.* Hà Nội: Nxb Đại Học Quốc Gia, 2004.

23) *La Naissance du Premier Homme [Sự Phát Sinh Con Người Đầu Tiên].* La Pensée = ISSN 0031-4773, số 254, 1986. Tr. 24-35.

24) *La Philosophie de Staline (1): Interprétation des Principes et Lois de la Dialectique [Triết Lý của Staline (1): Diễn Giải những Nguyên Lý và Quy Luật của Biện Chứng Pháp]* (05/1988, 62 tờ). Paris: Ed. Mây, 1988. Lưu trữ tại Thư Viện Quốc Gia Pháp BnF,

ký hiệu xếp giá 16-D1 MON-5310, Tolbiac, Rez-de-jardin, Magasin.

25) *Vấn Đề Con Người và Chủ Nghĩa «Lý Luận Không Có Con Người»* [*The Problem of Man and Theoretical Antihumanism = Le Problème de l'Homme et l'Antihumanisme Théorique*] (1988). In lần thứ hai có viết thêm. TP Hồ Chí Minh: Nxb TP Hồ Chí Minh, 1989.

Thời Kỳ Trở Lại Pháp:

26) *Le «Langage de la Vie Réelle» n'Est-Il que Celui de la Production?* [*«Ngôn Ngữ của Đời Sống Thực» Phải Chăng Chỉ Là Ngôn Ngữ của Sản Xuất?*]. Phỏng vấn Trần Đức Thảo, do Arnaud Spire thực hiện và tóm tắt. L'Humanité, 28/05/1991.

27a) *La Logique du Présent Vivant* [*Luận Lý của Hiện Tại Sống Động*]: 1- *Pour une Logique Formelle et Dialectique* [*Vì một Luận Lý Hình Thức và Biện Chứng*] (17/09/1992); 2- *La Dialectique Logique comme Dynamique Générale de la Temporalisation* [*Luận Lý Biện Chứng như Động Lực Tổng Quát của Vận Động Thời Gian*] (28/12/1992); 3- *La Théorie du Présent Vivant comme Théorie de l'Individualité* [*Lý Thuyết Hiện Tại Sống Động như Lý Thuyết về Cá Tính*] (21/02/1993) ; 4- *La Théorie du Présent Vivant comme Théorie de l'Associativité* [*Lý Thuyết Hiện Tại Sống Động như Lý Thuyết về Hợp Tính*] (12/04/1993, phần 4 này được thông báo nhưng chưa kịp công bố). Les Temps Modernes = ISSN 1149-4026, số 568, 1993. Tr. 154-168.

27b) *La Logique du Présent Vivant* [*Luận Lý của Hiện Tại Sống Động*] : 1- *Pour une Logique Formelle et Dialectique* [*Vì một Luận Lý Hình Thức và Biện Chứng*] (17/09/1992); 2- *La Dialectique Logique comme Dynamique Générale de la Temporalisation* [*Luận Lý Biện Chứng như Động Lực Tổng Quát của Vận Động Thời Gian*] (28/12/1992); 3- *La Théorie du Présent Vivant comme Théorie de l'Individualité* [*Lý Thuyết Hiện Tại Sống Động như Lý Thuyết về Cá Tính*] (21/02/1993); 4- *La Théorie du Présent Vivant comme Théorie de l'Associativité* [*Lý Thuyết Hiện Tại Sống Động như Lý Thuyết về Hợp Tính*] (12/04/1993). Bản viết tay. Tủ sách Phan Huy Đường.

28a) *Dialectical Logic as the General Logic of Temporalization* [*Luận Lý Biện Chứng như Động Lực Tổng Quát của Vận Động Thời Gian*]; *Appendix A : the Dual Hegelian and Husserlian Phenomenologies* [*La Double Phénoménologie Hégelienne et Husserlienne = Hiện Tượng Học của Hegel và của Husserl Đối Chiếu*] ; *Appendix B : The Dialectic of Ancient Society* [*La Dialectique de la Société Primitive = Biện Chứng của Xã Hội Cổ Đại*]. Analecta Husserliana = ISSN 0167-7276, số 46, 1995. Tr. 155-166.

28b) *Dialectical Logic as the General Logic of Temporalization. With Translator's Introduction by Daniel J. Herman* [*Luận Lý Biện Chứng như Động Lực Tổng Quát của Vận Động Thời Gian. Với Bài Giới Thiệu của Dịch Giả Daniel J. Herman*]. Trong: *The Logic of the Living Present* [*Luận Lý của Hiện Tại Sống Động*]. Do Anna-Teresa Tymieniecka xuất bản. Dordrecht: Kluwer Academic Publishers, 1994.

29) *Recherches Dialectiques* [*Nghiên Cứu Biện Chứng*]: 1- *Un Itinéraire* [*Một Hành Trình*] (02/04/1992, 30 tờ); 2- *Le Problème de l'Homme* [*Vấn Đề Con Người*] (16/01/1992, 24 tờ);3- *La Liaison du Biologique, du Social et du Psychique* [*Sự Liên Hệ Giữa Sinh Lý, Xã Hội và Tâm Lý*] (12/02/1992, 21 tờ]. Bản viết tay. Tủ sách Phan Huy Đường.

B - Dấn Thân Chính Trị:

Thời Kỳ Ở Pháp:

01) *Sur l'Indochine* [*Về Đông Dương*]. Les Temps Modernes = ISSN 1149-4026, số 5, 1946. Tr. 878-900 (Viết trong xà lim biệt giam của nhà tù La Santé, nơi ông bị giam từ đầu tháng 10 đến

cuối tháng 12 năm 1945, vì tội *«vi phạm an ninh nhà nước Pháp trên lãnh thổ mà nhà nước Pháp đang cai trị»*).

02) *Les Relations Franco-Vietnamiennes [Quan Hệ Pháp Việt]*. Les Temps Modernes = ISSN 1149-4026, số 18, 1947. Tr. 1053-1067.

03) *Sur l'Interprétation Trotzkyste des Evénements d'Indochine [Về Lối Giải Thích Những Biến Chuyển ở Đông Dương của Phe Trốt Kít]*. Les Temps Modernes = ISSN 1149-4026, số 21, 1947. Tr. 1697-1705.

Thời Kỳ Ở Việt Nam:

04) <u>*Nội-dung Xã-hội và Hình-thức Tư-do*</u> *[Social Content and Forms of Freedom = Contenu Social et Formes de Liberté]*. Giai Phẩm Mùa Đông, tập 1, 1956. Đăng lại trong: *Trăm Hoa Đua Nở trên Đất Bắc*. Paris: Sudasie, 1983. Tr. 289-291.

05) <u>*Nỗ-lực Phát-triển Tư-Do Dân-chủ*</u> *[Let's Try to Develop Freedom and Democracy = Efforçons-Nous à Développer les Libertés et la Démocratie]*. Nhân Văn, số 3, 15/10/1956 Đăng lại trong: *Trăm Hoa Đua Nở trên Đất Bắc*. Paris: Sudasie, 1983. Tr. 291-292.

06) *Tự Kiểm Thảo [Self-Criticism = Autocritique]*. Nhân Dân, số 1531-1533, ngày 22-24/5/1958.

07) *Cái Gọi Là «Tấm Biển Chỉ Đường của Trí Tuệ» Đi Ngược với Tư Duy Biện Chứng của Lý Trí [The So-Called «Sign-Boards of Intellect» Go Against The Dialectical Thought of Reason = Les Soi-Disant «Panneaux de l'Intelligence» s'Opposent à la Pensée Dialectique de la Raison]*. Tạp Chí Cộng Sản, số 02, 02-1991. Tr. 41-47.

08a) *Note Biographique* [*Ghi Chú Tự Truyện*] (1/2/1984). Đăng lại trong: Les Temps Modernes = ISSN 1149-4026, số 568, 1993. Tr. 144-153.

08b) *Niên Biểu* (1/2/1984). Cao Việt Dũng dịch và chú thích. Địa chỉ truy cập: http://www.talawas.org.

C- Chuyên Đề về Trần Đức Thảo & Tác Phẩm:

Bằng ngoại ngữ:

01a) Barthes, Roland. *Sur le Livre de Trân Duc Thao «Phénoménologie et Matérialisme Dialectique»* [*Về tác phẩm «Hiện Tượng Học và Chủ Nghĩa Duy Vật Biện Chứng» của Trần Đức Thảo*]. Combat, 11/10/1951.

01b) Barthes, Roland. *Sur le Livre de Trân Duc Thao «Phénoménologie et Matérialisme Dialectique»* [*Về tác phẩm «Hiện Tượng Học và Chủ Nghĩa Duy Vật Biện Chứng» của Trần Đức Thảo*]. Trong: *Œuvres Complètes: T. 1, 1942-1965.* Paris: Ed. du Seuil, 1993. Tr. 107.

02a) Ricoeur, Paul. *«Phénoménologie et Matérialisme Dialectique»* [*«Hiện Tượng Học và Chủ Nghĩa Duy Vật Biện Chứng»*]. Trong: *Sur la Phénoménologie* [*Về Hiện Tượng Học*].Esprit, số 209, 1953. Tr. 821-839.

02b) Ricoeur, Paul. *«Phénoménologie et Matérialisme Dialectique»* [*«Hiện Tượng Học và Chủ Nghĩa Duy Vật Biện Chứng»*]. Trong: *Sur la Phénoménologie* [*Về Hiện Tượng Học*]. Đăng lại trong: Ricoeur, Paul. *À l'Ecole de la Phénoménologie* [*Dưới Mái Trường Hiện Tượng Học*]. Paris : J. Vrin, 1987. Tr. 141-159.

03) Brouillet, Raymond. *De la Dialectique: Confrontation de deux Interprétations de «La Phénoménologie de l'Esprit» de Hegel: A. Kojève et Trân Duc Thao* [*Về Biện Chứng Pháp: Đối Chiếu Hai Lối Biện Giải «Hiện Tượng Luận Tinh Thần» của Hegel ở*

438

Alexandre Kojève và Trần Đức Thảo]. Luận Án Tiến Sĩ, 1970. Institut Supérieur de Philosophie, Université Catholique de Louvain. Lưu trữ tại Thư Viện Đại Học Louvain, ký hiệu xếp giá LV 08220.

04) Federici, Silvia. *Viêt Công Philosophy: Trân Duc Thao [Triết Lý Việt Cộng: Trần Đức Thảo]*. Telos = ISSN 0090-6514, số 6, 1970. Tr. 104-117.

05) Caveing, Maurice. *«Recherche sur l'Origine du Langage et de la Conscience» par Trân Duc Thao [«Tìm Cội Nguồn của Ngôn Ngữ và Ý Thức» của Trần Đức Thảo]*. Raison Présente = ISSN 0033-9075, số 31, 1974. Tr. 118-124.

06) Haudricourt, André. *Trân Duc Thao: «Recherche sur l'Origine du Langage et de la Conscience» [Trần Đức Thảo: «Tìm Cội Nguồn của Ngôn Ngữ và Ý Thức»]*. La Pensée = ISSN 0031-4773, số 173, 1974. Tr. 136.

07) François, Frédéric. *Trân Duc Thao et les Recherches sur l'Origine et le Développement du Langage [Trần Đức Thảo và Những Truy Tìm Cội Nguồn của Ngôn Ngữ và Ý Thức]*. La Pensée = ISSN 0031-4773, số 174, 1974. Tr. 32-52.

08) Brouillet, Raymond. *Matière et Conscience selon Trân Duc Thao [Vật Chất và Ý Thức theo Trần Đức Thảo]*. Laval Théologique et Philosophique = ISSN 0023-9054, tập. 31, số 1, 1975. Tr. 11-23.

09) Invitto, Giovanni. *La «Krisis» nella Lettura di Merleau-Ponty e Trân Duc Thao [Tác Phẩm «Cuộc Khủng Hoảng» Qua Cách Đọc của Merleau-Ponty và Trần Đức Thảo]*. Trong: *Husserl: «La Crisi delle Scienze Europee» et la Responsabilità Storica dell'Europa [Husserl: «Cuộc Khủng Hoảng Khoa Học ở Âu Châu» và Trách Nhiệm Lịch Sử của Châu Âu]*. Mario Signore xuất bản. Milano: F. Angeli, 1985. Tr. 331-342.

10) Baribeau, Jacinthe. *The Trân Duc Thao Theses: Origins of Consciousness* [*Những Luận Điểm của Trần Đức Thảo: Cội Nguồn của Ý Thức*]. Science and Nature = ISSN 0193-3396, số 7-8, 1986. Tr. 56-65.

11) Rousset, Bernard & Rousset, Dorothée. *Trân Duc Thao.* Trong: *Dictionnaire des Philosophes.* Paris: Presses Universitaires de France, 1993. Tr. 2810-2812.

12a) Kail, Michel. *En hommage à Trần Đức Thảo.* Les Temps Modernes = ISSN 1149-4026, số 568, 1993. Tr. 141-143.
12b) Kail, Michel. *Tưởng Niệm Trần Đức Thảo.* Cao Việt Dũng dịch và chú thích. Talawas, 24/04/2004. Địa chỉ truy cập: http://www.talawas.org.

13) Marchaisse, Thierry. *Tombeau sur la Mort de Tran Duc Thao* [*Lời Điếu về Cái Chết của Trần Đức Thảo*] (1993). Tài liệu chưa công bố, trích dẫn bởi François Dosse, trong: Dosse, François. *Paul Ricoeur, le Sens d'Une Vie* [*Paul Ricoeur : Ý Nghĩa Một Cuộc Đời*]. Paris: La Découverte, 1997. Tr. 209-210.

14) Nardi, G. *Tran-Duc-Thao, un Fenomenologo da Rivalutare* [*Trần Đức Thảo, Nhà Hiện Tượng Học Cần Được Phục Hồi*]. Comprendre (Archive International pour l'Anthropologie Phénoménologique, Organo Ufficiale della Società Italiana per la Psicopatologia), số 7, 1994. Tr. 83-92. Địa chỉ truy cập: http://utenti.lycos.it/psicopat/?

15) Herman, Daniel J. *Trân Duc Thao.* Trong: *Encyclopedia of Phenomenology.* Dordrecht: Kluwer Academic Publishers, 1997. Tr. 703-708.

16) McHale, Shawn F. *Vietnamese Marxism, Dissent and the Politics of Postcolonial Memory: Trân Duc Thao, 1946-1993* [*Chủ Nghĩa Marx ở Việt Nam, Sự Bất Đồng Quan Điểm và Chính Sách Ghi Nhớ Thời Hậu Thuộc Địa: Trần Đức Thảo, 1946-1993*]. Journal

of Asian Studies = ISSN 0021-9118, tập 61, số 1, 02/2002. Tr. 7-31.

Bằng Việt ngữ:

17) Khắc Thành. *Quét Sạch Những Nọc Độc của Trần Đức Thảo trong Việc Giảng Dạy Triết Học* [*Let's Sweep Away Tran Duc Thao's Venomous Teaching in Philosophy* = *Balayons l'Enseignement Venimeux de Trân Duc Thao en Philosophie*]. Tạp chí Học Tập, 1958. Đăng lại trên talawas. Địa chỉ truy cập: http://www.talawas.org.

18a) Phan Huy Đường. *Trần Đức Thảo, Une Vie* (30/04/1993). Địa chỉ truy cập: http://amvc.free.fr
18b) Phan Huy Đường. *Trần Đức Thảo, Một Kiếp Người* (30/04/1993). Kiến Văn chuyển ngữ. Địa chỉ truy cập: http://amvc.free.fr

19) Đặng Phùng Quân. *Đọc Lại Trần Đức Thảo (1)* và *(2)* [*Rereading Trân Duc Thao (1) and (2)* = *Relire Trân Duc Thao (1)* và *(2)*]. Văn Học (California), số 96-98, 1994. Đăng lại trên talawas, 24/04/2004. Địa chỉ truy cập: http://www.talawas.org.

20) Phạm Trọng Luật. *Triết Lý của Trần Đức Thảo Đã Đi Đến Đâu?* [*Where Are We Today with Trân Duc Thao's Philosophy?* = *Où En Est-On Aujourd'hui avec la Philosophie de Trân Duc Thao?*]. Hợp Lưu = ISSN 1065-9323, số 79, 10-11/2004. Tr. 5-31. Địa chỉ truy cập: http://www.hopluu.net & http://www.viet-studies.info/TDThao & http://amvc.free.fr

D- Nhận Định về Trần Đức Thảo & Tác Phẩm:

Bằng ngoại ngữ:

441

01) Naville, Pierre. *Marx ou Husserl* [*Marx hay Husserl*].
Trong: *Les Conditions de la Liberté* [*Điều Kiện của Tự Do*]. Paris:
Ed. du Sagittaire, 1947. Tr. 162-167.

02) Lyotard, Jean-François. *La Phénoménologie* [*Hiện Tượng
Học*]. (1954). Paris: PUF, 1999. Tr. 107-115.

03) Neri, Guido Davide. *Prassi e Conoscenza. Con una Sezione
Dedicata ai Critici Marxisti della Fenomenologia (Lukacs,
Adorno, Marcuse, Trân Duc Thao, Naville, Schaft)* [*Thực Tiễn và
Nhận Thức. Với một Chương Dành cho Sự Phê Phán Hiện Tượng
Học từ Chủ Nghĩa Marx (Lukacs, Adorno, Marcuse, Trần Đức
Thảo, Naville, Schaft)*]. Milano: Feltrinelli, 1966.

04) Majkut, Paul. *Thảo's Smile: Husserlian Marxism* [*Nụ Cười của
Thảo: Chủ Nghĩa Marx Kiểu Husserl*]. Trong: *Thảo's Smile:
Phenomenology and Non-European Thought* [*Nụ Cười của Thảo:
Hiện Tượng Học và Dòng Tư Tưởng Ngoại Âu*]. Tr. 15-17. Tiểu
luận thứ 50 của đợt: *Essays in Celebration of the Founding of the
Organization of Phenomenological Organizations*. Chủ biên: Julia
Iribarne, Hans Rainer Sepp, v. v... 2003. Địa chỉ truy cập:
http://www.o-p-o.net.

05) Herrick, Tim. *«A Book Which Is No Longer Discussed Today»:
Trân Duc Thao, Jacques Derrida, and Maurice Merleau-Ponty*
[*«Một Quyển Sách Nay Không Còn Gây Tranh Luận»: Trân Duc
Thao, Jacques Derrida, và Maurice Merleau-Ponty*]. Journal of the
History of Ideas = ISSN 0022-5037, tập 66, số 1, 01/2005. Tr. 113-
131.

Bằng Việt ngữ:

06) Nguyễn Hiếu Liêm. *Tự Do và Đạo Lý: Hegel, Marx, Trần Đức
Thảo và Việt Nam* [*Freedom and Ethics: Hegel, Marx, Trần Đức
Thảo and Việt Nam = Liberté et Éthique: Hegel, Marx, Trần Đức*

Thảo et le Việt Nam. Hợp Lưu = ISSN 1065-9323, số 79, 10-11/2004. Tr. 40-52. Địa chỉ truy cập: http://www.hopluu.net & http://www.viet-studies.info/TDThao &http://amvc.free.fr

GHI CHÚ CỦA TỔ HỢP

Nhà xuất bản xin mạn phép ông Phạm Trọng Luật để được đăng lại Thư Mục Trần Đức Thảo mà ông đã hoàn tất từ năm 2005. Từ đó đến nay đã gần 10 năm song hình như chưa có ai cập nhật danh sách này, một danh sách rất hữu ích để xác định chỗ đứng của triết gia Trần Đức Thảo trong lịch sử triết học thế giới hiện đại.

Để có một cái nhìn cập nhật về tổng tác phẩm của Trần Đức Thảo, chúng tôi xin quy chiếu độc giả đến tài liệu mới nhất về cuộc đời và sự diễn biến tư tưởng của ông, bài viết khá chi tiết và cặn kẽ với những phân tích sâu sắc của Alexandre Féron mang tên "Qui est Trần Đức Thảo? Vie et oeuvre d'un philosophe vietnamien" ("Trần Đức Thảo là ai? Cuộc đời và tổng tác phẩm của một triết gia Việt-nam") hoàn tất và đưa lên mạng vào ngày mồng 5 tháng 2, 2014.

Tác giả Alexandre Féron đang lấy bằng tiến sĩ về triết học và chuyên môn của ông là "nghiên cứu các liên hệ giữa chủ nghĩa Marx và hiện tượng học trong triết học Pháp, nhất là ở Sartre, Merleau-Ponty và Trần Đức Thảo." Vì lý do đó mà ông đã có bài dài nói trên nhằm trở về "dự án trí thức đầy tham vọng và cuộc đời sóng gió của triết gia Mác-xít Việt-nam này, quá manh động như một nhà triết học song lại cũng quá triết đối với những nhà làm cách mạng, do đó bị cuốn vào trong những mâu thuẫn của thế kỷ" ("retour sur le projet intellectual ambitieux et le parcours mouvementé de ce philosophe marxiste vietnamien, trop militant pour les philosophes, trop philosophe pour les militants, et pris dans les contradictions du siècle.")

Theo chúng tôi, đây là đánh giá công bằng và xác đáng nhất về Trần Đức Thảo mà ta có cho đến giờ, đặc biệt về những đóng góp của ông vào triết học thế giới của ngày hôm nay.

NNB

VỀ HAI CHỮ "TRĂNG TRỐI"
TRONG TÊN SÁCH

Sau khi cuốn sách được in ra, có không ít độc-giả đặt vấn-đề chính-tả với hai chữ "trăng trối" mà nhiều người tin chắc là phải viết không có "g" nghĩa là phải viết: "trăn trối." Thậm chí có người còn cho là chúng tôi theo cách viết của Việt Cộng, lại có người cho rằng đó là cách viết của người miền Bắc (tiếng địa-phương), không phải là cách viết tiêu-chuẩn.

Đối với những người hỏi thẳng nhà xuất bản, chúng tôi đã có dịp trình bầy như sau:

Có một ngộ-nhận khá phổ-biến là chữ "trăng trối" phải viết là "trăn trối," nghĩa là chữ "trăng" không có "g." Có lẽ ngộ-nhận này xuất phát từ sự gần như đồng-hóa "trăng trối" với "trăn trở," một chuyện khác hoàn-toàn.

Nếu chúng ta giở các từ-điển ra xem, chúng ta sẽ thấy hầu hết các từ-điển đều ghi là "trăng trối," thí dụ:

Việt-nam Tự-điển của hội Khai Trí Tiến Đức (in lần đầu năm 1932 và tái-bản ở Pháp do nhà Văn Mới 1954) có "giăng" và "giối" và bảo xem "trăng" và "trối," cuối cùng ở trang 606 có "trối trăng" (có "g").

Việt-nam Tự-điển của Lê Văn Đức-Lê Ngọc Trụ (Khai Trí in ở Sài-gòn năm 1970), trang 1656 có "trăng trối" và trang 1690 có "trối trăng" và định nghĩa là "dặn dò trước khi chết."

Từ đó không thể bảo "trăng trối" là chữ của Việt Cộng hay là chỉ là tiếng Bắc. Lê Văn Đức-Lê Ngọc Trụ là hai từ-điển-gia người Nam, và họ cũng đồng-ý với Khai Trí Tiến Đức (Bắc).

Từ Điển Tiếng Việt của Nhà xb Khoa học xã hội (Hà-nội 1977), trang 803 có "trối trăng."

Từ Điển Tiếng Việt của Viện Ngôn Ngữ Học Hà Nội, ấn-bản 1992, trang 1008 viết "trối trăng."

Từ Điển Việt-Anh của Viện Ngôn Ngữ Học Hà Nội (1997), trang 754 cũng viết "trối trăng."

Từ Điển Tiếng Việt của Văn Tân (Nhà xb KHXH, 1991)

không có "trăng trối" nhưng có "trối trăng," trang 1259.
Vietnamese-English Student Dictionary của Nguyễn Đình Hòa
(SIU: 1971) cũng không có "trăng trối" nhưng ở trang 613 có "trối
trăng" và nói "xem giối giăng."

Gần đây nhất, Từ Điển Nguồn Gốc Tiếng Việt của B.S.
Nguyễn Hy Vọng (Nhà xb Đất Việt, 2012) ở hải-ngoại, trang 1993,
có "trối trăng/trăng trối" và nói cũng như "giối giăng."

Và hầu hết các từ-điển chính-tả Việt-ngữ cũng đều viết "trăng
trối" hay "trối trăng."

Có thể nói ít có trường-hợp nào mà các nguồn tin thống nhất
đến như thế, từ Bắc vào Nam, từ trong nước ra hải-ngoại, v.v.

Không hiểu tại sao ngộ-nhận "trăng trối" phải viết không "g"
lại có thể phổ-biến đến như thế!

Có hai cách để ta xác-định "trăng trối" bắt buộc phải có "g."
Đó là:

Thứ nhất, có lẽ ai cũng dễ dàng đồng-ý "trăng trối" là đảo
ngược của "trối trăng," mà "trối trăng" thì không ai viết thành "trối
trăn" cả.

Thứ hai, trong tiếng Việt lịch-sử có một sự tương-đồng giữa
"tr" và "gi":

trời − giời
trăng − giăng
trả − giả
trao − giao v.v.

Và như vậy thì:
trăng trối tương-đồng với giăng giối
cũng như
trối trăng tương-đồng với giối giăng (không ai nói hay viết
"giối giăn" cả)

Rất mong là các bạn nào thắc mắc thì giờ đây có thể đồng-ý
với sự trình bầy và phân-tích nói trên.

445

Và CUỐN SÁCH MỚI TINH KHÔI:

THÁNG TƯ ĐEN

Nguyên-tác: *Black April: The Fall of South Vietnam, 1973-1975*
Tác giả: George J. Veith - **Dịch giả: Nguyễn Ngọc Anh**

Đầu thập niên 1970, để phá vỡ thế bao vây của Cộng-sản, Mỹ đã đi đêm với Trung-Cộng, kết-quả là miền Nam bị bỏ rơi và CS Bắc-Việt chiến-thắng (với sự yểm-trợ dồi dào áp-đảo của Nga-Hoa). Người dân Mỹ đã đền bù phần nào sự phản-bội này của các chính-khách Mỹ bằng cách mở lòng đón nhận chúng ta, giúp chúng ta xây dựng nên một cộng-đồng hải-ngoại vững mạnh như ngày hôm nay. Các sử-gia Mỹ dần dần cũng đã trông ra sự thật về cuộc chiến và đã có những đóng góp ngày càng giá-trị để đem lại công-bằng cho người dân, quân-đội và xã-hội miền Nam--một sự đánh giá mà giờ đây ngay ở trong nước người ta cũng nhìn ra.

Tác-giả George J. Veith đã nghiên cứu cặn kẽ và trong chi-tiết mọi tài-liệu xuất phát từ các văn-khố Mỹ, từ các báo-cáo quân-sự, chính-trị đương-thời của phía Mỹ cũng như các sách vở, tài-liệu ngày càng phong phú do cả hai phe Việt-nam, CS Bắc-Việt và Việt-nam Cộng-hòa về giai-đoạn từ Hiệp-định Paris tới ngày 30/4/1975. Dựa vào các nguồn tin đó, cộng thêm các cuộc phỏng vấn nhiều sĩ-quan Quân-lực VNCH đã dự trận, ông đã vẽ lại được thật rõ ràng và đầy đủ các trận chiến từ trận Ban-mê-thuột đến trận đánh cuối cùng ở Sài-gòn, để khám phá ra rằng trong nhiều trường-hợp người lính VNCH đã chiến-đấu rất anh-dũng trong những điều-kiện vừa thiếu thốn vừa khó khăn tột độ. Vậy mà không ít nơi, quân-đội đó đã có những chiến-thắng đáng ghi lại trong quân-sử (như trận Xuân Lộc), làm vinh-dự cho một quân-lực mà nhiều lúc đã bị chê bai, khinh miệt một cách vô lối, bất công-- chỉ vì người ta tin theo các nguồn tin CS hay các báo chí thiên tả, phản chiến hoàn-toàn không có cơ-sở. Đây là một việc làm trả lại sự thực cho lịch-sử, trong một bản dịch lưu loát và chính-xác của dịch-giả Nguyễn Ngọc Anh.

Một tác-phẩm quân-sử vào bậc thượng-thặng!

700 trang khổ lớn (6" x 9"), bản-đồ và 8 trang hình - Ấn-phí: $30

BỘ SÁCH NHÌN LẠI SỬ VIỆT
ĐÃ RA ĐƯỢC 4 TẬP

Của Tiến Sĩ Lê Mạnh Hùng

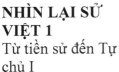

NHÌN LẠI SỬ VIỆT 1
Từ tiền sử đến Tự chủ I

NHÌN LẠI SỬ VIỆT 2
Từ Ngô Quyền đến Thuộc Minh

NHÌN LẠI SỬ VIỆT 3
Tự chủ II: Từ Thuộc Minh đếnThống Nhất

**NHÌN LẠI SỬ
VIỆT 4**
Nhà Nguyễn Gia
Miêu:
Từ Gia Long đến
Cách Mạng 19/8

Sử-gia Trần Trọng Kim xem bộ *Việt Nam Sử Lược* của ông mới chỉ tương-đương như một bộ áo vải để "mặc tạm," ông trông chờ một bộ áo lụa do những sử-gia đến sau với đầy đủ phương-tiện và tài-liệu hơn sẽ hoàn-tất. Thì đây, bộ sử **NHÌN LẠI SỬ VIỆT** của Tiến-sĩ Lê Mạnh Hùng tuy chưa thể nói được là "bộ áo lụa" mà sử-gia TTK mong đợi song tác-giả bộ sách này đã thâu thập được nhiều thông tin phong phú đến từ các nguồn sử-liệu gốc, từ ngành khảo-cổ và nhân-chủng-học, xã-hội cũng như kinh-tế-học để chúng ta có được một bộ sử vừa cập nhật vừa đạt những tiêu-chuẩn gắt gao nhất của sử-học hiện-đại. Với bộ sử Tổ Hợp do Tiến sĩ Lê Mạnh Hùng đang hoàn-tất, chúng tôi mong rằng từ nay chúng ta sẽ có được một bộ thông-sử Việt-nam đáng tin cậy dùng làm căn-bản cho hành-trang tri- thức của mỗi một con dân Việt-nam, dù ở trong nước hay ở hải-ngoại.

Mỗi cuốn trên đây viết về một thời kỳ tách biệt (NLSV 4 – Từ Gia-Long đến Cách-Mạng 19/8). Độc-giả không phải đợi các tập sau để hiểu trọn từng tập. Trọn bộ sẽ gồm 5 tập.

Ấn phí:

I. 286 trang	II. 295 trang	III. 351 trang	IV. 665 trang
18 MK	18 MK	22 MK	35 MK

Và CÁC CUỐN SÁCH GIÁ TRỊ KHÁC:

LƯU HƯƠNG KÝ
Thơ **Hồ Xuân Hương**
Nguyễn Ngọc Bích phiên âm và dịch
Bìa cứng- 204 trang khổ lớn (6" x 9"),
có hình màu minh-hoạ - 2011- 20 MK

Tìm ra từ năm 1956-57 trong một rương
sách cũ ở nhà cụ Cử Nguyễn Văn Tú ở
Hành-thiện, Nam-định, tập thơ gần 200
tuổi này (tương-đương với tuổi của
Truyện Kiều) đã được Trần Thanh Mại
bắt đầu công-bố từ năm 1963-64. Tuy-
nhiên, hơn nửa thế-kỷ đã trôi qua song
các học-giả ở trong nước mới phiên âm được chưa đầy 3/4 các bài
thơ trong đó.

Từ khi nắm được một phóng-bản của 22 trang trong tập thơ gốc,
G.S. Nguyễn Ngọc Bích đã bỏ công ra đọc thật kỹ các bài thơ
trong sách, nhân vậy đã sửa chữa được cả trăm chỗ đọc bấp bênh
hay sai do các nhà Hán-Nôm ở trong nước trong 55 năm qua--một
điều cụ Hoàng Xuân Hãn ở Pháp đã ngờ nhưng không có nguyên-
bản để dò lại và sửa cho đúng.

Tập *Lưu Hương Ký* này, do đó, là một đóng góp hoàn-toàn mới mẻ
so với các bản cũ và gồm đầy đủ 44 bài thơ trong nguyên-bản (tức
100 phần trăm các bài thơ trong tập, đọc rất chính-xác và có tới 13
bài chưa bao giờ được công-bố) của nhà thơ được coi là lớn nhất
trong các nhà thơ nữ của VN thời cổ-điển. Điều này đẩy mạnh
việc nghiên cứu thơ Hồ Xuân Hương lên hẳn một nấc so với trước
đây và cũng cung-cấp cho ta một cơ-sở vững chãi để có thể so sánh
với các bài thơ của bà mà bấy lâu nay được truyền-trụng trong dân-
gian.

ẢNH TRƯỜNG KỊCH GIỚI

Hồ Trường An

413 trang khổ lớn (6" x 9"), 31 trang hình-
Ấn phí: 22MK

Được xem như một loại "ký-ức rong chơi" của những ngày tuổi trẻ của tác-giả khi ông và những bạn cùng trang lứa khám phá ra thế-giới điện-ảnh trong đó có điện-ảnh Việt-nam từ khoảng đầu thập niên 1950 đến ngày miền Nam mất vào tay người CS, cuốn sách đã gợi lại một thời khá oanh-liệt của phim VN--một câu chuyện sống động từ đầu cho đến cuối nhờ lối viết tưng tửng rất hấp dẫn của Hồ Trường An.

Đây tuy chưa hẳn là lịch-sử điện-ảnh của miền Nam tự do (và trước đó nữa) theo đúng những tiêu-chuẩn học-thuật như ta mong muốn song cuốn sách viết dưới dạng hồi-ký này cũng cho ta những nét chính của một nền điện-ảnh phôi thai vào cuối thập niên 1930 đến lúc điện-ảnh của chúng ta chen vai sát cánh với các nền điện-ảnh lớn của Á-châu và đôi khi cũng mang về những giải thưởng đáng được nể trọng.

Nằm chung trong những sách của Hồ Trường An viết về ca nhạc kịch và những ngành nghệ-thuật biểu diễn của VN tự do, cuốn sách không những là phác-hoạ cho một bộ lịch-sử điện-ảnh miền Nam, nó còn cho ta một cái nhìn toàn-diện và hoành-tráng về sức sống của một nửa đất nước được phát triển trong tự do và gắn bó với thế-giới chung quanh ta. Đó là những sách như *Theo Chân Những Tiếng Hát, Chân Dung Những Tiếng Hát* 1-2-3, *Sàn Gỗ Màn Nhung* và giờ đây là *Ảnh Trường Kịch Giới*.

NGÀY LONG TRỜI ĐÊM LỞ ĐẤT

Tiểu thuyết

Tác giả **Cao Linh Quân**, bút danh **Trần Thế Nhân**, trong nước.

Bạt: **Nguyễn Quảng Tâm**; Nhận định: **Nguyễn Minh Cần** 370 trang với hình ảnh minh họa – 2010 - Ấn phí 15 MK.

"Một tàuc-phẩm rất gần gũi với tín ngưỡng daân gian ở điểm, khàuc với người duy vật, tàuc-giả khoâng coi "chết laø hết" (một quan-niệm vừa nghèo nàn, vừa vô-trách-nhiệm). Ở đây, cõi âm dương tương-thông, và chết chỉ là một trạng-thái chồng cái nghiệp (thiện hay ác) của mình--một niềm tin không lay chuyển được của người Việt. Người thiện như Mai Duy Vỹ tất sẽ được giải thoát sau khi rũ cái nghiệp của mình, còn kẻ ác, cuốn tiểu-thuyết không nói ra nhưng ngụ ý, tất sẽ đi vào một kiếp súc-sinh." (Nguyễn Ngoïc Bích)

Lần đầu tiên trong văn học nước nhà có một cuốn tiểu thuyết viết rất thật về cuộc Cải cách Ruộng đất ở miền Bắc VN. Phơi bày những tội ác tày trời của tập đoàn lãnh đạo ĐCSVN đối với nhân dân, phơi bày thực trạng cực kỳ đen tối của xã hội, những chuyện hãi hùng, khủng khiếp khôn cùng, những đau thương, khổ nhục ê chề nơi Địa Ngục trần gian mà người dân Việt Nam đã phải gánh chịu.
"Đọc 'Ngày Long Trời Đêm Lở Đất', tôi cảm nhận rằng Trần Thế Nhân đã thực hiện đúng thiên chức cao quý của người cầm bút để không tự nhốt mình trong cái "chuồng văn" tù túng, ngột ngạt với đủ loại ý thức hệ Mác-Lê, đảng tính, chủ nghĩa hiện thực xã hội chủ nghĩa... vớ vẩn, nhắm nhí, không tự ép mình phải đi theo "lề phải" của kẻ cầm quyền, ông

mới có thể sáng tạo nên một thiên tiểu thuyết – nói theo từ ngữ thời thượng trong nước – sáng giá như vậy. Sáng giá cả về tính chân thật, cả về mặt văn chương." (Nguyễn Minh Cần)

TRUYỆN KIỀU: TÁC GIẢ, NHÂN VẬT VÀ LUÂN LÝ
Tác giả Đặng Cao Ruyên
419 trang 6x9, 2005, Ấn phí US 25 (Bìa cứng)

"Một cuốn sách tùy thân không thể thiếu đối với ai muốn đào sâu sự hiểu biết về đệ nhất thi hào và đệ nhất tài tử trong các tuyệt tác phẩm của Việt-nam."

Tác-phẩm tuyệt diệu do nhà Kiều-học số 1 ở hải-ngoại, cụ Đặng Cao Ruyên, soạn ra để giúp chúng ta nghiên cứu vào chiều sâu cuốn "đệ nhất tài-tử" của Nhà xuất bản văn-học cổ-điển Việt-nam. Với 70 trang dành cho tiểu-sử của Nguyễn Du (1765-1820) và hơn 200 trang dành cho việc phân-tích các nhân-vật (đặc-biệt là Kiều và Từ Hải, từ đời thật cho đến vào truyện), cuốn sách đã đào sâu cho người đọc những uẩn-khúc trong truyện thơ nổi tiếng nhất của chúng ta. Phần luân-lý cũng hấp dẫn không kém bởi từ xưa các cụ đã nói, "Đàn ông chớ kể Phan Trần /Đàn bà chớ kể Thúy Vân-Thúy Kiều" và một cuộc tranh-luận dài trong thập niên 1920-30 đã nổ ra giữa Phạm Quỳnh ở một bên và hai cụ Ngô Tất Tố- Huỳnh Thúc Kháng ở về một phía.

TRUYỆN KIỀU: NGHỆ THUẬT VÀ LAN TOẢ
Tác-giả: **Đặng Cao Ruyên**
458 trang – 70 tranh hình minh-hoạ - 2010
Bìa cứng - Ấn-phí: 25 MK

Đây là Tập II và cũng là tập cuối của bộ sách mà nhà Kiều-học Đặng Cao Ruyên viết ra để tặng những ai có tham-vọng đi sâu vào nghiên cứu Nguyễn Du (1765-1820) và *Truyện Kiều*. Được quan-niệm như một loại sách bất khả khuyết ở Tây-phương, loại "Companion to…," cả hai tập trong bộ sách (Tập I: *Truyện Kiều: Tác giả, Nhân vật và Luân lý*, Tập II: *Truyện Kiều: Nghệ thuật và Lan toả*) sẽ là những công-cụ vô giá đối với những ai  muốn đi đến tận ngọn nguồn của các vấn-đề Kiều-học, như: - Đâu là phần sáng-tạo của Nguyễn Du trong *Truyện Kiều*? - Nghệ-thuật thơ trong *Truyện Kiều*. - Ảnh-hưởng của *Truyện Kiều* trong dân-gian và trên thế-giới.

HOA ĐỊA NGỤC
Tác giả Nguyễn Chí Thiện

Tập thơ nổi tiếng nhất và có lẽ cũng là tập thơ được nhiều người thuộc nhất trong các sản-phẩm từ ngục tù CSVN trong vòng hơn 70 năm qua, cuốn *Hoa Địa Ngục* gần như qua đêm đã đem tên tuổi của Nguyễn Chí Thiện lên hàng đầu các nhà thơ lớn của nhân-loại. Văn Bút Việt Nam đã hơn một lần đề cử ông lãnh Giải Nobel về văn-học và tên tuổi ông đã được đưa vào sách *Who's Who in Twentieth-*
Bản in lần này chữa được hàng trăm lỗi trong những lần in trước (do không được tác-giả xem lại) cũng như mang nhiều hình ảnh lịch-sử về tác-giả cũng như về cuốn sách, chưa kể các bài thơ được phổ nhạc.
526 trang – 2006 - Ấn phí: Bìa mềm, 20 MK– Bìa cứng, 25 MK

HỎA LÒ
Tác giả **Nguyễn Chí Thiện**

Tập truyện này, *Hỏa Lò*, là sản-phẩm của hai năm nhà thơ Nguyễn Chí Thiện được Nghị-viện Quốc-tế các Nhà văn (International Parliament of Writers) mời sang Pháp nghỉ để viết ở Strasbourg và St. Lô. Sách gồm bảy truyện: "Đàn bò sữa" (về phụ nữ trong Hỏa Lò), "Một lựa chọn" (thà chết hơn là trở lại tù), "Tạc tượng" (về cuộc sống chật chội, chết như rạ), "Những bài ca cách mạng" (tù nổi hứng), "Phùng Cung" (truyện thật), "Sương buồn ôm kín non sông" (đời trong tù nhưng không thiếu những chuyện lý-thú, nhiều tình người), và "Trăng nước sông Hồng" (tình yêu giữa hai người tử-tội). Cuốn sách đặc-sắc tới mức trường Đại-học Yale (trong chương-trình về Đông-Nam-Á-học) đã cho dịch sang tiếng Anh và xuất bản dưới tên *HỎA LÒ / HANOI HILTON STORIES*[*].
316 trang, 2001 - Ấn phí 15 MK (Bìa thường)

CUNG OÁN NGÂM KHÚC / COMPLAINTS OF AN ODALISQUE
Tác giả: **Nguyễn Gia Thiều**
Sách song ngữ/A Bilingual Edition
Dịch giả / Translator:
Nguyễn Ngọc Bích
Minh họa gia/ Illustrator: **Mai Lân**

Cung Oán Ngâm Khúc là một trong ba tuyệt-tác-phẩm về thơ (cổ-điển) của Việt-nam. Đến từ ngòi bút của Ôn-như hầu Nguyễn Gia Thiều (1741-1798) thơ *Cung Oán* được xem như là thuộc loại thơ điêu luyện nhất trong thơ Nôm của Việt-nam. Tác-phẩm cũng được xem là độc-đáo bởi những hình ảnh và nhận-định sâu sắc hiếm có trong truyền-thống văn thơ của VN về Phật-pháp và tính-dục. Nhạc-tính trong thơ còn được dịch-giả Nguyễn Ngọc Bích đem so sánh với *Giao-hưởng-khúc số 5* ("Định-mệnh") của Beethoven. 40 bức tranh minh-họa bằng màu tuyệt đẹp của hoạ-sĩ Mai Lân làm nổi lên hẳn ý nghĩa của cuốn sách. Các chú-thích kỹ càng và tiểu-luận (về "tiểu-sử tác-giả" và đề-tài "Phật- giáo và tính-dục") làm cho sách thêm giá-trị.

192 tr. khổ 7x9, 2006, Ấn phí 20 MK (Bìa cứng - có thêm bọc ngoài)

HỒ XUÂN HƯƠNG: TÁC-PHẨM
Nguyễn Ngọc Bích hiệu đính
272 trang khổ 6x9, 2000, Ấn phí 20 MK
(Bìa thường)

Là một phần trong bộ *Hồ Xuân Hương: Tổng-luận và Tác-phẩm,* cuốn **Hồ Xuân Hương: Tác-phẩm** này là một nỗ lực đầu tiên của soạn-giả Nguyễn Ngọc Bích nhằm nhận diện đâu là thơ thật của bà và đâu là những thơ bị gán cho bà. Cuốn sách cũng dựa vào những nghiên cứu của cụ Hoàng Xuân Hãn (1908-1996) để dựng lại "tình-sử" của bà hay của các ông Trần Thanh Mại, Đào Thái Tôn, Bùi Hạnh Cẩn để đi vào thơ chữ Hán của Hồ Xuân Hương (như trong *Lưu Hương Ký*). Ngoài ra, sách cũng nêu ra được "Mười nguyên-tắc hiệu-đính thơ Hồ Xuân Hương" để quyết-định giữa các thoại khác nhau của các bài thơ truyền tụng là của bà. Cuối cùng, phần chú thích cặn kẽ về "những loại thổ âm, điển tích và những tiếng lóng (les patois)" tìm thấy trong các bài thơ đã dẫn nhà biên-khảo Hồ Trường An đến nhận-định: "nhờ cách hiệu đính" của anh (Bích) mà cuốn *Hồ Xuân Hương: Tác-phẩm* không chỉ "dành cho kẻ tham khảo văn chương đã đành mà còn là quyển giáo khoa cho các hậu sinh trung học và đại học sau này" (*Trên Nẻo Đường Nắng Tới,* Gió Văn, 2013, trang 69).

TET,
THE VIETNAMESE NEW YEAR

Tác giả: **Nguyen Ngoc Bich**

Sách viết bằng tiếng Anh với nhiều
hình màu

Tet, the Vietnamese New Year, viết
bằng tiếng Anh cho trình-độ Trung-
học đệ nhất cấp, nhằm trả lời tất cả
những câu hỏi mà ta có thể đặt ra về
ngày lễ quan trọng nhất trong năm đối
với người Việt. Trong 14 chương sách, tác-giả Nguyễn Ngọc Bích
đã đivào ngày Tết (tin ngưỡng sơ khai, tục thờ cúng tổ tiên, đạo
Khổng, Đạo-giáo, Phật-giáo), ý nghĩa tượng-trưng, thức ăn Tết,
các trò chơi ngày Tết, báo Tết, tranh Tết, thiệp Tết, lì xì, câu đối,
thơ khai bút ngày xuân, Múa Lân, những khác biệt tùy theo vùng
v.v. Sách còn có 120 bức tranh hình hoàn-toàn VN, giúp cho các
em hiểu thật cặn kẽ về mọi khía cạnh của mấy ngày Tết.

142 trang khổ lớn (8.5x11), 2004, Ấn phí 25 MK (Bìa thường)

CHUYỂN MÙA

Tác giả: **Trương Anh Thụy**

Cuốn tiểu-thuyết 3 phần, viết:
**Về tuổi trẻ - Cho tuổi trẻ - Vì tuổi trẻ
Việt-nam.**
Đã được **Giải thưởng Văn-học năm
2004** của **Hội Quốc Tế Y Sỹ Việt Nam
Tự Do** trao tặng.
Tuy là hư-cấu song câu chuyện, đặt
trong khung cảnh thời-đại, sẽ cho ta
thấy những thanh-niên, thanh-nữ, sinh-
viên Việt-nam tương-tác với nhau trong
môi-trường đại-học và ngoài đại-học ở

Mỹ, ở Nga và ở Đức, cũng như ở trong nước ngày hôm nay. Người thì sinh-hoạt vì lý-tưởng, người thì chỉ vì cá-nhân, song tất cả được mô-tả một cách trung thực, không thậm ngôn ngoa ngôn, không biếm-họa. Đặc-biệt, những mối tình xuyên quốc-gia, xuyên lục-địa và xuyên cả ý-thức-hệ sẽ làm cho không ít bạn đọc rơi lệ.

Cuốn sách gồm ba phần (***Trạm Nghỉ Chân***** ra từ năm 1993, **Ma Lộ** và **Chuyển Mùa**) đã được nhà văn Doãn Quốc Sỹ đánh giá như sau: "*Chuyển Mùa cũng như Khu Rừng Lau*, cùng lấy lịch sử thời đại làm bối cảnh để người đọc cùng suy ngẫm..."

812 trang, 2004 - Ấn phí 28 MK (Bìa thường gặp lại)

VIỆT-SỬ ĐƯƠNG-ĐẠI
Tác giả: NGUYỄN NGỌC PHÁCH
458 trang - Bìa cứng - Ấn phí 20 MK

Đây là ấn-bản lần thứ 2 ("có tu-biên kỹ") của một cuốn sách mà tên đầy đủ là *Việt-sử Đương-đại qua 200 câu vè bất-hủ* in ra vào đầu năm 2007 và đã tuyệt bản trong một thời-gian kỷ-lục. Do nhiều độc-giả yêu-cầu, tác-giả đã tăng bổ hơn 100 trang so với bản in trước. Sách có một thư-mục khá đầy đủ (12 trang) về VN dưới thời CS, và một bảng sách-dẫn thật chi-tiết để người đọc có thể tìm về những đề-tài mình muốn biết. Cuốn sách được đón nhận nồng nàn bởi nhiều học-giả như Minh Võ (ở Mỹ), Phan Lạc Phúc (Úc), Nghiêm Văn Thạch (Pháp), v.v.

TỔ HỢP XUẤT BẢN MIỀN ĐÔNG HOA KỲ
Phát hành sách của
TỦ SÁCH THỜI SỰ VIỆT NAM VÀ THẾ GIỚI

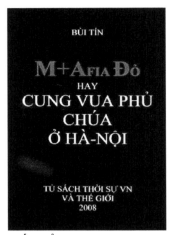

M+AFIA ĐỎ

Tác giả: **Bùi Tín**

306 trang, 2008 - Ấn phí 15 MK

Tiếp nối cuốn sách nổi tiếng *Vụ án 'siêu nghiêm trọng' T2-T4* ra từ năm 2004, cuốn này mô-tả "Cung vua Phủ chúa" ở Hà-nội, chữ người dân dùng để gọi chế-độ do M[ười] và A[nh], tức hai người không còn chức-vụ gì chính-thức nhưng vẫn ở đằng sau giựt dây, đưa đất nước dần dà đi vào một con đường mất đất, mất biển và ngày càng lệ-thuộc ngoại-bang.

Ngoài phần phân-tích ở đầu sách, sách còn in lại nhiều tài-liệu gốc để làm bằng: hồi-ký *Hồi ức và suy nghĩ* của cựu-thứ-trưởng ngoại-giao Trần Quang Cơ và những tiết-lộ mới nhất về Tổng-cục II và Nguyễn Chí Vịnh.

BÙI TÍN TÂM TÌNH VỚI TUỔI TRẺ VIỆT NAM

Tác giả: **Bùi Tín**

Từ khi ông rời bỏ Đảng CSVN vào năm 1990, cựu-Đại-tá QĐND Bùi Tín, một nhà báo lão thành, đã viết bảy cuốn sách nổi tiếng trong ba thứ tiếng (Anh, Pháp, Việt) để cho biết sự thật về VN hôm nay và kêu gọi chính-quyền CS ở quê nhà hãy lột bỏ những bộ áo và tư tưởng lỗi thời của mình đi để Việt-nam có thể chuyển sang một thể-chế dân-chủ, đa nguyên đa đảng trong tương-lai cận kề, sống hòa-bình và hòa-nhập với thế-giới

văn-minh của thế-kỷ 21. Trong cuốn sách này, ông đặc-biệt chú tâm trao đổi với tuổi trẻ mà dù muốn dù không cũng sẽ là lớp lãnh-đạo tương-lai của đất nước. Để khuyến khích họ, ông đã liệt-kê tất cả những lập-luận lỗi thời của Đảng CSVN dựa trên một kinh-nghiệm cá-nhân kéo dài gần nửa thế-kỷ và cũng dựa ngay vào chính hiểu biết của các em để nhắm tìm ra một hướng đi tốt đẹp cho tương-lai dân-tộc và tiền-đồ đất nước.
180 trang, 2006. Ấn phí 10 MK (Bìa thường)

HÃY TRƯNG CẦU DÂN Ý

Tác giả **Phương Nam Đỗ Nam Hải**

Cuốn sách này là suy nghĩ chắt lọc từ nhiều năm sinh sống ở miền Nam sau khi đã đi theo đoàn quân "chiến-thắng" từ Bắc vào Sài Gòn chỉ ít lâu sau tháng 4/1975. Được đi Úc theo gia-đình, tác-giả đã bỏ ra mấy năm để viết xong năm tiểu-luận sâu sắc "nhìn lại quê hương" ngõ hầu đến một nhận-thức mới. Kết-luận, theo ông, là phải đòi cho bằng được trưng cầu dân ý để cho 90 triệu dân (ngày nay) được chọn thể-chế của mình. Một gương sáng của và cho tuổi trẻ, tranh đấu ngay trong lòng chế-độ, Phương Nam đã bị bao vây, hạch sách va cuối cùng bị ép để mất việc. Mặc, anh vẫn hiên ngang... ngửng đầu, và tháng 4/2006 anh đã có tay dựng nên Khối 8406 cùng với các Linh-mục Nguyễn Văn Lý, Phan Văn Lợi và gần 120 người khác.

332 trang, 2005 - Ấn phí 15 MK (Bìa thường)

VỤ ÁN 'SIÊU NGHIÊM TRỌNG'
T2-T4
Tác giả: TâmViệt

Cuộc đấu đá kinh hồn giữa hai ông đại-tướng ở thượng-tầng kiến-trúc Đảng CSVN. Thời-gian ông Lê Đức Anh có quyền hành, ông đã để cho những tay chân của ông như Nguyễn Chí Vịnh, lúc bấy giờ coi Tổng-cục II (tình-báo quân-đội), và Đặng Đình Loan làm loạn, chủ-yếu là nhắm vào Đại-tướng Võ Nguyên Giáp. Nguyễn

Chí Vịnh, chẳng hạn, ở Tổng-cục II bịa đặt ra một gián-điệp nằm ở CIA bên Mỹ để báo-cáo về hầu như toàn-bộ lớp lãnh-đạo ở trong nước, theo đó thì ai cũng là tay sai của CIA Mỹ (không trừ Thủ-tướng Phạm Văn Đồng và Võ Nguyên Giáp). Trong cuộc đấu đá này, rất nhiều các tướng tá đứng về phe ông Giáp đòi hỏi một cuộc điều tra rốt ráo để nêu ra đích-danh những người có tội, nhưng ông Lê Đức Anh đã bao che cho Nguyễn Chí Vịnh cho nên đến chết (ở tuổi 103), tên tuổi của ông Giáp vẫn không được chiêu tuyết. Đây là toàn-bộ những tài-liệu TỐI MẬT về vụ xì-căng-đan khủng khiếp này trong nội-bộ Đảng CSVN. Có thể nói đây là một vụ cũng lớn như vụ Wikileaks ở Mỹ, phanh phui được không biết bao nhiêu những bí-mật và việc làm bỉ ổi trong nội-bộ Đảng CSVN ở những tầng cao nhất trong Đảng.

300 trang, 2004 - Ấn phí 15 MK (Bìa thường)

NHẬT KÝ RỒNG RẮN

Tác giả **Trần Độ**

Trung-tướng Trần Độ là một trong những vị tướng được quý mến nhất trong các tướng của Quân Đội Nhân Dân (Miền Bắc và sau 1975 trên toàn-quốc). Ông là người thúc đẩy Tổng-bí-thư Nguyễn Văn Linh gặp gỡ các văn-nghệ-sĩ (vào hai ngày 6 và 7 tháng 10/1987) trong đó ông Linh kêu gọi các văn-nghệ-sĩ hãy tự "cứu lấy mình" dẫn đến phong trào mà sau này gọi là "cởi trói." Bộ Chính-trị sau đó cũng ra Nghị-quyết số 5 (28/11/1987) cho phép văn nghệ, bị đè néntrong 30 năm, nở rộ trong một thời-gian ngắn ngủi (1987-1990) trước khi bị siết trở lại.

Cuốn nhật-ký này là những nhận xét cuối cùng của Tướng Trần Độ trong hai năm trước khi ông mất, nói lên hết cả sự thất vọng tràn trề về một chế-độ đã trở nên phản dân hại nước đến độ tồi tệ.

155 trang, 2004. Ấn phí 8 MK (Bìa thường)

*****

Tổng phát hành:

TỔ HỢP XUẤT BẢN MIỀN ĐÔNG HOA KỲ
(East Coast U.S.A. Vietnamese Publishing Consortium)
And
Canh Nam Publishers

2607 Military Rd. – Arlington, VA 22207 – U.S.A.
Tel. (703) 525 – 4538
Email:
<<u>canhnam@dc.net</u>>

Checks xin đề cho To Hop Canh Nam

Trong Hoa Kỳ xin gửi thêm cước phí hạng "book rate":
Từ 1 đến 2 pounds $3; 4 pounds $3.50 ...v...v...
Càng mua nhiều càng đỡ cước phí.

Quí vị mua lẻ (ở Hoa Kỳ) với lượng sách trị giá $100 trở lên
sẽ khỏi trả cước phí.

Trong việc liên lạc, xin quí vị dùng Email hay điện thoại
để chúng tôi có thể hồi âm mau lẹ. Đa tạ!